இஸ்லாமியச் சட்டவியல்

ஒரு சர்வதேசப் பார்வை

சி.ஜி. வீரமன்த்ரி
துணைத் தலைவர், சர்வதேச நீதிமன்றம்
முன்னாள் நீதிபதி, உச்சநீதி மன்றம், இலங்கை

தமிழில்
ஏ.ஏ.எம். ஃபுவாஜி

மாற்றுப் பிரதிகள்

முதல் பதிப்பு 2009
இரண்டாவது மீளச்சு 2020
© தமிழ் மொழிபெயர்ப்பு: அப்த்-அல்-ஜப்பார் முஹம்மத் ஸனீர்
© இந்தியப் பதிப்பு, மாற்றுப் பிரதிகள்

வெளியீடு: மாற்றுப் பிரதிகள்
விற்பனை உரிமை: த பாபிரஸ், 1205 கருப்பூர் சாலை, புத்தாநத்தம் 621310 திருச்சி மாவட்டம், தொலைபேசி: 04332 273055

நூல் வடிவம்: த பாபிரஸ், அச்சாக்கம்: அடையாளம் பிரஸ், இந்தியா
ISBN 978 93 82194 02 6
விலை: ₹ 300

> *Islaamiya Sattaviyal* is the Tamil translation of *Islamic Jurisprudence* in English by C. G. Weeramantry, Published by Maattrup Pirathikal, email: maatuppirathikal@gmail.com

சர்வதேச அமைதிக்குக் காரணமாக இருக்கும்
பன்முகக் கலாசாரத்தைப் புரிந்துகொள்வதற்காக

நன்றி

இந்நூலின் சில பகுதிகளை மொழிபெயர்த்த ஷாக்கீர் அஸீம்,
கலைச்சொற்களை சரிபார்த்த சஃபானா ஜியாத், செப்பனிட உதவிய
சமரசம் இதழின் பொறுப்பாசிரியர் சிராஜுல் ஹஸன்,
அனைவருக்கும் நன்றி

பொருளடக்கம்

அணிந்துரை	9
முன்னுரை	13
அல்-அஸ்ஹர் பல்கலைக்கழகத்தின் மேதகு ஷெய்கு அவர்கள் அனுப்பிய செய்தி	16

1 இஸ்லாமியச் சட்டங்களின் தோற்றம் — 21
   ஷரீஆ — 21
   அரேபியா: இஸ்லாத்தின் தோற்றத்திற்கு முன்னும் பின்னும் — 23
   முஹம்மது நபி (ஸல்) — 24
   குர்ஆன் — 27
   இறைவனுக்கு அடிபணிதல் — 31
   இஸ்லாமியச் சட்டத்தின் விரிவு — 33

2 அரேபியக் கல்வி மறுமலர்ச்சி — 39
   அறிவின் எழுச்சி — 39
   அரேபிய நூல்நிலையங்கள் — 42
   அறிவியல் சேர்க்கை — 44
   அரேபிய அறிவியல் மேற்கே பரவுதல் — 49
   கல்வியை ஊக்குவித்த சமயத் தூண்டுகோல் — 58
   அறிவியல் ஆதிக்கத்தில் சட்டவியலுக்கான இடம் — 59

3 இஸ்லாமியச் சட்டங்களின் மூலாதாரங்கள் — 64
   முதல்நிலை மூலாதாரங்கள் — 67
      அ. அல்குர்ஆன் — 67
      ஆ. சுன்னா — 70
   இதர மூலாதாரங்கள் — 79
      அ. இஜ்மா (ஒருமித்த முடிவு) — 79
      ஆ. கியாஸ் (ஒப்புவமைக் காணல்) — 81

4 சட்டவியல் குழுமங்கள்	90
சன்னிகளும் ஷியாக்களும்	92
சன்னி சிந்தனைப் பிரிவுகள்	96
அ. ஹனபி மத்ஹப்	96
ஆ. மாலிக்கி மத்ஹப்	98
இ. ஷாபிஈ மத்ஹப்	100
ஈ. ஹன்பலீ மத்ஹப்	103
அறிவியல் மையங்கள்	104
சட்ட நிபுணர்களின் பங்களிப்பு	105
சட்டத் தொழில்	107
5 சில அடிப்படை இஸ்லாமியச் சட்டக் கருத்துகள்	110
பகிர்ந்துகொள்ளுதல் பற்றிய கருத்து	110
பிறர் நலன்களில் அக்கறை காட்டல் பற்றிய கருத்து	112
சொத்துகளில் நம்பிக்கைப் பொறுப்பு	113
சகோதரத்துவமும் ஒருமைப்பாடும்	114
பிரபஞ்சத்துவக் கண்ணோட்டம்	115
நேரிய தொழில் உறவுகள்	116
மனித கண்ணியம்	117
தொழில் மகத்துவம்	118
இலட்சியச் சட்டம்	119
நேர்மையான ஒப்பந்தம்	120
வணிக நாணயம்	120
கடும் வட்டியிலிருந்து பாதுகாப்பு	121
பெண்களின் உரிமைகள்	124
பிறரின் தலையீடில்லா தனிமை	127
உரிமைகளைத் தவறாகப் பயன்படுத்துதல்	129
சமூக விரோத செயல்களைக் கண்டித்தல்	130
அறக்கட்டளை நிதியம் பற்றிய கருத்து	130
சட்ட ஆளுமை	133
தனி மனித சுதந்திரம்	133
சட்டத்திற்கு முன் சமத்துவம்	135
சட்டப் பிரதிநிதித்துவம்	137
குற்றம் நிருபிக்கப்படும்வரை ஒருவரை நடத்தும் முறை	138
பின்னோக்கிச் செயற்படாமை	139
சட்டத்தின் முதன்மை	139
நீதித் துறைச் சுதந்திரம்	140
நீதித் துறையின் பாரபட்சமில்லாத் தன்மை	141

வரையறுக்கப்பட்ட இறைமை	143
நன்மை செய்ய அழைத்தல்	145
சகிப்புத் தன்மை	149
ஜனநாயகப் பங்கேற்பு	160

6 ஐரோப்பியச் சட்டங்களிலும் சட்டத் தத்துவங்களிலும் காணப்படும் இஸ்லாமியச் செல்வாக்குகள் — 163

இறைச் சட்டங்களும் மனித அறிவும்	163
இரட்டை உண்மைக் கோட்பாடு	164
விஞ்ஞான உணர்வு தூண்டப்படல்	166
இஸ்லாமியக் கலைக்களஞ்சிய ஆசிரியர்கள்	169
மரபுவாதிகளின் எதிர்வினை	170
இஸ்லாமியத் தத்துவவியலும் அரிஸ்டோட்டலும்	173
அவிரோஸின் தத்துவங்களும் தோமஸின் தத்துவங்களும்	175
சுதந்திரம் பற்றி ஐரோப்பியத் தத்துவவியலாளர்களும் இஸ்லாமும்	179
நவீன சர்வதேச சட்டத்துறையும் இஸ்லாமியச் சட்டங்களும்	186
நவீன வர்த்தகச் சட்டங்களும் இஸ்லாமியச் சட்டங்களும்	187
சமூகவியல் சிந்தனையின் தோற்றம்	188

7 இஸ்லாமும் மனித உரிமைகளும் — 192

தனிநபர் கண்ணியம்	194
ஆட்சியாளர்களும் நீதியும்	196
இறை மைய அணுகுமுறை	197
அரசைப் பற்றிய இஸ்லாமியக் கோட்பாடு	198
முறை சார்பின்மை	200
மனித உரிமைக் கோட்பாடுகளுக்கான மாற்று வழிமுறைகள்	202
இஸ்லாமிய சர்வதேச மனித உரிமைப் பிரகடனம்	205
அரச விவகாரங்கள் செயல்படுத்தப்படும் முறை	207
சமகால மனித உரிமை வளர்ச்சிக்கு இஸ்லாத்தின் பங்களிப்பு	209

8 இஸ்லாமிய சர்வதேச சட்டம் — 213

அன்றைய, இன்றைய தவறான கருத்துகள்	213
இஸ்லாமிய சர்வதேச சட்டத்தின் தன்மை	217
இஸ்லாமியச் சட்டத்தில் மனித இன ஒருமைப்பாடு	220
இஸ்லாமிய சர்வதேச சட்டத்தின் உள்ளடக்கம்	222
அ. போர்ச் சட்டங்கள்	222
ஆ. சமாதான காலத்துக்குரிய சட்டங்கள்	228

தனியார் சர்வதேச சட்டங்கள்	236
ஜிஹாத் – இஸ்லாமியச் சட்டங்களும் சர்வதேசியமும்	238
சர்வதேச சட்டங்கள்: மேற்குலகும் இஸ்லாமும்	243
அ. சில பொதுவான குறிப்புகள்	244
ஆ. குரோட்டியஸ் மீதான தாக்கம்	246
இஸ்லாமும் சமகால உலக அமைப்பும்	257

9 இஸ்லாமியமல்லா நாடுகளில் இஸ்லாமியச் சட்டவியலின் பெறுமதி — 265

கருத்துகள் பற்றிய வரலாற்றறிவு	266
ஒப்புநோக்குச் சட்டம்	267
நடைமுறை இராஜதந்திரம்	268
இஸ்லாமிய உலகின் வளர்ந்துவரும் செல்வாக்கு	269
சர்வதேச மனித உரிமை எனும் எண்ணக்கருவின் சிதைவைத் தடுத்தல்	271
பரஸ்பர மதிப்பையும் புரிந்துணர்வையும் ஏற்படுத்துதல்	272
மனித உரிமை வளர்ச்சிக்கு வழங்கப்படக்கூடிய பங்களிப்புகள்	273

பின்னிணைப்புகள் — 275

1 ஆவணங்கள்	276
2 இஸ்லாமிய சர்வதேச மனித உரிமைப் பிரகடனம்	284
3 இஸ்லாமியக் குற்றவியல் நீதியமைப்பில் மனித உரிமைகளின் பாதுகாப்பு	298
4 இஸ்லாமியச் சட்டக் கலைச்சொற்கள்	301

உசாத்துணை — 305

அணிந்துரை

பேராசிரியர் வீரமன்த்ரி தனது மிகப் புதிய புத்தகமான *இஸ்லாமியச் சட்டவியல்: ஒரு சர்வதேசப் பார்வை* என்பதற்கு அணிந்துரை வழங்குமாறு என்னிடம் கேட்டுள்ளார். இப்புத்தகம், இத்துறையிலுள்ள பிற புத்தகங்களினின்றும் ஒரு படி முன்னேற்றம் என்பதில் ஐயமில்லை. இதற்குமுன் இஸ்லாமியச் சட்டவியல் குறித்து பல புத்தகங்கள் வெளிவந்துள்ளன. உதாரணமாக, அப்துர் ரஹீமின் *முஸ்லிம் சட்டவியல்* (ஆங்.). அது, இந்தியாவில் நீண்டகாலமாக இப்பாடத்தில் அறிஞர் வட்டத்துக்குப் பொருத்தமான ஒரே புத்தகமாக விளங்கிய நூல். எனினும், அந்நூலைப் பொருத்தவரை, அது இஸ்லாமியச் சட்டவியல் பாடத்தை ஒரு சர்வதேசக் கண்ணோட்டத்தில் போதிய அளவு அலசவில்லை. இக்குறையை நீக்கும் வண்ணமாக இப்பொழுது வந்துள்ளது, பேராசிரியர் வீரமன்த்ரியின் நூல்.

இஸ்லாமியச் சட்டவியலில் பல்வேறு வித்தியாசங்கள் உள்ளன. நபிகள் நாயகம் (அவர் மீது சாந்தியும் சமாதானமும் உண்டாகட்டும்), தம் மக்கள் 72 கூட்டங்களாகப் பிரிவார்கள் என முன்னறிவிப்புச் செய்துள்ளார்; இந்த எண்ணிக்கை 73 என்பதாக அல்-கஸ்ஸாலி கூறியுள்ளார். இங்கு எண்ணிக்கை முக்கியமல்ல; சடங்குகள், கிரியைகள், வழக்குகள், கருத்துகள் முதலியவை வேறுபட்டு அமைந்திருப்பது குறிப்பிடப்படுகிறது என்பதே முக்கியம். இவ்வாறு நம்மிடையே பற்பல சிந்தனா வழிமுறைகள் உருவாகியுள்ளன. இத்தகைய வெவ்வேறு வகையான சிந்தனைகள் நிலவுவதால் இத்துறையிலான ஆராய்ச்சியும் ஓரளவு சிக்கல் நிறைந்ததாகிவிட்டுள்ளது.

இஸ்லாமியச் சட்டவியலின் சாதனை மிகப் பரந்துபட்டது. அது சட்டத்தை மட்டுமின்றி, ஒழுக்கத்தையும் உள்ளடக்கியுள்ளது. மனித வாழ்வில் - தனிமனித வாழ்வாயினும் சரி; அல்லது கூட்டு, அமைப்பு ரீதியான வாழ்வாயினும் சரி - அது எட்டித்தொடாத அம்சமே இல்லை எனலாம். பாடம் 5இல் கற்றறிந்த நூலாசிரியர், உரிமைகளையும் கடமைகளையும் ஆட்சிசெய்யும் ஒழுக்க, சட்ட விதிகளின் பாரதூரமான விளைவையும் பட்டியலிடுகிறார். அத்தோடு, உரிமைகள் எவ்வாறு

கடமைகளுக்கும், கடமைகள் எவ்வாறு உரிமைகளுக்கும் வழிவகுக் கின்றன என்பதையும் காட்டியுள்ளார். இந்தப் பட்டியல் ஒரு புதிய ஞானவெளிப்பாடாகத் தோன்றுகிறது.

ஒருபுறம் நம்பிக்கைகள் மற்றும் சமயவியல் கோட்பாடுகளையும், மறுபுறம் பகுத்தறிவு மற்றும் தர்க்க ரீதியான பகுப்பாய்வையும் இரு வேறாகக் கூறுபோடுதல் கிறிஸ்துவ இறையியலாளர்களின் சிந்தையில் அமைதி குலைத்தது; அல்-கஸ்ஸாலியையும் பெரும் மனச்சிக்கலில் ஆழ்த்தியது; விளைவு அவர் பல்லாண்டு காலமாக இயலாமை மற்றும் துறவறத்திற்குப் பின்வாங்கிச் சென்றார். இதே விஷயத்தை இன்று நூலாசிரியர் நுணுக்கமான ஆராய்ச்சிக்கும் மதிப்பீட்டிற்கும் எடுத் துள்ளார். அவிரோஸின் கருத்துச் செல்வாக்குதான் பகுத்தறிவுக்கு முக்கியத்துவம் வழங்கி, விஞ்ஞானப் பூர்வமான ஆராய்ச்சிக்கு வழிகோலியது. இந்நிகழ்வுமுறை நடந்தேறியதன் சித்திரிப்பை அல்-கஸ்ஸாலியின் *சமய அறிவியல்களின் புத்துயிர்ப்பு (இஹ்யா உலூமுத்தீன்)*, *நேர்வழியின் தொடக்கம் (பிதாயா அல்-ஹிதாயா)* ஆகிய நூல்களில் காணலாம். இவற்றில் அல்-கஸ்ஸாலி அரிஸ்டோட்டலிய தர்க்கவியலை, அவிரோஸ் மற்றும் இப்னு சீனாவின் விளக்கங்களை யும் தாண்டி முன்னெடுத்துச் செல்கிறார். இவ்வாராய்ச்சிகள்- ஆய்வாளர் களையும் ஐரோப்பியத் தத்துவஞானிகளையும் சென்றடைந்தன. இவ்வாறு தாங்கள் இஸ்லாமியச் சட்டவியலுக்கு கடன்பட்டிருப்பதை அவர்களே சுட்டியுள்ளனர். ரூஸ்ஸோ, மொன்டெஸ்கியூ, லொக் ஆகியோர் தாங்கள் இஸ்லாமியச் சட்டவியலுக்கும், சட்டவியலாளர் களுக்கும், தத்துவஞானிகளுக்கும் கடன்பட்டிருப்பதற்காக நன்றி பாராட்டுவதை எடுத்துக்காட்ட பேராசிரியர் வீரமன்த்ரி முன்னவர்களின் கூற்றுகளை மேற்கோள்காட்டியுள்ளார். ஒழுக்கவியல் குறித்த கருத் துருவங்கள், பொதுவாக, ஐரோப்பியச் சட்டத்தின் மீதும், குறிப்பாக, அதன் வர்த்தக மற்றும் சர்வதேச வணிகச் சட்டத்தின் மீதும் தாக்கம் செலுத்தின என்கிறார் தெ சான்டில்லனா. பிந்தைய காலத்தில் இப்னு கல்தூன், மனிதனை அவனது சமூகப் பின்னணி, சூழல் முதலியவற்றில் பொருத்தி மறுமதிப்பீடு செய்தார். மானுட மற்றும் அந்தரங்க உரிமைகள் வெளியிலும் இஸ்லாமியச் சிந்தனையாளர்கள் புதிய அணுகுமுறை களை ஏற்படுத்தினர். வழிபாடு சாரா நடைமுறை வாழ்வின் உரிமைகள் விஷயம் பற்றி நூலாசிரியர் பின்வருமாறு சுட்டிக் காட்டியுள்ளார்:

ஒரு மனிதன் பிற மனிதனுக்கு எதிராகத் தன் உரிமைகளை எவ்வாறு முன்வைக்கிறான் என்பதைவிட, மனிதன் இறைவனின்பால் தன் கடமையை எவ்வாறு நிறைவேற்றுகிறான் என்பதே (இஸ்லாத்தில்) முக்கியக் கேள்வியாக எழுப்பப்படுகிறது. அது ஒரு மனிதனுக்குத் தன்

சக மனிதனுடன் நிலவும் பரஸ்பர உறவு குறித்து அக்கறை குவிப்ப தில்லை. மாறாக, ஒரு மனிதனுக்கும் அவனது படைப்பாளனுக்கும் இடையில் தொடரும் செங்குத்தான உறவின்பாலே அக்கறை குவிக் கிறது. ஆக, செங்குத்து உறவு சரியாகப் பேணப்படுமானால், மனித உரிமைப் பிரச்னைகள் அனைத்தும் தாமாகவே உரிய இடத்தில் நிலைப் பெற்றுவிடுகின்றன.

ஆக, உறவுகளின் மூல ஆதாரம் ஒழுக்கமே; சட்டம் அல்ல. குர்ஆன், ஹதீஸிலும் - இஜ்திஹாதிலும் கூட - மனித உரிமைகளின் கோட்பாடு களை உருவியெடுப்பதற்கான அடிப்படை, ஆதாரக் கோட்பாடுகள் யாவும் காணக் கிடைக்கின்றன. மனித உரிமைகளின் கட்டளைக் கோட்பாடுகள் என ஐநாவால் மிகக் கவனமெடுத்துக் கட்டமைக்கப் பட்டுள்ளதும் இதே மனித உரிமைக் கோட்பாடுகள் தாம். இவை - ஆர்லீன் சுவிட்லர் சுட்டிக்காட்டுவது போல - இஸ்லாத்தின் சமய விதிகள், ஏவுதல்கள் ஆகியவற்றில் பொதிந்துள்ளன. மேலும், 1981இன் இஸ்லாமிய சர்வதேச மனித உரிமைப் பிரகடனமும் ஒழுக்கத் தையே - சட்டரீதியான நிர்ப்பந்தத்தை அல்ல - தனது அடித்தளமாகக் கொண்டுள்ளது.

ஏ.எல். குனைமி அட்டவணையாகத் தொகுத்த போர் விதிகள் விஷயத்தில், அவை ஜெனீவா மாநாட்டு விதிகள் மற்றும் உடன்படிக்கை - நிபந்தனைகளின் குறிப்பேடுகளுக்கு முன்னரே வந்துவிட்டன என்பதை இங்கு குறிப்பிடுவதே போதுமானது. அதே போல், இராஜதந்திர சட்ட விலக்கு சட்டம் மற்றும், குறிப்பாக, சர்வதேச சட்டக் கமிஷனால் மிக விலாவரியாகத் தீர்மானிக்கப்பட்ட ஒப்பந்தங்கள் சட்டம் - இவை யாவும் நூற்றாண்டுகளுக்கு முன்பே இஸ்லாமியச் சட்டவியலில் வகுக்கப்பட்டு இருந்தன.

கற்றறிந்த நூலாசிரியர் ஜிஹாது பற்றிய கருத்துருவையும் விளக்கு கிறார். அது கருத்துபலம் மூலமாகவும் செய்யப்படும் விஷயம் என்கிறார். அதாவது, குர்ஆனின் கூற்றில், மனதாலும் நாவாலும் கரங்களாலும் இது செய்யப்படுகிறது. ஆக, இவ்விளக்கத்தின் மூலம், கிறிஸ்துவத்தைப் போல விவிலியப் பிரச்சாரம் செய்வதைக் காட்டிலும் இஸ்லாம் வாளைச் சார்ந்தே உள்ளது எனும் கருத்துப் பிழையை நீக்குகிறார்.

இந்நூல், இஸ்லாமியச் சட்டவியலின் விசாலமான பரப்பையும், முஸ்லிம் சட்டவியலாளர்கள் உருவாக்கி வளர்த்த கோட்பாடுகளின் அதிநவீனமான அம்சங்களையும் எடுத்துக்காட்டுகிறது. குறிப்பாக, இறைவன் மீது அடிப்படை நம்பிக்கை கொள்ளுதல் மற்றும் அவனது நாட்டத்திற்கு சரணடைதல் முதல் அனைத்து விஷயங்களிலும் நீதி,

உண்மை, ஒழுக்கம், சமத்துவம் ஆகியவற்றை இஸ்லாமியச் சட்ட விதிகள் பசுமையாக வைத்திருக்கிறது.

மேலும், இந்நூல் – மிகுந்த அறிவு ஞானம் மற்றும் புலமையுடன் – நவீனகாலக் கருத்துருவங்கள் மற்றும் நிலைப்பெற்ற கண்ணோட்டங் களுக்கும் இஸ்லாமியச் சிந்தனையின் கருத்துருவங்கள் மற்றும் நிலைப்பெற்ற கண்ணோட்டங்களுக்கும் இடையில் பாலம் ஏற்படுத்தி இடைவெளியை அடைக்கிறது. பழமைக்கும் புதுமைக்கும் இடை யில் உள்ள பரஸ்பர உறவு குறித்த பிரச்னைக்கு விடையளிக்கிறது. இஸ்லாமியச் சட்டவியல் காலங்கடந்தது, புழக்கத்தில் இல்லாமற் போனது மற்றும் அயலாரைச் சார்ந்தது எனும் பொய் எண்ணங்களைக் களைய உதவும் இந்நூல், மாபெரும் வெற்றியாக அமையவேண்டும் என்பது என் ஆசை.

எம். ஹிதாயதுல்லாஹ், எம்.ஏ. (கேன்டாப்), எல்எல்.டி., டி.லிட்., டி.சி.எல்., ஓ.பி.ஈ.
சட்ட வழக்குரைஞர், மன்ற மூத்த உறுப்பினர், லின்கன்ஸ் இன்,
முன்னாள் இந்தியத் தலைமை நீதிபதி,
முன்னாள் இந்தியத் துணை ஜனாதிபதி

முன்னுரை

முன் எப்பொழுதையும்விட, செப்டம்பர் 11, 2001க்குப் பிறகு உலக மக்களின் பெருந்தொகையினர், ஒருவர் பிறிதொருவரின் பண்பாட்டை புரிந்து பாராட்டி மதிப்பளிப்பதைத் தடுக்கும் வகையில் பண்பாடு களின் குறுக்கே ஏற்பட்டுள்ள தடைச்சுவர்களினூடே தடம் அமைக்க வேண்டிய தேவை அதிகரித்துள்ளது. இத்தகையப் புரிதல், பாராட்டுதல், மதிப்பளித்தலில் உள்ள பற்றாக்குறையே பூசல் மற்றும் பதற்றத்தின் வித்துகளுக்குச் செழித்த மண்ணாக விளங்கி, பகைமையையும் வெறுப்பு களையும் வளர்க்கின்றது. வரலாற்றில் உலகின் முதன்மையான பண்பாடுகள் எவ்வாறு பரஸ்பர செழுமை ஏற்படுத்திப் பயனடைந்தன என்பதையும், எவ்வொரு பண்பாடும் தன்னந்தனியானதொரு தீவு போல இருந்ததில்லை, இருக்கவும் முடியாது என்பனவற்றையும் விளக்கிக்காட்டும் முயற்சியில் நான் நீண்டகாலமாக ஈடுபட்டுள்ளேன்.

மேற்சுட்டப்பட்ட சம்பவத்தின் (செப்.11) விளைவாக இந்நூலின் பாடப்பொருளில் புத்தெழுச்சி ஏற்பட்டுள்ளது. எனவே, நூலின் மறு பதிப்பிற்கான தேவையும் எழுந்துள்ளது. இது மீண்டும் அதன் மூல வடிவிலேயே அச்சிடப்படுகிறது. ஏனெனில், முதன் முதலில் வெளி யிடப்பட்டபோது அதன் அடிப்படை விவாதங்களுக்கும் மையக் கருத்துக்கும் இருந்த அதே தகுதிப்பாடு இன்றும் தொடர்கிறது.

இந்நூல், மேற்குலக சட்டத்துறை மாணவர்களுக்கு ஆற்றப்பட்ட ஒரு விரிவுரைகள்-வரிசையிலிருந்தே தோற்றம் பெற்றுள்ளது. அத்துடன், இஸ்லாமியச் சட்டமும் நிறுவனமுறைகளும் பெரிய அளவிலான பொய்த் தகவலுக்கும் விளக்கக் கோளாறுக்கும் ஆட்பட்டுள்ளன எனும் அதிகரிக்கும் நம்பிக்கையும் இந்நூலின் தோற்றத்திற்கு ஒரு முக்கிய காரணம். சர்வதேச நல்லிணக்கத்தின் நலன் கருதி இத்தகைய தவறான எண்ணங்கள் சரிசெய்யப்பட வேண்டும். முஸ்லிமல்லாதவனாகிய நானே, இத்தவறுகளை அழுத்தமாக உணர்ந்துள்ளேன். அடிப்படைக் கான போதிய தகவலின்றி, அல்லது - இன்னும் நிறைய சந்தர்ப்பங்களில் - தகவலே ஏதுமின்றி அமைக்கப்படும் படுபாதகமான கண்ணோட்டங் களின் பகிரங்க நியாயமின்மை என்னைப் பலமுறை கவலையில் ஆழ்த்தியுள்ளது.

சட்டத்துறை மாணவர்கள் - குறிப்பாக, மேற்குலகில் உள்ளவர்கள் உலகின் சில மாபெரும் சட்டவமைப்புகளில் எவ்வித அறிமுகமும் இன்றி, முழுத்தகுதி பெற்ற வழக்கறிஞர்களாக சட்டத் தொழிலில் நுழைகின்றனர். அதுவும் இஸ்லாமியச் சட்டம் குறித்து பெரும் கணிசமானதொரு அறிவுக்குறை அவர்களிடம் காணப்படுகிறது. இந்தச் சட்ட அமைப்பு பற்றி, அதன் பெயரைத் தாண்டி வேறெதையும் அவர்கள் அறிவதில்லை. அவர்களின் இத்தகைய அறிவுக் குறையால். வருங்கால சட்டத்துறை உலகிற்கு - மனித குலத்தின் முதன்மைப் பண்பாட்டு மரபுகளுக்கு இடையிலான பரஸ்பரத் தொடர்பும் அறிவுப் பறிமாற்றமும் இன்றியமையாதனவாய் ஆகிவிடும் நிலையில் - தங்களின் உரிய பங்களிப்பைச் செலுத்த அவர்கள் மேலும் பொருத்தம் அற்றவர்களாகிவிடுவர்.

இஸ்லாமியச் சட்டத்தின் அதிகரிக்கும் முக்கியத்துவமும், உலக நாடுகளின் சமூகத்தில் அரை நூறு இஸ்லாமிய நாடுகள் உள்ளமையும், இந்தச் சுருக்கி-எளிதாக்கவியலாத குறைந்தபட்ச சட்ட அறிவை ஒவ்வொரு நீதித்துறை வட்டாரத்திலும் உள்ள வழக்கறிஞர்கள் தங்கள் அறிவாற்றல் கருவியின் ஒரு பகுதியாக ஆக்கிக்கொள்வது இன்று இருமடங்கு இன்றியமையாததாகி விடுகிறது. உலகம் இதுவரை கண்டிருக்கும் மிக வலுவான சமூக, பண்பாட்டு, சமய, சட்ட சக்திகளுள் ஒன்றை, எவ்வொரு நீதித்துறை வட்டாரத்திலுள்ள வழக்கறிஞர்களும் தங்களது விவகாரத்திற்குத் தொடர்பு இல்லாதது எனப் புறக்கணித்திட இயலாது.

இந்நூல், இஸ்லாமியச் சட்டத்திற்கும் மேற்கத்திய சட்ட, தத்துவ ஞான சிந்தனைக்கும் இடையில் உள்ள முக்கியமான தொடர்புகளை எடுத்துக்காட்ட முற்படுகிறது. மேலும், கடந்த காலத்தில் இஸ்லாமியச் சட்டத்தின் உயிரோட்டமுள்ள முதன்மைப் பங்களிப்புகளையும், வருங் காலத்தில் நீதிமிக்க உலகை ஏற்படுத்துவதற்குத் துணைபுரிவதற்கான அதன் ஆற்றலையும் எடுப்பாகச் சித்திரிக்கிறது.

மேலும், இஸ்லாமல்லாத பகுதியில் உள்ள அறிவார்ந்த மக்களும் கூட இந்த மாபெரும் சட்டவியல் தொகுப்பின் அடிப்படை சாரத்தைக் குறித்து அறிந்துகொள்வதும் இன்றியமையாததாகிவிட்டது. இஸ்லாம் பற்றி பரவலாக நிலவும் தகவலின்மையே, சர்வதேசப் புரிந்துணர்வுக்குத் தடையாக இருக்கும் ஒரு முக்கிய தடுப்பு. தகவல் மற்றும் விழிப் புணர்வுக்குறை பேதத்திற்கும், தப்பெண்ணத்திற்கும் வழிவகுக்கிறது. இதனால் மனக்கசப்பு உருவாகிறது. மனக்கசப்பில் இருந்து தேச, சர்வதேசப் பதற்றங்கள் முளைக்கின்றன. சமகால உலகமோ, இந்தப் பதற்றங்களுள் தனது நியாயமான பங்கைவிட மிகக் கூடுதலான

விகிதத்தால் அல்லல்படுகிறது. இவ்வாறிருக்க, இந்த முறையமைப்பு குறித்தும், அதன் மனப்பாங்குகள் குறித்தும் ஒரு கூடுதலான புரிதலும் பாராட்டும் மதிப்பும் உண்டாக்கும் வகையில் இந்நூலில், போதிய தகவல்கள் அடங்கியுள்ளன என நம்புகிறேன். இது வழக்கறிஞர் வட்டத்தைச் சாராத நபர்களுக்கும் எளிதாக எட்டும் மொழியில் உருப் பெற்றுள்ளது எனவும் நம்புகிறேன்.

இறுதியாக, இந்த ஆக்கம் இஸ்லாமிய உலகிலும் பரந்த வாசகர் வட்டத்தைச் சென்றடையவேண்டும் என்பதும் மேற்கூறியது போன்றே முக்கியமானது. இஸ்லாமிய உலகில் உள்ள வழக்கறிஞர்கள், சாமானியர்கள் - இரு சாராரும், தங்கள் பண்பாட்டுச் செழிப்பும் அறிவுத் துறை மரபுகளின் செழிப்பும் வெளியுலகில் உள்ளவர்களாலும் மதிப்பு, மரியாதையுடன் மெச்சப்படுகின்றன என்பதை அறிவது முக்கியம். விழிப்புணர்வு மற்றும் மதிப்புப் பாராட்டலில் உள்ள குறையின் நெடிய வரலாற்றிற்கு எதிர்வினையாக இஸ்லாமிய உலகினுள் - பகைமை இல்லாவிட்டாலும் - ஒரு நம்பிக்கையின்மை உருவாகியுள்ளது. சர்வ தேச நல்லிணக்க இலட்சியத்தின் உடனடித் தேவை, இஸ்லாமல்லாத உலகுக்கும் இஸ்லாமிய உலகுக்கும் இடையில் மதிப்புப் பாராட்டல் பாலங்கள் கட்டப்படவேண்டும் என்பதே. இரு சாராரும், ஒருவர் மற்ற வருக்கு வழங்கக்கூடிய பங்களிப்பு ஏராளமாக உள்ளது. அடுத்தவரின் பங்களிப்பை, தம் சுய அறிவுத்துறை பாரம்பரியத்திற்கோ அன்றாட விவகாரங்களுக்கோ முக்கியமற்றது என தட்டிக் கழிக்கவியலாத அளவு அவை உள்ளன.

இறுதியாக, இந்த நூலின் தயாரிப்பில் உதவி, ஒத்தாசை நல்கிய பல நண்பர்களினால் நான் பயன்பெற்றதை மனம்விட்டுச் சொல்வது எனது இனிய கடமை. குறிப்பாக, ஆஸ்திரேலிய தேசியப் பல்கலைக்கழகத்தின் இஸ்லாமியவியல் துறைப் பேராசிரியர் எம். அல்-ஏரியான் அவர் களுக்கும், அடிலெய்டு பல்கலைக்கழகத்தின் சட்டத்துறை பேராசிரிய ராக விளங்கும் எச்.எம். ஃபாருக் அவர்களுக்கும் நன்றிகூற விழைகிறேன். அவர்களே ஏராளமான கருத்துகள், விமர்சனங்கள், யோசனைகள் கூறி இதைச் சிறப்பித்துள்ளனர். செல்வி லினெட் குக் அவர்களுக்கும் நன்றி. அவரே இந்தக் கடினத்திலும் விநோதமான ஒரு கையெழுத்துப் பிரதியை சிரமமெடுத்து தட்டச்சு செய்துகொடுத்தார்.

சி.ஜி. வீரமன்த்ரி

அல்-அஸ்ஹர் பல்கலைக்கழகத்தின் மேதகு ஷெய்கு அவர்கள் அனுப்பிய செய்தி

அகிலங்களின் அதிபதியான அல்லாஹ்விற்கே தூய துதிப்பு உரித்தாகட்டும் . முஹம்மது நபிகளார் மீதும், அவரது குடும்பத்தார், தோழர்கள் மற்றும், உயிர்த்தெழுப்பும் நாள் வரை, அவர்வழி நடக்கும் அனைவர் மீதும் புகழும் சமாதானமும் உண்டாகட்டும்.

ஆக, தூயவனாகிய அல்லாஹ் முஹம்மது நபியை - அவர் மீது சாந்தியும் சமாதானமும் உண்டாகட்டும் - மனித குலத்தார் அனைவருக்கும் நற்செய்தி கூறுபவராகவும், தீயசெயல்கள் குறித்து எச்சரிப்பவராகவும், அகிலத்தாருக்கு அருட்கொடையாகவும் அனுப்பிவைத்தான்.

இதுகுறித்து, அல்லாஹ் திருக்குர்ஆனில் கூறுவதாவது: நாம் உம்மை அகிலத்தாருக்கு அருட்கொடையாகவே அன்றி அனுப்பவில்லை. (சூரா: அன்பியா, வசனம் 107)

மேலும், மக்களுக்கு அவர்களது மதத்தின் மற்றும் வாழ்வின் பொதுவான அடிப்படைகளைக் காட்டித் தர வந்த இந்த இறுதியான, சகலமும்-தழுவிய தூதுச்செய்தியே இஸ்லாமியச் சட்ட இயற்றுதலின் நிலையான, தனிப்பண்பு கொண்ட தூணாக விளங்குகிறது. இந்த அடிப்படைப் போதனைகளை அல்லாஹ்விடமிருந்து வந்த சட்டமாக ஏற்றுக்கொள்வது கட்டாயம். ஏனெனில், இதன் மீதுதான் இஸ்லாமிய தேசம் கட்டமைக்கப்பட்டுள்ளது. சிறு, சிறு கிளை விஷயங்களைப் பொறுத்தவரை, மனிதர்கள் - தங்களது வெவ்வேறுபட்ட தேவைகள் இடம், காலம் ஆகியவற்றின் பொருத்தத்திற்கு ஏற்ப - தாமே முடிவு செய்துகொள்ள விடப்பட்டது. இதன்மூலம், அனைவருக்கும் நன்மை எனும் குறிக்கோள் கொண்டு அவர்கள் தங்களது வேறுபட்ட தேவைகளைப் பூர்த்தி செய்துகொள்ள இயலும்.

அல்லாஹ் (தூய துதிப்புக்கு உரியவன்) திருக்குர்ஆனில் கூறுவதாவது: அல்லாஹ்விடமிருந்து உங்களுக்கு ஓர் (புதிய) ஒளியும் (முஹம்மது நபி), ஞானம் மற்றும் தெளிவு மிகுந்ததொரு வேதமும் வந்திருக்கிறது. அதைக் கொண்டு அல்லாஹ், தன் நற்பொருத்தத்தை நாடுபவர்களை எல்லாம் அமைதி மற்றும் பாதுகாப்புப் பாதைகளின்பால் வழிநடத்து

கிறான். மேலும், தனது நாட்டத்தால், அவர்களை இருளிலிருந்து அகற்றி ஒளியின்பால் இட்டுச்செல்கிறான். மேலும் நேரானதொரு வழியிலும் அவர்களை நடத்துகின்றான்.(சூரா: அல்-மாயிதா)

மேலும், அல்லாஹ் (தூய துதிப்புக்கு உரியவன்) கூறுவதாவது:

நிச்சயமாக, நீர் (மனிதர்களை) நேரிய வழியின் பால் நடத்துகிறீர். அதுவே அல்லாஹ்வின் வழி. அவனுக்கே வானங்களில் உள்ள யாவும், பூமியில் உள்ள யாவும் சொந்தம். ஆம், அனைத்து விவகாரங்களும் எப்படி அவனிடமே மீளுகின்றன என்பதைப் பாருங்கள்! (சூரா: அல்-ஷூரா, வசனங்கள் 52-3)

ஆக, அல்லாஹ்வின் கூற்றுகளைவிட உண்மையானவை வேறு எதுவும் உண்டா?

இஸ்லாம் ஓர் உலகளாவியச் செய்தி. ஏனெனில், ஒன்று, இறைவன் அனைத்து மனிதர்களையும் அதன்பால் அழைக்குமாறு தனது நபிக்கு (ஸல்) கட்டளையிட்டுள்ளான்; இரண்டு, அதில், மனித உறவிலும் சர்வதேச உறவிலும் உள்ள உடன்படிக்கைகளுக்கான அடிப்படை நிறுவப்பட்டு இன்று 14 நூற்றாண்டுகள் ஆகிவிட்டிருக்கின்றன.

நபித்தோழர்கள், வெவ்வேறு குலங்கள், கோத்திரங்கள், தேசங்களிலிருந்து வந்த ஒரு மகோன்னத மனிதக் குழுவினர். அவர்களுக்கு இடையிலான அடையாளமும் அங்கீகாரமும் அல்லாஹ்வை மையமாக வைத்து அமைந்திருந்தது. எனவே, அல்லாஹ் அவர்களை நேர்வழி நடத்தினான். உதாரணமாக:

- குறைஷிகளில் (முஹம்மதின் கோத்திரத்தார்) இருந்து வந்த அபூ பக்கரும் உமரும் உஸ்மானும் அலீயும் தல்ஹாவும் இப்னு சுபைரும் இருந்தனர்.
- செங்கடல் கரைப் பிரதேசமான திஹாமாவில் வசித்த கிஃபாரிக் கோத்திரத்தைச் சேர்ந்த அபூ தர்ரும் அனஸுும் இருந்தனர்.
- ஏமனிலிருந்து வந்த அபூ ஹுரைராவும் துஃபைலும் அபூ மூஸா அல்-அஷ்அரீயும் முஆத் இப்னு ஜபலும் இருந்தனர்.
- அரேபிய வளைகுடாவில் உள்ள பஹ்ரைனில் வசிக்கும் அப்துல் கைஸ் கோத்திரத்திலிருந்து வந்த முன்கிழ் பின் ஹய்யானும் முன்திர் பின் ஆயித்-தும் இருந்தனர்.
- ஷாம் தேசத்தின் மஆனிலிருந்து வந்த ஃபரூஆ பின் ஆமிரும் இருந்தார்.

நபித்தோழர்களின் எண்ணிக்கை மென்மேலும் பெருகியது. அவர்கள் மீது அல்லாஹ் அருள்பொழியட்டும். எத்தியோப்பியாவிலிருந்து வந்த பிலால் இருந்தார்; ரோமாபுரியிலிருந்து வந்த சுஹைப் இருந்தார். பாரசீகர் சல்மானும், தயிலம் பகுதியில் இருந்து வந்த ஃபர்ரூஸுும்

இருந்தனர்; மேலும், அன்று அரேபிய தீபகற்பத்தைச் சுற்றியுள்ள அறியப்பட்ட நிலங்கள் யாவற்றிலும், எகிப்து, ஷாம்*, பாரசீகம், எத்தியோப்பியா ஆகிய தேசங்களிலும் உள்ள ஆட்சியாளர்கள், அரசர்களையெல்லாம் நபியவர்களின் தூதுச் செய்தி சென்றடைந்தது.

தனிமனிதர்களுக்கும் குலங்கள், கோத்திரங்களுக்கும் நபிகளார் (ஸல்) அனுப்பிவைத்த தூதுச் செய்தி, வெவ்வேறு மக்களுக்கு இடையிலான உறவு ஏற்பாடுகளை முறைப்படுத்தித் தெளிவாக்கும் பொருட்டு உரிமைப் பத்திரங்களிலும் உடன்படிக்கைகளிலும் கையெழுத்திடுமாறு கூறியது. நபியவர்கள் துல்லியமான சட்டதிட்டங்களை வகுத்தார். அவற்றுக்கேற்பத் தாமும் நடந்தார். அவருக்குப் பின்வந்த கலீஃபாக்களுக்கும் அவை வழிகாட்டின. இந்தச் சட்டதிட்டங்களைப் பின்பற்றி நடப்பது, அல்லாஹ்வின் மீதும் அவனது தூதரின் மீதும் நம்பிக்கை கொண்ட அனைவர் மீதும் கடமையாகும். இது, அல்லாஹ் பூலோகத்தையும் அதிலுள்ள யாவற்றையும் தனதாக்கிக்கொள்ளும் (நாள்) வரை பொருந்தும்.

நீதிகாத்த கலீஃபா உமர் பின் அப்துல் அஸீஸின் வாழ்வில் நிகழ்ந்த அந்தச் சம்பவத்தை மீண்டும், மீண்டும் கூறுவது நம் மீது கடமையாகும். சமர்கந்தில் உள்ள சஃபாத் ஊர் மக்கள் நீதிகாத்த கலீஃபாவிடம் ஒரு புகார் கொண்டுவந்தனர். தங்கள் நாட்டினுள் படையுடன் நுழைந்த இராணுவத் தளபதி குதைபா இப்னு முஸ்லிம் தங்களுக்கு இஸ்லாம் அல்லது ஒப்பந்தம் அல்லது போர் எனும் தெரிவு உரிமையை அளிக்கவில்லை என்றனர். குதைபாவின் செயல் இஸ்லாமியப் போர் மரபிற்கு மாறாக அமைந்திருந்ததால், நீதிகாத்த கலீஃபா (அவர் மீது அல்லாஹ் அருள் புரியட்டும்) ஓர் உத்தரவிட்டார். குற்றஞ்சாட்டியவர்களையும் இராணுவத்தினரையும் ஒன்றுகூட்டி, சஃபாத் ஊர் மக்களுடன் அமர்ந்து விசாரணை நடத்தவேண்டும் என்பதாக. நீதிபதி குதைபாவின் கூற்றையும் மக்களின் வாதத்தையும் கேட்டபின், மக்களின் குற்றச்சாட்டு நியாயமானதே எனக் கண்டறிந்தார்; எனவே இவ்வாறு உத்தரவிட்டார்: இராணுவம் சமர்கந்தை விட்டுப் பின்வாங்கி படையெடுப்புக்கு முன் இருந்த எல்லைகளுக்குத் திரும்பிப் போய், அங்கிருந்து மீண்டும் வந்து, இஸ்லாம் அல்லது ஒப்பந்தம் அல்லது போர் எனும் தெரிந்தெடுக்கும் உரிமையை மக்களுக்கு வழங்கவேண்டும். இராணுவத் தளபதியும் நீதிபதியின் உத்தரவிற்குக் கீழ்ப்படிந்தார். உடனே, சமர்க்கந்து மக்கள் இஸ்லாத்தைத் தெரிவுசெய்தனர்.

மொனாஷ் பல்கலைக்கழகத்தின் பேராசிரியரும், இலங்கை உச்ச நீதிமன்ற முன்னாள் நீதிபதியுமான பேராசிரியர் சி.ஜி. வீரமன்த்ரி

* இன்றைய சிரியா, லெபனான், பாலஸ்தீனம், ஜோர்தான்.

அவர்கள் சர்வதேச சட்டம் குறித்தும், மனித உரிமை குறித்தும், இத்துறை யில் இஸ்லாம் வகுத்துத்தந்த மகத்தான சட்டதிட்டங்கள் குறித்தும் எழுதியுள்ள இந்த ஆய்வு நூல் எமக்கு மகிழ்ச்சியை அளிக்கிறது; அவர், இந்த சட்டதிட்டங்கள் மேற்குலகின் சட்டத்துறைப் படிப்புகள் வட்டத் திற்குள் சேர்க்கப்படுவதற்கு வெகுகாலம் முன்பே இஸ்லாம் இவற்றை அவதானித்திருந்தது என்பதையும் இந்த ஆராய்ச்சியில் வலியுறுத்தி யுள்ளதும் எம் மனதுக்கு மகிழ்வளிக்கிறது. நிச்சயமாக இந்தப் புத்தகம், ஆங்கிலம் பேசுபவர்களுடன் இஸ்லாமியச் சட்டவியலின் கருவூலத்தைப் பகிர்ந்துகொள்ள பெரிதும் உதவும். பொதுவாக வாழ்வின் பல்வேறு அம்சங்களிலும், குறிப்பாக வெவ்வேறு நாடுகள், தேசங்களை இணைக்கும் சர்வதேச விதிகள் சம்பந்தப்பட்டவற்றிலும் பெரும் பயன் பெற அது உதவும். (மறுபுறம், இத்தகைய புரிந்துணர்வின்றி) ஒரு விஷயம் குறித்து அறியாமையில் இருப்பவரே அதை எதிர்த்துச் சண்டையிடுவார்.

மனிதர்களை அல்லாஹ்வின்பால் அழைத்தும், தாங்கள் நற்கருமங்கள் செய்தும், இஸ்லாமிற்கு சமர்ப்பணம் ஆகிவிட்டோரில் நிச்சயமாக நான் ஒருவன் எனவும் கூறுபவரைவிட வாக்கில் சிறந்தவர் யார்? (ஃபுஸ்ஸிலத்:33)

மேலும், அல்லாஹ் (தூய துதிப்புக்கு உரியவன்) பின்வருமாறு கூறுவதையும் நடைமுறைப்படுத்தல் வேண்டும்: மனிதர்களே! நாம் உங்களை ஒரே ஆண், பெண் ஜோடியிலிருந்து படைத்தோம். பின்னர் உங்களை இனங்களாகவும் குலங்களாகவும் ஆக்கினோம், நீங்கள் ஒருவரையொருவர் அறிந்துகொள்வதற்காக. நிச்சயமாக உங்களில் மிக இறையச்சம் கொண்டவரே அல்லாஹ்வின் பார்வையில் மிக்க மேன்மையானவர். நிச்சயமாக, அல்லாஹ் அறிவு நிறைந்தவனும் (அனைத்து விஷயங்கள் குறித்தும்) மிக நன்றாகத் தெரிந்தவனும் ஆவான். (அல்-ஹுஜுராத்:13)

இப்பணியை அல்லாஹ் ஏற்றுக்கொள்வானாக. இதன் மீது அருள் புரிவானாக. இதன் நன்மையை விளங்கி, உணர்ந்து, ஏற்றுக்கொள்ளும் வகையில் மக்களின் மனங்களைத் திறப்பானாக. தனது மற்றும் தன் நபியினது வழிகாட்டுதலின்கீழ் இஸ்லாமிய தேசத்தை ஒன்றுபடுத்து வானாக. அவர்களது மூதாதையர்களின் நிலைமைகளைச் சீர்படுத்தியது போன்று அவர்களின் நிலைமைகளையும் சீர்படுத்தி, மீண்டும் அந்தக் கீர்த்தி யுகத்தை உருவாக்குவானாக. மேலும், நூலாசிரியருக்கும் இதில் துணைபுரிந்த அனைவருக்கும் எங்கள் சார்பிலும் முஸ்லிம்கள் அனைவரின் சார்பிலும் - மிக உயர்ந்த நற்கூலிகளை வழங்குவானாக.

அல்லாஹ் திருமறையில் கூறும் பின்வரும் வாக்குறுதியை நிச்சயமாக நிறைவேற்றுபவனாக இருக்கின்றான்: நம்பிக்கை கொண்டு, நற்செயல் புரிவோருக்கு - அவர்களின் முன்வந்தோருக்கு அளித்தது போன்று -

நிச்சயமாக பூமியில் ஆட்சியதிகாரத்தை வழங்குவான்; அவர்களுக்காகத் தான் தெரிவுசெய்த அந்த மார்க்கத்தை நிலைநாட்டுவான்; அவர்களின் (வாழ்வில் நிலவிய) அச்சநிலையைப் போக்கி பாதுகாப்பையும் அமைதி நிலையையும் ஏற்படுத்துவான் என்பதாக அவர்களுக்கு அல்லாஹ் வாக்களித்துள்ளான். அப்பொழுது அவர்கள் என்னை (மட்டுமே) வணங்குவார்கள்; என்னுடன் வேறு எதையும் இணைவைக்கமாட்டார்கள். இதற்குப் பிறகு எவரேனும் நிராகரிப்பை மேற்கொண்டால் அத்தகைய வர்கள் கலகக்காரர்களும் கொடும்பாவிகளும் ஆவர். (சூரா நூர், வசனம் 55)

எல்லாம் வல்ல அல்லாஹ்வின் மீது சார்பு வைத்து.

ஷெய்கு ஜதுல் ஹக் அலி ஜதுல் ஹக்

18 ஜுமாதா ஐ, 1406 ஹி.
29 ஜனவரி, கி.பி. 1986

1

இஸ்லாமியச் சட்டங்களின் தோற்றம்

ஷரீஆ

இஸ்லாமியச் சட்டவியல் முறைமை என்பது மிகச் சிறந்த முறையில் வளர்ச்சி பெற்றுள்ள சட்டமுறைகளில் ஒன்றாகவும் போதிய அளவு தன்னிறைவு பெற்ற சட்டமுறைகளில் ஒன்றாகவும் அமைந்துள்ள போதிலும், மேற்குலக சட்ட மாணவர் இதனைப் பற்றி மிகச் சொற்ப மாகவே அறிந்துவைத்துள்ளனர். ஒரு சராசரி சட்டப்படிப்பு, இஸ்லாமியச் சட்ட சிந்தனை எனும் பாரிய வளத்தின் ஒரு சிறு பகுதியைக்கூட வெளிப்படுத்தவில்லை என்றே கூற வேண்டும். எனவே ஒரு சராசரி சட்ட மாணவர், இஸ்லாமியச் சட்ட சிந்தனைகளைப் பற்றிய எந்த அறிவும் இல்லாத நிலையில்கூட சட்டப் பட்டதாரியாகி விடுகின்றார். இஸ்லாமியச் சட்ட முறைமையின் பரந்துபட்ட வளத்தைப் பற்றிய ஒரு நொடி நோக்கான கண்ணோட்டத்தைத் தருவதும், அச்சட்ட முறைமை மனித நாகரிக வளர்ச்சியில் ஏற்படுத்தியுள்ள தாக்கத்தைச் சுருக்கமாக உணர்த்துவதுமே இந்நூலின் முக்கிய நோக்கங்களாகும். இதற்காக இஸ்லாமியச் சட்ட முறைமை எனும் பரந்து விரிந்த வண்ணப் பதாகை யில், ஓரிரு இழைகளை மாத்திரம் சுட்டிக்காட்டி, இச்சட்டவியல் முறைமையின் வளத்தையும், விரிவையும், உலக சட்ட அறிவியலில் அது பெற்றுள்ள முக்கியத்துவத்தையும் வெளிப்படுத்துவதும் இந்நூலின் நோக்கமாகும். அத்துடன் மேற்கத்திய சட்டவியல், தத்துவவியல் என்ப வற்றுக்கும் இஸ்லாமியச் சட்டவியல், தத்துவவியல் என்பவற்றுக்கு மிடையே காணப்படும் ஒற்றுமைகளை எடுத்துக் காட்டவும் இது முயலும்.

அல்லாஹ்வின் ஆணைகளுக்கு எவ்விதமான நிபந்தனைகளுமின்றி முற்றாக அடிபணிதல் என்பதையே இஸ்லாமியச் சட்டம் அடித்தள மாகக் கொண்டமைந்துள்ளது. இஸ்லாத்தின் அடிப்படையும் இதுவே. இஸ்லாமே இஸ்லாமியச் சட்டத்தின் அடிப்படை; எனவே இஸ்லாத்தின் அடிப்படையான அல்லாஹ்வின் ஆணைகளுக்கு முற்றாகப் பணிதல் என்பதே இஸ்லாமியச் சட்டத்தின் மூலகமாக விளங்குகின்றது.

அல்லாஹ்வின் கட்டளை என்பது உலக வாழ்வின் அனைத்து நிலை களையும் உள்ளடக்கியதாகும்; எனவே இஸ்லாமியச் சட்ட அமைப்பும் மனித வாழ்வின் அனைத்து நிலைகளையும் தழுவியதாகவே மிளிர் கின்றது. அது இஸ்லாமியர்களுக்கு வழிகாட்டும் ஒரு நெறி அல்லது பாதையாக அமைகின்றது. அல்லாஹ்வினாலேயே வெளிப்படுத்தப் பட்ட இவ்விறைச்சட்டங்கள் ஷரீஆ (அரபியில் பாதை என்று பொருள் படும்.) இந்த ஷரீஆ சட்டங்கள் கோடிக்கணக்கான மக்களின் வாழ்வின் ஒவ்வொரு விடயத்தையும் கட்டுப்படுத்துகின்றன. பல்வேறு நாடுகளில் ஏறத்தாழ 13½ நூற்றாண்டுகளுக்கு மேல் நடைமுறையில் இருந்து வருகின்ற ஆட்சிமுறைகளுக்கு அவசியமான ஒழுக்க நெறிகளையும் சட்டதிட்டங்களையும்கூட இந்த ஷரீஆ சட்டங்கள் வழங்குகின்றன.

ஷரீஆ என்பதனை ஒரு திட்டவட்டமான சட்டமுறை என வர்ணிப்பது பொருத்தமானதன்று என்பது மேலே தரப்பட்டுள்ள குறிப்புகளிலிருந்து புலப்படும். ஒரு தூய சட்டமுறை அடைய முடியாத ஆழங்களை, மனித வாழ்வு, சிந்தனை, நடத்தை போன்ற விடயங்களில் ஷரீஆ அடைந்துள்ளது. (சட்டமுறைகளுக்கும் ஷரீஆவிற்கும் இடையே காணப்படும் வேறுபாடுகளை அறிய பார்க்கவும்: Rauf, 1985) ஒரு தனி மனிதருக்கு அவரது சமூகத்துடன் நிலவும் தொடர்பு, உலகோடு உள்ள தொடர்பு, இறைவனுடன் அமைந்த தொடர்பு எனப் பல்வேறு நிலை களில் வைத்து ஷரீஆ அவரை ஆராய்கின்றது. 'புனித இஸ்லாமியச் சட்டங்கள் வெறுமனே ஒரு சட்டமுறை மாத்திரமன்று; அவை மார்க்கக் கடமைகள் அனைத்தையும் உள்ளடக்கிய ஒரு தொகுப்பாகும். அது பாரம்பரியங்களையும் சடங்குகளையும் நிலையாகத் தன்னகத்தே கொண்டிருப்பதைப் போலவே, அரசியல், சட்ட விதிகளையும் தன்னகத்தே கொண்டுள்ளது.' (Schacht, 1950, அறிமுகம்).

பாங்காக் நகர சுலாலாங்கோன் பல்கலைக்கழகத்தில் 1984ஆம் ஆண்டு டிசம்பர் 12 முதல் 15ஆம் தேதி வரை 'இஸ்லாமிய ஷரீஆவும் சமூக ஒழுங்குகளும்' கருத்தரங்கில் அப்பல்கலைக்கழகத்தின் துணைத் தலைவர், அவர் ஒரு முஸ்லிமல்லாதவராக இருந்தாலும் தனது உரையில், முஸ்லிம்களைப் பொறுத்தவரையில் மாத்திரமின்றி, பொதுவாக உலகிலுள்ள முஸ்லிம் அல்லாதோரைப் பொறுத்தவரையில் கூட ஷரீஆ எனும் அமைப்பு வகிக்கும் முக்கியத்துவத்தைப் பின்வருமாறு எடுத்துக் காட்டினார்:

ஷரீஆவும் சமூக ஒழுங்குகளும் என்ற தலைப்பில் நடைபெற்ற இச்சர்வதேச கருத்தரங்கில் பங்குபற்றியமை பெரும் பயன்மிக்க அனுபவத்தை எனக்கு வழங்கியுள்ளது. இக்கருத்தரங்கின் தலைப்பு விசேஷ முக்கியத்துவம் பொருந்தியது. ஏனெனில் நூறு கோடி மக்கள் தமது வாழ்வை எவ்வாறு இஸ்லாம் எனும் தமது மார்க்கத்திற்கு ஏற்ப அமைத்துக் கொண்டுள்ளனர்

என்பதையும், அம்மார்க்கச் சட்டங்கள் உலகளாவிய ரீதியில் மனித இனத்தின் சமூக வாழ்வை முன்னேற்றுவதற்கு எவ்வாறு உதவியுள்ளன என்பதையும் இத்தலைப்பு தெளிவாக எடுத்துக் காட்டுகின்றது. இந்த ஷரீஆ சட்டத்தின் உண்மையான, பரந்த, முன்னேற்றகரமான, தாராளத் தன்மைகளை ஒரு முஸ்லிமல்லாத நான் இதற்கு முன்னர் உணர்ந்திருக்கவில்லை. முஸ்லிம் தலைவர்கள், அறிஞர்கள், சட்ட நிபுணர்கள் போன்றோர், தர்க்கங்களை விளைவிக்கக்கூடிய பிரச்சினைகளை ஆராயும்போதுகூட இவ்வளவு அமைதியாக, நிதானமாக, வெளிப்படையான நட்புணர்வோடு செயல்படுவர் என முஸ்லிமல்லாத நான் ஒருபோதும் நினைத்ததில்லை. (Shariah Law Journal, நவம்பர், 1985, பக். 3)

இக்கருத்தரங்கின் காரணமாக, கோடிக்கணக்கான மக்களின் வாழ்வு நெறியாகவும் நாகரிகமாகவும் விளங்கும் இஸ்லாம், உயர் மானுட விழுமியங்களும் மனித நேயமும் கரிசனையும் பொருந்திய ஒரு வளமான எதிர்காலத்தை மனித சமூகத்திற்கு அமைத்துக் கொடுப்பதில் வகிக்கக்கூடிய, வகிக்க வேண்டிய பங்கைப் பற்றிய ஒரு தீர்க்கமான புரிந்துணர்வைத் தனது பல்கலைக்கழகம் பெற்று இருக்கின்றது என பௌத்த நாட்டுப் பல்கலைக்கழகமொன்றின் துணைத் தலைவராகப் பணியாற்றும் இவர் மேலும் கூறினார்.

இத்தகையக் கருத்துப் பரிமாற்றங்கள் சர்வதேச ஒற்றுமையைப் பேணுவதற்கு மிகவும் முதன்மையானதும், இன்றியமையாததுமான காரணங்களாக அமைந்துள்ளன.

அரேபியா: இஸ்லாத்தின் தோற்றத்திற்கு முன்னும் பின்னும்

ஏழாம் நூற்றாண்டின் துவக்கத்திற்கு நம் சிந்தனைகளைத் திருப்புவோம். அரேபியப் பாலைவனங்களிலே சுற்றித் திரிந்த வணிகக் கூட்டத்தினரிடையே, அக்கூட்டங்கள் சென்றடைந்த மக்கள் நெருக்கடி மிகு வணிகச் சந்தைகளிலே, பாலைவன மணல், அப்பாலைவனச் சோலையின் மரம், மட்டைகளுக்கு மத்தியிலே தீவிரமான கோத்திர மனப்பான்மை வேரூன்றி வளர்ந்திருந்தது. இக்கோத்திர மனப்பான்மை ஒரு பொதுச் சமயத்தை ஏற்றதில்லை; வெளிப்படையான அங்கீகாரம் பெற்ற சிறந்த சட்டமொன்று இருக்கவில்லை. ஆட்பலத்திற்கும் உடல் வலிமைக்கும் மட்டுமே மரியாதை வழங்கப்பட்டது. கல்வி வெறுத்தொதுக்கப் பட்டது. ஏழைகள் அடக்கி ஒடுக்கப்பட்டனர். மனிதத் தன்மையற்ற பல பழக்க வழக்கங்கள் பின்பற்றப்பட்டன; பெண் சிசுக் கொலை நடை முறையில் இருந்தது. ஆணாதிக்கம் நிலைபெற்றிருந்த அச்சமூகத்தில், பெண்ணுரிமைகள் இடத்திற்கு இடம் வேறுபட்டன. அந்தந்த இடத்தின் வழக்கப்படி, பெண்களை விலக்கி வைத்தல் போன்ற செயல்கள் நடைமுறைப்படுத்தப்பட்டன. அக்காலகட்டத்தில், ஏனைய நாடுகளில்

ஏனைய சமூகங்களில் பெண்கள் எவ்வாறு அடிமைகளாகக் கருதப் பட்டனரோ, அவ்வாறே அரேபியாவிலும் அவர்கள் அடிமைகளாகவே மதிக்கப்பட்டனர் என்பதை பெண் சிசுவதை தொடர்பான கீழ்வரும் திருமறை வசனங்கள் உணர்த்துகின்றன:

> அவர்களில் ஒருவருக்குப் பெண் குழந்தை (பிறந்திருப்பது) பற்றி நற்செய்தி சொல்லப்பட்டால் அவரது முகத்தில் கருமை கவ்விக் கொள்கிறது. துக்கத்தால் அவர் தொண்டை அடைத்துக் கொள்கிறது. இந்தக் 'கேவலமான செய்தி' கிடைத்துவிட்டதே என்பதற்காக இனி யார் முகத்திலும் விழிக்கக் கூடாது என்று மக்களை விட்டு ஒதுங்கிச் செல்கிறார். அவமானப்பட்டுக் கொண்டு அப்பெண் குழந்தையை வைத்திருப்பதா அல்லது அதனை மண்ணில் புதைத்துவிடுவதா என்று சிந்திக்கின்றார். பாருங்கள். இறைவனைப் பற்றி இவர்கள் எடுத்த முடிவு எத்துணைக் கெட்டது! (16:58 - 59)

இரண்டு நூற்றாண்டுகள் மாத்திரமே கழிகின்றன. ஒளிமிக்க ஒரு மாபெரும் விளக்கு ஏற்றப்பட்டு விட்டதோ என எண்ணத் தூண்டும் ஜோதி மயம். உலகத்துக்கு வழிகாட்டும் ஒரு மார்க்கம் பிறந்துவிட்டது; ஒழுக்கநெறிக் கோவை ஒன்று பிரகடனப்படுத்தப்பட்டுவிட்டது, சட்டமுறை ஒன்று நிலைநாட்டப்பட்டது. ஒரு கல்வியுகம் ஆரம்ப மானது. இம்மாபெரும் மாற்றங்களின் தாக்கம் அரேபியாவின் எல்லை களுக்குள் முடங்கி விடவில்லை; அத்தாக்கத்தின் எதிரொலி ஸ்பெயினில் கேட்டது; தூரத்து இந்தியாவிலும் சீனாவிலும் கூடக் கேட்டது. இம்மாற்றங்கள் யாவுக்கும் முகவராக இருக்கப்போகின்றவர், பின்னர் அவர் இறைத்தூதராக உயர்த்தப்பட்ட போதிலும், அன்று ஒரு சாதாரண இளைஞராக வணிகக் கூட்டங்களுடன் திரிந்துகொண்டிருந்தார். ஆனால் அவ்விளைஞரிடம் மறைந்திருந்த மாபெரும் சக்தியை உணரும் திறன் அன்று யாருக்கும் இருக்கவில்லை.

முஹம்மது நபி (ஸல்)

செல்வாக்குமிக்க குறைஷிக் கோத்திரக் குலக்கொழுந்தாக, மக்கா நகரில், கி. பி. 570ஆம் ஆண்டில் பிறந்த முஹம்மது நபி (ஸல்) அவர்கள் ஓர் அநாதை ஆவார்கள். அவர் பிறக்கும் முன்னரே அவரது தந்தையார் அப்துல்லாஹ் மரணமடைந்துவிட்டார்; அவரது ஐந்தாம் வயதிலே தாயும் தந்தை வழிச் சென்றுவிட்டார். குழந்தைப் பருவத்திலேயே அநாதை யாகிய முஹம்மது (ஸல்) முதலில் தன் தந்தை வழிப் பாட்டனார் அப்துல் முத்தலிபின் இல்லத்திலும் பின்னர் தனது பெரிய தந்தையின் இல்லத்திலும் வளர்ந்தார். அந்நகர மக்களின் வழக்கப்படி அவரின் பால்குடி பருவம் ஒரு கிராமத்துப் பெண்ணின் வீட்டில் கழிந்தது. தனது வாலிபப் பருவத்தில் அவர் தனது பெரிய தந்தையாரின் வணிகத்தில் பங்கேற்று சிரியா, ஏமன் போன்ற நாடுகளில் பயணம் செய்தார்.

அவர் எழுதவோ, வாசிக்கவோ கற்கவில்லை; ஆனால் பிறரின் துன்பங்களைக் கண்டு துயருறும் இளகிய நெஞ்சும் அத்துயரங்களைப் பற்றி நடுநிலையில் நின்று சிந்திக்கும் மனப்பாங்கும் அவரிடம் குடி கொண்டிருந்தன. தனது இருபத்தைந்தாவது வயதில் அவர் கதீஜா எனும் விதவைச் சீமாட்டியை மணந்ததோடு தன் மனைவியின் வணிகத்திலும் ஈடுபாடு காட்ட ஆரம்பித்தார். இளமையிலேயே நம்பிக்கைக்கும் நாணயத்திற்கும் புகழ்பெற்றிருந்த அவர், 'அல் அமீன்' (நம்பிக்கையாளர்) என மக்களால் அழைக்கப்பட்டார். அளவற்ற அருளும் வரையறை யற்ற வல்லமையும் கொண்ட ஏக இறைவனுக்கு அடிபணிவதையே மையக் கோட்பாடாகக் கொண்டிருந்த இப்ராஹீம் நபியின் மார்க்கத்தை இவ்வையகத்திலே மீண்டும் நிலைநிறுத்துமாறு வானவர்கோன் ஜிப்ரீல் (அலை) தன்முன் தோன்றிக் கட்டளையிட்டதாக, தனது நாற்பதாவது வயதில் முஹம்மது (ஸல்) தனது துணையாம் கதீஜாவிடம் கூறினார்.

அவருடைய நபித்துவத்தை ஏற்று முதன் முதலாக இஸ்லாத்தைத் தழுவியவர் கதீஜா நாயகியே. ஏறத்தாழ கி. பி. 613ஆம் ஆண்டில் அல்லாஹ்வுக்கு அடிபணிதல் எனும் பொருள் தரும் இஸ்லாம் எனும் மார்க்கத்தை முஹம்மது நபி (ஸல்) வெளிப்படையாகப் பரப்புரை செய்யத் தொடங்கினார்.

செல்வந்தர்களிடமும் செல்வாக்கு நிரம்பியவர்களிடமும் நிறைந் திருந்த பேராசை, சட்டதிட்டங்களின்படி ஒழுகாத்தன்மை, சிலை வணக்கம் போன்றவற்றை நபியவர்கள் கண்டித்ததனால் தொடக்கத்தில் அத்தகையோரின் ஆதரவு அவருக்குக் கிடைக்கவில்லை. ஏழைகளுக்கு அன்பு காட்டுங்கள், ஆதரவு வழங்குங்கள் என அவர் விடுத்த வேண்டு கோள்கள், தம் செல்வத்தை வறியவர்களின் துயர் துடைப்பதற்குப் பயன்படுத்த விரும்பாத வணிகப் பெருமக்களின் வரவேற்பினைப் பெறவில்லை. (Holt, 1970, பக். 34) தமது பொருளாதார ஆதிக்கத்தைத் தொடர்ந்து நிலைநிறுத்த விரும்பிய இவ்வணிகர்கள், தாம் கடைப் பிடித்துக் கொண்டிருந்த சுயநலமிக்க வாழ்க்கை முறைகளைப் பற்றிய கண்டனங்களாகவே நபியவர்களின் போதனைகளைக் கருதினர். கிறிஸ்தவ மதத்தைப் போலவே, தொடக்க நாட்களில் இஸ்லாமும் சமூகத்தில் உயர் அந்தஸ்து படைத்த மக்கள் கூட்டத்தினரிடையே ஆதரவாளர்களைப் பெறவில்லை; ஏழைகளிடையேயும் ஒடுக்கப் பட்டவர்களிடையேயுமே தன் ஆதரவாளர்களைப் பெற்றது. நபியின் பிரச்சாரத்தைக் கைவிட வைத்து அவரைத் தம்முடன் இணைத்துக் கொள்ள செல்வந்தர்கள் பல முயற்சிகளை மேற்கொண்ட போதிலும் நபியவர்களின் கொள்கை உறுதிப்பாட்டினால் அவை தோல்வியையே தழுவின. (Holt, 1970, பக். 36)

கண்டனங்கள் துன்புறுத்தல்களாக மாற, இஸ்லாத்தைத் தழுவிய சிலர் அண்டை நாடுகளில் அபயம் தேடினர். கி. பி. 615இல் முதன் முறையாக இஸ்லாமியரின் கூட்டமொன்று மக்காவைத் துறந்து கிறிஸ்தவ நாடான அபிஸீனியாவில் அடைக்கலம் பெற்றது. மக்காவில் துன்புறுத்தல்கள் தொடர்ந்த போதிலும் நபிகளாரின் மன உறுதியோ, பிரச்சாரத்தின் வேகமோ தளர்ச்சியடையவில்லை. தம்மை எதிர்த்தோர் தமக்குத் தர முன்வந்த கௌரவங்களையும் செல்வங்களையும் உதறித் தள்ளிய இறைத்தூதர், தம்மீது அடுக்கடுக்காகச் சுமத்தப்பட்ட அவமானங் களையும் வசைகளையும் சிறிதேனும் சட்டை செய்யாது தமது பிரச்சாரத்தைத் தொடர்ந்தார். (இத்தகைய துன்புறுத்தல்களின் விரிவான விளக்கத்திற்கு பார்க்க: S. A. Ali, *1981*, பக். 21-31)

கி.பி. 622ஆம் ஆண்டே இஸ்லாமிய அரசின் தொடக்க ஆண்டாகக் கருதப்படுகின்றது. எதிரிகளின் துன்புறுத்தல்களிலிருந்து தம்மையும் தம்மைப் பின்பற்றியவர்களையும் பாதுகாத்துக் கொள்வதற்காக நபிகள் நாதர் மக்காவைவிட்டு மதீனாவுக்கு இடம்பெயர்ந்ததைக் குறிக்கும் ஹிஜ்ரத் எனும் சம்பவம் நிகழ்ந்த ஆண்டே இது. இந்நிகழ்வை வைத்தே இஸ்லாமிய ஆண்டு முறைமை கணக்கிடப்படுகின்றது. மக்காவை விட்டு நீங்கிய 9ஆம் நாளில், அதாவது 622ஆம் ஆண்டு செப்டம்பர் 24ஆம் தேதியில், நபிகள் நாயகம் மதீனாவின் எல்லையை அடைந் தார்கள். ஆனால் நபிகளார் மக்காவை விட்டு நீங்கிய அரபு ஆண்டின் முதல் நாளுடன், அதாவது 622ஆம் ஆண்டு ஜூலை 16ஆம் தேதியுடன் இஸ்லாமிய ஆண்டு முறைமை தொடங்குகிறது. (Holt, 1970, பக். 41) மதீனாவிலே இஸ்லாமியச் சமூகத்தை நிலைபெறச் செய்த நபிகள் நாயகம் பத்து ஆண்டுகளில் வெற்றி வீரராக மக்காவுக்குத் திரும் பினார்கள். நபி பெருமானாரின் வம்சாவளி, வாழ்க்கை, கிலாபத், இமாம்கள், சட்டப் பிரிவுகள், சட்ட மூலங்கள் போன்றவற்றோடு தொடர்பான இஸ்லாமியச் சட்டங்களைப் பற்றிய சுருக்கமான, ஆனால் தெளிவான அறிமுகத்திற்குப் பார்க்க: Hidayatullah *(1972)* பக். 11 - 33, மக்கா காலப் பகுதியை அறிய, பார்க்க: Watt *(1953)*; மதீனா காலப் பகுதியை அறிய, பார்க்க: Watt *(1956)*

ஏக காலத்தில், பல்வேறுபட்ட துறைகளின் தலைமைப் பொறுப்பில் நபிகள் நாயகம் இருந்தார். அவருடைய இந்தத் தலைமைத்துவத்தைப் புரிந்துகொள்வது, வேறு வகையான தலைமைத்துவப் பாரம்பரியங் களோடு தொடர்புடையவர்களுக்குக் கடினமானதே. சமயத்துறையில் மாத்திரமின்றி, பொருளாதாரம், சமூகம், அரசியல், கல்வி, நிர்வாகம், சட்டம் ஆகிய அனைத்துத் துறைகளிலும் தமது சமூகத்திற்கும், தமது ஆட்சிக்கும் அவர் மகத்தான தலைமைத்துவத்தை வழங்கினார். இதனை

கேம்பிரிட்ஜ் ஹிஸ்டரி ஆஃப் இஸ்லாம் பின்வருமாறு விளக்குகிறது:

> அரேபியர்களின் வேகமான பரவலும், அதன் விளைவாகத் தோன்றிய இஸ்லாமிய மார்க்க-கலாசாரத்தின் வளர்ச்சியும் ஒன்றோடு ஒன்று பிணைந்த பல உண்மைகளின் கூட்டு விளைவாகும். ஆனால் இவ்வளர்ச்சிக்கு உந்து சக்தியாக விளங்கி, அதற்கு வழிகாட்டிய சிந்தனைகளோ, மனிதர்களோ, அபூர்வமான திறமைகளைப் பெற்றிருந்த முஹம்மது என்ற மனிதர் தோன்றி யிராவிட்டால், நிலைபெற்றிருக்கவோ, வளர்ந்திருக்கவோ முடியாது.

குர்ஆன்

வானவர் ஜிப்ரீல் (அலை) மூலம் தமக்கு வெளிப்படுத்தப்பட்ட இறை வாக்குகளை நபிகளார் மனனம் செய்துகொண்டு பின்னர் மீண்டும் மொழிய 'குத்தாபுல் வஹி' என அழைக்கப்பட்ட வஹி எழுத்தர்கள் அவற்றை எழுத்தில் வடித்துக்கொண்டனர். இவ்வாறு இறைவனால் முஹம்மது நபிக்கு அருளப்பட்ட இறைவசனங்களின் தொகுப்பே திருக்குர்ஆன் என அழைக்கப்படுகிறது. இஸ்லாமியச் சட்டங்களின் அடித்தளமாக விளங்கும் குர்ஆன் 'ஓர் ஆற்றல் மிக்க வேதமாகும். அசத்தியம் இதன் முன்னாலிருந்தும் வர முடியாது. பின்னாலிருந்தும் வர முடியாது. நுண்ணறிவாளனும், மிகுந்த புகழுக்குரியவனுமான இறைவனால் இறக்கியருளப்பட்டதாகும் இது!' (41:41-2). குர்ஆனில் காணப்படும் அத்தியாயங்கள் ஒரே அளவானவையல்ல. தொழுகை, நோன்பு, ஜக்காத், ஹஜ் போன்ற மார்க்கக் கடமைகள் பற்றிய சட்டங்களை உள்ளடக்கி யிருப்பதைப் போலவே திருக்குர்ஆன் குடியியல், குற்றவியல் சட்டங் களையும், தனியார் சட்டங்களையும், வாரிசுரிமை, மரபுவழி உடைமை (பரம்பரைச் சொத்து) தொடர்பான சட்டங்களையும் தன்னகத்தே கொண்டமைந்துள்ளது.

புத்தரின் போதனைகள் அவருடைய மரணத்துக்குப் பின்னரே எழுதப்பட்டன; கிறிஸ்தவ மார்க்க உபதேசங்கள் இயேசு நாதரின் மறைவுக்குப் பின்னரே எழுதப்பட்டன. இவற்றைப் போலன்றி முழுக் குர்ஆனும் நபிகள் நாயகத்தின் வாழ்நாளிலேயே பதிவு செய்யப்பட்டு விட்டது. திருக்குர்ஆனில் காணப்படும் 114 சூராக்கள் என்று அரபியில் அழைக்கப்படும் அத்தியாயங்களில் முதல் அத்தியாயத்தைத் தவிர்ந்த ஏனையவை, நீளமானவை முற்பகுதியிலும், குறுகியவை பிற்பகுதியிலும் என அளவு அடிப்படையிலேயே கோர்க்கப்பட்டுள்ளன. ஒவ்வோர் அத்தியாயமும் 'அளவற்ற அருளாளனும் நிகரற்ற அன்புடையோனுமாகிய அல்லாஹ்வின் திருப்பெயரால்' என்றே ஆரம்பமாகின்றது. எனவே குர்ஆன் அத்தியாயங்கள், அவை அருளப்பட்ட கால அடிப்படையிலோ, அல்லது பொருள் அடிப்படையிலோ ஒழுங்கு செய்யப்படவில்லை.

திருக்குர்ஆனின் வசனங்கள் ஒரு மாணவரோ அறிஞரோ எதிர் பார்க்கின்ற ஒழுங்கான, கச்சிதமான முறையில் எழுதப்பட்டுள்ளன என்று கூற இயலாது. ஆனால் இஸ்லாமிய அறிஞர்கள் இதனை ஒரு குறையாகக் கருதுவதேயில்லை; அவர்களைப் பொறுத்தவரையில் குர்ஆன் அமைப்பில் ஓர் ஒழுங்குமுறை இல்லை என்பது வானத்து விண்மீன்களின் அமைப்பில் ஓர் ஒழுங்குமுறை இல்லை என்பதற்கு ஒப்பானதாகும். மட்டுப்படுத்தப்பட்ட அறிவுகொண்ட சாதாரண மனிதன் விண்ணக அமைப்பிலே ஒரு திட்டவட்டமான ஒழுங்கைக் காண்பதில்லை. ஆனால் உண்மையில் ஒவ்வொரு தாரகையின் இட அமைவுக்கும் பார்வையாளனின் எண்ணத்தைவிட சிறப்புக் காரணம் ஒன்று இருக்கவே செய்கிறது. இதில் ஏற்படும் ஒரு சிறிய மாற்றம்கூட முழு அமைப்பு முறையையும் சீர்குலைத்துவிடும்.

குர்ஆனை மொழிபெயர்த்த ஐரோப்பிய அறிஞர்களில் ஒருவர் (Arberry, *1955* பக். *28*ஐப் பார்க்க) குர்ஆனின் அமைப்பைக் கீழ்வருமாறு வர்ணிக்கின்றார்: 'ஒவ்வொரு சூராவும் மீண்டும் மீண்டும் ஒலிக்கும் ஒரே வகையான வசனங்களை இசைவடிவில் தரும் ஓர் இனிய கவிதை யாகும்; அதன் உள்ளடக்கத்தில் தென்படும் நுணுக்கமான மாற்றங்கள் இந்த உவமைக்கு வலுவூட்டுகின்றன.' இதேபோன்று ஓர் ஆங்கிலேய முஸ்லிம் பின்வருமாறு கூறுகின்றார்: 'குர்ஆனை மொழிபெயர்க்க முடியாது என்பதே பழமைபேணும் இஸ்லாமிய அறிஞர்களின் கருத்து. நானும் அவ்வாறே நம்புகின்றேன். இங்கே நான் குர்ஆனை நேரடியாக மொழிபெயர்த்துள்ளேன். பொருத்தமான சொற்களை, கண்ணியமான சொற்களைப் பயன்படுத்த முயன்றுள்ளேன் என்பது உண்மை. இருப்பினும் என் மொழிபெயர்ப்பு, இணையற்ற இசைவடிவமான, தன்னுடைய சொல், வசன தாள லயத்தைக் கொண்டே கேட்போரின் உள்ளத்தைப் பரவசப்படுத்தும், செவிமடுத்தவர் விழிகளில் நீர்த்தாரையைக் கொட்ட வைக்கும் உன்னதமான திருக்குர்ஆன் அன்று.' (Pickthall, *1930*)

நபிகள் நாயகத்தின் மறைவுக்கு முன்னரே குர்ஆன் வசனங்கள் யாவும் எழுத்தில் பதியப்பட்டிருந்த போதிலும், அவை ஒரே நூலாக ஒன்று சேர்க்கப்பட்டிருக்கவில்லை. சிறு சிறு பகுதிகளாகப் பிரிந்து கிடந்த, சிதறுண்டிருந்த இறைவசனங்களை ஒன்றுசேர்க்கும் பொறுப்பு நபிகள் நாதரின் செயலாளராகப் பணியாற்றியிருந்த ஸெய்து இப்னு தாபித் (ரலி) என்ற நாயகத் தோழரிடம் பின்னர் ஒப்படைக்கப்பட்டது. இவருடைய தொகுப்பு மாத்திரமே அதிகாரபூர்வமானதாக ஏற்றுக்கொள்ளப்பட்டது. இன்றுவரை இது ஒன்றே உலகெங்கிலும் பயன்படுத்தப்படுகிறது.

தன்னை ஏற்றுக்கொண்ட சமூகங்களிலும் மனிதர்களிலும் குர்ஆன் அதிசயிக்கத்தக்க மாற்றங்களை ஏற்படுத்தியது. இதனை ஆங்கிலத்தில்

மொழிபெயர்த்தவர்களில் ஒருவரான ரெவ. ஜே.எம்.ரோட்வெல், குர்ஆன் செய்த மாற்றங்களைக் கீழ்வருமாறு வர்ணிக்கின்றார்:

ஏதோ ஒரு மந்திரக் கோலினால் மாற்றப்பட்டவர்களைப் போல, எளிய இடையர்களும் பாலைவன நாடோடிகளும் பேரரசுகளை உருவாக்குபவர்களாக, நகரங்களை நிர்மாணிப்பவர்களாக, நூல் நிலையங்களை அமைப்பவர்களாக மாற்றம் பெற்றனர்; பாக்தாத், கோர்டோவா, டில்லி போன்ற நகரங்கள், கிறிஸ்தவ உலகுக்கு நடுக்கத்தை ஏற்படுத்திய இஸ்லாமியப் பேரரசின் வல்லமையைச் சுட்டிக்காட்டுகின்றன. (Rodwell, 1943, பக். 16)

இஸ்லாமியச் சட்டங்கள் எந்த அளவுக்கு திருக்குர்ஆனை ஆதாரமாகக் கொண்டிருக்கின்றன, அவை எந்த அளவுக்கு அதனைச் சார்ந்திருக்கின்றன என்பதைத் தெளிவாக விளங்கிக்கொள்வது முஸ்லிமல்லாத ஒரு சட்ட மாணவருக்கு எளிதானதல்ல. எனவே ஒரு வேத நூல் என்ற ரீதியிலும், இஸ்லாமியச் சட்டங்களின் மூலாதாரம் என்ற ரீதியிலும் குர்ஆன் அடைந்திருக்கும் அதி உயர் தகுதியை ஆராய்வது அவசியமாகும். அரபு இலக்கியங்களின் மத்தியில் குர்ஆன் பெற்றிருக்கும் தனித்துவமான இடம், உலக நாகரிக, கலாசார மேம்பாட்டிற்கு அத்தனி நூல் வழங்கியிருக்கும் மாபெரும் பங்களிப்பு என்ற வேறுபட்ட இரு பின்னணிகளில் குர்ஆன் நோக்கப்பட வேண்டும். இறைவாக்கு என்ற அடிப்படையிலும், உலக வரலாற்றில் பிரமிப்பினை ஊட்டும் மகோன்னதமான அறிவு வளர்ச்சிக்கு வித்திட்ட நூல் என்ற அடிப்படையிலும் குர்ஆன் எவ்வளவு கண்ணியமாக மதிக்கப்படுகின்றது என்பதை இத்தகைய ஆய்வு நன்கு புலப்படுத்தும்.

குர்ஆன் பல வகைகளில் தனித்துவம் மிக்கதாகும். அதன் உள்ளடக்கம் ஏறத்தாழ பதினான்கு நூற்றாண்டுகளில் எந்த ஒரு சிறு மாற்றத்தையும் கண்டதில்லை; அதில் மாற்றம் ஏற்படுத்தவும் முடியாது. எழுத்தறிவோ, வாசிப்பறிவோ அற்ற ஒரு தனி மனிதரால் மொழியப்பட்ட இந்நூலின் இலக்கியத் தரத்தினையோ, மிகச்சிறந்த அழகினையோ அரபு மொழியில் எழுந்துள்ள எந்த ஒரு நூலும் எட்டியதில்லை என்பது ஒருமித்த முடிவாகும். ஆயிரக்கணக்கான பெரும் நூல்கள் இதனைக் கருப்பொருளாகக்கொண்டு தோன்றியுள்ளன. இந்நூலில் கையாளப்பட்டுள்ள வார்த்தைகளையும் வசனங்களையும் தொடக்கம் முதல் இறுதிவரை குர்ஆன் முழுவதையுமே லட்சோபலட்சம் பேர் மனனம் செய்துள்ளனர். ஒவ்வொரு தலைமுறையிலும் தோன்றிய அறிஞர்களில் தலைசிறந்தோர் எனக் கருதப்பட்ட பலர் இத்திருமறையை ஆய்வு செய்வதிலேயே தம் வாழ்வைக் கழித்துள்ளனர். எந்த ஒரு சட்ட நூலையும்விட குர்ஆன் அதிகாரபூர்வமானது. சட்டம் மனித அறிவின் விளைவு; ஆனால் இஸ்லாமிய உலகைப் பொறுத்தவரையில் குர்ஆனில் உள்ள ஒவ்வொரு சொல்லும் அல்லாஹ்வின் சொல்லாகும் என்பதே

அதன் உயர் தகுதிக்குக் காரணமாக விளங்குகிறது. தேசங்களின் சட்டங்களுக்கு மேலான, தேசிய சட்டமுறைகள் ஆய்வு செய்யவேண்டிய, முழுமையாகப் பின்பற்றவேண்டிய தனியானதோர் உயர் சட்ட மூலத்தைக் குர்ஆன் இஸ்லாமிய உலகுக்கு வழங்குகிறது.

குர்ஆன் இறைவாக்கு; எனவே அது மாற்றங்களுக்கு அப்பாற்பட்டது என்பது கவனத்திற்குரியதாகும். அரசியல் சாசனங்களின் நெகிழாத் தன்மை, வலுவான விதிகள் போன்றவை எவ்வித மாற்றத்திற்கும் உட்படா திருக்குர்ஆனின் நிலைத்தன்மையோடு சற்றேனும் ஒப்பிடப் பட முடியாதவையாகும். 'அல்லாஹ்வுடைய வாக்குறுதிகளில் எவ்வித மாறுதலுமிருக்காது' (10:64) என இறைமறையே இயம்புகின்றது. ஆறஅமரச் சிந்தியாது குர்ஆனுக்கு விளக்கம் கூற முயல்வதும் பொறுப் பற்ற முறையில் விளக்கம் கூற முயல்வதும் கட்டாயம் தவிர்க்கப்பட வேண்டும். '(நபியே) இந்த வஹியை அவசர அவசரமாக மனனம் செய்வதற்காக உமது நாவை அசைக்காதீர்! அதை நினைவில் நிறுத்தச் செய்வதும்ஓதும்படிச் செய்வதும் நமது பொறுப்பாகும்; ஆகையால் நாம் இதனை ஓதிக்காட்டும்போது அவ்வாறு ஓதிக்காட்டுவதை நீர் கவனத்துடன் கேட்டுக் கொண்டிருக்கவும்.பின்னர் இதன் கருத்தை விளக்குவதும் நமது பொறுப்பே ஆகும்.' (75:16-18). ஒரு முஸ்லிமுக்கு குர்ஆனில் காணப்படும் சொற்களும் வசனங்களும் மாற்றப்பட முடியாதவை; நிலையானவை.

இவ்வாறு கூறுவதனால் அனைத்து முஸ்லிம்களும் ஒரே வகையில் பொருள் கொள்ளும் ஒழுக்க நெறிகளையும் சட்ட விதிகளையும் குர்ஆன் வழங்கியுள்ளது என்று கருதிவிட முடியாது. ஒரே உரைபகுதிக்கு முற்றிலும் வேறுபட்ட வகைகளில் பொருள் கோடல் செய்யுமளவிற்குப் பார்வை வேறுபாடுகள் இஸ்லாமியர் மத்தியில் பின்னர் தோன்றவே செய்தன. திருக்குர்ஆன் கருத்துகளை வெவ்வேறு தரங்களில், வெவ்வேறு மட்டங்களில் பொருள் கோடல் செய்யலாம் என்ற கருத்து மெய்ஞ்ஞானவாதிகளால் முன்வைக்கப்பட்டது. ஓதுபவர்களின் அறிவு உணரும் தரங்களுக்கேற்ப, அவர்களின் ஆன்மிகத் தரங்களுக்கேற்ப வேறுபட்ட பொருள்களைக் குர்ஆன் வழங்கும் என்பதே சூபிகளின் வாதமாக இருந்தது. ஒவ்வொரு குர்ஆன் வசனத்திற்கும் ஏறத்தாழ ஐம்பது வகைகளில் பொருள் கொள்ளலாம் என்று சிலரும், எழுபது வகைகளில் பொருள் கொள்ளலாம் என்று வேறு சிலரும் கூறினர். எழுநூறு வகைகளில் பொருள் கூறலாம் என்று நம்பியவர்களும் இருந்தனர். ஓதுபவர்களின் ஆன்மிகப் படித்தரங்களுக்கேற்ப அவர்களின் உள்வாங்கும் ஆற்றல்களுக்கேற்ப குர்ஆன் வசனங்களைப் பற்றி அவர்கள் பெறும் விளக்கங்களும் வேறுபடலாம் என்ற கருத்து பரவலாக நிலவியது. எது எவ்வாறு இருப்பினும் திருக்குர் ஆன் மீயுயர் அதிகாரபூர்வமானது,

மாற்ற முடியாதது; விசாலமானது. அனைத்து இஸ்லாமியச் சட்ட விதி களுக்கும் மூலாதாரமானது.

இறைவனுக்கு அடிபணிதல்

எல்லா விடயங்களிலும் ஏக இறைவனுக்கு முழுமையமாக அடிபணிதல் என்பதே இஸ்லாமியக் கோட்பாடுகளின் மையப் பொருளாகவும் விளங்குகிறது.

இறைகளில் ஒன்று என்பதற்கு மாறான ஒரே இறை என்ற சிந்தனை இஸ்லாத்தின் தோற்றத்திற்கு முன்னர்கூட அரேபியாவிலே நிலவியது. நபியின் தந்தையின் பெயர்கூட 'இறைவனின் அடிமை' எனும் பொருள் தரும் அப்துல்லா என்பதாகவே இருந்தது. எனினும் ஒரே இறைவன் என்ற மீயுயர் கோட்பாடு இஸ்லாத்தின் தோற்றத்திற்கு முன்னர் அரேபியர்களின் உள்ளங்களிலே ஊன்றிப் பதிந்திருக்கவில்லை என்பது உண்மையே. அவர்கள் பல தெய்வங்களையும் தேவதைகளையும் நம்பினர்; விவசாயத் திற்குப் பொறுப்பானவை, போர்களுக்குப் பொறுப்பானவை, விளை நிலங்களின் வளத்திற்குப் பொறுப்பானவை என அவர்கள் நம்பிய தெய்வங்கள் பல. காற்றிலே வசிப்பவை; குன்றுகளிலே வாழ்பவை; அருவிகளிலே உறைபவை என அவர்கள் நம்பிய தேவதைகளும் பல. (இது தொடர்பாக வாசிக்கக்கூடியது: Cragg, 1956: பக். 35-67)

இறைவன் இருக்கின்றான் என்பதை அக்கால அரேபியர்கள் ஏற்றே இருந்தபடியால் இறைவன் ஒருவன் இருக்கின்றான் என்பதைப் போதிப்பது மாத்திரம் முஹம்மது நபியின் (ஸல்) பணியாக இருக்க வில்லை; ஏகவல்ல இறைவனான அல்லாஹ்வைத் தவிர வணக்கத்துக் குரிய தெய்வங்களோ, தேவதைகளோ எதுவுமில்லை என்பதைப் போதிப்பதே அவரின் அதி முக்கியப் பணியாக இருந்தது. அல்லாஹ் எல்லாம் வல்லவன்; அதி உன்னதமானவன்; இணையற்றவன். அவனுக்கு நிகரானவர்கள் எவருமில்லை; அவனுக்குப் பங்காளிகளும் யாருமில்லை; அவன் இணை துணையற்றவன். அவன் அல் வாஹித் - ஏகன்; முஸ்லிம்களால் அதிகமாக ஓதப்படும் அத்தியாயம் இக்லாஸ் (112) அல்லாஹ்வைப் பின்வருமாறு வர்ணிக்கிறது:

> (நபியே! மனிதர்களை நோக்கி) நீர் கூறும்; அல்லாஹ் ஒருவன்தான். (அந்த) அல்லாஹ் (எவருடைய) தேவையு மற்றவன். (யாவும் அவன் அருளையே எதிர்பார்த் திருக்கின்றன) அவன் (எவரையும்) பெறவுமில்லை; (எவராலும்) பெறப்படவும் மில்லை. (ஆகவே, அவனுக்குத் தகப்பனுமில்லை; சந்ததியு மில்லை) தவிர அவனுக்கு ஒப்பாகவும் ஒன்றுமில்லை.

இந்த அத்தியாயத்தை ஓதும்போது, இலையுதிர் காலத்தில் மரங்களி லிருந்து இலைகள் உதிர்வதைப் போல, ஓதுபவனுடைய பாவங்கள்

உதிர்கின்றன என்று கூறுவதன் மூலம், இஸ்லாமிய நம்பிக்கைகளின் மையக் கருத்தை இந்த அத்தியாயம் சுட்டிக் காட்டுவதை ஹதீஸ் உணர்த்துகிறது.

இறைவன் ஏகன்; ஆனால் அவன் பல்வேறு பெயர்களால் விளிக்கப் படுகின்றான்; பல்வேறு வகைகளில் வர்ணிக்கப்படுகின்றான். ஓர் இஸ்லாமிய நம்பிக்கையாளன் இறை நாமம் மொழிவதற்குப் பயன் படுத்தும் தஸ்பீஹ் மாலையில் கோக்கப்பட்டிருக்கும் தொண்ணூற் றொன்பது மணிகளும் (மூன்று முறை 33 ஆக) அல்லாஹ்வின் திருப் பெயர்களில் தொண்ணூற்றொன்பதைக் குறிக்கின்றன. அல்லாஹ்வின் பண்புகளில் மிகவும் முதன்மையானவை, அருளாளன் எனும் பொருள் தரும் அர்ரஹ்மான்; அன்புடையோன் எனும் பொருள்தரும் அர்ரஹீம் என்ற இரண்டுமாகும்; திருக்குர்ஆனில் அதிகமாக மொழியப்பட்டுள்ள அல்லாஹ்வின் திருப்பண்புகளும் இவையே. ஒரே வேர்ச் சொல்லி லிருந்து பிறந்த இவ்விரு பண்புப் பெயர்களும் அல்லாஹ் இயல்பாகவே கருணை மிக்கவன் என்பதையும் அவ்வாறே அவனது நடைமுறைகளும் கருணைமிக்கவை என்பதையும் கோடிட்டுக் காட்டுகின்றன. அல்லாஹ் கருணையாளன்; அவனது செயற்பாடுகளும் கருணை மிக்கவையே. திருக்குர்ஆனின் அத்தனை அத்தியாயங்களும் அல்லாஹ் அருளாளன், அன்புடையோன் என்ற வர்ணனையுடனேயே தொடங்குகின்றன.

இந்தப் பின்னணியிலேயே உலகியல், ஆன்மிகம் ஆகிய இரு துறை களையும் இஸ்லாம் அணுகுகின்றது. பிரபஞ்சத்திலே மனிதன் வாழ வேண்டிய முறை, அவன் ஆற்றவேண்டிய கடமைகள், அவனது சமூகத்தில் அவன் வாழவேண்டிய முறை, அவன் ஆற்ற வேண்டிய கடமைகள், அல்லாஹ் அவனுக்கு வழங்கிய அருட்கொடைகளோடு அவன் அமைத்துக் கொள்ள வேண்டிய உறவு முறை, அன்றாட வாழ்வின் அத்தனை அம்சங் களையும் கட்டுப்படுத்தும் இறைச் சட்டங்களுக்கு முற்றாக அடிபணிதல் ஆகிய அத்தனைச் செயல்களும் மேலே விளக்கப்பட்டுள்ள இறை நம்பிக்கை என்ற மையக் கருத்தில் இருந்தே ஊற்றெடுக்கின்றன.

அல்லாஹ் ஒருவன் உளன் என்பது தர்க்கத்திற்கு அப்பாற்பட்ட நம்பிக்கையாக, அவனது வல்லமைகள் வரம்பற்றவையாக, அவனது ஏகத்துவம் ஆய்வுக்கு அப்பாற்பட்டதாக இருந்ததனால், இஸ்லாமியக் கல்வியின் முதன்மையான துறையாகவிருந்தது வேதாந்தமோ மெய்ஞ்ஞானமோ அல்ல; ஷரீஆ என்றழைக்கப்பட்ட சட்டத் துறையே முதன்மையாக இருந்தது. இறைவசனங்களின் தொகுப்பான குர்ஆன் இஸ்லாமியரிடம் இருந்தமை, உறுதியான கோட்பாடுகள் இல்லாதிருந்த மார்க்கங்களிலே தோன்றிய மெய்ஞ்ஞான விவாதங்கள், இஸ்லாமியர் மத்தியில் பேதங்களை ஏற்படுத்துவதற்கு இடம்கொடுக்கவில்லை.

இறைவனின் வார்த்தைக்குச் சரியான பொருள் என்ன என்பதைப் பற்றிய சந்தேகம் மட்டுமே இஸ்லாமிய அறிஞர்கள் மத்தியில் தோன்றியது; அல்லாஹ் அந்த வார்த்தையைச் சொன்னானா, அது நடைமுறைப் படுத்தப்பட வேண்டும் என்று விரும்பினானா, நினைத்தானா? போன்ற கேள்விகளுக்கு இடமே இருக்கவில்லை; இத்தகைய கேள்விகளுக்குப் பெரும்பாலும் முடிவுகள் ஏற்கெனவே காணப்பட்டிருந்தன.

எனவேதான் ஒக்ஸ்போர்ட், ஹாவர்ட் ஆகிய பல்கலைக்கழகங் களிலே, கீழைத்தேய ஆய்வுத்துறைப் பேராசிரியராகக் கடமையாற்றிய வரும் புகழ்மிகு அரபு மொழி அறிஞருமான பேராசிரியர் ஹாமில்டன் கிப் பின்வருமாறு கூறுகின்றார்:

> முஸ்லிம் உலகின் முதன்மையான கல்வித்துறை சட்டத் துறையே. சட்டம் என்பது மானுடம், தெய்வீகம் என்ற இரண்டினோடும் தொடர்புடைய அத்தனை அம்சங்களையும் உள்ளடக்கும். இஸ்லாமியர் பெற்ற சட்டக் கல்வியின் ஆழத்திற்கும் விசாலத்திற்கும், அக்கல்வியில் பாண்டித்தியம் பெறுவதில் அவர்கள் காட்டிய பேரார்வத்திற்கும் ஒப்புவமை யூத மதத்தில் மட்டுமே அன்றி, வேறெங்கும் காண முடியாது. (Gibb, *1953*, பக். 422)

இஸ்லாமியச் சட்டத்தின் விரிவு

'வணக்கத்துக்குரியவன் அல்லாஹ்வைத் தவிர வேறு யாருமில்லை; முஹம்மது (ஸல்) அல்லாஹுத்தஆலாவின் திருத்தூதர் ஆவார்' என்று பள்ளிவாசல் மினாராவிலிருந்து எழும் தொழுகை அழைப்பு, நபிகள் நாயகம் மறைந்து ஒரு நூற்றாண்டு கழிவதற்குள்ளேயே தூரப் பிரதேசங் களான ஸ்பெயினிலும் சீனாவிலும் எதிரொலித்தது. 'அதான்' எனப் படும் இவ்வழைப்பே இஸ்லாமியக் கோட்பாட்டின் முதல் விதி என வர்ணிக்கப்படுகின்றது; ஒருவர் இஸ்லாத்தைத் திட்டமாக ஏற்றுக் கொண்டதை உறுதிப்படுத்தும் வாக்குமூலமாகவும் இது இருக்கிறது.

இஸ்லாமியப் பேரரசு எவ்வாறு விரிவடைந்தது என்பதை விளக்குவது இந்நூலின் நோக்கங்களில் ஒன்றல்ல. இந்நூலைப் பொறுத்தவரையில் இஸ்லாமியப் பேரரசின் வளர்ச்சியானது இஸ்லாமியச் சட்டங்களின் ஏற்புடைமைப் பரவலின் முக்கியத்துவத்தை விளக்குவதாக அமை கின்றது. புதிது புதிதாகக் கைப்பற்றப்பட்ட பகுதிகளில் நிறுவப்பட்ட அரேபியக் குடியேற்றங்கள் வெறும் இராணுவ நகரங்களாக மாத்திரம் விளங்கவில்லை; இஸ்லாத்திலும் இஸ்லாமியச் சட்டத்திலும் மத்திய நிலையங்களாகவும் திகழ்ந்த இவை, பல்வேறு வகையான மக்களின் பழக்கவழக்கங்கள், பாரம்பரியங்கள் என்பன இஸ்லாமிய வார்ப்புக்குள் இடம்பெறப் பெரிதும் உதவின. உரோமப் பேரரசின் இராணுவ நகரங் களிலிருந்து உரோமச் சட்டங்கள் எவ்வாறு தம் ஒளிக் கதிர்களை

அண்மைப் பகுதிகளை நோக்கிப் பாய்ச்சினவோ, அவ்வாறே இஸ்லாமியர் அமைத்த இராணுவ நகரங்களிலிருந்து இஸ்லாம் தன் ஒளிக் கதிர்களைப் பாரெங்கும் வீசியது. உரோமச் சட்டம் அவ்வப்பகுதி பழக்கவழக்கங்களைத் தன்னோடு இணைத்துக்கொண்டு, தனித்துவ மிக்க புதிய சட்டக் கலவைகளை ஒவ்வோர் ஆள்புல எல்லைகளுக்கும் உருவாக்கியது. பிரெஞ்சு – உரோமச் சட்டம், ஜெர்மானிய – உரோமச் சட்டம், உரோம – டச்சு சட்டம் போன்றவை இவ்வாறு உருவானவையே. ஒவ்வொரு சட்ட முறைமையும் உரோமானிய அடிப்படைக் கொள்கை களினதும் உள்ளூர் வழக்கங்களினதும் கலவையே. இஸ்லாமியச் சட்டங்களும் இவ்வாறு வெவ்வேறு பழக்கவழக்கங்களைத் தம்மோடு இணைத்து கலவைகளை உருவாக்கின. ஆனால் இக்கலவைகளின் பண்பு உரோமக் கலவைகளின் பண்பிலிருந்து பெரிதும் வேறுபட்டது. இஸ்லாமிய சட்டக் கலவைகளிலும் சில பிரதேச வேறுபாடுகளும் வித்தியாசங்களும் இருந்தன என்பது உண்மைதான். எனினும் உரோமப் பேரரசின் குடிமக்கள் மத்தியிலே *பேக்ஸ் ரோமனா* (உரோமின் அமைதி) ஏற்படுத்திய ஒருமைப்பாட்டினைப் பார்க்கிலும், இஸ்லாத்திற்கும், வாழ்வின் பட்டைதீட்டப்பட்ட எல்லாப் பக்கங்களையும் ஆழமாக ஊடுருவிய ஒரு பொதுக் கொள்கையைக் கொண்ட அதன் சட்டத்திற்கு மிடையே காணப்பட்ட மிக வலிமை பொருந்திய ஒருமைப்பாட்டில், இஸ்லாமியச் சட்டம் என்ற முத்திரை மிக அழுத்தமாகப் பதிந்திருந்தது.

மக்கா வெற்றியோடு (கி. பி. 630) இஸ்லாமியப் பேரரசின் வளர்ச்சி தொடங்கியது. நபிகள் நாயகம் (ஸல்) மறைந்த கி. பி. 632ஆம் ஆண்டி லிருந்து பத்து ஆண்டுகள் கழியுமுன்னர் இஸ்லாமியர் பைசாந்தியப் பேரரசிடமிருந்து சிரியாவையும் பாலஸ்தீனத்தையும் கைப்பற்றிக் கொண்டனர். எகிப்தும் இணைக்கப்பட்டது. 642இல் நஹாவந்த் போர்க்களத்தில் பாரசீகப் பேரரசு முற்றாக தோற்கடிக்கப்பட்டது. 660ஆம் ஆண்டளவில் டமஸ்கஸ் இஸ்லாமியப் பேரரசின் புதிய தலை நகரமாகப் பரிணமிக்க, மதீனா மார்க்கக் கல்வியின் மத்திய நிலையமாக புகழ்பெறத் தொடங்கியது. டமஸ்கஸைத் தலைநகராகக் கொண்டு அரசாண்ட உமையா கலீஃபாக்களுக்குப் பின்னர் அப்பாஸிய கலீஃபாக் களின் ஆட்சி தொடங்கியது. கி.பி. 762இல் ஆட்சியைக் கைப்பற்றிய அப்பாஸியர் ஆட்சிப் பீடத்தைப் பகுதாதுக்கு மாற்றினர். அப்பாஸியர் களின் ஆட்சியிலே இஸ்லாமிய நாகரிகம் புகழ்மிக்க புது பரிணாமங் களைக் கண்டது; இதுவரை எட்டாத உயரங்களை எட்டியது.

மத்தியத்தரைக் கடலை ஒட்டிய ஆப்பிரிக்கப் பகுதிகளிலும் இஸ்லாம் பரவியிருந்தது. ஐரோப்பாவில்கூட அது பரவியிருந்தது. கிறிஸ்தவ உலகை கிழக்கு, மேற்கு என்ற இரு திசைகளிலிருந்தும் இஸ்லாம் ஏக

காலத்தில் அச்சுறுத்தியது. கொன்ஸ்தாந்திநோப்பல் மூன்று முறை முற்றுகையிடப்பட்டது. அதே காலகட்டத்தில் இஸ்லாமியப் படைகள் பிரான்ஸின் மத்தியப் பகுதிவரை ஊடுருவி இருந்தன. ஆனால் 716ஆம் ஆண்டில் சக்கரவர்த்தி மூன்றாம் தியடோஸியஸ் கொன்ஸ்தாந்தி நோப்பலுக்கு அருகில் ஒரு தீர்க்கமான வெற்றியினை இஸ்லாமியப் படைகளுக்கு எதிராகப் பெற்றான். சார்ல்ஸ் மார்ட்டல் 732இல் டுவர்ஸுக்கு அருகில் ஒரு பெரும் வெற்றியைப் பெற்றான். 'ரோமிலும், பாரிஸிலும் லண்டனிலும் மாதாகோவில் மணியோசை ஒலிக்க வேண்டுமா அல்லது முஅத்தின் எழுப்பும் தொழுகை அழைப்பு கேட்க வேண்டுமா' என்பதையும் 'பொலக்னா, பாரிஸ், ஒக்ஸ்போர்ட், கேம்பிரிட்ஜ் போன்ற ஐரோப்பிய நகரப் பல்கலைக்கழகங்களிலே குர்ஆனும் ஹதீஸும் வழங்கும் சமயக் கோட்பாடுகளும், சட்டவியலும் புகட்டப்பட வேண்டுமா என்பதையும் பொய்ட்டியர்ஸ் போர்க்களமே தீர்மானித்தது.' (Haig, 1928, பக். 1)

கிழக்கில், இஸ்லாம் வெகு தொலைவில் அமைந்திருந்த சீனாவையும் எட்டியிருந்தது. ஹிஜ்ரத்தின் (622) முதல் பத்தாண்டுகளிலேயே முஸ்லிம்கள் சிலர் சீனா சென்று, சீனச் சக்கரவர்த்தி லீ ஷீ மின்னின் அனுமதியைப் பெற்று கெண்டன் நகரில் ஒரு குடியேற்றத்தை நிறுவினர்; அங்கே ஒரு பள்ளிவாசலையும் நிர்மாணித்தனர். கி. பி. 713இல் கலீஃபா சீன அரச அவைக்கு ஒரு தூதுக் குழுவினை அனுப்பினார்; 751இல் சீனப்படை அரேபியர்களால் தலாஸ் போர்முனையில் தோற்கடிக்கப் பட்டது.

வையகம் இதற்குமுன் கண்டிராத இந்தப் பேரரசுப் பரவலின் வலிமை யையும் சமய நம்பிக்கையையும் பார்த்து ஒரு வரலாற்று மாணவர் வியப்படைவதும் அதனைப் பற்றிச் சிந்திப்பதும் இயற்கையே. அவன் இதற்குரிய காரணங்களைத் தேட முயல்வான்; இஸ்லாம் ஏன் வெற்றி பெற்றது என்பதை அறிய முற்படுவான். ஹெச்.ஜி. வெல்ஸ் இவற்றிற் குரிய காரணங்களைக் கீழ்வருமாறு விளக்குகின்றார்:

அன்றைய உலகில் நிலவிய சமூக, அரசியல் ஒழுங்கு முறைகள் அத்தனை யையும்விட இஸ்லாம் வழங்கிய சமூக, அரசியல் ஒழுங்கு முறைகள் சிறந்தவையாக இருந்தன. இஸ்லாமியர் எங்கெங்கு சென்றார்களோ அங்கங் கெல்லாம் மக்கள் அடக்கி ஒடுக்கப்பட்டவர்களாக, உரிமைகள் பறிக்கப் பட்டவர்களாக, அரசியல் பிரக்ஞையற்றவர்களாக, படிப்பறிவற்றவர் களாக, ஒற்றுமையற்றவர்களாக இருப்பதைக் கண்டனர்; அரசாங்கங்கள் சீர்கெட்டவையாக சுயநலமிக்கவையாக, குடிகளோடு தொடர்பற்றவையாக இருப்பதைக் கண்டனர். அதுவரை உலகில் நடைமுறையிலிருந்து வந்த அரசியல் கருத்துகளையும் ஆட்சிமுறைகளையும்விட இஸ்லாம் வழங்கிய ஆட்சி முறைகளும் அரசியல் கருத்துகளும் தாராள போக்குடையனவாக,

புதியனவாக, தூய்மையானவையாக இருப்பதை அன்றைய மக்கள் உணர்ந்தனர். இவையே இஸ்லாம் ஈட்டிய விரைவான வெற்றிக்கு மூல காரணங்கள். (Wells, 1925, பக். 613-14)

இஸ்லாமியக் கோட்பாடுகளின் உள்ளடக்கங்கள் பற்றியும் அதன் அடிப்படைக் கருத்துகளைப் பற்றியும் அவர் பின்வருமாறு கூறுகின்றார்:

> இஸ்லாம் கருணை, தயாளம், சகோதரத்துவம் போன்ற நல் உணர்வுகள் நிறைந்த மார்க்கம். அது எளிமையானது; விளங்கிக்கொள்ளக் கூடியது. பாலைவனவாசிகளுக்கே இயல்பான சில உயர் குணங்களோடு இணைந்து போகக்கூடியவையாக அதன் போதனைகள் இருந்தன. அது சாதாரண மனிதர்களின் உள்ளங்களை ஈர்க்கக்கூடிய பண்புகள் உடையதாக இருந்தது. (பக். 607)

ஆட்சி அதிகாரம் உயர்வு, தாழ்வு உடையது. பத்தாம், பதினொராம் நூற்றாண்டுகளில் அப்பாஸிய கிலாஃபத் நிலை சரியத் தொடங்கியது. ஆனால், மத்திய ஆட்சியின் வலிமையும் செல்வாக்கும் குறைந்த போதிலும் அது நிறுவிய சட்டங்களின் ஆதிக்கத்தில் எவ்விதத் தளர்வும் ஏற்படவில்லை. உண்மையில் மத்திய ஆட்சியின் சரிவு, சட்ட ஆதிக்கத்தை உயர்த்தியது என்றே கருத வேண்டியிருக்கிறது. பரந்த ஆனால் சிதறுண்டுக் கிடந்த இஸ்லாமியப் பகுதிகளுக்கிடையில் ஓர் ஒழுங்கான, நீதி முறையிலான அதிகார இணைப்பை ஏற்படுத்தக்கூடிய சாதனமாக இச்சட்டம் திகழ்ந்தது.

உரோம சாம்ராஜ்யத்தைப் போலவே, அரேபிய பேரரசும், வளமிக்க ஓர் அறிவியல் சகாப்தத்திற்குப் பின்னர், வடக்கே இருந்து வந்து குவிந்த ஆக்கிரமிப்பாளர்களின் தாக்குதல்களுக்கு இரையாகியது. உரோம சாம்ராஜ்யத்தைப் போலவே, இஸ்லாமியப் பேரரசிலும் ஆக்கிரமிப்பாளர்கள் ஆட்சியைக் கைப்பற்றுவதில் வெற்றிபெற்ற போதிலும், விரைவில் வெல்லப்பட்டவர்களின் மார்க்கமும் கலாசாரமும் தம்மை வென்றவர்களை வென்றுவிட்டன; ஆக்கிரமிப்பாளர்கள் இஸ்லாத்தையும் இஸ்லாமியக் கலாசாரத்தையும் ஏற்றுக்கொண்டனர். மத்திய ஆசியாவிலிருந்து படையெடுத்து வந்த துருக்கியர் மேற்கு ஆசியப் பகுதிகளிலே பல துருக்கிய சிற்றரசுகளை அமைத்து இஸ்லாத்திற்கு மேலும் உரமூட்டினர். வட இந்தியாவும் சின்னாசியாவும் இஸ்லாமியர்களின் ஊடுருவல்களுக்கு உள்ளாகின.

இத்தகைய முன்னேற்றகரமான மாற்றங்கள் ஏற்பட்டுக் கொண்டிருந்த அதே வேளையில், ஆப்பிரிக்கக் கண்டத்திலும் இஸ்லாம் பரவத் தொடங்கியது. பெர்பர் இனத்தோர் செனிகல், நைகர் என்ற இரு நதிபடுகைகளையும் ஊடுருவி நீக்ரோ இன மக்களையும் இஸ்லாத்தின் அணைப்புக்குள் கொணர்ந்தனர். சகாராவுக்குத் தெற்கே சிறப்புமிக்க இஸ்லாமியக் கல்வி நிலையங்கள் பல உருவாகின; இவற்றுள் தலையாய

ஒன்று, பல நூற்றாண்டுகள் புகழ்மிக்க கல்விக் கேந்திரமாகத் திகழ்ந்த டிம்பக்ட்டு பல்கலைக் கழகமாகும். இத்தகைய உண்மைகளைப் பற்றி பிற்காலத்தில் நிலவிய அறியாமையின் ஆழத்தை, ஆங்கிலத்தில் டிம்பக்ட்டு என்ற சொல் நாகரிகத்தின் தாக்கத்திற்கு அப்பாற்பட்ட சேய்மைப் பகுதி என்பதைக் குறிக்கும் சொல்லாகப் பயன்படுத்தப் பட்டது என்பதிலிருந்து உணரலாம். ஒக்ஸ்போர்ட், கேம்பிரிட்ஜ், ஸோர்போன் போன்ற பல்கலைக்கழகங்களின் தோற்றமே இல்லாத காலகட்டத்தில் கல்விஞானச் சுடர் வீசிய டிம்பக்ட்டு பல்கலைக் கழகத்தைப் பற்றி ஆங்கிலேயர்கள் அறிந்திருந்தது அவ்வளவே.

இஸ்லாத்தைப் பற்றிய அறிவும், அதன் நிறுவனங்களைப் பற்றிய அறிவும் சிலுவைப் போர்களின்போதும் மேற்கு நாடுகளில் பரவின. இருண்ட யுகத்தின் பிடிக்குள் சிக்குண்டுக் கிடந்த ஐரோப்பாவுக்குள் இஸ்லாமியரின் பண்படுத்தப்பட்ட பழக்கவழக்கங்களும் பண்புகளும் எவ்வாறு உட்புகுந்தன என்பதைப் பற்றி பல ஆய்வுகள் நடத்தப் பட்டுள்ளன. பட்டும் பட்டாடைகளும், கம்பளங்களும் கரண்டிகளும் கத்திகளும் மேற்கே சென்றடைந்ததைப் போலவே, இஸ்லாமியப் போர் நெறிகளும் உயர் மிகு குணவொழுக்கங்களும் அங்கே சென்ற டைந்தன. இங்கிலாந்து மன்னன் 'சிங்க நெஞ்சன்' ரிச்சர்டுக்கும் பேரரசர் சலாஹுத்தீனுக்குமிடையே நிகழ்ந்த சந்திப்பு, உண்மையில் மெருகேற்றப்படாத, மென்மையற்ற ஒரு கலாச்சாரத்தினதும் கல்விப் பாரம்பரியமிக்க, பண்படுத்தப்பட்ட ஓர் உயர் கலாசாரத்தினதும் சந்திப்பாகவே விளங்கியது. இவ்வகையில் இஸ்லாமியச் சட்டங்களைப் பற்றிய அறிவும் சிறிதளவாவது மேற்கத்திய நாடுகளில் பரவியிருக்கும் எனக் கருதலாம். ஆனால் அச்சு யுகம் உதயமான பின்னரே இஸ்லாமியச் சட்டங்களைப் பற்றிய முதல் ஆங்கில நூல் வெளிவந்தது. இத்துறை யைப் பற்றி எழுதப்பட்ட நூல்களுள், இந்நூலாசிரியர் இதுவரை தேடிப் பெற்ற மிகப் பழமையான நூல் டபிள்யூ.டி.வோர்ட் என்பவரால் எழுதப் பட்டு, 1519இல் லண்டனில் பிரசுரிக்கப்பட்ட *Treatise of the Turke's Lawe called Alcaron* எனும் நூலாகும். ரோபர்ட்ஸ் ரெடனென்சிஸ் எனும் ஆங்கில அறிஞர் 1143இல் திருக்குர்ஆனை லத்தீனில் மொழி பெயர்த்தார்; குளுனி மடாதிபதி பீட்டர் என்பவரின் வேண்டுகோளின்படி வெளிவந்த இந்த நூல் கணிசமான வரவேற்பினைப் பெற்றது. பிரெஞ்சு மொழி பெயர்ப்புகளை அடிப்படையாக வைத்து குர்ஆனின் ஆங்கில மொழி பெயர்ப்புகள் பதினேழாம் நூற்றாண்டில் வெளிவரலாயின. (Arberry, 1955, பக். 7)

பதின்மூன்றாம் பதினான்காம் நூற்றாண்டுகளில் நடைபெற்ற மங்கோலியப் படையெடுப்புகள் கலாசார மைய நிறுவனங்களாக இருந்த

பக்தாதை சீர்குலைய வைத்ததோடு அப்பாஸிய கிலாஃபத்திற்கும் சாவு மணி அடித்தன. ஆனால் இஸ்லாம் அழிவுக்குள்ளாகவில்லை; முன்னர் போல அது இப்போதும் தன்னை வென்றவர்களை வென்றது; இஸ்லாமியரை வென்றவர்கள் இஸ்லாத்தைத் தழுவினர். மங்கோலியர் ஆட்சிப் பகுதிகளில் சிறப்புமிக்க ஒரு பாரசீக-இஸ்லாமியக் கலாசாரம் மலர்ந்து மணம் வீசியது. இந்நாகரிகம் 'கருப்பு மரணம் தைமூரின் படையெடுப்பினாலும் பெரிதும் பாதிக்கப்பட்டபோதிலும் கிழக்கில் உருவாகிக்கொண்டிருந்த இஸ்லாமிய இந்தியப் பேரரசுக்கும் மேற்கே உருவாகிக்கொண்டிருந்த துருக்கிய சாம்ராஜ்யத்துக்கும், இஸ்லாமியக் கலாசார உணர்வினை ஊட்டியது என்பது நினைவில் நிறுத்தப்பட வேண்டிய உண்மையாகும். இஸ்லாமிய இந்தியப் பேரரசு, துருக்கிய சாம்ராஜ்யம் என்ற இவ்விரு வலிமை பொருந்திய இஸ்லாமியப் பேரரசுகளும் நிறுவப்பட்டதோடு மீண்டும் இஸ்லாமியச் சட்டம் பெரும் செல்வாக்குப் பெற ஆரம்பித்தது. ஒரு சிறந்த சாம்ராஜ்ய நிர்வாகத்திற்கேற்றவாறு திட்டமிடப்பட்ட சட்டமுறைமையாக அது காணப்பட்டது.

சிறிது காலத்துக்குள் வணிகப் பரவல் இந்திய சமுத்திரத்திற்கும், மலேசியாவுக்கும், இந்தோனேசியாவுக்கும் பிலிப்பைன்ஸுக்கும் இஸ்லாத்தை அறிமுகப்படுத்தியது.

ஆப்பிரிக்கா, மேற்கு, மத்திய ஆசியா, சீனா, தெற்கு ரஷ்யா, இந்தியத் துணைக்கண்டம், தென் கிழக்கு ஆசிய நாடுகள் – என உலகத்தின் ஒரு பெரும் நிலப்பரப்பில் இஸ்லாமியச் சட்டங்கள் இன்று ஏற்கப் பட்டுள்ளன. இந்த நாடுகள் சிலவற்றில் இஸ்லாமியச் சட்டமுறைமை களே முதன்மைச் சட்ட முறைமைகளாக நடைமுறைப்படுத்தப் படுகின்றன; சில நாடுகளில் அவை கணிசமான மக்கள் கூட்டத் தினரைக் கட்டுப்படுத்தும் தனியார் சட்டங்களாகத் திகழ்கின்றன. எனவே இஸ்லாத்தைப் பற்றியும் இஸ்லாமியச் சட்டங்களைப் பற்றியும் ஒரு சிறு விளக்கமாவது இல்லாமல் சமகால உலக அரசியலை விளங்கிக் கொள்வது கடினமானதே.

2

அரேபியக் கல்வி மறுமலர்ச்சி

அறிவின் எழுச்சி

நபிகள் நாயகத்தின் பிறப்பிற்கு முந்திய காலகட்டத்திலே அரபு இலக்கியப் பாரம்பரியம் என்ற ஒன்று பெரிதளவில் வளர்ச்சியுற்றிருக்கவில்லை என்ற சிந்தனையை உளத்தில் கொண்டே நாம் குர்ஆனை ஆய்வு செய்ய வேண்டும். அரேபியர்கள் மத்தியில் சிறப்புப் பொருந்திய கவிதைப் பாரம்பரியம் ஒன்று வளர்ந்திருந்தது என்பதும், இஸ்லாத்தின் தோற்றத் திற்குச் சற்று முந்திய காலகட்டத்திலே அது மிக உயர்நிலையை எட்டியிருந்தது என்பதும் உண்மைதான்; அவ்வாறே பேச்சுக் கலைப் பாரம்பரியம் ஒன்று அவர்கள் மத்தியிலே வளர்ச்சியுற்றிருந்தது என்பதும் உண்மையே. ஆனால் கவிதை, பேச்சு என்ற இவ்விரண்டு அம்சங்களை யும் தவிர வேறு எந்தவோர் இலக்கிய வடிவமும் வளர்ச்சியுற்றிருக்க வில்லை; குறிப்பிட்டுச் சொல்லக்கூடிய எந்த ஒரு நூலும் அரபு மொழியிலே அதுவரை தோன்றி இருக்கவில்லை என்பதையும் ஏற்றுக் கொள்ளத்தான் வேண்டும்.

குர்ஆனின் தோற்றம் இந்நிலையை முற்றாக மாற்றியது. அது அறிமுகமாகி நானூறு ஆண்டுகள் கழியுமுன்னரே அரபு இலக்கியத்தில் எழுந்த நூல்களின் எண்ணிக்கையினை ஆயிரங்களில்தான் கணக்கிட வேண்டும் என்ற உன்னதமான நிலை ஏற்பட்டுவிட்டது. வரலாறு, புவியியல், தத்துவம், அரசியல் கோட்பாடு, இலக்கிய விமர்சனம், வரலாறு எழுதும் கலை, விஞ்ஞானம், மருத்துவம் என எல்லாத் துறை களிலும் ஆயிரக் கணக்கில் நூல்கள் இயற்றப்பட்டன. ஏனைய துறை களைவிட ஒரு படி கூடுதலாக சட்டவியலில் நூல்கள் வெளிவந்தன. ஏனைய துறைகளைவிட சட்டவியலில் வெளிவந்த நூல்களின் எண்ணிக்கை அதிகம் என்ற உண்மையை உள்ளத்தில் இருத்தி, ஏனைய அறிவியல் துறைகளில் ஏற்பட்ட வளர்ச்சிகளை ஆய்வு செய்தோமானால், சட்டவியலில் ஏற்பட்ட வளர்ச்சி எத்துணை தனித்துவமானதாக இருந்திருக்க வேண்டும் என்பதை உணர்ந்துகொள்ளலாம்.

ஐரோப்பா இருண்ட யுகத்தின் பிடிக்குள் சிக்குண்டு, சீர்கெட்டிருந்த காலகட்டத்திலே, விழிகளைக் கூசவைக்கும் அறிவியல் சாதனைகளின் ஒளிவெள்ளம் இஸ்லாமிய உலகுக்குப் பொலிவூட்டிக் கொண்டிருந்தது. இவ்வொளி வெள்ளம் இஸ்லாமிய நாகரிக எல்லைகளுக்கு அப்பாலும் பாய்ந்தது. நாகரிகத்தின் சாதனங்கள் என பெர்ட்ரான்ட் ரஸ்ஸல்லால் விவரிக்கப்பட்டனவற்றையும், *(1961, பக். 420)* தர்க்க சாஸ்திரம், மெய்ஞானம், இரசாயனவியல், வானசாஸ்திரம், மருத்துவம், அட்சர கணிதம் போன்ற அத்தனைத் துறைகளையும் அழிவினின்று காத்து, அவற்றுக்கு உயிரூட்டி வளர்த்தது அரேபிய உலகே. இத்துறைகள் அத்தனையிலும் அன்று முன்னணியில் நின்றவர்கள் இஸ்லாமிய அறிஞர்களே. இவர்கள் ஒளியியல், வேகம், ஒளிமுறிவு போன்ற கணியங்களைப் பற்றி ஆய்வுகள் நடத்தினர்; திண்ம நிலையில் இருந்த பொருட்களை ஆவி நிலைக்கு மாற்றி, அவற்றை மீண்டும் திண்ம நிலைக்குப் படிய விடுதல், வடிகட்டல் போன்ற இரசாயன செயற்பாடு களில் புதிய முறைகளைப் புகுத்தினர். படிகாரம், நீருடை, சலவைச் சோடா, வெள்ளி நைட்ரேட், நைட்ரிக் அமிலம், சல்பூரிக் அமிலம் போன்ற அடிப்படை இரசாயனப் பொருட்களை உலகுக்கு அறிமுகப் படுத்தினர். பெரியம்மை, சின்னம்மை, ஒருவகை மார்வலி நோய் போன்ற நோய்களைப் பற்றி ஆராய்ந்து அவற்றினைப் பற்றிய விஞ்ஞான பூர்வமான விளக்கங்களை முதன் முதலில் வழங்கியவர்கள் முஸ்லிம் களே. காசோலை, கூட்டுப் பங்கு நிறுவனம், பண உத்தரவாதப் பத்திரம் போன்ற நவீன வணிக சாதனங்களை உருவாக்கியவர்களும் முஸ்லிம் வணிகர்களே. கி.பி. எட்டாம் நூற்றாண்டுக்கும், பன்னிரண்டாம் நூற்றாண்டுக்குமிடைப்பட்ட சகாப்தத்தில் அரபுலகின் நாகரிகம் *'வரலாற்றின் கலாசார அதிசயங்களில் ஒன்றாகும்'* (Carroll, *1961* பக் . *237*).

அரேபிய அறிவியல் மலர்ச்சியைத் தோற்றுவித்த இப்னு ஸீனா போன்றவர்களின் ஈடுபாடுகளையும் சாதனைகளையும் ஆராய்ந்தோ மானால், இவ்வறிவியல் மறுமலர்ச்சியின் ஆழம், விரிவு என்பன எத்தகையவை என்பதை ஓரளவு உணர்ந்து கொள்ளலாம். பல்துறை நிபுணத்துவத்திலும் அறிவியல் சாதனைகளின் தரத்திலும், பரப்பிலும், இப்னு ஸீனா ஐரோப்பிய மறுமலர்ச்சியின் தலைமகனான லேனார்டோ டாவின்ஸிக்கு நிகரானவராக விளங்குகிறார். பன்னிரண்டாம் நூற்றாண்டின் தலைசிறந்த சட்ட நிபுணர்களில் ஒருவராகக் கணிக்கப்பட்ட இப்னு ஸீனா அதே வேளையில் மிகச் சிறந்த மருத்துவராகவும், தத்துவஞானி யாகவும், கணித விற்பன்னராகவும், மொழி ஆய்வாளராகவும், வானியல் அறிஞராகவும் மதிக்கப்பட்டார். சிறந்த சட்ட அறிஞராகவும், தத்துவ ஞானியாகவும் திகழ்ந்த இப்னு ஸீனா ஓர் ஒப்பற்ற மருத்துவ மேதை யாகவும் விளங்கினார்; அவர் பன்னிரண்டாம் நூற்றாண்டில் தொகுத்த

மருத்துவ நூல் பதினேழாம் நூற்றாண்டுவரை ஐரோப்பிய உயர் கல்வி நிறுவனங்களிலே மிக முக்கியமான பாடநூலாகப் பயன்படுத்தப்பட்டது. இத்தகைய உயர் அறிவுச் செல்வங்களின் மத்தியில், சட்டமே மையக் கல்வி நெறியாகத் திகழ்ந்தது என்பது, சட்டத் துறையோடு தொடர் புள்ளவர்கள் நினைவில் வைத்துக் கொள்ள வேண்டிய உண்மையாகும்.

இஸ்லாமியக் கடமைகளில் முக்கியமானதொன்றான மக்கா பயணம் (ஹஜ்) இஸ்லாமியரிடையில் அறிவியல் வளர்ச்சிக்கு ஓர் உந்து சக்தி யாகச் செயல்பட்டது என்பதும் சிந்தையில் கொள்ளப்பட வேண்டிய ஒரு கருத்தாகும். இஸ்லாமிய உலகின் அத்தனைப் பகுதிகளிலிருந்தும் அறிஞர்கள் புனிதப் பயணம் மேற்கொண்டு, மக்கா வந்து, சமத்துவ, சகோதரத்துவ அடிப்படையில் ஒன்று கூடினர். ஒன்றுகூடிய இவர்கள், தகவல்களையும், சிந்தனைகளையும் மாத்திரம் பரிமாறிக் கொள்ள வில்லை; தம்மிடமிருந்த நூல்களையும் பரிமாறிக் கொண்டனர். இவ்வறிஞர்கள் ஏராளமான நூல்களுடனேயே தத்தம் தாயகம் திரும் பினர். எனவே அறிவைத் தனித்தனிப் பிரதேசங்களுக்குள் சுருக்கிக் கொள்ளும் குறுகிய மனப்பான்மை வளர்வது தடுக்கப்பட்டது. சமய, அரசியல் சிந்தனைப் பரிமாற்றங்களுக்கு, ஹஜ் பயணம் எவ்வாறு உதவியதோ, அவ்வாறே இலக்கிய நூலறிவின் விரைவான பரவலுக்கும் அது பெரிதும் உதவியது.

சர்வதேச அடிப்படையிலே, சட்ட அறிவு வளர்ச்சிக்கு இஸ்லாமிய சட்டக் கல்வி கணிசமான பங்களிப்பினை வழங்கியுள்ளது என்பதை நிரூபிப்பது இந்நூலின் மையக் கருத்தாகும். இந்தப் பங்களிப்பு, சட்ட வியலுடன் மாத்திரம் தனித்து நின்றுவிடவில்லை. சமகால ஐரோப்பிய கல்வித் துறைக்கு இஸ்லாமியக் கல்வி முறைமை வழங்கிய மொத்தப் பங்களிப்பின் ஒரு பகுதியாகவே இது இருந்தது. ஏனைய கல்வித் துறைகளின் வளர்ச்சிக்கு இஸ்லாமியர் வழங்கியுள்ள பங்களிப்புகள் கணிசமானவை என்பது ஏற்றுக் கொள்ளப்படும் போது, இஸ்லாமியர் மிகச் சிறப்புப் பெற்றிருந்த சட்டத்தில் மாத்திரம் அவர்களின் பங்களிப்புக் குறைவாக இருந்திருக்கும் என நினைப்பதற்கோ, இஸ்லாமியச் சட்ட அறிவும், சட்டம் தொடர்பான சிந்தனைகளும் ஐரோப்பியரினால் உள்வாங்கப்படவில்லை என்று நினைப்பதற்கோ எவ்வித நியாயமும் இல்லை.

வணிகச் சட்டம், நம்பிக்கைப் பொறுப்பு நிதியங்கள், சட்ட ஆளுமை தொடர்பான கோட்பாடுகள், அரச வலு பற்றிய நம்பகத் தன்மை, அநீதியாக ஆட்சிபுரியும் ஓர் ஆட்சியாளருக்கு எதிராகக் கலகம் செய்யக் குடிமக்களுக்கு இருக்கும் உரிமை போன்றவை தொடர்பான சட்டங்கள், போர், சமாதானம் தொடர்பான சர்வதேச சட்டங்கள் ஆகிய துறைகள்

தொடர்பான மேற்கத்திய சட்டங்களில் நாம் எதிர்பார்ப்பதைவிட அதிகளவில் இஸ்லாமியச் சட்ட சிந்தனைகளில் இடம்பெற்றிருக் கின்றன. இவற்றில் சில பின்னர் விரிவாக இந்நூலில் ஆராயப்படும்.

அரேபிய நூல்நிலையங்கள்

புகாரா சுல்தானின் அவைக்குத் தான் சென்றதைப் பற்றியும் அங்கு பணி யாற்றியதைப் பற்றியும் அலி அபு இப்னு ஸீனா தனது தன்வரலாற்றில் குறிப்பிட்டுள்ளார். சுல்தானின் நூல்நிலையத்தைப் பார்வையிட இப்னு ஸீனா அனுமதி கோரினார்:

> சுல்தானின் நூல்நிலையத்தைப் பார்வையிடவும், அங்குள்ள மருத்துவ நூல்களை வாசிக்கவும் நான் சுல்தானின் அனுமதியைக் கோரினேன். அனுமதி வழங்கப்பட, நான் பல துறைகளையுடைய ஒரு மாளிகைக்குள் நுழைந்தேன். ஒவ்வோர் அறையிலும் புத்தகப் பெட்டிகள் பல இருந்தன; அவை ஒன்றன் மேல் ஒன்றாக அடுக்கப்பட்டிருந்தன. ஓர் அறையில் இருந்த நூல்கள் யாவும் மொழி தொடர்பானவையாகவும், கவிதைகள் தொடர்பானவையாகவும் இருந்தன; மற்றோர் அறையில் இருந்தவை யாவும் சட்டம் பற்றியனவாகவும் சட்டம் தொடர்பானவையாகவும் இருந்தன. இவ்வாறு ஒவ்வோர் அறையும் ஒவ்வொரு துறை தொடர்பான நூல்களை வைப்பதற்காகவே ஒதுக்கப் பட்டிருந்தது. அங்கே இருந்த பண்டைய, கிரேக்க நூற்பட்டியல்களை வாசித்த நான், எனக்குத் தேவைப்பட்ட சில நூல்களைத் தருமாறு கேட்டேன். அப்போது நான் அங்கு கண்ட நூல்கள் பலவற்றின் பெயர்களைக்கூட பெரும்பாலானோர் கேள்விப்பட்டிருக்கமாட்டார்கள்; அங்கிருந்த நூல்கள் பலவற்றை நான் அதற்கு முன்னரும் கண்டதில்லை; பின்னரும் கண்டதில்லை.

(Arberry, *1951 பக். 9-24)*

பல்லாயிரக் கணக்கான நூல்கள் நிறைந்திருந்த மாபெரும் நூல் நிலையங்கள் பாக்தாத், கோர்டோவா, டமஸ்கஸ் போன்ற நகரங்களிலும் வேறு நகரங்களிலும் அமைந்திருந்தன. 1171இல் வெற்றி வீரராக மாமன்னர் சலாஹுத்தீன் பாக்தாத் நகருக்குள் நுழைந்தபோது, அந்நகரப் பொது நூல்நிலையத்தில், ஓர் இலட்சத்து ஐம்பதினாயிரம் நூல்கள் இருந்தன என்று கூறப்படுகிறது; அதே நகரத்தில் அமைந்திருந்த மற்றுமொரு புகழ்பெற்ற கல்விக்கூடம் ஏழு இலட்சம் நூல்களைக் கொண்டிருந்ததாக நம்பப்படுகின்றது. இன்றைக்கு சுமார் மூன்று நூற்றாண்டுகளுக்கு முற்பட்ட காலத்தில்கூட, பிஷப் கோப்ஹாம் என்ற அருட்தந்தையின் பெயரில் அமைக்கப்பட்டிருந்த நூல்நிலையத்தில் வைக்கப்பட்டிருந்த சொற்ப நூல்களையும், பொருளாதார வசதிகளோடு வாழ்ந்த பேராசிரியர்கள் சிலரிடம் இருந்த ஒரு சில நூல்களையும் தவிர வேறு நூல்கள் ஒக்ஸ்போர்ட் பல்கலைக்கழகத்தில் இருக்கவில்லை என்பதை ஞாபகத்தில் வைத்துக்கொள்ளல் உலகக் கல்வி வரலாற்றினைச்

சரியான கோணத்தில் காண உதவும். (Dunlap, *1972*, பக். *113-114*) இப்பல்கலைக்கழகத்தில், மாணவர்களின் சொந்த வாசிப்புக்கென நூல்கள் எவையும் இருக்கவில்லை. எனவே அனைத்துக் கல்வியும் வாய்மொழியாகவே வழங்கப்பட்டது. இத்தகைய ஒரு நிலையிலேயே *1438*ஆம் ஆண்டில், கிளவ்செஸ்டர் கோமகன் ஒக்ஸ்போர்ட் பல்கலைக் கழகத்திற்கு நூற்றி இருபத்தொன்பது நூல்களை அன்பளிப்பாக வழங்கி யமை, பல்கலைக்கழக வரலாற்றில் அதுவரை எந்த ஓர் அரசனோ, அரச குமாரனோ வழங்கியிராத அற்புதமான நன்கொடை எனப் பல்கலைக் கழகத்தினரால் போற்றப்பட்டதில் வியப்பேதுமில்லை. இவ்வன்பளிப் புக்கு முன்னர் இங்கிலாந்து அரச குடும்பத்தினரால் வழங்கப்பட்டிருந்த மிகப்பெரும் நூல் அன்பளிப்பு, ஆல் சோல்ஸ் கல்லூரிக்கு நான்காம் ஹென்றி இருபத்து மூன்று நூல்களை வழங்கியமையாகும். இதனால் தான் நூற்றி இருபத்தொன்பது நூல்களை அன்பளிப்பாக வழங்கிய கிளவ்செஸ்டர் கோமகனுக்குத் தம் நன்றியினை அறிவிக்குமாறு பிரித்தானியப் பாராளுமன்ற உறுப்பினர்களுக்கு ஒக்ஸ்போர்ட் பல்கலைக்கழக மாணவர் நன்றி உணர்வோடு *1438*இல் கடிதம் எழுதினர். (Dunlap, *1972*, பக். *114-15*) இதற்குப் பல நூற்றாண்டுகளுக்கு முன்னரே, இஸ்லாமிய நூல் நிலையங்களில் சேகரித்து வைக்கப்பட்டி ருந்த நூல்களின் எண்ணிக்கைகளோடு ஒப்பிடும்போது, ஒக்ஸ்போர்ட் பல்கலைக்கழக நூல் நிலையங்கள் போன்ற ஐரோப்பிய நூல் நிலையங் களில் வைக்கப் பட்டிருந்த நூல்களின் எண்ணிக்கைகள் எவ்வளவு அற்பமானவை.

இடைக்கால நூல்நிலையங்களிலே மிகவும் புகழ்பெற்றதென்றும், கலீஃபா அல் ஹக்கீமினால் நிறுவப்பட்டு, 'அறிவு இல்லம்' என அழைக்கப்பட்டதுமான, கோர்டோவா நூல்நிலையத்தைப் பற்றிக் கூறாமல் இஸ்லாமிய நூல் நிலையங்களைப் பற்றிய எந்த ஒரு குறிப்பையும் முழுமையாக்க முடியாது. இந்த நூல்நிலையத்திலிருந்த நூல்களின் எண்ணிக்கை நான்கு இலட்சத்திற்கும் ஆறு இலட்சத்திற்கும் இடைப்பட்டதாக இருந்தது. இங்கிருந்த நூல்களின் பெயர்களையும் அவற்றைப் பற்றிய சிறு விவரங்களையும் தரும் நூற் பட்டியல் நாற்பத்து நான்கு தொகுதிகளாக வெளியிடப்பட்டிருந்தது. (இப்னு அல் அபரின் இக்கூற்று காணப்படுவது மகாரி, *1843* பக். *170*இல்) 'அறிவு இல்லத்தில் அக்காலத்தில் கல்விக்கு எத்தகைய உயர் ஊக்கம் வழங்கப்பட்டது என்பதைப் புலப்படுத்துகின்றன. நூல்நிலையப் பொறுப்பாளர்கள் மாத்திரமன்றி பிரதி எடுப்போர்கள், புத்தகங்கள் கட்டுபவர்கள் எனப் பல்வேறு வகையான ஊழியர்கள் இந்நூல் நிலையத்திலே பணி யாற்றினர். இந்நூல் நிலையத்தைப் பயன்படுத்துவதிலும் பாகுபாடுகள் இருக்கவில்லை. கல்வியை விரும்பிய அனைவருக்கும் இது இடம்

அளித்தது. பெரும்பாலான இஸ்லாமியக் கல்விக்கூடங்களிலே எழுது தாள், பேனா, மை போன்ற பொருட்கள் மாணாக்கர்களுக்கு இலவசமாக வழங்கப்பட்டதைப் போலவே இங்கும் அவை இலவசமாகவே விநியோகிக்கப்பட்டன. (Thompson, 1939, பக். 357 - பொதுவாக முஸ்லிம் நூல்நிலையங்கள் எனும் அத்தியாயம்) கோடை காலத்தில் அக்கால நிலைக்கு ஏற்ற பாய்கள் விநியோகிக்கப்பட்டன. குளிர்காலத்தில் அக்காலநிலைக்கு ஏற்ற கம்பளங்களை வழங்கல், கோடை காலத்தில் துணி படுதாக்களைப் பழுது பார்த்தல், குளிர்காலத்தில் மிருக உரோம படுதாக்களைப் பழுது பார்த்தல், பிரதிகள் எழுதுவோருக்கு எழுது தாள் வழங்கல், நூல்நிலையப் பொறுப்பாளர்கள் ஊழியர்களுக்கான சம்பளப் பட்டுவாடா போன்ற அத்தனைச் செலவினங்களையும் உள்ளடக்கிய இந்நூல் நிலையத்தின் வரவு செலவுத் திட்டங்கள் கூடப் பாதுகாக்கப் பட்டு வந்திருக்கின்றன.

பிரதான உலக நாகரிகங்களைப் பற்றிய எந்த ஒரு விரிவான ஆய்விலும் இஸ்லாமிய அறிவியலைப் பற்றிய குறிப்புகள் முக்கியத்துவம் பெறவே செய்யும். இஸ்லாமிய அறிவியலின் மாண்பை வரலாற்றாசிரியர் கிப்பன் பின்வருமாறு கோடிட்டுக் காட்டுகின்றார்:

அரேபிய அறிவியல் சகாப்தம் ஏறத்தாழ ஐந்நூறு ஆண்டுகள் நீடித்தது. ஐரோப்பிய வரலாற்றில் இக்காலகட்டமே கல்வி ஆர்வமற்ற இருண்ட காலகட்டமாகத் திகழ்ந்தது. (Bury, 1900-02, பகுதி 6, பக். 28)

குறிப்பாக, விஞ்ஞானம், தத்துவ ஞானம், சட்டவியல் போன்றவற்றில் இஸ்லாமிய அறிவியல் துறை செலுத்திய செல்வாக்கு, ஐரோப்பிய அறிவியல் துறை வளர்ச்சியில் பெரும் தாக்கங்களை ஏற்படுத்தியது.

அறிவியல் சேர்க்கை

அறிவியல் துறைகளில் இஸ்லாமிய உலகு உன்னத நிலையினை எட்டி யிருந்த நூற்றாண்டுகளை, பண்டைய கிரேக்க, உரோமக் கலாசாரங் களை, அவற்றில் எவ்வகையான அபிவிருத்திகளையும் செய்யாது, இஸ்லாமியர் வெறுமனே பாதுகாத்த ஒரு சகாப்தம் எனக் கருதும் பொதுவான ஒரு மனப்போக்கு இஸ்லாமியரல்லாத வரலாற்றாசிரியர்கள், அறிஞர்கள் பெரும்பாலானோர் மத்தியில் காணப்படும் ஒன்றாகும். கிரேக்க, விஞ்ஞான, தத்துவஞான அறிவுகளைப் பெற்றுக்கொண்ட முஸ்லிம்கள், அவற்றை எவ்வகையிலும் அபிவிருத்தி செய்யாது அப்படியே வைத்திருந்து, மேற்கத்திய நாடுகளில் கல்விப் பயிர் மீண்டும் துளிர்த்த போது, அவற்றை ஐரோப்பியர்களிடம் கையளித்தனர் என்பதே இவர்களின் கருத்தாகும். இக்கருத்தினைப் பரப்பியவர் களுள் மிக முக்கியமானவர்களில் ஒருவரான பெர்ட்ரன்ட் ரஸ்ஸல்

இஸ்லாமியரின் அறிவியல் பங்களிப்பினைப் பின்வருமாறு எடை போட்டுள்ளார்:

> இஸ்லாமிய நாகரிகம் மிகச் சிறப்பான நிலையில் இருந்த காலகட்டத்தில் முஸ்லிம்கள் கலைகளிலே, தொழில் நுணுக்கத் துறைகளிலே அதிசயிக்கத்தக்க திறமைகளைக் காட்டினர்; ஆனால் அறிவியல் துறைகளிலே அவர்கள் சுய சிந்தனைத் திறன்களை வெளிப்படுத்தவில்லை. பண்டைய அறிவு புதிய தலைமுறையை அடைய ஓர் ஊடகமாக செயற்பட்டது என்ற ரீதியிலேயே இஸ்லாமிய நாகரிகம் முக்கியத்துவம் பெறுகின்றது; ஆனால் இச்சேவையின் மகத்துவம் குறைத்து மதிப்பிடப்படக் கூடிய ஒன்றல்ல.

அடுப்பு, உணவுப் பொருட்களைச் சூடாக வைத்து, அவை கெட்டுப் போகாமல் பாதுகாப்பது போல, இஸ்லாமியர், கிரேக்க நாகரிகம் எனும் அதன் பரம்பரைச் சொத்தை ஐரோப்பா, அறிவு மறுமலர்ச்சி பெற்று அதனை ஏற்றுக்கொள்ளத் தன்னைத் தயார்படுத்திக் கொள்ளும்வரை பாதுகாத்தனர் என்ற சிந்தனை இக்கருத்தில் தொக்கியிருக்கின்றபடியால், இது சில அறிஞர்களால் இஸ்லாமிய அறிவின் சூளைக் கோட்பாடு என வர்ணிக்கப்பட்டுள்ளது. (Sabra, *1983*, பக். *69*)

ஆனால் உண்மையில் இஸ்லாமிய அறிஞர்கள் தாம் பிறரிடமிருந்து பெற்ற பல்வேறு வகையான அறிவை வெறுமனே பாதுகாப்பவர்களாக மாத்திரம் இருக்கவில்லை. அதற்கு மேலாக அவர்கள் அவ்வறிவினை ஒன்றிணைத்தனர். புதிய சிந்தனைகளைப் புகுத்தி அவற்றை வளப்படுத்தினர். விஞ்ஞானத் துறையிலும் சரி, சட்டத் துறையிலும் சரி, தத்துவ ஞானத்திலும் சரி, இஸ்லாமியர் அவ்வத் துறைகளில் பெற்ற அறிவை அப்படியே மற்றவர்களுக்குக் கையளிப்பவர்களாக இருக்கவில்லை; அவர்கள் தாம் பெற்ற அறிவை, தமது சுய சிந்தனைகளால், ஆய்வுகளினால் வளரச் செய்தே மற்றவர்களுக்குக் கையளித்தனர்.

கல்வி வளர்ச்சிக்குப் பெரும் பங்களிப்புகளை வழங்கிய அப்பாஸிய ஆட்சிப் பரம்பரையினர், ஒன்பதாம் நூற்றாண்டில், பைத்துல் ஹிக்மா என அழைக்கப்பட்ட ஓர் ஆய்வு நிலையத்தினைப் பாக்தாத் நகரில் நிறுவினர். பெரும் புகழோடு இயங்கிய இக்கல்விக் கேந்திரத்தில் பணியாற்றிய அறிஞர்கள், விஞ்ஞானம், மருத்துவம், தத்துவஞானம் ஆகிய துறைகள் தொடர்பாக எழுதப்பட்டிருந்த தரமான கிரேக்க நூல்கள் யாவற்றையும் அரபியில் மொழிபெயர்த்தனர். கிரேக்க மொழியிலிருந்து ஊற்றெடுத்த இவ்வறிவுப் பிரவாகத்தோடு, இந்தியா, பபிலோனியா, பாரசீகம் போன்ற நாடுகளிலிருந்து திரட்டப்பட்ட அறிவும் இணைக்கப்பட்டது. இந்நாடுகளில் இயற்றப்பட்டிருந்த அறிவியல் நூல்களும் அரபு மொழிக்கு மாற்றம் செய்யப்பட்டன. உண்மையில் இதற்கொப்பான ஓர் அறிவுச் சங்கமத்தை அதற்கு முன்னர் உலகம் கண்டதில்லை.

விஞ்ஞான, தத்துவஞான அறிவு என்பன சர்வதேச மயமாக்கப்பட்ட முதல் நிகழ்வு என நாம் இதனைக் கருதலாம்.

இஸ்லாமிய அறிவியல் துறைக்குச் சூளை உவமையாகக் காட்டப் பட்டது பொருத்தமற்றதாகும்; ஏனென்றால் பின்னர் வரப்போகின்ற சமூகங்களுக்குக் கையளிப்பதற்காக இஸ்லாமியர் பாதுகாத்தது கிரேக்க அறிவியல் துறையை மாத்திரமல்ல.

இஸ்லாமியர் பண்டைய அறிவினை வெறுமனே பாதுகாத்தனரே ஒழிய அதனை வளர்க்கவில்லை என்ற நிலைப்பாட்டில் காணப்படும் இரண்டாவது பிழை, அவ்வாறு நம்பியவர்கள், அரேபிய சிந்தனை யாளர்கள் தாம் திரட்டிய அறிவை ஒன்று தொகுப்பதற்கோ, அவற்றுக்கு வடிவமைப்புகள் கொடுப்பதற்கோ எத்தகைய முயற்சிகளையும் மேற்கொண்டதில்லை என்ற தவறான அனுமானங்களின் அடிப்படை களிலேயே இந்த நம்பிக்கையை அமைத்துக்கொண்டதாகும். உண்மை யில் அவர்கள் அறிவின் சாற்றினைப் பிழிந்தெடுப்பதிலும் தகவல் குவியல்களிலிருந்து பொதுவான உண்மைகளை மாத்திரம் பொறுக்கி எடுப்பதிலும் கைதேர்ந்தவர்களாக இருந்தனர். இஸ்லாமியத் தத்துவ ஞானத்தின் இச்சிறப்புப் பண்பினைப் புலப்படுத்த இப்னு ஸீனா, அவிரோஸ் என ஐரோப்பியரால் அழைக்கப்பட்ட இப்னு ருஷ்த், அல் கஸ்ஸாலி போன்ற இஸ்லாமியத் தத்துவவியலாளர்களின் படைப்புகள் தெளிவான சான்றுகளாக அமைந்துள்ளன. மேலே குறிப்பிடப்பட்ட அறிஞர்களின் சுய தத்துவ உருவாக்கங்கள் பின்னர் உருவான ஐரோப்பியச் சிந்தனைகளில் பெரும் தாக்கங்களை ஏற்படுத்தின.

இஸ்லாமியர் பண்டைய அறிவைப் பாதுகாத்தனரே ஒழிய அதனை எவ்விதத்திலும் வளர்க்கவில்லை என்ற சிந்தனைப் போக்கில் காணப் படும் மூன்றாவது பிழை, அச்சிந்தனையில் தொக்கி நிற்கும், இஸ்லாமியர், அறிவியல் வளர்ச்சிக்குத் தம் சுய பங்களிப்புகள் எதனையுமே வழங்கிய தில்லை என்ற கருத்தாகும். அவர்களோ மருத்துவத்திலும் ஏனைய அனைத்து விஞ்ஞானத் துறைகளிலும் அறிவின் எல்லைகளைப் பெரிதும் விரிவாக்கி இருந்தனர்; சட்டவியலில் சர்வதேசச் சட்டங்கள் உட்பட பல புதிய பிரிவுகளை உருவாக்கியிருந்தனர்; தத்துவஞானத் துறையில் அவர்கள் அமைத்த புதிய பாதைகளில் பின்னர் பலர் தடம் பதித்தனர். அச்சர கணிதம் *(அல்ஜிப்ரா)* முற்றுமுழுதாக முஸ்லிம்களின் உருவாக்கமே என்பதனை ஹெச்.ஜீ. வெல்ஸின் நூல் **(1925, பக். 627)** உணர்த்துகிறது. சைன், தொடுகோடு, இணைத் தொடுகோடு போன்றவற்றைக் கண்டு பிடித்ததன் மூலம் கோளக் கேத்திர கணிதத்தைப் பெரிதும் வளர்த்த இஸ்லாமியரே ஊசலையும் கண்டுபிடித்தனர். இவர்கள் ஒளியியல் தொடர்பான பல நூல்களை எழுதினர்; மருத்துவத் துறையில் கிரேக்கர்

கண்டறியாதிருந்த பல புதிய உண்மைகளைக் கண்டுபிடித்தனர். இரசாயனத் துறையிலும் அவர்கள் பல வெற்றிகளைப் பெற்றனர்; இரசாயன மூலப் பொருட்கள் பல அவர்களால் கண்டுபிடிக்கப்பட்டன. கைவினைப் பொருட் களின் உற்பத்தியைப் பொறுத்தவரையில், வகை வகையான உற்பத்தி, கலை நுணுக்கங்கள், வேலைத் திறன்கள் போன்றவற்றில் இஸ்லாமியர் ஏனையோரை விஞ்சி நின்றனர். இவ்வாறு வெல்ஸ் அரேபியர்களின் சாதனைகளைப் பற்றிய ஒரு நீண்ட பட்டியலைத் தந்துள்ளார்.

மேலே குறிப்பிடப்பட்ட மூன்று அம்சங்களையும் கணிதம் போன்ற எந்தவோர் அறிவியல் நெறி மூலமும் தெளிவுபடுத்தலாம். அரேபிய இலக்கங்களினதும், தசாம்சம் போன்ற கணிதக் குறியீடுகளினதும் பிறப்பிடம் இந்தியாவே. அரேபியர் வளர்த்த எண் கணித அறிவியல் துறையில் இந்தியப் பங்களிப்பு ஒரு நிலையான இடத்தைப் பெற்றிருக் கிறது என்றபோதிலும் அரேபியர் கிரேக்க எண் கணித எண்ணக் கருக் களையும் உள்வாங்கவே செய்தனர்; கிரேக்க கணிதவியலாளர்கள் வளர்த்தெடுத்த இலக்கக் கோட்பாட்டைத் தமது சிந்தனைகளோடு இணைத்துக் கொண்டதோடு, யூக்லிட் தனது நூலில் குறிப்பிட்டிருக்கும் கேத்திர கணித எண்ணக் கருக்களை இலக்கக் கோட்பாடுகளோடு ஒன்று சேர்க்கவும் அவர்கள் முயன்றனர். பதினோராம் நூற்றாண்டில் இப்னு ஸீனா இயற்றிய, அறிவியல் கலைக் களஞ்சியம் என வர்ணிக்கப் படக்கூடிய ஒரு நூலிலே இந்த அறிவியல் ஒருமைப்பாட்டை நாம் அவதானிக்கலாம். உண்மையில் இப்னு ஸீனா மேலும் ஒரு படி உயரச் சென்று சகல அறிவியல் துறைகளையும் மெய்ஞானத்தோடு இணைக்க முயன்றார் எனக்கூட கூறலாம்.

அட்சர கணிதத்தைக் குறிக்கும் அல்ஜிப்ரா என்ற சொல்லே அரபியில் இருந்து தோன்றியதுதான். இந்த அட்சர கணிதம் தொடர்பாக கிரேக்கர் களும், பபிலோனியர்களும், இந்தியர்களும் எழுதிய அனைத்தையும் அரேபியர் ஒன்றுதிரட்டினர். அல் குவாரிஸ்மி போன்ற இஸ்லாமியக் கணித மேதைகள் எழுதிய நூல்கள், அன்றைய உலகில் நிலவிய கணித அறிவுகளை இந்நூல்களைப் போல வேறெவையும் ஒன்றிணைத்த தில்லை என்று கூறுமளவிற்கு சத்துமிக்கவையாக, சாரமிக்கவையாக விளங்கின. இது மாத்திரமன்றி, இந்நூல்கள் கேத்திர கணித வடிவங்கள் மூலம் கணிதக் கோட்பாடுகளை விளக்கும் முறையையும் அறிமுகப் படுத்தின. இவ்வாறு அமைக்கப்பட்ட நிலையான அடித்தளத்தை வைத்து, பின்னர் வாழ்ந்த அட்சர கணிதவியலாளர்கள் கணிதத் துறை யினை மேலும் பல வகைகளில் வளர்த்தனர்.

கிரேக்கர்களைப் போலவே இஸ்லாமியரும் அறிவின் அடிப்படை களையும் பொது உண்மைகளையும் தேடி எடுப்பதிலும் புதிய

அறிவைத் திரட்டிக்கொள்வதிலும் பேரார்வம் காட்டினர். அதுவரை எந்தவொரு சமூகத்தினரும் திரட்டியிராத அளவிற்கு இஸ்லாமியர் அறிவுத் தகவல்களை ஒன்றுசேர்த்திருந்தனர். இத்தகவல் குவியல்களை ஆராய்ந்து, அவற்றிலிருந்து அவசியமானவற்றை மாத்திரம் பிரித் தெடுத்துக்கொள்ள, அவற்றிலிருந்து புதிய எண்ணக் கருக்களைத் திரட்டிக்கொள்ள, தம்முடைய சுய சிந்தனைகளையும் அனுபவங்களை யும் பயன்படுத்தி புதிய விதிமுறைகளை உருவாக்க நூற்றுக் கணக்கான அறிஞர்கள் பயன்படுத்தப்பட்டனர். இப்படிப் பயன்படுத்தப்பட்ட அறிஞர்களோ அன்றைய உலகின் தலைசிறந்த மேதைகள். இத்தகைய ஓர் ஆய்வு அமைப்பு வழங்கும் பெறுபேறுகள் சாதாரணமானவை யாகவா இருந்திருக்கும்? இவர்கள் தமக்கு முன் வைக்கப்பட்ட தகவல்களைத் தரம் பிரிக்காது, அவற்றில் மாற்றங்கள் ஏற்படுத்தாது, திருத்தங்கள் செய்யாது, அவற்றை அபிவிருத்தி செய்யாது, வெறுமனே அவற்றை மற்றவர்களுக்குக் கையளிப்பவர்களாக இருந்திருப்பர் என்று அனுமானிக்கத்தான் முடியுமா? விஞ்ஞானத்திலும் தத்துவஞானத் திலும், ஒளியியலிலும் சட்டவியலிலும் இஸ்லாமிய அறிஞர்கள் கணிச மான முன்னேற்றங்களை ஏற்படுத்தினர்; பல அம்சங்களை வளரச் செய்தனர்.

அரேபிய அறிஞர்கள் வெளிப்படுத்திய சுயமான சிந்தனைப் போக்குகள், அறிவியல் துறையிலே, குறிப்பாக சட்டத் துறையிலே, மற்றுமொரு புதிய பாதையை அமைத்தன. இறை வெளிப்பாடுகளான பைபிளும், குர்ஆனும் மனிதன் அறிந்திருக்க வேண்டிய அத்தனை விடயங்களையும் உள்ளடக்கியிருக்கின்றன; அவற்றைத் தாண்டி மனித இனம் பெறக்கூடிய அறிவு எதுவுமே இல்லை என்ற சிந்தனை உலகில் வலுவாக நிலைபெற்றிருந்தது. இது அறிவு வளர்ச்சிக்கு ஒரு தடைக் கல்லாக இருந்தது. இதனைப் பற்றிய விளக்கங்கள் பின்னர் வரும் அத்தியாயங்களில் கூடுதலாகக் காணப்படும். மனித சிந்தனை இறை வசனங்களினால் மட்டுப்படுத்தப்பட்டது. தம் வளர்ச்சிக்குக் கட்டுப் பாடில்லா சிந்தனைப்போக்கு ஒன்றினையே வேண்டி நின்ற தத்துவ ஞானத் துறையும், சட்டம் உட்பட்ட ஏனைய விஞ்ஞானத் துறைகளும் மனித சிந்தனைக்கு விதிக்கப்பட்டிருந்த கட்டுப்பாடுகளினால் நெருக் குண்டன; வளர்ச்சிகுன்றின. அறிவியல் வளர்ச்சிக்கு எதிராக இயங்கிய இத்தடைகளைத் தகர்த்து, மனித சிந்தனைக்கு இடப்பட்டிருந்த சங்கிலிகளைத் தளர்த்தியவர்கள் இஸ்லாமியத் தத்துவவியலாளர்களே. இவர்கள் இவ்வாறு ஆரம்பித்து வைத்த நிகழ்வுகள் பிற்கால சிந்தனை வளர்ச்சியில் அளவிட முடியா தாக்கத்தினை ஏற்படுத்தின.

அரேபிய அறிவியல் மேற்கே பரவுதல்

இஸ்லாமிய மருத்துவ, விஞ்ஞான, தத்துவஞான அறிவுகள் ஐரோப்பியக் கண்டத்திற்குள் பரவுவதற்கு நுழைவாயிலாகத் திகழ்ந்தது தென் இத்தாலிக்கு அண்மையில் அமைந்திருந்த சிசிலி எனும் தீவே. இத்தீவு கி.பி. 831இலிருந்து 1090 வரை இஸ்லாமிய அரசின் ஒரு மாகாண மாகவே இருந்தது. ஆனால் தென் இத்தாலியோ, இக்காலகட்டத்தில், பைசாந்தியப் பேரரசின் ஓர் அங்கமாக விளங்கியது. புவியியல் அண்மை காரணமாக சிசிலிக்கும் தென் இத்தாலிக்குமிடையே மிக எளிதாகத் தொடர்புகள் ஏற்படக் கூடிய நிலை இருந்தது. உதைப்பந்துக்கும் கால் விரலுக்குமிடையே செய்திப் பரிமாற்றங்கள் நடப்பது மிக எளிது. இத்தகைய தொடர்புகள் ஏற்படுவதும் இயற்கையானதே. செலார்னோ, ஒட்ரான்டோ, ரொஸானோ, மொன்டி கெஸினோ போன்ற நகரங்களில் அமைந்திருந்த கல்வி நிலையங்களே முதன் முதலில் அரேபிய அறிவியலை உள்வாங்கின. இக்கல்வி ஆல்ப்ஸ் மலைத்தொடரைத் தாண்டி வடக்கே பரவுவதற்குக் காரணமாக இருந்தவை ஜோன் கோர்ஸைச் சேர்ந்த போன்ற அறிஞர்களின் செயற்பாடுகளாகும். ஜோன் பெருந் தொகையான இஸ்லாமிய அறிவியல் நூல்களை ஜெர்மனிக்குக் கொண்டு சென்றிருந்தார். ஜெர்மனியிலிருந்தே அரேபிய விஞ்ஞானம் பின்னர் இங்கிலாந்துக்குக் கொண்டு செல்லப்பட்டது. இங்கிலாந்தைக் கைப் பற்றிய டென்மார்க் மன்னனான கனூட் *(995-1035)* லோதரிங்கான், ஃபிளமிஸ் மதகுருமார்களை இங்கிலாந்துக்கு வரவழைத்தார்.

இவ்வாறு வந்த குருமார்களில் பலர் அரேபிய விஞ்ஞானங்களைப் பற்றி ஓரளவு அறிந்தவர்களாக இருந்தனர். இவர்களில் அதிமுக்கிய மானவர் ஹெரிஃபோர்ட் அருட்தந்தை ரோபர்ட் தெ லோசிங்க என்பவராவார். இங்கிலாந்தில், அரேபிய அறிவியல் துறைக் கல்விக்கு ஒரு மத்திய நிலையமாக வளர்ச்சியடைந்த ஹெரிபோர்ட், விஞ்ஞானக் கல்விக்கும் பெயர்பெற்ற நகரமாக விளங்கியது. முதலாம் ஹென்றியின் உறவினரும் மத்திய கிழக்குப் பகுதிகளில் பரந்துபட்ட ரீதியில் பயணம் செய்தவருமான பாத்தைச் சேர்ந்த அடிலார்ட் என்பவர் அக்காலத்தைய தலைசிறந்த அறிஞர்களில் ஒருவராக இருந்தார். இவர் எழுதிய *குவெஸ்டியோன்ஸ் நேசுரல்* ஓர் அறிவுப் புரட்சிக்கே வித்திட்டது எனலாம். தமது பயணங்களில் அரபு மொழியைக் கற்றுக்கொண்ட இவர், அரபு இலக்கியத் திலும் புலமை பெற்றிருந்தார். இவர்களைப் போன்ற மற்றுமோர் அறிஞர் ஹெரிஃபோர்டிலிருந்து ரோஜர் என்பவராவார். இவரது காலத்தில் விஞ்ஞானக் கல்விக்கு, இங்கிலாந்திலேயே மிகச் சிறந்த நகரம் எனும் பெயரை ஹெரிஃபோர்ட் பெற்றிருந்தது.

அரேபிய அறிவியல், ஐரோப்பாவுக்குள் நுழைவதற்கு வேறொரு பாதையைச் சிலுவைப் போர்கள் அமைத்துக் கொடுத்தன. அன்று ஒளிவீசிக் கொண்டிருந்த மத்தியகால இஸ்லாமிய நாகரிகத்திற்கும், புத்துயிர் பெற்றுக்கொண்டிருந்த மேற்கு ஐரோப்பிய நாகரிகத்திற்கு மிடையே தொடர்புகள் ஏற்படும் வாய்ப்புகளைச் சிலுவைப் போர்கள் தொடர்ச்சியாக வழங்கின.

தமது கண்டத்தின் செல்வத்தையும், ஆற்றலையும் அழித்துக் கொண்டிருந்த ஒரு பெரும் கூட்டு முயற்சி என்றே ஐரோப்பியர் சிலுவைப் போர்களைக் கருதினர். ஆனால் இஸ்லாமியர் இந்தப் போர்களை அத்துணை முக்கியமானவைகளாகக் கருதவில்லை. பரந்த, நிலையான இஸ்லாமியப் பேரரசின் எல்லைப் பிரதேசங்களிலே, ஆங்காங்கே நடைபெற்ற சிறு தாக்குதல்கள் என்ற ரீதியிலேயே இஸ்லாமியர் சிலுவைப் போர்களைப் பார்த்தனர். ஆனால் மேற்கத்திய ஐரோப்பியருக்கும், கீழைத்தேய இஸ்லாமியருக்கும் ஒரு சாராரை மறு சாரார் அறிந்து கொள்ள உதவும் வாய்ப்புகளை வழங்கும் சந்திப்புக் களங்களாக இந்தப் போர்கள் அமைந்தன என்பது ஏற்றுக்கொள்ளப்பட வேண்டிய உண்மை. கீழைத்தேய வணிகப் பண்டங்கள் மாத்திரமன்றி கீழைத்தேய அறிவுச் செல்வங்களும் ஐரோப்பாவை அடைந்து அக்கண்டத்தை வளப்படுத்தியதில் சிலுவைப் போர்கள் முக்கியத்துவம் பெறுகின்றன.

கிறிஸ்தவப் போர் வீரர்களைத் தொடர்ந்து, கிறிஸ்தவ மதப் பிரசாரகர் களும், தேச சஞ்சாரிகளும் இஸ்லாமிய பகுதிகளுக்குள் கால்பதித்தனர். இஸ்லாமியர்களும் கிறிஸ்தவர்களும் எதிர்நோக்கிய பொதுவான தத்துவார்த்தப் பிரச்சினைகளைப் பற்றி ஆராய்ந்து கொண்டிருந்த இஸ்லாமிய அறிஞர்களோடு ஐரோப்பிய அறிஞர்களுக்கு ஏற்பட்ட தொடர்புகளே ஐரோப்பியக் கண்டத்தில் தத்துவார்த்த நுட்ப நெறி முறைகள் வளர்வதற்கு வித்திட்டவை. முதல் கிறிஸ்தவ அட்சர கணித வியலாளரான லியோநாடோ ஃபைபோநாகி போன்ற அறிஞர்கள் சிரியா, எகிப்து போன்ற நாடுகளிலிருந்து கணிசமான அறிவுச் செல்வங் களைத் தம் தாயகங்களுக்குக் கொண்டு சென்றனர். கி. பி. 1311ஆம் ஆண்டில் வியன்னா சபை, கீழைத்தேய மொழி ஆய்வுகளுக்காக ஆறு கல்விக் கூடங்களை நிறுவியமைக்குக் காரணமாக விளங்கியது, ரேமண்ட்ஸ் லூலூஸ் எனும் கிறிஸ்தவ மதப் பிரச்சாரகரின் தூண்டுதலே. இரசாயனவியல், பௌதிகவியல், வானியல், புவியியல், வரலாறு, கவிதை, வர்த்தகம் (சுங்க வரிகளைக் குறிக்கும் *தாரிஃப் (Tariff)* என்ற அரபுச் சொல் சிலுவைப் போர் களின் போதே ஐரோப்பாவுக்குள் நுழைந்தது) போன்ற துறைகளில் ஐரோப்பியக் கண்டத்தில் ஏற்பட்ட வளர்ச்சிகள் சிலுவைப் போர்களைத் தொடர்ந்த அறிவியல், கலாசாரத் தாக்கங்களின் ஒரு பகுதியே.

அரேபிய அறிவியல் கல்வி, ஐரோப்பியக் கண்டத்தில் பரவுவதற்கு உதவிய மற்றுமோர் அமைப்பு, 'அறிவியல் நிலையங்க'ளாகும். பரந்த அறிவின் மத்திய நிலையங்களாக விளங்கிய இவை, மொழிபெயர்ப்புப் பணிகள் மூலமாகவும் அறிஞர் பரிவர்த்தனைகள் மூலமாகவும், கல்வி நாலாபக்கங்களிலும் பரவுவதற்குப் பெரிதும் உதவின. இவற்றுள் டெலேடோ நகரமே பிரதானமானது. ஆனால் வேறு நகரங்களும் இப்பணியைச் செய்தன. சீராக உயர்ச்சியடைந்து கொண்டிருந்த ஐரோப்பிய அறிவியல் வாழ்வின் குருதிக்கு ஜீவன் அளிக்கும் உயிரணுக் களை வழங்கும் பரந்த நிலப் பகுதிகளாக புரோவென்ஸ், வட இத்தாலி, சிசிலி போன்ற பிரதேசங்களும், மற்றும் மிலான், பிஸா, மோன்ட்பெல்லியர், சாலர்னோ, நேப்பிள்ஸ், பலெர்மோ போன்ற 'திறந்த நகரங்களும்' (Heer, *1968*, பக். *238*) இவை யாவும் இஸ்லாமிய அறிவு, ஐரோப்பாவுக்குள் நுழைவதற்கு உதவிய வாசல்களாகத் திகழ்ந்தன. இவ்வாயில்கள் அன்று திறக்கப்படா திருந்திருந்தால் ஐரோப்பிய அறிவியல் துறைகளில் ஏற்பட்ட மகத்தான மாறுதல்கள் சில நூற்றாண்டுகள் தாமதப்பட்டிருக்கலாம்.

கிழக்கிற்கும் மேற்கிற்கும் தொடர்புகளை ஏற்படுத்திக் கொண்டிருந்த இப்பாதைகள் பன்னிரண்டாம் நூற்றாண்டிலும் பதின்மூன்றாம் நூற்றாண்டின் ஆரம்பப் பகுதியிலும் திறந்தே இருந்தன; எனினும் மத்திய காலத்தின் பிற்பகுதியில்தான் அவை மூடுண்டன.

அரேபிய உலகின் அறிவியல் செல்வம், எத்துணை விரிவான முறை யில் ஐரோப்பாவுக்குக் கொண்டு செல்லப்பட்டது என்பதை உணர வேண்டுமானால், அறிவியலின் மத்திய நிலையங்களாகக் கருதப்பட்ட ஸ்பெயினின் டொலேடோ போன்ற பல நகரங்களில் அரபு நூல்களை லத்தீன் மொழிக்கு மாற்றம் செய்யும் அறிவுப் பணி எவ்வாறு நடந்து கொண்டிருந்தது என்பதைப் பற்றி அறிதல் வேண்டும். மொழிபெயர்ப் பாளர்களின் பிரதான இருக்கையாக விளங்கியது டொலேடோவே; ஆனால் பார்சிலோனா, நார்போன், டவ்லூஸ் போன்ற நகரங்களிலும் மொழிபெயர்ப்பு வேலைகள் நடைபெற்றன. டொலேடோ நகரில் வாழ்ந்த கிரமோனாவைச் சேர்ந்த ஜெரார்ட் என்னும் இத்தாலியர் எழுபத்தொரு விஞ்ஞான ஆய்வுகளை அரபியிலிருந்து லத்தீனுக்கு மொழிபெயர்த்தார். அரிஸ்டோட்டில் எழுதிய நூல்கள் அனைத்தும் அரபியிலிருந்து லத்தீனுக்கு மொழிபெயர்க்கப்பட்டன. அவ்வாறே சிறந்த இஸ்லாமியத் தத்துவவியலாளர்களான அல் கிந்தி, அல் பராபி, இப்னு ஸீனா, அல் கஸ்ஸாலி போன்றவர்களின் நூல்களும் லத்தீனுக்கு மொழிபெயர்க்கப்பட்டன.

கல்வி எல்லைகள் அற்றது; சர்வ வியாபகமானது; உலகளாவியது; மானுடத்துக்

கானது; இன, மத வேறுபாடுகளின்றி அது முழு மனித சமுதாயத்திற்கும் உரித்தானது என்பதையெல்லாம் ஐரோப்பா டொலேடோவின் முன்மாதிரியினைக் கண்டே உணர்ந்தது. டொலேடோவில் அரேபியர், யூதர், கிரேக்கர், ஸ்பானியர், பிரான்சியர், ஜெர்மானியர், போல்கன் நாடுகளின் ஸ்லாவியர், ஆங்கிலேயர் ஆகிய எல்லா இனத்தவர்களும் ஒன்றாகப் பணியாற்றினர். (Heer, *1968, பக். 240)*

கி. பி. 712இல் இருந்து 1085 வரை டொலேடோ முஸ்லிம்களின் ஆட்சிக்குள்தான் இருந்தது. பன்னிரண்டாம் நூற்றாண்டில்கூட அரபு மொழி இங்கு வழக்கில் இருந்தது.

போப் இரண்டாம் சில்வெஸ்டர், ரோஜர் பேக்கன், அல்பெர்ட்டஸ் மெக்னஸ், தோமஸ் அகுயினாஸ் போன்றோர் மத்திய காலத்தில் வாழ்ந்த தலைசிறந்த கல்வியாளர்களாக மதிக்கப்பட்டோர். இவர்களில் ஒவ்வொருவரும், அவரவர் வாழ்ந்த காலத்தில், அக்கால அறிவுத் துறையின் யுக புருஷர்களாகக் கண்ணியப்படுத்தப்பட்டவர்கள். இவர்கள் அனைவரும் இஸ்லாமியக் கலை ஞானத்தால் பயன்பெற்றவர்களே. இவர்கள் அத்தனைப் பேர்களது புலமைகளிலும் இஸ்லாமிய அறிவியலின் செல்வாக்குக் கணிசமாகப் படிந்திருப்பதை நாம் காணலாம். *(பார்க்க: 6ஆம் அத்தியாயம்)*

அரேபியரின் அறிவியல் ஏனையவர்களைச் சென்றடைவதற்கு ஊடகங்களாக இருந்தவை லத்தீனில் மொழிபெயர்க்கப்பட்ட அரேபிய அறிவியல் நூல்களே. அரேபியர்கள், தமது அறிவியல் துறை உச்சக் கட்டத்தில் இருந்த காலகட்டத்திலே தலைசிறந்த கிரேக்கத் தத்துவ வியலாளர்கள் எழுதிய ஆக்கங்களை அரபியில் மொழிபெயர்த்திருந்தனர். குறிப்பாக அரிஸ்டோட்டலின் நூல்கள் பல, அரபியில் மொழிபெயர்க்கப் பட்டிருந்தன. அரேபியர்களின் வாயிலாகவே அரிஸ்டோட்டலின் சிந்தனைகளும் தத்துவங்களும் ஐரோப்பாவுக்குள் பின்னர் மீள் நுழைவு செய்தன. *(இப்பரிவர்த்தனையின் தத்துவஞான, சட்ட நிலைகளைப் பற்றி அறிய பார்க்க:* Stone, *1965, பக். 46-50)*

கிரேக்கத் தத்துவ சிந்தனைகள் அரேபியத் தத்துவவியலாளர்கள் ஊடாக ஐரோப்பாவுக்குள் நுழைந்ததைப் போலவே, அவை யூதத் தத்துவவியலாளர்கள் ஊடாகவும் நுழைந்தன. யூதப் பங்களிப்பும் அரேபியப் பங்களிப்பும் பல சந்தர்ப்பங்களில் ஒன்றின் மேல் ஒன்று படிவதைக் காண்கின்றோம். யூதர்கள், குறிப்பாக ஸ்பெயினில் வாழ்ந்த யூதர்கள், ஸ்பெயின் நாடு அரேபியரின் ஆட்சிக்குள் வீழ்ந்த எட்டாம் நூற்றாண்டிலிருந்து அவர்களின் செல்வாக்குக்கு உட்பட்டிருந்தனர். கிரேக்கத் தத்துவ ஞானங்களின் மீள் ஐரோப்பிய நுழைவு அரேபியர், யூதர் என்ற இரு இனத் தத்துவவியலாளர்களினதும் சமகால முயற்சியால்

ஏற்பட்டதென்றும், இரு சாரார்களதும் பரஸ்பர ஒத்துழைப்புடன் நடைபெற்றதென்றும், புகழ்பெற்ற சட்டத் தத்துவவியலாளரான ஜுலியஸ் ஸ்டோன் நவின்றுள்ளார். (Stone, *1965* பக். *49*)

ஸ்பெயினில் வாழ்ந்த யூதர்களில் பலர், அரபு மொழியையும், கிறிஸ்தவர்களின் மொழியையும் அறிந்திருந்ததால், மொழிபெயர்ப்புகளை வழங்கி ஸ்பானிய முஸ்லிம்களுக்கும், கிறிஸ்தவர்களுக்கும் இடையே இணைப்பு ஏற்படக்கூடிய ஒரு நிலையை அவர்கள் உருவாக்கினர் என பெர்ட்ரன்ட் ரஸ்ஸல் குறிப்பிட்டுள்ளார். உண்மையில் யூதத் தத்துவஞானிகளுள் மிகச் சிறந்தவர் என மதிக்கப்படுகின்ற மெய்மோனிடஸ் உட்பட பெரும்பாலான யூதத் தத்துவவியலாளர்கள் அரபி மொழிபெயர்ப்புகளின் மூலமே சில கிரேக்க நூல்களை அறிந்திருந்தனர். இதற்கு எடுத்துக்காட்டாக மெய்மொனிடஸ் எழுதிய *குழப்பத்தில் ஆழ்ந்தவர்களுக்கு ஒரு வழிகாட்டி* எனும் நூலைக் குறிப்பிடலாம். சர்ச்சைகள் என்ற சுழல் வழியில் சிக்குண்டு தத்தளிக்கும் தத்துவவியலாளர்களுக்கு ஒரு வழிகாட்டியாக எழுதப்பட்ட இந்நூலில் பிளேட்டோ எழுதிய டிமேயஸ் என்ற நூலின் சுருக்கமும் உள்ளடக்கப்பட்டுள்ளது. இந்நூலை மெய்மொனிடஸ் அரபியிலேயே படித்திருக்கிறார். (Russell, *1961*, பக். *421*) கிரேக்கத் தத்துவஞான நூல்கள் எந்தளவு பரவலாக அரபியில் மொழிபெயர்க்கப்பட்டிருந்தன என்பதை இது உணர்த்துகிறது.

மத்திய கால ஐரோப்பியப் பல்கலைக்கழகங்கள் மீது அரேபியக் கல்வி முறை செலுத்திய செல்வாக்கின் அளவு எத்தகையது என்பது ஆய்வுக்கும், விவாதத்திற்கும் உரிய விடயமாக இருந்திருக்கிறது. லாடின் அவரோயிஸ்ட் எனும் (அவிரோஸ் என அழைக்கப்பட்ட இப்னு ருஷ்த் எனும் ஸ்பானிய கோர்டோவா முஸ்லிம் தத்துவவியலாளரின் பெயரில் இருந்து தோன்றியது) கிறிஸ்தவக் கல்விக் குழு ஒன்று பன்னிரண்டாம் நூற்றாண்டில் பாரிஸ் பல்கலைக்கழகத்திற்கு வருகை தந்தது என்பதிலிருந்து ஸ்பானிய முஸ்லிம் அறிஞர்கள் பிரான்சியப் பல்கலைக்கழகச் சமூகங்கள்மீது செல்வாக்குச் செலுத்தியுள்ளனர் என்பதை உணர்கின்றோம். மனிதனது செயலறிவினைப் பற்றி இப்னு ருஷ்த் வெளியிட்ட சிந்தனைகள், இவர் பிரபல்யப்படுத்திய இரட்டை உண்மைக் கோட்பாடு (இறை வெளிப்பாடும் மனித அறிவும்) போன்றவற்றை இக்குழுவினர் பல்கலைக்கழகப் பாடங்களில் சேர்த்துக் கொண்டனர். இவர்கள் பல்கலைக்கழகச் சமூகம்மீது செலுத்திய செல்வாக்கைக் கண்டு பயந்த பாரிஸ் பல்கலைக்கழகம் இவர்கள் கல்வி புகட்டுவதற்குத் தடை விதித்தது. மத்தியகால ஐரோப்பியப் பல்கலைக் கழகங்கள் அரேபியக் கல்வி முறையால் கவரப்பட்டு, அதையொட்டியே வளர்ந்தன என்ற கருத்தினை, ஸ்பானிய அறிஞரான ரிபேனா ஒய் தராகோ

வலியுறுத்தி வாதிக்கின்றார். பன்னிரண்டாம் நூற்றாண்டில் பல்கலைக் கழக அமைப்பில் ஏற்பட்ட விரைவான முன்னேற்றங்கள் பல்கலைக் கழகங்கள் பட்டங்கள் வழங்க ஆரம்பித்தமை (அரேபிய கல்விக் கூடங்கள் இச்சாகா என்றழைக்கப்பட்ட ஓர் அனுமதிப் பத்திரத்தை வழங்கின) போன்ற தகவல்களைத் தமது வாதங்களுக்கு ஆதாரமாக இவ்வறிஞர் காட்டுகின்றார். (Ribena, *1928 பக். 334-40*) மத்தியகால வரலாற்றில் சிறப்புப் புலமையுள்ள ஃபிரெட்ரிக் ஹீர் (Heer, *1968, பக். 235*) எனும் ஜெர்மானிய வரலாற்றறிஞரும் 'இஸ்லாமிய ஸ்பெய்ன், மத்தியகால ஐரோப்பிய பல்கலைக்கழகங்களின் வளர்ச்சிக்கு ஒரு தூண்டுகோலாக விளங்கியது என்பதில் சந்தேகமில்லை' எனக் கூறி இக்கருத்துடன் உடன் படுகின்றார். ஆனால் இக்கருத்து ஹேஸ்டிங்ஸ் ரெஷ்டோல் போன்ற அறிஞர்களால் நிராகரிக்கப்பட்டுள்ளது; *(1936, பக். 3)* ஐரோப்பியப் பல்கலைக்கழகங்கள் தம் வளர்ச்சிக்கு இஸ்லாமியக் கல்வி நிலையங் களின் உதவிகளைப் பெற்றிருக்கின்றன என்ற வாதத்தை நிரூபிக்க திருப்திகரமான காரணங்கள் காட்டப்படவில்லை என்பது ரெஷ்டோலின் நிலைப்பாடாகும். எவ்வாறிருப்பினும் சிறந்த இஸ்லாமியக் கல்வி நிலையங்கள் வழங்கிய கல்வியறிவு, பல்வேறு ஐரோப்பியக் கல்வி நிலையங்களை நோக்கிக் கசிந்து சென்று, மத்தியகால ஐரோப்பிய படிப்பறிவில் கணிசமான தாக்கத்தினை ஏற்படுத்தியிருக்கும் என்பதில் சந்தேகமில்லை. ஹெச்.ஜி. வெல்ஸூம் இக்கருத்துடன் உடன்படு கின்றார் *(1925, பக். 626)* 'இந்தப் பல்கலைக்கழகங்கள் உருவாக்கிய ஒளிவெள்ளம் இஸ்லாமிய எல்லைகளையும் கடந்து பாய்ந்தது; அது கிழக்கிலிருந்தும் மேற்கிலிருந்தும் மாணவர்களை இஸ்லாமியப் பல்கலைக்கழகங்களை நோக்கி இழுத்தது. பாரிஸ், ஒக்ஸ்போர்ட், வட இத்தாலி போன்ற இடங்களில் அமைந்திருந்த பல்கலைக்கழகங்களின் மீது இவை ஏற்படுத்திய தாக்கம் கணிசமானது' என இவர் கூறுகின்றார்.

அரேபியக் கல்வி, எந்தளவுக்குப் பரவியிருந்தது என்பதையும், அது எந்தளவுக்கு ஏனையோரால் பின்பற்றப்பட்டது என்பதையும், ஒன்பதாம் நூற்றாண்டில் கோர்டோவாவில் வாழ்ந்த சான் அல்வேரோ என்ற கிறிஸ்தவ மதகுருவின் புலம்பல் உணர்த்துகிறது. அப்புலம்பல் வருமாறு:

> என்னுடைய மதத்தைப் பின்பற்றும் பல சகோதரர்கள், முஹம்மதிய மதத்தின் கோட்பாடுகள் பொய்யானவை, தவறானவை என்பதை ஆதாரபூர்வமாக வெளிப்படுத்த வேண்டும் என்ற குறிக்கோளோடு அரேபியக் கதைகளை, கவிதைகளை, முஹம்மதிய மத விற்பன்னர்களினதும் தத்துவவியலாளர் களினதும் எழுத்துகளை வாசிப்பதில்லை; மாறாக அரபியிலே அழகாகவும், சரியாகவும் பேசுவதற்கும், எழுதுவதற்குமே அவர்கள் இவற்றைப் படிக்கின்றனர். அந்தோ! தமது திறமைகளால் சமூகத்தின் கவனத்தைக் கவர்ந்த அத்தனை கிறிஸ்தவ இளைஞர்களும் அரபு மொழியையும் அதன்

இலக்கியத்தையும் பற்றி அறிவார்கள்; பெருஞ் செலவு செய்து, மாபெரும் நூல்நிலையங்களிலே அரபு நூல்களையே ஆர்வத்துடன் படிக்கவும் வாசிக்கவும் செய்கின்றனர்; பின்னர் முஹம்மதிய இலக்கியங்கள் போற்றத் தக்கவை என எல்லா இடங்களிலும் உரத்துக் கூவுகின்றார்கள். (Thompson, *1939, பக். 360*)

இஸ்லாமியப் பல்கலைக்கழகங்களுக்கும் மத்திய கால ஐரோப்பிய பல்கலைக்கழகங்களுக்குமிடையேயான ஒற்றுமைகளைச் சுட்டிக் காட்டும் ஒரு சுவையான குறிப்பினை லார்ட் பிரைஸ் தான் எழுதிய 'சட்டத்தையும் சமயத்தையும் பற்றிய ஒரு கட்டுரை' ஆக்கத்திலே தந்துள்ளார். (Bryce, *1901, பக். 219-37*, குறிப்பாக பக். *231-6*) இக்கட்டுரையில் பிரைஸ் பிரபு பத்தாம் நூற்றாண்டில் அமைக்கப்பட்டதும், உலகில் இன்று இயங்கிக்கொண்டிருக்கும் பல்கலைக்கழகங்களிலே மிகத் தொன்மையானதும் சிறப்புமிக்கதுமான அல் அஸ்ஹர் பல்கலைக் கழகத்திற்குத் தான் சென்று பார்வையிட்டதை நினைவுகூர்ந்துள்ளார். அல் அஸ்ஹரை அவ்வறிஞர் 'பழமையானதும் அற்புதமானதுமான பல்கலைக்கழகம்' என வர்ணிக்கின்றார். பத்தாம் நூற்றாண்டில் நிறுவப் பட்ட அல் அஸ்ஹர் பல்கலைக்கழகத்தில் காணப்பட்ட கட்டடக் கலை அம்சங்களையும் ஒரு சில நூற்றாண்டுகளுக்குப் பின்னர் நிறுவப்பட்ட ஆரம்ப ஐரோப்பியப் பல்கலைக்கழகங்களில் காணப்பட்ட கட்டடக் கலை அம்சங்களையும் பரவசத்தோடு ஒப்புநோக்கிய பிரைஸ் பிரபு, அதன் நடுவே, பின்பற்றப்பட்ட பாடவிதானங்கள், கடைப்பிடிக்கப் பட்ட கற்பித்தல் முறைகள், நிதி ஏற்பாடுகள், மாணவர் சுதந்திரம் போன்ற விடயங்களில் அஸ்ஹருக்கும் மத்தியகால ஐரோப்பிய பல்கலைக்கழகங்களுக்குமிடையே காணப்பட்ட பல ஒற்றுமைகளைச் சுட்டிக் காட்டியுள்ளார். குடும்ப இணைப்புகளோ, ஒழுங்கான தொழில் பிணைப்புகளோ இல்லாது பெருந்தொகையான மாணவர்கள் ஒன்றாய் வாழ்ந்த அஸ்ஹரிலும் ஐரோப்பியப் பல்கலைக்கழகங்களிலும் நிலவிய அறிவியல் சூழ்நிலைகளையும் ஒப்பிட்டுள்ளார். 'பொதுமக்கள் கருத்துகளும், நாம் இன்று சனநாயக உணர்வுகள் என வர்ணிக்கும் சிந்தனைகளும் ஆர்வம்மிகு பல்கலைக்கழக மாணவர்கள் வாயிலாக வெளிப் பட்ட காலகட்டத்திலேயே பாரிஸிலும் ஒக்ஸ்போர்டிலும் போலவே அல் அஸ்ஹரிலும் மாணாக்கர் சமய, அரசியல் மனக்கிளர்ச்சிகளால் உந்தப்பட்டுக்கொண்டே இருந்தனர் எனக் கூறுகின்றார்.

கீழைத்தேயக் கல்வி நிலையங்களிலிருந்து மேலைத்தேயக் கல்வி நிலையங்களை நோக்கிக் கல்வியறிவு படர்ந்து கொண்டிருந்த ஒரு சகாப்தத்திலே, ஆரம்பத்தில் தோன்றிய பல்கலைக்கழகங்கள் பின்னர் தோன்றிய பல்கலைக்கழகங்களின் மீது எத்தகைய செல்வாக்கைச் செலுத்தியிருக்கும் என்பதை யாரால் சொல்ல முடியும்?

இது சட்டவியல் வரலாற்றைப் பொறுத்தவரையில் பெரும் முக்கியத்துவம் பொருந்தியதாகும். தத்துவவியலாளர்களின் முதல்வராக பிளேட்டோ, கிறிஸ்தவ திருச்சபையினால் ஏற்கப்பட் டிருந்த போதிலும் ஆயிரம் ஆண்டுகளுக்கும் மேலாக அரிஸ்டோட்டலின் சட்டவியல் சிந்தனைகளைப் பற்றி மேற்கத்திய அறிவியல் அதிகம் அறிந்திருக்க வில்லை என்றே கூற வேண்டும். இதற்குரிய காரணங்கள் என்ன என்பதைச் சிந்திப்பது சுவையானதாகும். பிளேட்டோவின் தத்துவஞான சிந்தனைகளின் போக்கு இதற்கு ஒரு காரணமாக இருந்தது. கல்வி, அறிவு, அனுபவத்தால் உயர் நிலையை அடைந்த ஒரு சிறு குழுவினரின் கைகளிலேயே ஆட்சிப் பொறுப்பு ஒப்படைக்கப்படல் வேண்டும் என்பதே பிளேட்டோ வின் வாதம். கல்வியை, ஏறத்தாழ தன் ஏகபோக உடைமையாக அனுபவித்த திருச்சபைக்கு, இக்கருத்து இணக்கமான ஒன்றாகவே இருந்தது. இத்தகைய படித்த, சிறப்புரிமைகள் பெற்றிருந்த வகுப்பினரிடமே ஆட்சியும் சட்ட நிர்வாகமும் கையளிக்கப்படல் வேண்டும் என்பதே பிளேட்டோவின் எண்ணம். மாறாக அரிஸ் டோட்டலோ தனிமனித சுதந்திரத்தை ஆதரித்தார். ஒவ்வொரு மனிதனுக்கும் அவனது முழு ஆளுமையை வளர்த்துக்கொள்ள வாய்ப்பு வழங்கப்பட வேண்டும் என்று விரும்பினார். கிரேக்க உலகின் அதி உயர் தர்க்கவியல் அறிஞராக மதிக்கப்பட்ட அரிஸ்டோட்டல், தனது தத்துவங் களில் சுதந்திரமான அறிவியல் விசாரணைகளுக்கு முக்கியமான இடத்தினை வழங்கினார்.

அரிஸ்டோட்டலின் ஆக்கங்கள் ஆயிரம் ஆண்டுகளாக மூழ்கடிக்கப் பட்டு, பொய்யாக்கப்பட்டு, ஒதுக்கப்பட்டிருந்த போதிலும், கிரேக்கத் தத்துவவியலாளர்களின் படைப்புகளால் பெரிதும் கவரப்பட்டிருந்த இஸ்லாமியத் தத்துவவியலாளர்களின் பார்வையில் இருந்து அவை தப்பவில்லை. அரிஸ்டோட்டல் எழுதிய *மெட்ட பிசிகா* அறிமுகத்தை இப்னு ஸீனா தனது சுயசரிதையில் மனதைக் கவரக்கூடிய முறையில் கூறியிருக்கிறார்.

> நான் அரிஸ்டோட்டல் எழுதிய *மெட்ட பிசிகா* என்ற நூலை வாசித்தேன்; ஆனால் அதனை விளங்கிக் கொள்ளவில்லை. அதனை எழுதிய ஆசிரியரின் நோக்கம் என்ன என்பதைப் புரிந்துகொள்ள முடியாது குழம்பினேன். நூலின் உள்ளடக்கம் முழுவதும் என் மனதில் மனனமாகும் வரை அதனை வாசித்தேன் - அதனை நாற்பது முறைகளுக்கு மேல் வாசித்திருப் பேன்... இந்த நூல் எவ்வகையிலும் புரிந்துகொள்ள முடியாதது என நான் மனம் புழுங்கினேன். ஒரு நாள் நண்பகல் நேரத்தில் தற்செயலாக நான் புத்தகங்கள் விற்பனை செய்யும் ஓர் இடத்தில் நின்று இருந்தேன். அங்கே ஒரு தரகர், தன் கையிலே ஒரு புத்தகத்தை வைத்துக்கொண்டு, அதனை விற்பதற்கு முயன்றுக் கொண்டிருந்தார்... ‘இந்த நூலை வாங்குங்கள்; இது மலிவு; நான் இதை

உங்களுக்கு நான்கு திர்ஹம்களுக்குத் தருகின்றேன். இந்தப் புத்தகத்தின் உரிமையாளருக்குப் பணம் தேவைப்படுகிறது' என்று என்னிடம் கூறினார். நான் அதனை வாங்கினேன். அதன் பின்னரே அது *மெட்ட பிஸிகாவின் நோக்கங்களைப் பற்றி* அபூ நஸ்ர் அல் பராபி எழுதிய நூல் என்பதை அறிந்து கொண்டேன். வீடு திரும்பியவுடன் அவசர அவசரமாக நான் அந்நூலினை வாசிக்க ஆரம்பித்தேன். அரிஸ்டோட்டலின் நூலை நான் மனனம் செய்து இருந்ததால், பராபியின் நூலை வாசிக்க ஆரம்பித்தவுடன், *மெட்ட பிஸிகாவில்* அரிஸ்டோட்டல் என்ன கூற முயன்றுள்ளார் என்பது எனக்குத் தெளிவாகப் புரிய ஆரம்பித்தது. பெரும் மகிழ்ச்சியடைந்த நான், அடுத்த நாள் எல்லாம் வல்ல அல்லாஹ்வுக்கு நன்றி செலுத்துமுகமாக ஏழைகளுக்கு நிறைய தானம் வழங்கினேன். (Arberry, *1951*, பக். *9-24;* மேலும் பார்க்க: Carroll, *1961*, பக். *278*)

அரிஸ்டோட்டல் எழுதிய நூல்களின் அரபு மொழிபெயர்ப்புகளும் அவற்றைப் பற்றிய விளக்கவுரைகளும் அப்போதே மிகப் பரவலாகப் புழக்கத்தில் இருந்திருக்க வேண்டும்.

அரிஸ்டோட்டல் தன் நூல்களில் வலியுறுத்திய தனிமனித சுதந்திரம் என்ற தத்துவமும், தர்க்கவியலில் அவருக்கிருந்த அபாரமான புலமையும் அரேபிய அறிவியல் மறுமலர்ச்சியின் சின்னங்களாக விளங்கிய அரேபிய அறிஞர்களைப் பெரிதும் கவர்ந்தன. தனிமனித சுதந்திரம், அதிகாரப் பிரிவினை, சட்டவாட்சி போன்ற அரசியல் கோட்பாடுகளின் அடிப்படையாக விளங்கும் மேற்கத்திய சிந்தனைகளுக்கு அறிவியல் அடித்தளமாக விளங்கும் அரிஸ்டோட்டலின் தத்துவங்கள் எவ்வாறு இப்னு ஸீனா, இப்னு ருஷ்த் போன்ற தத்துவவியலாளர்களின் சேவைகளினாலும், கிரேக்க அரபு மொழிபெயர்ப்புகளினாலும் ஐரோப்பாவில் பரவியது என்பதை இப்போது காணலாம். அரேபிய தத்துவஞான சிந்தனை என்னும் பாலத்தினூடாக ஐரோப்பா சென்றடைந்த இவ்வறிவு, தோமஸ் அகுயினாஸின் சிந்தனைகளை வளப்படுத்தி, அரசியல், சட்டம் போன்ற துறைகளில் ஐரோப்பிய அறிவியல் மீண்டும் மலர்வதற்குக் காரணமாயிற்று. காரோலிங்கியன் சகாப்தத்தில் (ஒன்பதாம் நூற்றாண்டு) தொடங்கி மத்திய காலம் முழுவதும் ஐரோப்பியக் கலை, கல்வித் துறைகள் பெரிதும் வளர்ச்சியடைந்ததற்கு முக்கிய காரணங்களாக விளங்கியவை அரபியில் புதிதாக மொழிபெயர்க்கப்பட்ட கிரேக்கத் தத்துவஞான நூல்களும், அரேபிய விஞ்ஞானம், கிறிஸ்தவ ஐரோப்பாவில் அறிமுகப்படுத்தப்பட்டமையுமாகும். இஸ்லாமிய ஸ்பெய்னிலிருந்தும் அண்மைக் கிழக்கிலிருந்தும் கசிந்து வந்த அறிவியல் செல்வாக்குகள் அறிவியல் எல்லைகளை மேலும் விரிவுப்படுத்தின. (Carroll, *1961:* பக். *337*)

இஸ்லாமியச் சட்டங்கள்மீது நியாயமற்ற துவேஷ மனப்பான்மை கொண்டிருந்த ஒரு மேற்கத்திய சட்ட நிபுணர்கூட, இஸ்லாமிய

அறிவியல் துறைகளின் பங்களிப்பைப் பற்றிக் கூறும் போது கீழ் வருமாறே உரைக்கின்றார்:

> சுருக்கமாகக் கூறுவதாக இருந்தால் ஒன்பதாம், பத்தாம் நூற்றாண்டுகளில் அறியாமை இருள் கிறிஸ்தவ உலகினை மூடிக் கிடந்தபோது, நாகரிகத்தின் மையங்களாக விளங்கியவை ஆசியா, ஆப்பிரிக்கா, ஸ்பெய்ன் போன்ற பகுதிகளே. இப்பகுதி களிலிருந்தே முதன்முதலாக கிரேக்கத் தத்துவஞானம் மேற்குக்கு அறிமுகமாகியது. இம்மொழிபெயர்ப்புகளே மத்திய காலத்துக்கு ஒளியூட்டிய தீபங்கள். இவையே சிந்தனைச் சுதந்திரத்தின் முதல் வடிவ மாகவும் இருந்தன. (Lon, 1907, பக். 396)

இஸ்லாத்தின் தோற்றம் அரேபிய உலகிலும், ஐரோப்பாவிலும் இத்தகைய ஒரு கல்விப் பிரவாகத்தை முடுக்கி விட்டிருக்குமானால், இஸ்லாமியப் போதனைகளின் எந்த அம்சம் இத்தகைய ஆச்சரியமான விளைவினை ஏற்படுத்தியது என்பதை ஆராய்வது பொருத்தமான தாகவும், பயன் மிக்கதாகவும் இருக்கும்.

கல்வியை ஊக்குவித்த சமயத் தூண்டுகோல்

இதற்கு விடை காண ஒருவர் அதிகம் கஷ்டப்பட வேண்டியதில்லை. 'ஓர் அறிஞனின் பேனாவில் இருந்து ஊற்றெடுக்கும் மை ஒரு தியாகி யின் இரத்தத்தைவிடப் புனிதமானது' என்று நபிகள் நாயகம் கூறியிருப் பதாகப் பொதுவாக நம்பப்படுகின்றது. அரேபியக் கோத்திரங்களின் மத்தியில் மிக மலிவாக மதிக்கப்பட்ட கல்வியின் அந்தஸ்து, இஸ்லாத்தால் பெரிதும் உயர்த்தப்பட்டது. எங்கெல்லாம் கல்வியைப் பெற முடியுமோ, அங்கெல்லாம் கல்வியைப் பெற்றுக்கொள்ளும்படி நபிகளார் தம்மைப் பின்பற்றியோருக்குக் கட்டளையிட்டார்கள். 'சீனா சென்றாகிலும் கல்வியைத் தேடுங்கள்' என்பது நபிகளாரின் ஒரு பொன்மொழி. கல்வியைத் தேடி உலகின் எல்லாக் கோணங்களுக்கும் செல்லும்படி பணிக்கப்பட்ட முஸ்லிம்கள் அதனையே செய்தனர் என்பதை ஹிஜ்ரத் நிகழ்ந்து பத்து ஆண்டுகள் முடிவடைவதற்கு முன்னர் முஸ்லிம்கள் சீனாவுக்குச் சென்றுவிட்டனர் என்ற உண்மை உணர்த்துகிறது.

முஸ்லிம்களின் அறிவியல் சாதனை அட்டவணையில் சீனா ஒரு முக்கிய இடத்தினைப் பெறுகின்றது. காரணம் காகிதத் தாள்களை உற்பத்தியாக்கும் கலை பற்றிய அறிவை எட்டாம் நூற்றாண்டில், அரேபியா, சீனாவில் இருந்துதான் பெற்றது. சீனாவிடம் இருந்து பெற்ற இவ்வறிவின் தாக்கம் மிகப் பெரிது! பெபிரஸ்ஸிலோ, செம்மறி ஆட்டின் தோலிலோ எழுதுவதைவிட காகிதத் தாளில் எழுதுவது எளிதானது. எனவே காகிதத் தாள் கண்டுபிடிப்பு, புத்தகப் பிரதிகளின் தொகை கூடுவதற்கு வழிவகுத்தது.

இஸ்லாத்தைப் பற்றிய அறிவைப் பெற விரும்பும் ஒவ்வொரு முஸ்லிமுக்கும், அல்லாஹ் நபிகளாருக்கு வழங்கிய அத்தனைத் திருவசனங்களையும் உள்ளடக்கிய நூலான திருக்குர்ஆனைப் படித்தல் இன்றியமையாததாகும். இவ்வறிவைப் பெற்றுக்கொள்ளல் பக்தி பூர்வமான ஒரு செயல். எனவே வாசிப்பதற்கு, எழுதுவதற்கு, பொருள் கோடல் செய்வதற்கு குர்ஆன் ஓர் உந்துசக்தியாயிற்று. இது எழுத்தறிவை, படிப்பறிவைப் பெற்றுக்கொள்வதன் முக்கியத்துவத்தை அழுத்தி வலியுறுத்தியது. (Iqbal, *1981, பக். 14*)

பாத்திமி கலீஃபா அல் அஸீஸ் *(974-976)* அவர்கள் கெய்ரோவில் நிர்மாணித்திருந்த நூல்நிலையத்தைப் பற்றிய ஒரு வர்ணனை இஸ்லாமியக் கல்வியில் குர்ஆனுக்கு வழங்கப்படும் முக்கியத்துவத்தைக் குறியீட்டு முறையில் உணர்த்துகிறது எனலாம். அழகான அட்டைகள் இடப்பட்ட பல இலட்சக் கணக்கான நூல்களைக் கொண்டிருந்த அந்த நூல்நிலையத்திற்கு மேலே ஓர் அறை அமைக்கப்பட்டிருந்தது; இவ்வறையிலே தங்கத்தாலும், வெள்ளியினாலும் முலாமிடப்பட்டு, ஒளிவீசிக் கொண்டிருந்த இரண்டாயிரத்து நானூறு குர்ஆன் பிரதிகள் வைக்கப்பட்டிருந்தன. (Dunlap, *1972, பக். 57*)

கற்றல் ஊக்குவிக்கப்பட்டதைப் போலவே இஸ்லாமியர் மத்தியில் கலந்துரையாடலும் ஆய்வும் ஊக்குவிக்கப்பட்டன. ‘என்னுடைய சமூகத்தினரிடையே கருத்து வேறுபாடு ஒன்று ஏற்படின் அது அல்லாஹ் வின் அருளின் அத்தாட்சியாகும்’ என்பது நபிகளாரின் கூற்றாகும். வேறு வார்த்தைகளில் சொல்வதாக இருந்தால், அறிஞர்கள் மத்தியில் கருத்து வேறுபாடு தோன்றுவது அறிவு வளர்ச்சிக்குத் தூண்டுகோலாய் அமையும். காரணம் அறிவுகள் மோதும் போது புது அறிவு தோன்றும். இந்த வகையில் இஸ்லாமிய அறிவு தன்னை எதிர்கொண்ட அத்தனை அறிவுபூர்வமான பிரச்சினைகளுக்கும் முகங்கொடுத்துப் போராடியது.

அறிவியல் ஆதிக்கத்தில் சட்டவியலுக்கான இடம்

அறிவுச் செல்வங்கள் பலவகைப்பட்டனவாகும். ஆனால் அவற்றுள் மைய நெறியாக விளங்குவது சட்டவியலே. எனவே நமது ஆய்வில் இதுவே விசேஷ முக்கியத்துவம் பெறுகின்றது.

சட்டவியலே மானுடவியல் நெறிகளின் அரசி என்பது மேற்கத்திய அறிஞர்கள் சிலரின் கருத்தாகும். ஆனால் இதனை ஏனைய துறை அறிஞர்கள் எவ்வித ஆட்சேபனைகளுமின்றி ஏற்றுக்கொண்டுள்ளனர் எனக் கூறிவிட முடியாது. வாதப் பிரதிவாதங்கள் எழத்தான் செய்கின்றன. ஆனால் இஸ்லாமிய உலகைப் பொறுத்தவரையில் எவ்வித ஆட்சேபனைகளுக்கும் அவசியமில்லை. சட்டவியலின் அதிமுக்கியத்துவம், எவ்வித

சர்ச்சையுமின்றி ஏற்றுக்கொள்ளப்படுகிறது. இஸ்லாமியச் சட்டங்களும், இஸ்லாமிய வாழ்க்கை முறையின் அத்தனை அம்சங்களும் குர்ஆனின் கோட்பாடுகளினாலும் கட்டுப்பாடுகளினாலும் நெறிப்படுத்தப்பட்டே இருக்கின்றன. எவ்வெத் துறைகளானாலும் சரி, அவ்வத் துறைகளில் குர்ஆன் கூறும் சட்டங்களின் நிலைப்பாடு என்ன என்பதை அறிவது இஸ்லாமிய அறிஞர்களின் முக்கிய குறிக்கோளாக இருந்தது. கல்வியைத் தேடு என்ற குர்ஆனின் கட்டளையினால் உந்தப்பட்ட விஞ்ஞானியும், விஞ்ஞானத்தோடு தன்னுடைய தேடலை நிறுத்திக் கொள்ளாது, ஏனைய துறைகளிலும் அறிவைத் தேடும் முயற்சிகளில் ஈடுபட்டார். சமூக விஞ்ஞானிகள், குறிப்பாக சட்ட நிபுணர்கள் தங்கள் துறை தொடர்பான தேடல்களுக்குக் குர்ஆனையே அதிகமாக ஆராய்ந்தனர். ஏனென்றால், விஞ்ஞானத்தைப் போலன்றி, இக்கல்வி நெறிகள் தொடர்பான கோட்பாடுகளும் சட்டங்களும் குர்ஆனிலேயே இருந்தன.

'இஸ்லாமியச் சட்டம் என்பது இஸ்லாமியச் சிந்தனைத் தொகுதியின் ஒரு சிறு வடிவமே; அது இஸ்லாமிய வாழ்வு முறையினைத் தத்ரூபமாகப் பிரதிபலிக்கின்றது; அதுவே இஸ்லாத்தின் மையக் கருத்தாகும்' என்று இஸ்லாமியச் சட்டம் என்றால் என்ன என்பதை வர்ணித்துள்ளார் ஜோசப் ஸாச்ட் (Joseph Schacht, *1964*, பக். *1*) எனும் அறிஞர். அறிவு எனும் பொருள் தரும் *பிக்ஹ்* இஸ்லாமியச் சட்டங்களைக் குறிப்பதற்குப் பயன்படுத்தப்பட்டிருப்பது, இறை சட்டங்களைப் பற்றிய அறிவையே இஸ்லாம் மிக உன்னதமான அறிவெனக் கருதியது என்பதைப் புலப்படுத்துகின்றது.

குர்ஆனில் அல்லாஹ் தன்னுடைய சட்டங்களை வெளிப்படுத்தியுள்ளானே தவிர, தன்னையோ தனது தன்மைகளையோ வெளிப்படுத்தவில்லை என்பதும் இஸ்லாமிய அறிவியலில் சட்டவியலுக்குப் பெரும் முக்கியத்துவம் கொடுக்கப்பட்டிருப்பதற்கு மற்றுமொரு முக்கிய காரணமாகும். பழமைக்கு மதிப்பளிப்பவர்கள் இக்காரணத்திற்குக் கூடுதலான முக்கியத்துவத்தை அளிப்பர். அல்லாஹ்வை முழுமையாக அறிதல் மனிதனால் முடியாதது. ஆனால் அவனது கட்டளைகளோ எல்லா மக்களும் விளங்கி, செயற்படுத்தக்கூடிய முறையிலே மிகத் தெளிவாக வெளியாக்கப்பட்டுள்ளன. எனவே அல்லாஹ்வின் தன்மைகளைப் பற்றியும், அவனைப் பற்றியும் சிந்திப்பதைவிட, அல்லாஹ்வின் கட்டளைகளுக்கு விளக்கம் பெறும் முயற்சிக்குக் கூடுதலான முக்கியத்துவம் வழங்கப்பட்டது. மனித அறிவு வரம்புடையது, குறுகியது என்பதை மனதில்கொண்டு நோக்கும்போது, அல்லாஹ்வைப் பற்றியோ, அல்லாஹ்வின் தன்மைகளைப் பற்றியோ ஆராய்வதைவிட, அல்லாஹ்வின் கட்டளைகளை ஆராய்வதற்கே, மனித அறிவு கூடுதலான பொருத்தம்

உடையது என்றே கருதப்பட்டது. சமயவியல் அல்லாது சட்டவியலே பிரதான இஸ்லாமிய அடிப்படை அறிவியல் செயல் பாடாகக் கருதப் படல் வேண்டும் என்பதனையும் இது உணர்த்துகிறது எனக் கருதலாம்.

முதன்மை நகரங்களில், பள்ளிவாசல்களிலோ, தனிப்பட்டவர்களின் இல்ல முன்றில்களிலோ ஒன்றுகூடி கலந்துரையாடும் வழக்கம் மக்களிடம் காணப்பட்டது. சமூகத்திலே தோன்றும் புதிய, புதிய பிரச்சினைகளுக்குத் தீர்வு காண குர்ஆன் காட்டும் வழிமுறைகள் என்ன என்பதை ஆய்வதே இக்கலந்துரையாடல்களின் நோக்கமாக இருந்தது. இந்தக் கலந்துரை யாடல்களின் போது, பெரும்பாலான சந்தர்ப்பங்களிலே ஒருமித்த முடிவுகள் எடுக்க முடியாது போயிற்று; கருத்து வேற்றுமைகள் புதிய கலந்துரையாடல்களுக்கு வழிவகுத்தன.

இவ்வாறு நடந்த சட்ட சம்பந்தமான கலந்துரையாடல்களுக்கும் ஓர் உதாரணமாக நாம் பின்வருவதைக் காட்டலாம். சத்தியத்தின் அடிப்படையில் செய்யப்பட்ட ஓர் ஒப்பந்தத்தை மீறுகிறவனுக்கு உரிய தண்டனை மூன்று நாட்கள் நோன்பு இருப்பது என்று கூறுகின்றது குர்ஆன். இங்கே மூன்று நாட்கள் என்பது தொடர்ச்சியான நாட்களைக் குறிக்கின்றதா அல்லது ஏதாவது மூன்று நாட்களைக் குறிக்கின்றதா? இப்னு மஸ்ஊத் போன்ற தொடக்ககால அறிஞர்கள் இதனைத் தொடர்ச்சி யான மூன்று நாட்கள் என்றே பொருள் கொண்டிருக்கின்றனர். பிந்திய காலத்து அறிஞர்கள் மத்தியில் இது வெவ்வேறு மூன்று நாள்களைக் குறிக்கும் என்ற கருத்தே பொதுவாக நிலவியது. ஒப்பீட்டளவில் இது சிக்கல்கள் இல்லாத ஒரு பொருள் கோடலாகும். சிக்கல்கள் நிறைந்த பிரச்சினைகளும், சிலவேளைகளில் அறிவின் தன்மையையே விவாதத்தின் பொருளாக்கும் பிரச்சினைகளும் கலந்துரையாடல்களுக்குரிய விடய மாக இருந்தன.

மாற்றங்களுக்கோ வளர்ச்சிகளுக்கோ இடங்கொடாத, மாறும் சூழ்நிலைகளுக்கேற்ப தன்னை மாற்றிக்கொள்ளாத அல்லது தன்னை மாற்றிக்கொள்ள முடியாத எந்த ஒரு சட்டமுறைமையும் வளர்ச்சி அடைவதில்லை; உன்னதமான சட்டமுறைமை எனும் கௌரவத்தைப் பெறுவதில்லை என்பதை நவீன சட்டவியல் ஆய்வுகள் உறுதிப்படுத்து கின்றன. பிரித்தானியப் பொதுச்சட்டம் பல நூற்றாண்டுகளாக நீதியரசர் களின் நீதிமுறைத் தீர்ப்புகள் மூலம் மாற்றங்கள் பெற்று வளர்ந்துள்ளது. ரோமன் சட்டங்களோ காலத்திற்குக் காலம் தோன்றிய நூற்றுக்கணக்கான உயர் சட்ட நிபுணர்களின் எழுத்தாக்கங்களால் மாற்றங்கள் பெற்றிருக் கின்றன; வளர்ச்சி கண்டுள்ளன. இந்து சட்டங்களோ ஒரே நூலில் காணப்படுபவையல்ல; அவை வெவ்வேறு காலங்களில் எழுதப்பட்ட வெவ்வேறு நூல்களில் சிதறி இருக்கின்றன. காலமாற்றத்திற்குச் சாத்திய

மான முறையில், சட்ட அந்தஸ்து ஆளுமை பற்றிய வெவ்வேறு பொருள் கோடலுடன் கூடிய, அறிவுபூர்வமான விவாதங்கள் எழுகின்றன.

அரேபிய உலகத்தில் சட்டநிபுணத்துவத்திற்கும் சட்டப் புலமைக்கும் பஞ்சம் ஏதும் இருக்கவில்லை. ஆனால் எல்லாப் பகுதிகளும் சமமாக மதிக்கப்படும், என்றுமே எவராலுமே மாற்றப்பட முடியாத, உலக வாழ்வின் அத்தனை அம்சங்களையும் பற்றிப் பேசுகின்ற ஒரு நூலின் சட்டங்களினால் கட்டுப்படுத்தப்பட்ட இஸ்லாமியச் சட்ட விற்பன்னர்கள், அந்த நூல் வழங்கியுள்ள எல்லைகளை மீறி எவ்வாறு சட்டத் துறையை வளர்த்திருக்க முடியும்? விரைவாக வளர்ந்து கொண்டிருந்த இஸ்லாமியப் பேரரசுக்கு உள்ளேயும் வெளியேயும் தோன்றக்கூடிய, தேசிய, சர்வதேச உறவுகளை, மாற்றமே செய்யப்பட முடியாத ஒரு நூல் வழங்கும் சட்டங்களுக்கு இணங்க வகுத்துக்கொள்ள முடியுமா?

இந்த வினாவுக்கு விடை கூற நாம் இஸ்லாமியச் சட்டங்களின் பிரதான மூலாதாரங்களை அறிந்துகொள்ளல் வேண்டும். அடுத்துவரும் அத்தியாயத்தில் இஸ்லாமியச் சட்டங்களின் மூலாதாரங்கள் வெகு சுருக்கமாக ஆராயப்படும். இஸ்லாமியச் சட்ட முறைகளை விளக்குவது இந்நூலின் நோக்கமல்ல; எனவே அவற்றைப் பற்றிய விளக்கம் இங்கு இராது. இருப்பினும் அவை நேர்த்தியானவை, நளினமானவை என்பதை வாசகர்கள் புரிந்து கொள்ளல் வேண்டும். எடுத்துக்காட்டாக, சட்ட நுணுக்கங்களைப் பிரித்தெடுக்க இஸ்லாமியச் சட்ட விற்பன்னர்கள் *கியாஸ்* (ஒப்பு நோக்கித் தீர்வுகாணும் முறை), *இஸ்திஸாப்* (தொடரானது எனும் ஊகம்), *இஸ்திஸ்லா* (பொது நலம் கருதுதல்), *இஸ்திஹ்ஸான்* (சரியொப்பு விருத்திக் கொள்கை, குறிப்பாக ஹனபி மத்ஹபில், கியாஸ் எனும் நுட்பப் பயன்பாடுகளின் கட்டுப்பாடுகளை ஈடுசெய்வதற்கு) (மேலதிக விபரங்களுக்கு மக்திசி, 1985, பக். 40-5) போன்ற முறைகளைப் பயன்படுத்தினர். இஸ்லாமியச் சட்ட முறையிலே, நீதியரசர் எந்த மத்ஹபைச் சார்ந்திருந்தாரோ, அந்த மத்ஹபின் சட்டதிட்டங்களால் பெரிதும் கட்டுப்படுத்தப்பட்டார்.

இஸ்லாமியச் சட்டமுறைமை தான்தோன்றித்தனமான பொருள் கோடல்களினாலும், விளக்கங்களாலும் வளர்ந்த ஒன்றல்ல; அதன் வளர்ச்சி, கட்டுப்பாடு மிகுந்ததாகவும் முறையானதாகவும் இருந்தது. இதனை உணராது, அறியாத்தன்மையிலே சிலர் சிலவேளைகளில் மேற்கத்திய சட்டவியலில் உயர்ந்த இடம் பிடித்துக்கொண்ட இஸ்லாமியச் சட்டமுறையைப் பற்றி நியாயமற்ற விமர்சனங்களைச் செய்துள்ளனர். இதற்கு உதாரணமாக டெர்மினியல்லோ எதிர் சிகாகோ (337 US 1 at II, 1949) என்ற வழக்கின் தீர்ப்பிலே மிகவும் புகழ்பெற்ற அமெரிக்க நீதியரசர்களில் ஒருவரும் பெரும் கல்வியாளருமான நீதியரசர்

ஃபிராங்ஃபர்டர் பின்வருமாறு கூறியுள்ளதைக் காட்டலாம்:

> இது ஒரு மறுபரிசீலனை நீதிமன்றம்; விதிமுறைகளால் கட்டுப்படாத ஒரு நீதிமன்றம் அன்று. எங்கள் நிலை ஒரு மரத்தின் கீழ் அமர்ந்து தன் மனோஇச்சைப்படி தீர்ப்பு வழங்கும் ஒரு காதியினைப் போன்றதல்ல.

கிளார்க் எதிர். ஹார்லிஸ்வைவல் மியூட்வல் கேஸ்வாலிடி கம்பெனி (123 F 2d 499 at 502, *1941)* என்ற வழக்கின் தீர்ப்பில் மேல்முறையீட்டு நீதிமன்ற நீதியரசர் டோபி ஒரு படி மேலே சென்று கீழ்வருமாறு கூறியுள்ளார்:

> நாங்கள் ஒரு மேல்முறையீட்டு நீதிமன்றமாக அமர்ந்துள்ளோம். எவ்விதக் கட்டுப்பாடுமில்லாது தனது மனோ இச்சைக்கிணங்கத் தீர்ப்பு வழங்கும் ஒரு பழைய கீழைத்தேசக் காதியைப் போல நாம் சட்டத்தின் கீழ் நீதி பரிபாலனம் செய்ய முடியாது.

இத்தகைய தவறான விமர்சனங்களுக்கு இன்னும் முற்றுப் புள்ளி இடப்படவில்லை. இத்தகைய நியாயமற்ற விமர்சனங்கள், சட்டவியலில் செய்யப்படும் ஒப்பீட்டு மதிப்பீடுகளின் கண்ணியத்தைப் பெரிதும் குறைத்து விடுகின்றன. (இத்தகைய கூற்றுகளைப் பற்றிய விமர்சனங்கள், பார்க்க: Rosen, *1980-1)*

3
இஸ்லாமியச் சட்டங்களின் மூலாதாரங்கள்

இஸ்லாமியச் சட்டங்களின் பரந்து விரிந்த, விரைவான பரவலைப் பற்றி ஏற்கெனவே நாம் அறிந்துள்ளோம். இஸ்லாத்தின் தோற்றத்திற்கு முன்னர் உரோமன் சட்டங்கள் செயல்பட்டதைப் போலவே இஸ்லாமியச் சட்ட முறைகளும் பல்வேறுபட்ட மக்களுக்கும், நாடுகளுக்கும் இடையே ஓர் ஒருமைப்பாட்டை ஏற்படுத்தின. ஒருமைப்பாட்டை உருவாக்கும் கிறிஸ்தவச் சட்டத்தை அடித்தளமாகக் கொண்டியங்கிய மத்தியகாலக் கிறிஸ்தவ ஐரோப்பியக் குடியரசினைப் போலவே இஸ்லாமியக் குடியரசும் ஒன்றிணைப்பை ஏற்படுத்தும் ஒரு சட்டத்தைக் கொண்டிருந்தது.

ஆயினும் கிறிஸ்தவப் பொதுநலவாயத்தின் சட்டத்திற்கும், இஸ்லாமியப் பொதுநலவாயத்தின் (அல்லாஹ்வின் சமூக) சட்டத்திற்கு மிடையே ஓர் அடிப்படை வேறுபாடு இருந்தது. கிறிஸ்தவச் சட்டம் உருவாகத் தொடங்கிய காலகட்டத்திலே, அது உருவாவதற்கும், வளர்வதற்கும் வழிகாட்டி உதவ நன்கு வளர்ச்சி பெற்றிருந்த உரோமன் சட்டம் அன்று இருந்தது. எனவே உரோமன் சட்டத்தைத் தழுவி வளரக் கூடிய வாய்ப்பு அதற்கு இருந்தது. அன்றைய காலகட்டத்திலே, உலகின் மிக முன்னேற்றகரமான சட்டமுறையாக விளங்கியது உரோமன் சட்ட முறையே. தத்துவ முதிர்ச்சிக்கும் உள்ளடக்கத்தின் விரிவுக்கும் இது பெரும் புகழை ஈட்டியிருந்தது. கிறிஸ்தவச் சட்டமுறைமையை உருவாக்கு வதில் ஈடுபட்டிருந்த சட்ட வித்தகர்கள் செய்யவேண்டியிருந்தது ஒன்றே ஒன்று மாத்திரமே. உரோமன் சட்டங்களை அப்படியே தத்தெடுத்து, அவற்றோடு கிறிஸ்தவக் கோட்பாடுகளின் சாறினைச் சேர்ப்பதும், அச்சட்டங்கள் எவ்வகையிலேனும் கிறிஸ்தவச் சமயக் கோட்பாடுகளுக்கு முரண்படும் நிலைமை ஏற்படாது பார்த்துக் கொள்வதும் மாத்திரமே அது. மாறாக, இஸ்லாமியச் சட்டமுறை உருவானபோது, அதற்கு ஓர் அடித்தளத்தை வழங்கவோ, உதவவோ வளர்ச்சியடைந்த எந்த ஒரு சட்டமுறையும் அரேபியாவில் இருக்கவில்லை என்பது கவனத்திற் கொள்ளப்பட வேண்டிய உண்மையாகும். அதனது அடித்தளத்தை அதுவே

அமைத்துக் கொள்ள வேண்டியிருந்தது. மிகக் குறுகிய காலத்திலே, அத்தகைய ஓர் அடித்தளத்தை அமைத்துக்கொள்வதில் அது பெற்ற மாபெரும் வெற்றியினைப் பற்றி நிச்சயமாக அது பெருமைப்படலாம். சில சட்ட அறிஞர்கள் இஸ்லாமியச் சட்டங்களுக்கும் உரோமன் சட்டங்களுக்குமிடையே சில தொடர்புகளைக் காண முயன்றுள்ளனர். (Fitzgerald, 1951)

இஸ்லாத்தில் சட்டக் கல்வியும் இறையியற் கல்வியும் ஒன்றோ டொன்று கைகோத்துக்கொண்டு வளர்ச்சியுற்றன. சட்ட விதிகள் வேறு, மார்க்க விதிகள் வேறு என்ற எண்ணம் தோற்றுவிக்கப்படவே இல்லை. இறைவசனங்களைப் புரிந்துகொள்ளுதல், அந்த இறைவசனங்களின் அடிப்படையில் தோன்றும் மனிதக் கடமைகள் ஆகிய இரண்டினையும் குறிக்கும் ஒரு சொல்லாகவே 'விளங்கிக் கொள்ளுதல் பயன்படுத்தப் பட்டது. சட்டமே இஸ்லாத்தில் மிகப் பிரதான நெறியாக வளர்ச்சி பெற்ற தனால், இங்கே குறிக்கப்படும் விளக்கத்தின் விருத்திக்கு இறையியல் கல்வியைவிட சட்டமே கூடுதலான பங்களிப்பை வழங்கியிருக்கிறது எனலாம். எனவே பிக்ஹ் என்ற சொல், சட்டம் என்பதனையே அடிநாத மாகக் கொண்டிருந்தது. பின்னர் இத்துறையைக் குறிப்பதற்கு 'பாதை' என்ற பொருளைத் தரும் 'ஷரீஆ' பயன்படுத்தப்பட்டது.

ஷரீஆவுக்குப் பொருள் கூறுவதிலும், அதனை விளக்குவதிலும் சட்டநிபுணர்கள் முதன்மை பெற ஆரம்பித்தபோது, அதற்கு எதிராகக் கணிசமான எதிர்ப்புத் தோன்றவே செய்தது. சட்டநிபுணர்கள் சட்டத்தின் எழுத்துக்குக் கொடுக்கும் கனத்தை சட்டத்தின் உணர்வுகளுக்கு வழங்க மாட்டார்கள் என்ற பயமே இவ்வெதிர்ப்புக்குக் காரணமாக இருந்தது. இருப்பினும் வெவ்வேறு சட்ட நிபுணர்கள் தான்தோன்றித்தனமாக வெவ்வேறு பொருள்கோடல் செய்யும் நிலை தோன்றுவது இஸ்லாமியச் சட்டங்களைப் பொறுத்த வரையில் சாத்தியமானதாக இருக்கவில்லை. சட்டநிபுணர்கள் பல சிந்தனா குழுக்களாகப் பிரிந்திருந்தமையும், சட்டங் களுக்கு விளக்கம் பெறுவதற்கு வெவ்வேறு முறைகள் கையாளப்பட்ட மையும் சட்டநிபுணர்களின் தான்தோன்றித்தனத்தைக் கட்டுப்படுத்தும் காரணிகளாக இருந்தன. இஸ்லாமிய அமைப்பில், எக்காரணத்தினாலும் சட்டம் இறைவசனங்களின் ஆளுமையில் நின்றும் ஒதுங்கிவிட முடியாது. எனவே தமது சட்ட விளக்கங்கள் சமய அடிப்படையிலேயே அமையும் என்பதைக் காரணமாகக் காட்டி, சட்டத்துறையில் தாம் முதன்மை பெறுவதை நியாயப்படுத்தக்கூடிய நிலையில் சட்ட அறிஞர்கள் இருந்தனர்.

இஸ்லாமியச் சட்டம் இருவகையான பரந்த சட்ட நிபந்தனைகளை உள்ளடக்கியுள்ளது என்பது நினைவில் நிறுத்தப்பட வேண்டியதாகும்.

இவற்றுள் ஒன்று, மனிதன் தன் இறைவனுக்கு ஆற்றவேண்டிய கடமை களை உள்ளடக்கிய சட்டத் தொகுதியாகும். இஸ்லாத்தின் ஐந்து தூண்கள் எனக் கருதப்படும் (இபாதத்) கலிமா, தொழுகை, ஸகாத், நோன்பு, ஹஜ் ஆகியவை இவற்றுள் அடங்கும். பிக்ஹ் நூல்கள் யாவும் இவற்றையே முதலில் ஆராயும். திருமணம், மணவிலக்கு, வாரிசுரிமை போன்ற மனித உறவுகள் தொடர்பான சட்டங்கள் (முஅம்மலாத்) இவற்றைத் தொடர்ந்து வரும்.

இவ்வத்தியாயம் ஷரீஆவின் மூலாதாரங்களை இரு பிரிவுகளில் அடக்கி ஆராயும். இம்மூலாதாரங்கள் முதல்நிலை மூலாதாரங்கள், (குர்ஆனும் ஹதீஸும் இதில் அடங்கும்) முதல்நிலை மூலாதாரங்களின் அடிப்படையில் தோன்றும் இரண்டாம் நிலை மூலாதாரங்கள் என இரு வகைப்படும். இங்கே இரண்டாவது வகை மூலாதாரங்கள் எனக் குறிப்பிடப்பட்டாலும் உண்மையில் அவை மூலாதாரங்கள் எனக் கருதப்பட முடியாதவையாகும். அவை உண்மையில் சட்டங்களை உருவாக்கும் வழிமுறைகளே. ஒருமித்த முடிவு எனும் பொருள்தரும் இஜ்மா, தர்க்கரீதியாக சிந்தித்து முடிவெடுத்தல் எனும் பொருள்தரும் இஜ்திஹாத் ஆகிய இரண்டும் இரண்டாவது வகை மூலாதாரங்களில் முக்கியமானவையாகும். குர்ஷித் பீபீ எதிர் முகம்மது அமீன் (1967, 1 Pakistan Legal Decisions 97 SC) என்ற வழக்கில் பாகிஸ்தான் உயர்நீதிமன்றம் வழங்கியுள்ள தீர்ப்பு, இஸ்லாமியச் சட்டங்களின் மூலாதாரங்களைப் பற்றிய ஒரு நல்ல விளக்கத்தைத் தருகின்றது.

ஷரீஆ மூலாதாரங்களில் குர்ஆனும், சுன்னாவும் வகிக்கும் முதன்மை பல இஸ்லாமிய நூல்களில் தெளிவுபடுத்தப்பட்டுள்ளது; உறுதிப் படுத்தப்பட்டுள்ளது. நபிகள் நாயகம் (ஸல்) அவர்களோடும், அவர் களால் ஏமன் தேசத்து ஆளுநராகவும் நீதிபதியாகவும் நியமிக்கப்பட்ட முஆத் இப்னு ஜபல் (ரலி) அவர்களோடும் தொடர்புடைய நிகழ்வு ஒன்று இதற்கு ஏற்ற எடுத்துக்காட்டாகும். தம் பதவியை ஏற்க ஏமன் செல்லுமுன்னர் நபிகள் நாயகம் (ஸல்) அவர்களிடம் விடைபெற அவருடைய இல்லத்திற்கு வந்தார் முஆத் (ரலி).

'நீர் எந்த அடிப்படையில் தீர்ப்பு அளிப்பீர்?' என அவரிடம் வினவினார் இறைத்தூதர்.

'அல்லாஹ்வின் வேதத்தின் அடிப்படையில்' என பதிலளித்தார் முஆத்.

'அல்லாஹ்வின் வேதத்தில் உமக்குப் போதிய அளவு விளக்கம் கிடைக்காவிட்டால் என்ன செய்வீர்?' எனக் கேட்டார்கள் நபி பெருமான்.

'இறைத்தூதரின் நடைமுறையிலிருந்து தீர்ப்பினைப் பெறுவேன்' என்றார் முஆத்.

'அதிலும் உமக்கு விளக்கம் கிடைக்காவிட்டால் என்ன செய்வீர்?' மீண்டும் வினவினார் நபிகளார்.

'அப்படி நேர்ந்தால் நான் என் சுய அறிவின் அடிப்படையில் தீர்ப்பளிப்பேன்' என்றார் முஆத்.

இந்தப் பதிலால் மனமகிழ்ந்து, 'அல்லாஹ்வின் தூதரின் உளம் மகிழ நபியின் தூதரைப் பதிலளிக்க வைத்த இறைவனுக்கே புகழனைத்தும்' எனப் பரவசத்தோடு மொழிந்தார்கள் நபிகள் நாயகம். (பார்க்க: Ibn Said, 1917, பக். 107-108, 120. மேலும் பார்க்க: Ibrahim, 1985, பக். XCIV) குர்ஆனும், சுன்னாவுமே சட்டங்களின் வேர்கள் என்றபோதிலும் அவை இரண்டும் மௌனமாக இருக்கும் சந்தர்ப்பங்களில் சட்ட விற்பன்னர்களின் கருத்துகள் நடைமுறைப்படுத்தப்படலாம் என்பது இந்த ஹதீஸில் இருந்து விளங்குகின்றது.

முதல்நிலை மூலாதாரங்கள்
அ. அல்-குர்ஆன்

குர்ஆனே இஸ்லாமியச் சட்டவியலின் அடிப்படையாகும். மனிதர்களால் எழுதப்பட்ட சட்ட இலக்கியம் பக்கம் பக்கமாக இருந்தபோதிலும், ஒரு சட்டத்திற்கு விளக்கம் காண முற்படும் போது, குர்ஆன் வசனங்களை நோக்கியே சாயும் வழக்கம் இஸ்லாமிய அறிஞர்கள் மத்தியில் ஒருபோதும் குன்றவில்லை. தர்க்கங்கள் எழுந்திருக்கலாம்; அனுமானங்களின் அடிப்படையில் சிலவேளைகளில் சட்ட முடிவுகளும் எடுக்கப்பட்டிருக்கலாம். ஆனால் இவை எவையும் எவரையும் குர்ஆனிலிருந்து ஒரு சிறிதேனும் பிரித்துவிடவில்லை. குர்ஆனின் வரலாற்றுப் பின்னணி முதலாம் அத்தியாயத்தில் ஆராயப்பட்டுள்ளது. குர்ஆனைப் பற்றிய இஸ்லாமியச் சட்டக் கண்ணோட்டத்தை, சர்வதேச அமைப்புகளைப் பற்றிய ஓர் ஐக்கிய நாடுகளின் மாநாட்டில் உரையாற்றிய, அல் அஸ்ஹர் பல்கலைக்கழகத்தைச் சேர்ந்த முஹம்மது அப்துல்லா தர்ஸ் என்பவர் பின்வரும் சொற்களில் படம்பிடித்துக் காட்டியுள்ளார்: 'அல்லாஹ்வின் திருவசனங்களின் தொகுப்பான குர்ஆன் பிழைகளே அற்றது; அதனது சத்தியத் தன்மை மறுப்புக்கு அப்பாற்பட்டது; அது கூறும் நீதி தவறே அற்றது.' (1945 Documents, தொகுதி XIV, பக். 375-9)

சட்டங்களின் மூலாதாரம் என்ற அடிப்படையிலே குர்ஆனின் முக்கியத்துவம் வரையறையற்றது என்றபோதிலும், முழுக் குர்ஆனிலும் சட்டங்கள் தொடர்பான வசனங்கள் என நியாயமாக வர்ணிக்கப்படக் கூடியவை ஏறத்தாழ 80 மாத்திரமே இருக்கின்றன என்பது அவதானத்திற்குரியதாகும். (Coulson, 1964, பக். 12) இருப்பினும் இந்த எண்பது

வசனங்களுக்குள்ளே ஒரு முழுமையான தார்மீகச் சட்டக் கோவை இருக்கின்றது. இஸ்லாமிய உலகில் உருவாக்கப்படும் அத்தனைச் சட்டக் கொள்கைகளும் இந்தத் தார்மீகச் சட்டக்கோவையையே அடித்தளமாகக் கொண்டிருக்கின்றன.

இஸ்லாமிய வரலாற்றின் மக்கா சகாப்தத்தின்போது வெளியாக்கப் பட்ட இறைவசனங்கள் பெருமளவுக்கு இறைநம்பிக்கை பற்றியன வாகவும், ஒழுக்க நெறிகள் பற்றியனவாகவுமே இருக்கின்றன. நபிகள் நாயகம் மக்காவை விட்டு மதீனா சென்ற பின்னரே, ஒரு கட்டுக்கோப்பான இஸ்லாமியச் சமூகம் உருவானது. எனவே ஹிஜ்ரத்திற்குப் பின்னரே ஒப்பந்தங்கள், முறைகேடுகள், வாரிசுரிமை போன்றவை தொடர்பான சட்டங்களும், வணிகம், குற்றவியல், அரசியலமைப்பு, சர்வதேச உறவுகள் போன்றவை தொடர்பான சட்டங்களும் இறைவனால் வெளியாக்கப்பட்டன.

இவ்வெளிப்பாடுகளில் பெரும்பாலானவை மிகக் குறுகியனவை. ஆனால் ஒரு தனி வசனத்தில் புதைந்திருந்த தத்துவம் சிலவேளைகளில் ஒரு தனி அரசியலமைப்புச் சட்டத்துக்கு அடித்தளமாக அமைவதற்குப் போதுமானதாகவிருந்தது. சட்டங்கள் தொடர்பான சில குர்ஆன் வசனங்கள் கீழே தரப்படுகின்றன:

வணிகத்தில் கடைப்பிடிக்கவேண்டிய நாணயத்தைப் பற்றி:

நீங்கள் அளந்து கொடுக்கும்போது நிறைவாக அளந்து கொடுங்கள். எடைபோடும்போது சரியான தராசு கொண்டு எடை போடுங்கள். (17:35)

வாரிசுரிமைச் சட்டம் பற்றி:

மக்கள் தங்களுக்குப் பின்னால் ஒன்றுக்கும் இயலாத குழந்தைகளை விட்டு விட்டு மரணம் அடைய நேரிட்டால் அப்பொழுது தம் குழந்தைகள் குறித்து எந்த அச்சங்களுக்கு அவர்கள் ஆளாவார்களோ அதனைக் கருத்தில் கொண்டு (இவர்கள் விஷயத்திலும் இப்பொழுது)அவர்கள் அஞ்சிக் கொள்ளட்டும்; எனவே அவர்கள் அல்லாஹ்வுக்கு பயந்து வாழட்டும்; மேலும் நேர்மையான வார்த்தைகளேயே பேசட்டும். (4:9)

பாதுகாவலர் கடமைகளைப் பற்றி:

அநாதைகளின் சொத்துகளை யார் அநியாயமாக உண்கிறார்களோ, அவர்கள் உண்மையில் தங்கள் வயிறுகளில் நெருப்பைத்தான் நிரப்பிக் கொள்கிறார்கள். மேலும் அதி விரைவில் அவர்கள் கொழுந்து விட்டெரியும் (நரக) நெருப்பில் வீசி எறியப்படுவார்கள். (4:10)

நம்பிக்கைப் பொறுப்பைப் பற்றி:

(முஸ்லிம்களே)அல்லாஹ் உங்களுக்குக் கட்டளை இடுகின்றான். அடைக்கல – அமானத் – பொருள்களை அவற்றுக்குரியவர்களிடம் நீங்கள் ஒப்படைத்து விடுங்கள்; நீங்கள் மக்களிடையே தீர்ப்பு வழங்கினால் நீதத்துடன் தீர்ப்பு வழங்குங்கள். ... (4: 58)

உடன்படிக்கைகளைப் பற்றி:

ஆனால் இணைவைப்பாளர்களில் எவர்களுடன் உங்களுக்கு உடன்படிக்கை ஏற்பட்டு, பின்னர் அவர்கள் (தமது வாக்குறுதியை நிறைவேற்றுவதில்) உங்களிடம் எந்தக் குறைபாடும் செய்யாமலும், உங்களுக்கு எதிராக எவருக்கும் உதவாமலும் இருக்கின்றார்களோ அவர்களுக்கு விதிவிலக்கு உண்டு, அத்தகையவர்களின் உடன்படிக்கையை உரிய தவணை வரை நிறைவாக்குங்கள். ஏனெனில், திண்ணமாக அல்லாஹ் இறையச்சமுடையோரையே நேசிக்கின்றான். (9:4)

வெளிப்பார்வைக்கு மிக எளிமையானவையாக விளங்கும் இவ்வசனங்களில் ஒவ்வொன்றும் ஒரு பெரும் சட்டத் தொகுப்பே பொருள்கோடப்படுவதற்கு ஏதுவாக இருந்திருக்கின்றன என்பது உணரப்படவேண்டிய ஒன்றாகும்.

குர்ஆன் ஓர் ஆன்மிக வழிகாட்டி மாத்திரமன்று; அது ஒரு வாழ்க்கை வழிகாட்டியும்கூட. இம்மை, மறுமை எனும் ஈருலக வாழ்விற்கும் ஒரு முழுமையான வழிகாட்டியாகத் திகழும் இது, பௌதிகம், ஆன்மிகம், சமூகம் என வாழ்வின் அத்தனைத் துறைகளிலும் மனிதன் கடைப்பிடித்தொழுக வேண்டிய நெறிகளை முன்வைக்கிறது. ஆன்மிகப் போதனைகளும் உலகியல் சட்டங்களும் ஒன்றுக்குப் பின் ஒன்றாய் மாறிமாறிக் குர்ஆனில் வருவதற்கு முக்கிய காரணம் இதுவே. இஸ்லாமியச் சட்டங்களின் மூலாதாரம் என்ற அடிப்படையில் குர்ஆனை ஆராய முயலும் இஸ்லாமியரல்லாத ஆய்வாளர்கள் மேலே நவிலப்பட்ட உண்மைகளை உணர்ந்திருத்தல் அவசியமாகும். (Asad, *1980*, பக். iii) அதேவேளை குர்ஆனின் கட்டளைகளும் அறிவுறுத்தல்களும் ஒரே இடத்தில் இல்லாது ஆங்காங்கே காணப்பட்டபோதிலும், அவை ஒன்றோடொன்று தொடர்பற்றவை, தனித்தனியானவை என்றும் கருதப்படக்கூடாது; அவையாவும் ஒரு முழுமையான வடிவத்தின் சிறு சிறு துண்டங்கள் என்றே நோக்கப்படல் வேண்டும். நவீன இஸ்லாமியச் சிந்தனையாளர்கள் வரிசையில் முன்னணியில் நிற்பவர் எனப் பரவலாக ஏற்றுக்கொள்ளப்படும் அறிஞரான முஹம்மது அப்து *(1849-1905)* அவர்கள் 'குர்ஆனை மிகச் சிறப்பாக விளக்குவது குர்ஆனே' என்ற ஆழமான கருத்தை வெளியிட்டதற்கு மேலே காட்டப்பட்ட சிந்தனையே காரணமாக இருந்தது. (Asad, 1980a, பக் vii)

சட்டத்துறைகளின் வளர்ச்சிக்கு விளக்கங்கள், விரிவுரைகள் போன்றவை வழங்கும் பங்களிப்புகளை உணர்ந்தோர், அறிஞர் அப்துவின் மேற்படிக் கூற்றில் பொதிந்திருக்கும் சட்ட முக்கியத்துவத்தைத் தெளிவாக உணர்வர். குர்ஆன் பல கருத்து நிலைகளைக் கொண்டது; அதனை ஓத, ஓத முன்னர் எதிர்பார்க்காதிருந்த பற்பல புதிய, புதிய விளக்கங்கள் தோன்றிக்கொண்டே இருக்கும் என முஸ்லிம் அறிஞர்கள்

நம்புவதால் ஏனைய சட்டத் துறைகளைவிட இஸ்லாமிய சட்டமுறை யில், விளக்க உரையாளர்கள் வகிக்கும் பங்கு அதிக முக்கியத்துவத்தைப் பெறுகின்றது. விளக்க உரையாளர்களின் அறிவு அதிகரிக்க, அதிகரிக்க, அவர்களது இறைநம்பிக்கை உயர, உயர அவர்கள் குர்ஆன் வசனங் களில் காணும் விளக்கமும் விரிவடைந்து கொண்டே செல்லும். உரோம, ஹிந்து, யூதச் சட்டமுறைகளிலும் விளக்க உரை யாளர்களின் பங்களிப்புகள் கணிசமானவை என்றபோதிலும் இஸ்லாமிய முறையில் விளக்க உரையாளர்கள் தமதாக்கிக்கொண்ட பெரும் முக்கியத்துவத்தை அவர்கள் ஒருபோதும் பெற்றதில்லை எனக் கூறலாம். குர்ஆனை ஓதும் ஒருவருடைய அறிவில் ஏற்படும் வளர்ச்சிகளுக்கேற்ப, அவர் குர்ஆனில் காணும் அர்த்தங்களும் விளக்கங்களும் விரிவடைந்து கொண்டே செல்லும் போது ஏற்படும், விவரிக்க முடியா அந்த உளப் பரவசத்தை, அண்மைக் காலத்தில் குர்ஆனை மொழிபெயர்த்த ஓர் இஸ்லாமிய அறிஞர் வர்ணித்துள்ளார். மலை ஏறுபவர் உயரச் செல்லச் செல்ல, அவரது பார்வையின் எல்லைகள் விரிவடைந்து கொண்டே போவதை, ஓதுபவருடைய அறிவு முதிர்ச்சிக்கேற்ப குர்ஆன் அவருக்கு வழங்கும் விளக்கங்கள் விரிவடைவதற்கு உவமையாக இவ்வறிஞர் காட்டுகின்றார். (A. Y. Ali, 1934, பக். 5) வானியல் ஆய்வாளன் ஒருவன் வானத்தைப் பார்த்துக்கொண்டே இருக்கும்போது நாள்தோறும் புத்தம் புதிய காட்சிகளைக் கண்டுகொண்டே இருக்கின்றான். புத்தம்புதிய அனுபவங்களைப் பெற்றுக்கொண்டே இருக்கின்றான். ஒரு வானியல் ஆய்வாளன் பெறும் இவ்வனுபவத்தை ஹோமரின் காவியத்தைப் படிக்கும் போது தான் பெற்றதாக கவிஞர் கீட்ஸ் வர்ணித்துள்ளார். இவ்வாறே குர்ஆனை ஓத ஓத வாசகனது உள்ளத்தில் புத்தம் புதிய சிந்தனைகள் தோன்றிக்கொண்டே இருக்கும் என்றும், குர்ஆன் அவ்வாசகனுக்குப் புதிய கருத்துகளை வழங்கிக்கொண்டே இருக்கும் என்றும் இக்குர்ஆன் மொழிபெயர்ப்பாளர் கூறுகின்றார். குர்ஆனின் அற்புதம் ஆழமாகி, ஆழமாகிச் சென்று, ஈற்றில் நம்மை முற்றாக ஆட்கொண்டுவிடும் என்றபோதிலும் நமது இறுதி இலட்சியமான அல்லாஹ்வின் தரிசனத்தை நாம் பெற்றுவிடவில்லை என்பதையும் நாம் உணர்வோம் என்றும் இவர் உரைக்கின்றார்.

ஆ. சுன்னா (நபிகளாரின் நடைமுறை)

குர்ஆன் ஏதாவதொரு விடயத்தைப் பற்றி மௌனமாக இருந்தால், நாம் அந்த விடயத்தைப் பற்றி அறிய, குர்ஆனை விடுத்து வேறோர் ஆதாரத்தினைத் தேடுதல் வேண்டும். இத்தகைய ஒரு நிலையில், இறைதூதரின் போதனைகளையும் வழிமுறைகளையும்விட மேலான ஓர் ஆதாரத்தை யாரால்தான் தேடிட முடியும்? இவ்வாறான சந்தர்ப்பங்கள்

ஏற்பட்டால், இறைத்தூதரின் போதனைகளையும் நடைமுறைகளையும் நாடும்படி குர்ஆனே பல இடங்களில் இயம்பியுள்ளது.

> இறைத்தூதர் எதை உங்களுக்குக் கொடுக்கிறாரோ அதைப் பெற்றுக் கொள்ளுங்கள். அவர் எதனை விட்டும் உங்களைத் தடுக்கிறாரோ அதனை விட்டு விலகியிருங்கள். *(59: 7)*

என்ற குர்ஆன் வசனம் இதற்கு ஓர் எடுத்துக்காட்டாகும். சுன்னா எனக் கூட்டாக அழைக்கப்படும் இறைத்தூதரின் சொற்களுக்கும் செயல் களுக்கும் இஸ்லாமியச் சட்டங்களுக்குரிய உயர் அந்தஸ்து வழங்கப் படுவதற்கு இத்தகைய இறைவசனங்களே காரணங்களாக இருக்கின்றன. குர்ஆனுக்கும் சுன்னாவுக்கும் இடையே முரண்பாடுகள் தோன்றுமே யானால், அவற்றுக்கிடையே இணக்கத்தை ஏற்படுத்த நாம் முயல வேண்டும். இணக்கத்திற்கு இடம் இல்லையென்றால் குர்ஆனின் தீர்ப்பே இறுதி முடிவாக இருக்கும்.

சுன்னா என்ற சொல்லின் நேரடியான பொருள்கள், நடைமுறை, ஒழுக்க விதி, வாழ்க்கை முறை என்பனவாகும். எனவே இச்சொல்லை நபிகளின் வாழ்வோடு தொடர்புபடுத்திப் பார்க்கும்போது, அவருடைய சொற்களிலும் செயல்களிலும் இருந்து பெறப்படும் சட்ட விதிகளை அது குறிக்கும் என்றே பொருள்கொள்ள வேண்டும். சொல், செயல் எனக் குறிப்பிடப்படுவது, நபிகள் நாயகம் திட்டவட்டமாக நவின்ற ஒரு கூற்றாக இருக்கலாம்; அல்லது அவர்களது ஒரு செயலாகவோ அல்லது மற்றுமொருவரின் செயலுக்கு அவர்கள் அளித்த அங்கீகார மாகவோ இருக்கலாம் என ஒரு ஹதீஸ் விளக்குகிறது. எனவே ஹதீஸ் என்ற சொல் தனிப்பட்ட ஒரு சம்பவத்தைப் பற்றிய ஒரு செய்தித் திரட்டினைக் குறிக்கின்றது எனக் கருதலாம். பல சந்தர்ப்பங்களில் சுன்னா என்ற சொல்லும் ஹதீஸ் என்ற சொல்லும் ஒரே பொருளைக் குறிக்கின்ற இரு சொற்களாகக் கையாளப்பட்ட போதிலும், ஹதீஸ் என்ற சொல் நபிகள் நாயகத்தோடு தொடர்புடைய ஒரு சம்பவத்தைக் குறிக்கின்றது என்பதையும், சுன்னா என்ற சொல் அச்சம்பவத்திலிருந்து பெறப்படும் சட்ட விதியினைக் குறிக்கின்றது என்பதனையும் நாம் நினைவில் கொள்ளல் வேண்டும். (Fyzee, 1964, *பக். 19*)

குர்ஆனும், சுன்னாவும் ஒரு புத்தகத்தையும் மெழுகுவர்த்தியையும் போலப் பரஸ்பரம் உதவிக்கொள்ளும் ஒன்றிணைந்த ஒரு முழுமை யென இஸ்லாமிய இலக்கியம் இவ்விரண்டையும் வர்ணிப்பதுண்டு. குர்ஆன் என்ற ஏட்டை வாசிப்பதற்குத் தேவையான ஒளியை வழங்கியது நபிகளாரின் வாழ்வும் பணியும் எனும் மெழுகுவர்த்தியே; மெழுகுவர்த்தி இல்லாது நூலோ, அல்லது நூலில்லாது மெழுகுவர்த்தியோ தத்தம் படைப்பின் பயனை அடைவதில்லை.

இஸ்லாமியப் பொதுநலவாயம் கி.பி. 622இல் மதீனாவில் அமைக்கப்பட்டபோது, நபிகள் நாயகம் (ஸல்) அவர்கள் இஸ்லாமிய சமுதாயத்தின் ஆன்மிக வழிகாட்டியாக மாத்திரமின்றி, அதன் மீயுயர் நீதி அரசராகவும் பணியாற்றினார்கள். நபித் தோழர்கள் பல்வேறு பிரச்சினைகளை நபிகளாரிடம் சமர்ப்பித்து, அவற்றுக்கு அவருடைய தீர்ப்புகளைக் கோருவர். அல்லாஹ்வின் தீர்ப்புகள் குர்ஆனில் இருக்கின்றன. ஆனால் ஏதாவது ஒரு பிரச்சினையைப் பற்றி குர்ஆன் மௌனம் சாதித்தால், அல்லது குர்ஆன் கூறியிருப்பவைக்கு மேலதிகமாக ஏதாவது பொருள் விளக்கங்கள் தேவைப்பட்டால், தீர்ப்புகளை வழங்குவதற்கு அல்லது பொருள் விளக்கங்கள் வழங்குவதற்கு மிகவும் தகுதி உள்ளவர் இறைவனால் உணர்வூட்டப்படுபவரான இறைத்தூதரே என நபித் தோழர்கள் திடமாக நம்பினர்; நபித் தோழர்கள் தாம் எதிர்நோக்கிய பிரச்சினைகளுக்கு விளக்கம் கோரி அவற்றை அண்ணல் அவர்களிடம் சமர்ப்பித்தமைக்குப் பின்னணியில் இருந்த அனுமானம் இதுவே. இவ்வாறு நபிகளால் தீர்க்கப்பட்ட பல பிரச்சினைகளைப் பற்றிய விவரங்கள் ஹதீஸ் இலக்கியத்தில் காணப்படுகின்றன. நபிகள் வழங்கிய தீர்ப்புகள் மாத்திரமல்லாது இறைவனால் உணர்வு ஊட்டப்படுபவர் என்பதனால், அவருடைய நடைமுறைகளும் முஸ்லிம்களைக் கட்டுப் படுத்தும் முன்மாதிரிகளாகவே கருதப்பட்டன.

நபிகள் நாயகத்தின் வாழ்நாளின் போது, ஹதீஸ்களை எழுத்தில் பதிவதற்கு எவ்வித முயற்சியும் மேற்கொள்ளப்படவில்லை. அல்குர் ஆனுடன் அல் ஹதீஸ் கலந்துவிடக் கூடாது என்ற பயம் இதற்கு ஒரு காரணமாக இருந்திருக்கலாம். 'நான் சொல்வதை எழுத வேண்டாம்; நான் கூறியுள்ளவற்றில் குர்ஆனைத் தவிர வேறு எதனையும் எவராவது எழுதியிருந்தாரானால் அவர் அதனை அழித்துவிடவும்' என்ற ஹதீஸ் செய்த் அல் குத்ரி (ரலி) அறிவித்த ஹதீஸ் என இமாம் முஸ்லிம் பதிவு செய்திருக்கின்றார். (மேலும் பார்க்க: Iqbal, *1981*, பக். *140*). தான் கூறுவன வற்றைத் தோழர்கள் எழுத்தில் பதிவு செய்துகொள்வதை இறைத்தூதர் விரும்பவில்லை என்பதை இது உணர்த்துகிறது. ஏறத்தாழ நூறு ஆண்டுகள் கழிந்த பின்னர் அறிஞர்கள் மத்தியில் வேத விளக்கத்தின் விதிகளைப் பற்றி வெவ்வேறு பொருள்கோடல்கள் தோன்றியபோது, அவ்வறிஞர்கள், அத்தகைய பிரச்சினைகள் நபிகள் நாயகத்திடம் முன்வைக்கப்பட்ட போது, முன்வைக்கப்பட்ட பிரச்சினைகளைப் பற்றிக் குர்ஆன் மௌனமாக இருந்தால், நபிகளார் அப்பிரச்சினைகளுக்கு எத்தகைய தீர்ப்புகளை வழங்கினார்கள் என்பதை ஆராய முயல்வது இயற்கையானதாகவும் அறிவுபூர்வமானதுமாகவே இருந்தது. அந்தக் காலகட்டத்தில்தான் இஸ்லாமிய அறிஞர்கள் பலர், ஹதீஸ்களை ஒன்றுதிரட்டும் பணியில்

முழு மூச்சோடு ஈடுபட ஆரம்பித்தனர். மத்திய கால உலகில் நடை பெற்ற மிகப் பெரும் வரலாற்று ஆய்வாக இது அமைந்தது. அவர்கள் சரியான முறையில் ஹதீஸ்களை ஒன்று திரட்ட ஆரம்பித்தனர்.

இம்மாபெரும் வியத்தகு பணியினை இவர்கள் எவ்வாறு செய்து முடித்தனர்? இக்காலகட்டத்திலே இஸ்லாம் பெருமளவில் பரவத் தொடங்கியது. ஹதீஸ்களை ஒன்றுதிரட்டும் பணியில் ஈடுபட்ட முஹத்திஸ்கள் (ஹதீஸ் கலை அறிஞர்கள்) ஹதீஸ்களை நேரடியாக அறிந்திருந்தவர்களையும், மற்றவர்கள் மூலம் அறிந்து வைத்திருப் பவர்களையும் தேடி, இஸ்லாமிய உலகின் நான்கு திசைகளையும் நோக்கிப் பயணங்களை மேற்கொண்டனர். தமக்குக் கிடைத்த ஹதீஸ்கள் யாவற்றையும் பதிவுசெய்துகொண்ட இவ்வறிஞர்கள், தம்மிடம் ஹதீஸ்களை உரைத்தவர்களுக்கும், அந்த ஹதீஸ்களை முதலில் கூறிய நபித்தோழர்களுக்குமிடையே அமைந்த தொடர்புச் சங்கிலியை மிக நுணுக்கமாக ஆராய்ந்தனர்.

எடுத்துக்காட்டாக, ஒரு முஹத்திஸிடம் தனக்குத் தெரிந்த ஒரு ஹதீஸைக் கூறும் ஒருவர் பின்வருமாறு உரைக்கலாம்: 'எனக்கு இந்த ஹதீஸைக் கூறியவர் A ஆவார்; அவர் அதனைத் தனது தந்தையான B என்பவரிடம் கேட்டறிந்திருந்தார்; B இதனை அறிந்தது தனது உறவின ரான C மூலமாகும்; C இதனை D எனும் நபித்தோழர் மூலம் அறிந்தார்.' முஹத்திஸ்கள் தம்மிடம் விளக்கப்பட்ட தொடர்புச் சங்கிலியின் வளையங்களான A, B, C, D ஆகிய நால்வரைப் பற்றியும் ஆராய்வர்; A, B, C ஆகிய மூவரும் முழுமையான நம்பிக்கைக்குரியவர்கள் என்ற முடிவுக்கு முஹத்திஸ்கள் வந்தால், அவர்கள் தம்மிடம் உரைக்கப்பட்ட ஹதீஸை ஏற்று அதற்கு இசைவு அளிப்பர். இதற்கு மாறாக முஹத்திஸ்கள் பின்வருமாறும் கூறலாம்: 'A நம்பிக்கைக்கு உரியவர் என்பதையும் B பெருமளவுக்கு நம்பத்தகுந்தவர் என்பதையும் உணர்கின்றோம். ஆனால் C-யைப் பற்றி எங்களுக்கு நம்பிக்கை குறைவு; பிரபலமானவர்களோடு தனக்கு தொடர்புகள் இருக்கின்றன என மற்றவர்களை நம்ப வைப்பதற் காகப் பொய்களைச் சொல்லக்கூடியவர் அவர் என நினைக்கின்றோம். எனவே நாம் இந்த ஹதீஸை நிராகரிக்கின்றோம்.' தொடர்புச் சங்கிலி யின் ஒவ்வொரு வளையமும் மிக மிக நுண்ணிய முறையில் ஆராயப் பட்டது. இவ்வாறு பல ஹதீஸ்கள் திரட்டப்பட்டு பல ஹதீஸ் தொகுப்புகள் தொகுக்கப்பட்டன. இவற்றுள் சில தொகுப்புகள் அதிகார பூர்வமானவையாகக் கருதப்பட்டன.

இக்காலகட்டத்தில் முஹத்திஸ்களாக விளங்கிய சிலர், அரபு மொழி யில் புலமை பெற்றிருந்த போதிலும், அவர்கள் அரேபியத் தீபகற்பத் திற்கு வெகு தொலைவில் அமைந்திருந்த பகுதிகளில் தோன்றி

வளர்ந்தவர்கள் என்பது அவதானத்திற்குரியதாகும். இத்தகையோர் களுக்கு ஒரு சிறந்த உதாரணமாகத் திகழ்பவர் மத்திய ஆசியாவைச் சேர்ந்த இமாம் புஹாரி ஆவார். பல்வேறுபட்ட இனங்களைச் சேர்ந்தவர் களை, பல்வேறுபட்ட புவியியல் பகுதிகளைச் சேர்ந்தவர்களை, இஸ்லாமியச் சட்டங்கள் எவ்வாறு ஒன்றிணைத்தன என்பதற்கு இவர் ஓர் எடுத்துக்காட்டாகத் திகழ்கின்றார். இக்காலகட்டத்தில் தோன்றிய ஹதீஸ் தொகுப்புகளின் தலையாய பண்பு, நூற்றுக்கு நூறு வீதம் சத்தியமான ஹதீஸ்களை மாத்திரமே தத்தம் தொகுப்புகளில் சேர்ப் பதற்கு தொகுப்பாளர்கள் காட்டியுள்ள கடும் முயற்சியாகும். எனவே இத்தொகுப்புகள் அவற்றிற்கான தொகுப்பாளர்களின் இறை உணர்வை உணர்த்துவதோடு, அவர்களது ஆய்வறிவையும் புலப்படுத்துகிறது எனலாம். ஹெச்.ஏ.ஆர். கிப் (Gibb, *1953*, பக். *66*) இமாம் புஹாரி அவர்களின் திரட்டினைப் பற்றிப் பின்வருமாறு விமர்சிக்கின்றார்: ‘புஹாரி அவர்களின் ஹதீஸ் தொகுப்பை முழுமையாகப் பார்வையிடும் போது அது மிக்க சுவையானதாகவும் ஆசிரியரின் நேர்மையான மேதா விலாசத்தைப் புலப்படுத்துவதாகவும் விளங்குகிறது. பாட பேதங்கள் கவனமாகக் குறிக்கப்பட்டுள்ளன. ஐயங்கள் தோன்றக்கூடிய இடங் களிலும், தெளிவு குறைந்த இடங்களிலும் விளக்கங்கள் தரப்பட்டுள்ளன. இதனைப் படிக்கின்ற எந்த ஒரு நன் மாணாக்கன் மனதிலும் இத்தொகுப்பு இமாம் புஹாரியின் வாய்மையையும் பக்தியையும் குறிப்பாக உணர்த்தச் செய்யும்.’

ஹதீஸ்களைத் திரட்டுவதற்கு முஹத்திஸ்கள் மனமுவப்புடன் ஏற்றுக் கொண்ட சிரமங்கள் சாமான்யமானவையல்ல. உண்மையானது என நம்பப்பட்ட ஒரு ஹதீஸைத் தேடிப் பெறுவதற்காக, சில முஹத்திஸ்கள் நூற்றுக்கணக்கான மைல்கள் பயணம் செய்துள்ளனர். சிரியாவில் வாழ்ந்துகொண்டிருந்த ஒரு மனிதர், தனக்கு அதுவரை கிடைத்திராத ஒரு ஹதீஸை அறிந்து வைத்திருக்கின்றார் எனக் கேள்வியுற்ற ஜாபிர் இப்னு அப்துல்லாஹ் அல் அன்சாரி எனும் முஹத்திஸ் குறிப்பிடப்பட்ட அந்த ஹதீஸைப் பெற்றுக்கொள்வதற்காக, உடனடியாக ஓர் ஒட்டகத்தை வாங்கிக்கொண்டு ஒரு மாதம் பயணம் செய்து அந்த ஹதீஸைப் பெற்றார் எனக் கூறப்படுகிறது. முஹத்திஸ்களில் மிகச் சிறப்பானவர் எனக் கருதப்படும் இமாம் புஹாரி பற்றிய கீழ்வரும் சம்பவத்தை இமாம் அஹ்மத் இப்னு ஹன்பல் அவர்கள் குறிப்பிட்டுள்ளார்கள். (A. Iqbal, *1981*) பல ஹதீஸ்களை அறிந்து வைத்திருப்பவர் எனக் கருதப்பட்ட ஓர் அறிஞரைச் சந்தித்து, அவர் தெரிந்து வைத்திருந்த ஹதீஸ்களைப் பெற்றுக்கொள்ளும் நோக்கோடு, இமாம் புஹாரி அவர்கள் பல நூற்றுக் கணக்கான மைல்கள் பயணம் செய்து, அவரது இல்லத்தை வந்தடைந் தார்கள். அவ்வேளையில் அந்த மனிதர் கையில் ஒரு வெற்றுப் பையை

வைத்துக்கொண்டு, அதில் தீவனம் நிறைந்திருப்பதாகப் பாவனை செய்து, தூரத்தில் நின்றிருந்த தன் குதிரையை ஏமாற்றி, அதனைத் தன் அருகே வரவழைப்பதற்கு முயன்று கொண்டிருந்தார். அம்மனிதர் நம்பத்தகுந்தவர் அல்லர் என நினைத்த இமாம் புஹாரி, அவரைச் சந்திக்காமலேயே உடனடியாக ஊர் திரும்பினார்கள். (Abul Fazal, *1980*, பக். xxiii)

நபிகள் நாயகம் (ஸல்) அவர்கள் வழங்கிய தீர்ப்புகள் மாத்திரமே வழக்காறுகளாகக் கருதப்பட்டன என்பதில்லை. இஸ்லாமிய வாழ்வு எவ்வாறு அமைய வேண்டும் என்பதை அவை சித்திரித்தன என்பதனால், நபிகள் நாயகம் அவர்கள் கூறியவை, செய்தவை யாவுமே வழக்காறு களாகக் கருதப்பட்டன. இவ்வழக்காறுகளும் அவற்றில் இருந்து பெறப்படும் விதிகளும், குர்ஆனுக்கு அடுத்தபடியான மிக முக்கிய மான இஸ்லாமியச் சட்ட மூலாதாரமாகக் கொள்ளப்படுவதை நாம் பார்க்கின்றோம்.

ஹிஜ்ரி மூன்றாம் நூற்றாண்டின் இறுதிப் பகுதியளவில் ஹதீஸ் அறிவிப்பாளர்களின் வரலாறுகள், ஹதீஸ் பிரிவுகள், ஹதீஸ் தொடர்பான கலைச் சொற்கள், ஹதீஸ் விரிவுரைகள், ஹதீஸ்களின் நம்பகத்தன்மை எனப் பல துணைப் பிரிவுகளை உள்ளடக்கிய ஒரு தனிக் கல்வித் துறையாக ஹதீஸ்கலை பரிணாம வளர்ச்சி பெற்றது. (Rauf, *1974*, பக். 23) ஹதீஸ்களைத் திரட்டுவது, இஸ்லாமியச் சட்ட அறிஞர்களின் முக்கியமான பணிகளில் ஒன்றாக மாறியது. மதீனாவைச் சேர்ந்த மாலிக் இப்னு அனஸ் (718-96) போன்ற தலைசிறந்த சட்ட அறிஞர்கள், ஹதீஸ் களைத் திரட்டி, அவற்றைத் தலைப்புகளாகவும் துணைத் தலைப்பு களாகவும் கிரமமாக வகுத்துப் பின்னர் யாவற்றையும் ஒன்றுதொகுத்து, ஹதீஸ் கலையின் வளர்ச்சிக்கு ஒரு பலமான அடித்தளத்தை அமைத்துக் கொடுத்தனர். இமாம் மாலிக் அவர்களின் ஹதீஸ் தொகுப்பான 'அல் முவத்தா' பல்லாயிரக்கணக்கான ஹதீஸ்களை இறையியல் அறிஞர்கள், சட்ட அறிஞர்களின் ஏற்புக்கும், சோதனைக்கும் உட்படுத் தியது. முஹத்திஸ்களின் பெரும் பணிகளினால் ஏராளமான ஹதீஸ் தொகுப்புகள் வெளிவந்தன. இவற்றுள் ஆறு தொகுப்புகள் அதிகார பூர்வமானவையாக ஏற்றுக்கொள்ளப்படுகின்றன. இத்தொகுப்புகளில் இடம்பெற்றிருக்கும் அறிவிப்பாளர்களின் உயர் கண்ணியத்தினாலும் இவற்றில் இடம்பெற்றிருக்கும் ஹதீஸ்களின் தூய்மையின் காரணத் தினாலும் இஸ்லாமிய உலகில் இத்தொகுப்புகள் பெரும் மதிப்பையும் கௌரவத்தையும் பெற்றிருக்கின்றன.

ஹதீஸ் கலையில் புலமை பெறுவதற்குக் கடும் முயற்சி தேவைப் பட்டது. இதற்குத் திரட்டப்பட்டிருந்த ஹதீஸ்களின் பெரும் எண்ணிக்கை

ஒரு காரணமென்றால், ஒரு ஹதீஸுக்கு, உண்மையானது என்ற அங்கீகார முத்திரை குத்தப்படுவதற்குமுன் அது தாண்ட வேண்டியிருந்த தடைகள் மற்றுமொரு காரணமாக இருந்தது. உண்மையானது என ஏற்றுக்கொள்ளப்படும் ஹதீஸுக்கு வழங்கப்படும் அந்தஸ்து மிக உயர்வானதாக இருந்தபடியால், ஒரு ஹதீஸை உண்மையானது என அங்கீகரிப்பதற்கு முன்னர் அதனை, உளவியல், வரலாறு, மொழியியல், தர்க்கவியல் எனப் பல்வேறு வகையான ஆய்வுகளுக்கு உட்படுத்த வேண்டியிருந்தது. ஒரு ஹதீஸ் உண்மையானது என ஏற்கப்படுவதற்குப் பூர்த்திசெய்ய வேண்டியிருந்த நிபந்தனைகளில் சில கீழே தரப்படுகின்றன:

1. முஹத்திஸிடம் ஹதீஸைக் கூறும் அறிவிப்பாளர் தான் எதனைச் சொல்லுகின்றாரோ, அதனை நபிகள் நாயகம் கூறியபோது, அல்லது செய்தபோது தான் அதனைக் கேட்டதாக, அல்லது கண்டதாகக் கூற வேண்டும்; அவ்வாறு அவர் நேரில் கேட்கவோ, காணவோ இல்லை யெனில், தான் கூறிய ஹதீஸ் தனக்கு வந்த வகையினை, முதலில் இருந்து இறுதிவரை, தொடர்பு அறாத முறையில் விளக்க வேண்டும்.

2. ஹதீஸில் அறிவிப்பாளர்களாகக் குறிப்பிடப்பட்ட ஒவ்வொரு வரும், அவர் எவரிடமிருந்து ஹதீஸினைப் பெற்றார் எனக் குறிப்பிடப் பட்டிருக்கின்றதோ, அவரை உண்மையில் சந்தித்து இருக்கின்றார் என்பது ஐயத்திற்கு இடமின்றி நிரூபிக்கப்பட்டிருத்தல் வேண்டும்.

3. அறிவிப்பாளர்களாகக் குறிப்பிடப்பட்டிருக்கும் அனைவரும் இறையச்சம், நற்குணம், நேர்மை போன்ற உயர் பண்புகளை உடையோர் என சமூகத்தினரால் மதிக்கப்பட்டவர்களாக இருக்க வேண்டும்.

4. அறிவிப்பாளர்களாகக் குறிப்பிடப்பட்ட அத்தனைப் பேரும் தாம் எதனைக் கண்டோம் என்று கூறுகின்றார்களோ அல்லது எதனைக் கேட்டோம் என்று கூறுகின்றார்களோ அதனைச் சரியாக விளங்கிக் கொள்வதற்கும், மற்றவர்களுக்குப் பிழைகள் இன்றிக் கூறுவதற்கும் தேவையான கல்வியறிவு பெற்றவர்களாய் இருத்தல் வேண்டும்.

5. அறிவிப்பாளர்களாகக் குறிப்பிடப்பட்டிருக்கும் அனைவரும் தாம் கூறிய ஹதீஸைக் கேட்ட காலகட்டத்திலே, அதனது முழுப் பொருளை யும் விளங்கிக் கொள்ளக்கூடிய வயதினை அடைந்தவர்களாக இருத்தல் வேண்டும்.

ஹதீஸ் அறிவிப்பாளர்களாகக் குறிப்பிடப்பட்டிருக்கும் ஒவ்வொரு வருடைய நம்பகத் தன்மையையும் பரிசோதிப்பதற்காக, கீழ்வரும் விவரங்களை உள்ளடக்கிய அட்டவணைகள் தயாரிக்கப்பட்டன:

i. அவரது பெயர், பட்டங்கள், பெற்றோர் விவரங்கள், தொழில் விவரங்கள்.

ii. அவர் அறிவித்த ஹதீஸில் உண்மைக்குப் புறம்பான செய்திகள் எவையும் இருந்தால், அவற்றைப் பற்றிய விவரங்கள்.

iii. அவரது நடத்தையைப் பற்றிய ஓர் அறிக்கை.

iv. அவர் தவறக்கூடிய சாத்தியங்கள் பற்றிய விவரங்கள்.

v. தான் அறிவிக்கின்ற விஷயங்களில் சொந்தக் கற்பனையையும் சேர்க்கக் கூடியவரா?

vi. தனது பேச்சில் கவனமாக இருக்கக்கூடியவரா?

vii. மார்க்கத்தைப் பற்றி ஏதாவது விசித்திரமான கருத்துகளை அவர் கொண்டிருக்கின்றாரா?

viii. அவரது கல்வியறிவும் உள்வாங்கும் ஆற்றலும்.

மேலும் விவரங்களுக்குப் பார்க்க அபுல் பஸ்ல் (Abul Fazl, 1980, பக். XX - XXI)

பல்லாயிரக் கணக்கான அறிஞர்கள் ஹதீஸ் கலை வளர்ச்சியில் ஈடுபட்டிருந்தனர். தொடக்ககால இஸ்லாமிய நூல்களில், ஏறத்தாழ ஓர் இலட்சம் முஹத்திஸ்களின் வாழ்க்கை விவரங்களைக் காணக்கூடியதாக இருக்கின்றது. (Abul Fazl, 1980, பக். XXIV) ஹதீஸ் தொகுப்பாளர்களில் ஒருவரான அபூ தாவூத், தனது தொகுப்பில் 4800 ஹதீஸ்களை மாத்திரமே சேர்த்துள்ள போதிலும் அவர் ஐந்து இலட்சம் ஹதீஸ்களை அறிந்திருந்தார் எனக் கூறப்படுவது, ஹதீஸ்களின் மொத்தத் தொகை எத்துணை அதிகமாக இருந்திருக்க வேண்டுமென்பதை உணர்த்தப் போதுமானது. இமாம் புஹாரியின் தொகுப்பில் 7397 ஹதீஸ்கள் மாத்திரமே காணப்பட்ட போதிலும் அவர் ஆறு இலட்சம் ஹதீஸ்களைத் திரட்டியிருந்தார் என நம்பப்படுகிறது. (Rauf, 1974, பக். 20-21)

நபிகள் நாயகத்தின் சொல்லையும் செயலையும் பதிவு செய்வதற்கு எடுக்கப்பட்ட முயற்சிகளைப் போலவே, இயேசு நாதரின் சொற்களையும், நடைமுறையையும் பதிவுசெய்ய ஒரு கூட்டு முயற்சி எடுக்கப்பட்டிருந்தால் விளைவுகள் எத்தகையனவாக இருந்திருக்கும் என்ற கேள்வி எழுவது இயற்கையே. உண்மையில் இயேசு நாதரின் சொல்லையும் செயலையும் பதிவு செய்யும் முயற்சிக்கு மேலதிகமான ஒரு காரணமும் இருந்தது என்பது அவதானத்திற்குரியது. இஸ்லாமியர் முஹம்மது நபியை இறையுணர்வு ஊட்டப்பட்டவர் எனக் கருதினரே ஒழிய, அவரை ஒருபோதும் தெய்வாம்சம் பொருந்தியவராகக் கருதியதில்லை; முஸ்லிம்களுக்கு நபி ஒரு மனிதரே. ஆனால் கிறிஸ்தவர்களோ இயேசு நாதரைத் தெய்வ வடிவமாகவே கருதுவர். இயேசு நாதரின் வாழ்க்கை முழுமையாகப் பதிவு செய்யப்படாததனால், அவரது வாழ்வோடு தொடர்புடைய பல விடயங்கள் சமூகத்திற்குக் கிடைக்காது

இஸ்லாமியச் சட்டவியல் 77

போயின. விவிலிய நூலின் முதல் நான்கு அதிகாரங்களையும் எழுதிய நான்கு சீடர்களும் பதிவு செய்துள்ள முக்கியமான தகவல்களைத் தவிர மற்றவை யாவும் காலத்திற்கு இரையாகிவிட்டன. மானுட குலத்தின் வழிகாட்டி எனக் கிறிஸ்தவர்களால் கருதப்படும் இயேசு நாதரின் வாழ்க்கை முழுமையாகப் பதிவு செய்யப்பட்டிருந்தால் கிறிஸ்தவம் எத்துணை பெரும் வளத்தினைப் பெற்றிருக்கும்? மறுபக்கம் பார்த்தால், இயேசு நாதர் வாழ்ந்த காலம், முஹம்மது நபி வாழ்ந்த காலத்திலிருந்து வேறுபட்டது; ஏறத்தாழ அறுநூறு ஆண்டுகள் முந்தியது. அது எழுத் தறிவும் எழுத்தாற்றலும் பரவலாகாதிருந்த காலம். இயேசு நாதரின் பொது வாழ்வு மிகக் குறுகியது என்பதும் அவதானத்திற்குரியதாகும். கௌதம புத்தர், வரலாற்றிலே, இவ்விரு சமயத் தலைவர்களோடும் ஒப்பிடப்படக் கூடிய மற்றுமொரு சமயத் தலைவர் ஆவார். இவருக்கும் வரலாறு உண்டு. இவர் தொடர்பான ஏராளமான தகவல்கள் பாதுகாக்கப் பட்டுள்ளன. ஆனால் ஒரு சமயத் தலைவரின் வாழ்வின் உண்மை நிகழ்வு களோடு, இயற்கையாகவே பின்னிப் படரும் கற்பனைகளை வேறுபடுத்தி ஒதுக்கிவிட்டு, சத்தியமானவற்றை மாத்திரம் பதிவு செய்வதற்குத் தேவையான ஒரு கடுமையான கூட்டு முயற்சி ஆரம்ப இஸ்லாமிய வரலாற்றிலே நடந்ததைப் போல, ஆரம்ப பௌத்த வரலாற்றிலே நடைபெறவில்லை. எனவே புத்தர் தொடர்பான செய்திகளில் கற்பனை யும் கலந்தே இருக்கிறது. இந்த வகையில் இஸ்லாமிய ஹதீஸ் முயற்சி வரலாற்று ரீதியாகப் பார்க்கும் போது தனித்துவமிக்கதாகும்.

நபிகள் நாயகத்தின் 'தவறு இழைக்க முடியாத் தன்மை *(நுபுவ்வத்)*' தொடர்பான விடயங்களோடு மாத்திரமே இணக்கம் காணும் என்பது கட்டாயம் குறிப்பிடப்பட வேண்டிய உண்மையாகும். எனவே இத்தகைய விடயங்கள் தொடர்பான ஹதீஸ் வழக்காறுகள் மாத்திரமே மீற முடியாதவையாகக் கருதப்படுகின்றன. கத்தோலிக்க திருச்சபை, தன்னகத்தே கொண்டிருந்த 'தவறு இழைக்க முடியாத் தன்மை'யைப் போலவே, நபிகள் நாயகத்தின் தவறு இழைக்க முடியாத் தன்மையும் குறிப்பிட்ட எல்லைகளுக்குள்ளேயே ஆளுமை கொண்டிருந்தது. அவ்வெல்லைகளுக்கு அப்பால் அதன் ஆளுமை செயற்படவில்லை. மகரந்தச் சேர்க்கை தொடர்பான ஒரு ஹதீஸ் வழக்காறு, இந்தத் தத்துவத்தை மிக அழகாக விளக்குகிறது.

ஒரு நாள், சில விவசாயிகள் ஈச்ச மரங்களுக்கு மகரந்தச் சேர்க்கை செய்து கொண்டிருந்ததைக் கண்ணுற்ற நபி நாதர், அம்முறையை அவர்கள் கடைப்பிடிப்பதற்குக் காரணம் என்ன என வினவ, அம்முறை பேரீத்தம் பழ விளைச்சலைப் பெருக்கும் என அவ்விவசாயிகள் பதிலளித்தனர். ஆனால் அம்முறையைப் பின்பற்றுவதால் விளைச்சல்

அதிகரிக்கும் என்ற வாதத்தை நபிகளார் ஏற்கவில்லை. நபிகளாரின் கருத்துக்கு மாறாக நடக்க விரும்பாத அவ்விவசாயிகள் மகரந்தச் சேர்க்கை முறையினைக் கைவிட்டனர்; இதனால் விளைச்சல் குறைந்தது. எனவே அவ்விவசாயிகள் நபிகளாரைச் சந்தித்து, தமக்கு ஏற்பட்ட இழப்பை விளக்கியபோது, நபிகளார் வழங்கிய பதில் பின்வருமாறு இருந்தது:

'நான் ஒரு மனிதன் மட்டும்தான். நான் உங்களுடைய மார்க்கம் தொடர்பான ஒரு கட்டளையை இடும் போது, அதனை நீங்கள் ஏற்றுக் கொள்ளுங்கள். ஆனால் நான் என் சுயக் கருத்து என ஒரு கருத்தைச் சொல்லும் போது, நான் ஒரு மனிதன் மட்டும்தான் என்பதை நினைவில் நிறுத்திக்கொள்ளுங்கள்.' (Abul Fazl, *1980*, வாசகம் *580*)

நுபுவ்வத்துடன் தொடர்பில்லாத விடயங்கள் சம்பந்தமாக, உதாரண மாக விஞ்ஞானம், தொழிநுட்பம் போன்றவை சம்பந்தமாக, சுயமாக விசாரணைகள் செய்து, பகுத்தறிவுக்கேற்ப முடிவுகள் எடுக்கும் உரிமை முஸ்லிம்களுக்கு வழங்கப்பட்டிருக்கின்றது என வாதிடுவோர் மேற்கூறப் பட்ட ஹதீஸை ஆதாரமாகக் காட்டுவர். நபிகள் நாயகம் சர்வ விஞ்ஞானத் திற்கு ஒருபோதும் உரிமை கோரியதில்லை. சுன்னாவைப் பொருள் விளங்கிக் கொள்வதற்கும் நாம் இதே விதிகளைப் பின்பற்றலாம்.

இதர மூலாதாரங்கள்

அ. இஜ்மா (ஒருமித்த முடிவு)

ஒரு பிரச்சினைக்குத் தீர்வு காண்பதற்கு, அதற்குரிய ஆதாரத்தைக் குர்ஆனிலோ, சுன்னாவிலோ காணாவிட்டால், அத்தகைய ஒரு பிரச்சினைக்கு அந்தக் காலகட்டத்தில், அல்லது அதற்கு முந்திய காலகட்டத்தில் வாழ்ந்த அறிஞர்கள் வழங்கியுள்ள ஒருமித்த சட்டத் தீர்ப்பு என்ன என்பதை அறிய முற்படவேண்டும். இவ்வாறு ஒரு பெரும் எண்ணிக்கை கொண்ட மார்க்க அறிஞர்களால் எடுக்கப்பட்ட ஒருமித்த முடிவு, திருத்தமான ஒரு முடிவாக, திட்டவட்டமான ஒரு முடிவாக மூன்றாவது மூலாதாரமாக இஸ்லாமியச் சட்டவியலில் இடம்பெறுகின்றது.

தனிப்பட்ட கருத்துகளின் நம்பகமற்ற தன்மையே, இஜ்மாவுக்கு வழங்கப்படும் அதிகாரத்தின் அடிப்படையாகவிருக்கிறது. சமூகத்தின் கூட்டுச் சிந்தனை தவறானதாக இருக்காது என்பது பொதுக் கருத்தாகும். 'எனது சமூகம் ஒருபோதும் தவறில் ஒன்றிணைய மாட்டாது' என்பது நபிகளாரின் திடமான நம்பிக்கையாகும். *இஜ்மா* அல்லது ஒருமித்த முடிவு எனும் தத்துவம், அல்லாஹ், அல்லாஹ்வுக்குப் பின்னர் அல்லாஹ்வின் தூதர், தூதருக்குப் பின்னர் இஸ்லாமியச் சமூகம் என்ற தத்துவத்தின் வளர்ச்சியின் விளைவாகவே இருக்கிறது. வணக்க

வழிபாடுகள், திடமான கொள்கைகள், ஏனைய செயல்கள் யாவும் சமூகத்தின் பொறுப்பில் விடப்பட்டன. குர்ஆனும் சுன்னாவும் மௌனம் சாதிக்கின்ற விடயங்களைப் பற்றி (வெறுமனே பெரும்பான்மையான கருத்தாகவன்றி) சமூகம் எடுக்கும் எந்த ஓர் ஒருமித்த முடிவும் அது குர்ஆனுக்கும் சுன்னாவுக்கும் மாற்றமாக இல்லாதிருப்பின், சட்டத்தின் ஏற்புடைமையைப் பெற்றுவிடும்.

குர்ஆனுக்கு அல்லது சுன்னாவுக்கு அல்லது அவை இரண்டுக்கும் முரணாக இருக்கின்றது என்ற ஒரு பலவீனம் மாத்திரமே, இஜ்மா எனும் ஒருமித்த முடிவின் ஆளுமையைக் கட்டுப்படுத்தும்.

வெவ்வேறு சட்ட, தத்துவ வழக்காறுகளுக்கிடையே காணப்படும் சிந்தனை ஒருமைப்பாடுகளை ஆராய்பவர்கள், இஸ்லாமியச் சட்ட சிந்தனை, சமூகக் கூட்டுச் சிந்தனைக்கு வழங்கும் முக்கியத்துவத் திற்கும், ரூஸ்ஸோ பெரும் ஆளுமை மிக்கதாக சித்திரித்து, ஐரோப்பிய அரசியல் தத்துவத்துறைக்கு அறிமுகப்படுத்திய 'சமூகத்தின் பொதுத் தீர்மானத்திற்கும் உள்ள ஒற்றுமைகளை அவதானிக்கவே செய்வர். ரூஸ்ஸோ இஸ்லாமியச் சிந்தனைகளை மிகத் தீவிரமாகப் படித்தவர்; எனவே ரூஸ்ஸோவின் அரசியல், சமூகத் தத்துவங்களுக்கும் இஸ்லாமியக் கோட்பாடுகளுக்கும் இடையே காாணப்படக்கூடிய ஒருமைப்பாடுகள் தற்செயலானவை எனக் கருதுதல் பொருத்தமற்றதாக இருக்கலாம். (பார்க்க: 6ஆம் அத்தியாயம்)

சன்னிப் பிரிவுகளைச் சேர்ந்த இஸ்லாமிய மார்க்க அறிஞர்கள் இஜ்மாவினை ஒரு சட்ட மூலாதாரமாக ஏற்கின்ற போதிலும், அவர்கள் அனைவரும் இதனை ஒரே அடிப்படையில் ஏற்பதாகவோ, ஒரே அளவாக ஏற்பதாகவோ கருத முடியாது. இமாம் அபூ ஹனீபா, இஜ்மா நேர்மையான ஒருமுறை என்ற அடிப்படையில் அதனை ஏற்றார். ஆனால் இமாம் மாலிக் அவர்களோ, இஜ்மா சமூகத்தின் பொது நன்மைக்கு உதவும் என்ற காரணத்திற்காகவே இக்கோட்பாட்டை ஆதரித்தார். இமாம் ஷாபி அவர்களோ ஒப்புவமைக் காணல் (கியாஸ்) என்ற அடிப்படையிலேயே இதனை ஏற்றார். நபித்தோழர்களின் இஜ்மாவை மாத்திரமே ஏற்பதனால் ஹன்பலீ மத்ஹபினர் இஜ்மாவின் பொருள் கோடல் எல்லைகளைச் சுருக்கிவிட்டனர் எனக் கூறலாம். ஆனால் ஹனபீகளோ எக்கால சட்ட வல்லுனர்களின் இஜ்மாக்களையும் தயங்காது ஏற்றனர். மாலிக்கீ மத்ஹபினர்களுக்கோ, நபிகளாரின் நெருக்கத்தினால் தூய்மை அடைந்த மதீனா உலமாக்களின் இஜ்மாக்கள் மாத்திரமே ஏற்புடையதாக இருந்தன. ஹதீஸ்களின் அடிப்படையிலே எழுந்த இஜ்மாக்களை மாத்திரமே ஹன்பலீக்கள் ஏற்றனர்; ஏனையவை அவர்களால் நிராகரிக்கப்பட்டன.

இஸ்லாமியச் சட்டங்களை முடக்கி வைக்காது, அவை காலத்தின் தேவைகளுக்கேற்ப தம்மை மாற்றிக்கொள்வதற்கு இஜ்மா அனுகூலமாக இருந்தது எனக் கூறலாம். எனவே நீதி, மனித உரிமைகள், சட்ட வளர்ச்சி போன்ற நிலைப்பாடுகளிலிருந்து நோக்கும் போது இஸ்லாமியச் சட்ட வளர்ச்சிக்கு இஜ்மா பெரிதும் உதவியுள்ளது எனலாம்.

ஆ. கியாஸ் (ஒப்புவமைக் காணல்)

மேலே விவரிக்கப்பட்டுள்ள மூன்று ஆதாரங்களிலும், ஒரு பிரச்சினையைத் தீர்ப்பதற்கான விதி காணப்படாவிட்டால், சட்ட நிபுணர்கள் அப்பிரச்சினையை ஆழமாகவும் விவேகமாகவும் ஆராய்ந்து, தர்க்க ரீதியான அனுமானங்களினாலும், ஒப்புவமைக் காண்பது மூலமாகவும் ஒரு பொருத்தமான தீர்ப்பைப் பெற முயல வேண்டும். இஜ்திஹாத் என அழைக்கப்படும் இந்த ஆய்வு முறையின் தோற்றம், நபிகள் நாயகத்திற்கும் ஏமன் நாட்டு ஆளுநராக நியமனம் பெற்ற முஆத் இப்னு ஜபலுக்கும் இடையில் நடந்த ஓர் உரையாடலுடன் தொடர்பு படுத்தப்படுகின்றது என்பதை நாம் முன்னர் குறிப்பிட்டுள்ளோம். சட்ட நிபுணர்கள் தாம் தீர்ப்புக் காணவேண்டியிருந்த பிரச்சினையையும் ஏற்கெனவே தீர்ப்பு வழங்கப்பட்டிருந்த அதற்கொத்த பிரச்சினையையும் தர்க்கரீதியாக ஒப்பிட்டு ஆராய்ந்து, தத்துவரீதியாக விசாரணை செய்து, இரண்டுக்கும் இடையில் காணப்படும் பொதுப் பண்புகளைப் பிரித்தெடுத்து, ஒன்றுக்குரிய சட்டம் மற்றொன்றுக்கும் பொருந்தும் என அனுமானித்தலே கியாஸ் எனப்படுகின்றது. எனவே கியாஸ் எனப் படுவது தர்க்கரீதியாக ஒப்புவமைக் காணல் என பொருள் விரிக்கலாம். குறிப்பிட்ட சில உண்மைகளை அடிப்படையாக வைத்து ஒரு நீதியரசர் வழங்கிய தீர்ப்பினை ஆராய்ந்து, அத்தீர்ப்பிலே பொதிந்திருக்கும் பொதுத் தத்துவத்தைப் பிரித்தெடுத்து, அத்தத்துவத்தை, ஏறத்தாழ அதற்குச் சமனான வேறொரு வழக்குக்குப் பொருந்த வைக்க ஓர் ஆங்கிலேய வழக்கறிஞர் எடுக்கும் முயற்சியைக் கியாஸுக்கு உவமானமாகக் கூறலாம். இஸ்லாமியச் சட்டத்தில் பயன்படுத்தப்பட்ட ஒப்புவமைக் காணும் நுட்ப முறைகளைப் பற்றிய நல்லதோர் விளக்கத்தைப் பெறுவதற்கும், இஸ்லாமிய முறைக்கும் பிரித்தானிய நீதிமுறையில் பின்பற்றப்படும் உதாரண மேற்கோள் முன்னிகழ்ச்சி முறைக்கும் இடையே காணப்படும் ஒற்றுமைகளை அறிய மக்திசி *(1985)*, டியான் *(1959)* ஆகியோரின் நூல்களைப் பார்க்கவும். கியாஸ் எனப்படும் ஒப்புவமைக் காணலைத் திறம்படச் செய்வதற்கு, சிறப்புப் பயிற்சி அவசியம். பல்லாண்டு கால பயிற்சி பெற்றதன் மூலம் சட்ட நுணுக்கங்களை நன்கு அறிந்த ஒரு சட்ட நிபுணரே இதனைச் செய்வதற்குப் பொருத்தமானவராக இருந்தார். இத்தகைய திறன் வாய்ந்தோர், பிறர்

உதவியின்றி சட்ட மூலாதாரங்களின் வழிகாட்டலில் தாமாகவே சட்ட விதிகளைப் பிரித் தெடுக்கும் ஆற்றல் உடையவர் எனப் பொருள் தரும் *முஜ்தஹித்* எனும் பெயரால் அழைக்கப்பட்டனர். இவ்வாறு சட்ட மூலாதாரங்களை அடிப்படையாக வைத்து சட்ட விதிகளைப் பிரித்தெடுத்தல் *இஜ்திஹாத்* எனப்பட்டது. விரைவாகப் பரவிக் கொண்டும் வளர்ச்சியுற்றுக் கொண்டும் இருந்த சமூகத்தின் மாறிவரும் தேவைகளுக்குத் தம்மைப் பொருத்தமாக்கிக்கொள்ள இஸ்லாமியச் சட்டங்களுக்கு இஜ்திஹாத் ஒரு வாய்ப்பை வழங்கியது.

ஒப்புவமை மூலமான விவாதம், வலிமையான காரணங்கள் காட்டு வதன் மூலமான விவாதம், ஒரு பெரும்பான்மைக் கருத்துடனான சிறுபான்மைக் கருத்துகளின் விவாதம், ஒரு சிறுபான்மைக் கருத்துடனான பெரும்பான்மைக் கருத்துகளின் விவாதம், மாறுபட்ட கருத்துகளின் விவாதம் ஆகியவற்றுடன் தொடர்புடைய தர்க்கரீதியான செயற்பாடு களை உள்ளடக்கியதுதான் கியாஸ் என்பதாக, பிரெஞ் நாட்டு அறிஞர் எமைல் டியான் விவரித்துள்ளார். *(1959, பக். 82).*

இஸ்லாமியச் சட்டவியலின் கணிசமான ஒரு பகுதியின் வளர்ச்சிக்குக் கியாஸே காரணமாக இருந்திருக்கிறது. இருப்பினும் இறை வசனங் களுக்குப் பொருள் கூறுகிறோம் எனக் கூறி மனித அறிவைத் திணிக்கும், அல்லது மனித அறிவின் அடிப்படையில் இறைவசனங்களுக்குப் பொருள் காணும் செயல்கள் ஒன்பதாம், பத்தாம் நூற்றாண்டுகளில், அறிஞர்கள் மத்தியில் அதிருப்தியை உருவாக்கின. தர்க்கரீதியான வாதங்களாலும் விளக்கங்களாலும் சட்டத் துறையில் எவ்வெவ்வற்றைச் செய்ய முடியுமோ அவ்வளவும் செய்யப்பட்டு விட்டதால், இதன் பிறகு வாதங்களுக்கோ, விளக்கங்களுக்கோ எவ்விதமான தேவையுமில்லை என்ற கருத்து வலுவாக முன்வைக்கப்பட்டது. இஜ்திஹாத் ஒரு கால கட்டத்திலே கட்டாயத் தேவையாகத்தான் இருந்தது; ஆனால் அந்தக் காலகட்டம் கடந்துவிட்ட படியால், இனி இஜ்திஹாத் முறையைப் பின்பற்றுவதற்கு எவ்வித அவசியமும் இல்லை என்ற கருத்துக்கு ஆதரவு பெருகியது. தனிப்பட்டவர்களோ, தனிப்பட்ட குழுக்களோ இஜ்திஹாத் மூலம் இறைச் சட்டங்களை தன்னிச்சையாக வரையறுக்கும் செயல்களுக்குப் பத்தாம் நூற்றாண்டோடு முற்றுப்புள்ளி வைக்கப் பட்டது. இஜ்திஹாதின் வாயில்கள் மூடப்பட்டன; மூடப்பட்ட வாயில்கள் அடுத்த பத்து நூற்றாண்டுகள் மூடியே கிடந்தன. (Schacht, *1964*, பத்தாம் அத்தியாயம்)

சட்டத் தீர்ப்புகளைப் பெறுவதற்கு இஜ்திஹாத் முறை மறுக்கப்பட்ட போது, அதனுடைய இடத்தை நிரப்ப வேறு ஒரு முறை வளர வேண்டிய அவசியம் ஏற்பட்டது. இஜ்திஹாதினால் ஏற்படுத்தப்பட்ட வெற்றிடத்தை

நிரப்ப வந்த செயற்பாடே, பின்பற்றல் என்னும் பொருளைத் தரும் தக்லீத் முறையாகும். தக்லீத் என்ற முறையைப் பரப்பிய சட்ட அறிஞர் களினால் அவர்களுக்குமுன் வாழ்ந்த அறிஞர்கள் செய்ததுபோல சட்டங்களுக்கு விளக்கவுரை வழங்கும் உரிமை கோரப்படவில்லை. தமக்கு அந்த உரிமையோ, தகுதியோ இருக்கிறது எனக் குரல் எழுப்பவும் இல்லை. மாறாக அவர்கள் இஸ்லாத்தின் தோற்றத்திலிருந்து இஜ்திஹாத் யுகம் வரை, வெவ்வேறு அறிஞர்களால் இஸ்லாமியச் சட்டங்கள் தொடர்பாக எழுதப்பட்டிருந்த அத்தனை ஆக்கங்களைப் பற்றியும் விமர்சனங்கள் செய்தனர்; விளக்க உரைகளும் விரிவுரைகளும் எழுதினர். அவற்றைப் பற்றி நீண்ட ஆய்வேடுகள் வெளியிட்டனர். வெவ்வேறு சிந்தனா பிரிவுகளின் கண்ணோட்டங்களுக்கு ஏற்ப எழுதப் பட்ட இவ்வாய்வு நூல்கள், அதுவரை இஸ்லாமியச் சட்டமுறைமை பெற்றிருந்த வளர்ச்சிகள் அத்தனையையும் ஒன்றிணைத்தன. காலப் போக்கில் இவை, இஸ்லாமியச் சட்டங்களைப் பற்றிய, அங்கீகரிக்கப் பட்ட பாடநூல்களாக மாறின.

இக்காலகட்டத்தில், இஜ்திஹாத் முறையில் சட்டங்களை வளர்க்கும் வாய்ப்பு மறுக்கப்பட்டதால், வேறு முறைகளில் சட்டங்களை மாற்றவும் வளர்க்கவும் அறிஞர்கள் முற்பட்டனர். காலத்துக்குப் பொருந்தாதவை என, அல்லது பின்பற்றுவதற்குச் சிரமமானவை என, அக்கால சமூகத் தினரால் கருதப்பட்ட சட்டவிதிகளைத் தமது நிலைப்பாடுகளுக்கேற்ப மாற்றிக்கொள்ள சில யுக்தி(ஹியால்)களை அன்றைய அறிஞர்கள் கண்டுபிடித்தனர். எடுத்துக்காட்டாக, வட்டி மீது இஸ்லாம் விதித்திருந்த தடையைத் தவிர்த்துக்கொள்ள, இரட்டை விற்பனை என்ற ஒரு யுக்தியை அவர்கள் சமூகத்தில் அறிமுகப்படுத்தினர். A என்பவர் B என்பவருக்கு நூறு டாலர் கடனாகக் கொடுத்து, ஆண்டு முடிவில் பத்து டாலர் வட்டியோடு, B இடமிருந்து நூற்றிப் பத்து டாலர்கள் பெற விரும்பு கிறார் என வைத்துக் கொள்வோம். ஆனால் இப்படி நேரடியாகச் செய்வது வட்டி எனக் கருதப்படும். இந்தக் கட்டத்தில், சட்ட அறிஞர்கள் தலையிட்டு, ஓர் ஆண்டு முடிவில், A என்பவரிடமிருந்து ஒரு குறிப் பிட்ட பொருளை நூற்றிப் பத்து டாலர்களுக்குத் திருப்பி வாங்கிக் கொள்வேன் என்ற ஒப்பந்தத்தின் பேரில் B என்பவர் அப்பொருளை A என்பவருக்கு நூறு டாலர்களுக்கு விற்கலாம் என்ற தந்திரமான வழியினைச் சொல்லிக் கொடுத்தனர். இங்கே வட்டியாகப் பெறப் படும் பத்து டாலர்கள், மீள்விற்பனையில் பெற்ற இலாபம் எனும் போர்வையைப் போர்த்திக் கொள்வதைப் பார்க்கின்றோம். மாலிக்கீ மத்ஹபினரும் ஹன்பலீ மத்ஹபினரும் இத்தகைய யுக்திகளை ஏற்றுக் கொள்ளவில்லை. ஆனால் ஹனபீகளும் ஷாபிகளும் பொதுவாக இவற்றை ஏற்றனர். இமாம் ஷாபி அவர்களும் அவர்களது ஆரம்ப தலை

முறை மாணாக்கர்களும் ஹியால் யுக்திகளின் சட்ட ஏற்புடைமையை ஏற்றுக்கொண்ட போதிலும், அவற்றைத் தடுக்கப்பட்டவையாகவும் வெறுக்கப்பட வேண்டியவையாகவுமே கருதினர் என்பது குறிப்பிடப் பட்டே ஆகவேண்டும். (Schacht, *1964*, பக். *81*) உண்மையில் ஹியாலின் வெற்றிக்கு ஹனபீ அறிஞர்களே காரணகர்த்தாக்களாக இருக்கின்றனர். வட்டியைத் தடை செய்திருந்த கிறிஸ்தவத் திருச்சபையின் சட்டத்தால் கட்டுண்டிருந்த ஆங்கிலேய சட்டம், இத்தகு பொருள்கோடல் மூலம் அத்தடையை அகற்றிக்கொண்டது என்பது சிந்தனைக்குரியதாகும்.

மேலே கூறியவற்றை வைத்து, எல்லா அறிஞர்களும் இஜ்திஹாதுக்கு எதிரான நிலைப்பாட்டை ஏற்றுக்கொண்டனர் என்றோ, அதனை ஆதரித்தனர் என்றோ எவரும் கருதிவிடக் கூடாது. எடுத்துக்காட்டாக, பதினான்காம் நூற்றாண்டில் வாழ்ந்த இப்னு தைமிய்யா எனும் அறிஞர் இஜ்திஹாதின் வாயில் மூடப்பட்டதை மிக வன்மையாக எதிர்த்தார். ஆனால் இத்தகையோரின் எதிர்ப்பினால் பெரும் மாற்றங்கள் ஏதும் ஏற்பட்டுவிடவில்லை. மூடப்பட்ட இஜ்திஹாத் வாயில்கள் மூடப் பட்டே கிடந்தன. பத்தொன்பதாம், இருபதாம் நூற்றாண்டுகளில் ஏற்பட்ட பெரும் மாற்றங்களுக்குப் பிறகே, இஜ்திஹாத் மீண்டும் நடை முறைப்படுத்தப்படல் வேண்டும் என்ற வாதம் மக்களின் உள்ளங் களைக் கவரும் வகையில் எழுப்பப்பட்டது. இஜ்திஹாத் முறை வழக்கி லிருந்து அகற்றப்பட்ட பத்தாம் நூற்றாண்டுக்கும் பத்தொன்பதாம் நூற்றாண்டுக்கும் இடைப்பட்ட காலப்பகுதியில் ஏற்பட்டிருந்த பரவலான மாற்றங்களின் அடிப்படையில் குர்ஆன் மீண்டும் ஆராயப்பட்டு, அவ்வாய்வுகளின் அடிப்படையில், மாறிவரும் தேவைகளுக்கேற்ப குர்ஆனில் பொருள் காண முயல வேண்டும்; அதன் மூலம் சட்ட முறைகள் சீர்திருத்தம் பெற வேண்டும் என்ற கோரிக்கை, பத்தொன்பதாம் நூற்றாண்டில் வாழ்ந்த மாபெரும் எகிப்திய அறிஞரான முஹம்மது அப்து *(1849-1905)* அவர்களால் முன்வைக்கப்பட்டது. மூடப்பட்டிருந்த இஜ்திஹாத் வாயில்கள் சமூகத்திற்கு மீண்டும் திறந்துவிடப்பட வேண்டும் என்பதே அப்துவின் முழக்கமாகவும் கோரிக்கையாகவும் இருந்தது. நவீன இஸ்லாமியப் பேரறிஞர்களில் ஒருவராகக் கருதப்படும் முஹம்மத் அஸத், அறிஞர் முஹம்மது அப்துவை பின்வருமாறு எடை போட்டுள்ளார்: 'நவீன இஸ்லாமிய உலகில் முஹம்மது அப்து வகிக்கும் அதீத முக்கியத்துவத்தைப் போதுமான அளவு உணர்த்த முடியுமா என்பது ஐயமே. இன்றைய இஸ்லாமியச் சிந்தனை வளர்ச்சியின் அத்தனை அம்சங்களிலும் இந்தத் தனித்துவமிக்க, மாபெரும் நவீன சிந்தனையாளரின் செல்வாக்கு நேரடியாகவோ அல்லது மறைமுகமாகவோ டீதிந்திருக்கிறது என்பது மிகையல்ல.' (Asad, *1980*, பக். V)

இந்தியாவைச் சேர்ந்த ஸர். முஹம்மது இக்பால் போன்ற சிந்தனை யாளர்கள் ஒரு படி மேலே சென்று, இஸ்லாமியச் சட்டங்களைப் புதிய சகாப்தத்தின் போக்குகளுக்கு இணக்கமானவையாக ஆக்க, இஜ்திஹாத் போன்ற ஆய்வுகளில் ஈடுபடுவதை இஸ்லாமிய அறிஞர்கள் தம் கடமை யாகக் கருதவேண்டும் என மிக அழுத்தமாகக் கூறினர்.

பத்து நூற்றாண்டுகளாகக் கடைப்பிடிக்கப்பட்டு வந்த வழக்காறு களுக்கு முற்றிலும் மாறாக விளங்கியதால், இத்தகைய சிந்தனைகள் புரட்சிகரமானவையாகவே கருதப்பட்டன. எனவே அவை மிக வன்மை யாக எதிர்க்கப்பட்டன. கடந்த நூற்றாண்டில் ஏற்பட்ட மாற்றங்கள், அதற்கு முந்திய பத்து நூற்றாண்டுகளில் ஏற்பட்ட மாற்றங்களைவிட அதிகமானவை என்றும், வாழ்வு முறைகளில், தொடர்பு முறைகளில், சமூகச் சிந்தனைகளில் புரட்சிகரமான மாற்றங்களை ஏற்படுத்திய தொழிநுட்ப யுகம் வழக்கத்திற்கு மாறான புதுமையான கருத்துகளை எதிர்பார்க்கின்றது எனவும் கூறி, சீர்திருத்தச் சிந்தனையாளர்கள் தம் நிலையை உறுதிப்படுத்திக்கொள்ள முயன்றனர்.

இத்தகைய சிந்தனைகளின் விளைவாக சட்டச் சீர்திருத்தங்கள் பல உருவாகத் தொடங்கின. நவீன சட்ட முறைகளில் புதிய இஜ்திஹாத் முறை ஏற்படுத்திய செல்வாக்கினை உணர்த்தக் கீழ்வரும் உதாரணங்கள் உதவும்.

ஒன்றுக்கு மேற்பட்ட பெண்களை மணமுடிக்க விரும்பும் ஒருவர், அவர்கள் அத்தனை பேரையும் குறைவின்றிப் பராமரிக்கப் போதிய பண வசதியுடையவராக இருத்தல் வேண்டும் என்பதையும், அத்தனை மனைவியரையும் பாரபட்சமின்றிப் பராமரிக்கக் கூடியவராக இருக்க வேண்டும் என்பதையும் வெறும் தார்மிக நிபந்தனைகளாக மாத்திரம் முஹம்மது அப்து கருதவில்லை. பலதார மணத்தை நாடும் ஒருவர் கட்டாயம் திருப்திப்படுத்த வேண்டிய சட்டத் தேவைப்பாடுகளாகவே அவர் அவற்றைக் கருதினார். எனவே இந்த நிபந்தனைகள் பூர்த்தி செய்யப்படாவிட்டால், குறிப்பாக இரண்டாவது நிபந்தனை பூர்த்தி செய்யப்படாவிட்டால், பலதார மணத்திற்கு அனுமதி வழங்க மறுக்கும் அதிகாரம், நவீன நீதிமன்றங்களுக்கு வழங்கப்பட்டது. இத்தகைய சிந்தனைகள் பல இஸ்லாமிய நாடுகளில் சிறப்புச் சட்டங்கள் உருவாவதற்குக் காரணங்களாக இருந்திருக்கின்றன.

இத்தகைய சீர்திருத்தச் சட்டங்களுக்கு ஓர் எடுத்துக்காட்டாக, 1961ஆம் ஆண்டில், பலதார மணம் தொடர்பாகப் பாகிஸ்தானில் நிறைவேற்றப்பட்ட முஸ்லிம் குடும்பச் சட்டத்தினைக் காட்டலாம். தம் மனைவியோடு வாழும் ஒருவர் மற்றுமொரு பெண்ணையும் மணம் முடிக்க விரும்பினால், அத்திருமணத்தின் அவசியத்தையும் நியாயத்தை

யும் ஆராய்ந்து அனுமதி வழங்குவதற்கு, இச்சட்டத்தின் படி ஒரு நடுவர் சபை அமைக்கப்படும். பொதுவான ஒருவரின் தலைமையின் கீழ் நிறுவப்படும் இச்சபையில், பலதார மணம் செய்ய விரும்பும் கணவரின் சார்பாக ஒரு பிரதிநிதியும், உத்தேசிக்கப்பட்ட திருமணத்தால் பாதிப்புக் குள்ளாகும் மனைவியின் சார்பாக ஒரு பிரதிநிதியும் இடம்பெறுவர். இச்சபை அனுமதி வழங்கினால் மாத்திரமே உத்தேசிக்கப்பட்ட திருமணம், நடத்தப்படலாம். இவ்வாறே, 1959ஆம் ஆண்டில் ஈராக் நாட்டில் நிறை வேற்றப்பட்ட ஒரு சட்டம், பலதார மணத்திற்கு நீதிமன்றத்தின் அனுமதியை அவசியமாக்கியுள்ளது. குறிப்பிட்ட பலதார மணத்தில் தொடர்புடைய மனைவியர்களுக்கு பாரபட்சமற்ற, சமத்துவப் பராமரிப்புக் கிடைக்காது என நீதிமன்றம் கருதினால், அத்திருமணத் திற்கு அனுமதி வழங்க அது மறுக்கலாம். இவ்வாறே வணிகத் துறை தொடர்பாகவும் புதிய போக்கைப் பிரதிபலிக்கும் நவீன சட்டங்கள் பல இஸ்லாமிய நாடுகளின் சட்டமன்றங்களினால் நிறைவேற்றப் பட்டுள்ளன.

ஓர் ஆடவர் பல பெண்களை மணந்திருந்தால், அவர் அத்தனை மனைவியரையும் ஏற்றத்தாழ்வுகள் காட்டாது, சமமாக நடத்த வேண்டு மென்பது குர்ஆனின் தெளிவான கட்டளை. நவீன சமூக, பொருளியல் சூழ்நிலைகளில், இத்தகைய சமத்துவத்தை நிலைநாட்டுவது நடை முறைச் சாத்தியமானதல்ல எனக் கருதிய டூனீஸியா, 1957ஆம் ஆண்டில், தனிநபர் அந்தஸ்துச் சட்டம் எனும் ஒரு சட்டத்தை நிறைவேற்றி, பலதார மணத்தை முற்றாகத் தடை செய்துள்ளது.

1983ஆம் ஆண்டில் மக்கா நகரில் நடைபெற்ற மார்க்க அறிஞர்களுக் கான ஒரு மாநாட்டின் தொடக்கவிழாவின்போது, 'இஜ்திஹாதின் வாயில்கள் மீண்டும் திறக்கப்பட வேண்டும்' என சவூதி அரசர் ஃபஹத் வேண்டுகோள் விடுத்தார். இஜ்திஹாத் முறையை மீள் அறிமுகம் செய்வதற்கு இதுவரை எடுக்கப்பட்ட முயற்சிகளில் ஆக வலுவான தென்று இது இனங்காட்டப்படலாம். ஆனால் இங்கு மன்னர் எதிர்பார்த்ததும் அவாவியதும், தனிப்பட்ட மார்க்க அறிஞர்களால், (அவர்களின் கல்வித் தகைமைகள் எவ்வளவு உயர்வானவையாக இருந்தபோதிலும் சரியே) எடுக்கப்படும் இஜ்திஹாதை அல்ல. உலகளாவிய முறையில் தெரிவு செய்யப்பட்ட தலைசிறந்த மார்க்க அறிஞர்கள் ஒன்றுகூடி, சமூகம், நவீன மாறுதல்களால் எதிர் நோக்கும் பிரச்சினைகள் அத்தனையையும் நுணுக்கமாகவும் ஆழமாகவும் ஆராய்ந்து, அப்பிரச்சினைகள் தொடர்பாகத் தற்போது வழக்கில் நிலவும் சட்டங்களை மறுபரிசீலனை செய்து, ஏதாவது மாற்றங்கள் செய்ய வேண்டி இருந்தால், அம்மாற்றங்களைச் செய்வதற்கே இஜ்திஹாத்

முறை பயன்படுத்தப்பட வேண்டும் என்பதே மன்னரின் எதிர்பார்ப்பாக இருந்தது. தமது உரையில் மன்னர் ஃபஹத் பின்வருமாறு குறிப்பிட்டார்: 'சகோதரர்களே! இன்று நம்மிடையே மார்க்க அறிஞர்கள் நிறைந்திருந்த போதிலும் ஏராளமான புதிய நிகழ்வுகளையும், பதில் கூறப்படாத பல கேள்விகளையும் பிரச்சினைகளையும் நம் சமூகம் சந்தித்துக் கொண்டே இருக்கிறது. இவை யாவும் ஆழமானவை; விசாலமானவை. இவ்வகையில் நாம் இறைவனுக்குப் பெ ்ம் பொறுப்பாளர்களாக இருக்கின்றோம். இப்பிரச்சினைகள் தனிமனித இஜ்திஹாதினால் தீர்க்கப்படக்கூடியவை யல்ல. இப்பிரச்சினைகள் எதனைப் பற்றியும் தனிமனித முடிவு எடுக்கப்பட்டிருந்தால், அந்த முடிவு புதிய, பழைய இஸ்லாமியச் சட்டவியலை மிக நுணுக்கமாகவும் ஆழமாகவும் ஆராய்ந்த அறிஞர்களாலும் ஏற்றுக் கொள்ளப்படக்கூடியதாக இருக்க வேண்டும். அவ்வாறின்றேல், இப்பிரச்சினைக்குத் தீர்வு காண்பது கூட்டு முயற்சியின் அடிப்படையிலேயே இருக்க வேண்டும்.' (Asiaweek, *1 ஜூலை 1983, பக். 13*)

வரையப்படாத அரசியல் சட்டத்தின் அடிப்படையில் இயங்கும் மிகச் சொற்ப நாடுகளில் சவூதி அரேபியாவும் ஒன்று என்பதை இந்த சந்தர்ப்பத்தில் நினைவுகூர்தல் வேண்டும். உலக நாடுகளின் அரசியல் சட்டங்கள் பற்றி நடத்தப்பட்ட ஓர் ஆய்வு (Blaustein and Flanz, 1976) குர்ஆனே சவூதி அரேபியாவின் அரசியல் சட்டம் என்று சுட்டிக் காட்டுகின்றது. இந்த அரசியல் சட்டத்தைப் பற்றி ஒரு அரசியல் சட்ட நிபுணர் கீழ்வருமாறு குறிப்பிட்டுள்ளார்:

> குர்ஆனும் சுன்னாவும் மாற்ற முடியாதவை; ஆனால் கால ஓட்டத்திலே மனித இனம் பெற்றுக்கொள்ளும் அறிவுக்கும் அனுபவத்திற்கும் ஏற்ப, குர்ஆனிலும் சுன்னாவிலும் அது காணும் பொருள் கோடல்கள் மாற்றம் பெறலாம். (அப்துல் முனீம் ஷாகிரின் கூற்று; Blauscein and Flanz (1976) மேற்கோள்)

வேறு வார்த்தைகளில் கூறுவதாக இருந்தால் கியாஸ், இஜ்திஹாத் என்ற வழிமுறைகளுக்கிணங்க எடுக்கப்படும் முயற்சிகள், இஸ்லாமியச் சட்டத் தொகுதியின் மாற்ற முடியாத பகுதிக்கும் சமகாலத் தேவைகளுக்கும் இடையே ஒரு பாலத்தை அமைக்கின்றன எனலாம்.

நவீன தேவைகளுக்கு ஏற்ப சட்டங்களுக்குப் பொருள் காண வேண்டும் என்ற சிந்தனையின் தாக்கம் அண்மைக்கால சட்டத் தீர்ப்புகள் சிலவற்றில் பிரதிபலிப்பதைக் காணலாம். குர்ஷித் பீபீ எதிர். முஹம்மது அமீன் (1 Pakistan Legal Decisions 97) எனும் வழக்கு தொடர்பாக 1967ஆம் ஆண்டில் வழங்கப்பட்ட தீர்ப்பில் சில பாகிஸ்தான் நீதியரசர்கள், குர்ஆனில் சுயமாகப் பொருள் காணும் உரிமைக்குக் குரல் எழுப்பியதும் அதனை அங்கீகரித்ததும் இதற்கு நல்லதோர் எடுத்துக்காட்டாகும். ஆனால் 1897ஆம் ஆண்டில், அகா முஹம்மது எதிர். குல்ஸம் பீபீ

(24 ind. App. 196) எனும் வழக்கில் கோமறைக் கழகம் எடுத்த நிலைப்பாடு, தொன்மையும் ஆளுமையும் மிக்க குர்ஆன் விரிவுரையாளர்களின் விளக்கங்களுக்கு மாறாக பொருள் கூறுவதற்கு எந்த நீதியரசர்களுக்கும் அதிகாரம் இல்லை எனக் குறிப்பிட்டமை இங்கு நினைவுகூர வேண்டிய ஒன்றாகும்.

*1962*ஆம் ஆண்டு மார்ச், ஏப்ரல் மாதங்களில் கெய்ரோ நகரில் நடைபெற்ற இஸ்லாமிய மார்க்க அறிஞர்களின் (முஃதமர் உலமா அல் முஸ்லிமின்) மாநாட்டில் நிறைவேற்றப்பட்ட ஒரு தீர்மானம் இஸ்லாமியச் சட்டங்களை நவீனப்படுத்த வேண்டிய அவசியத்தை இஸ்லாமிய அறிஞர்கள் எந்த அளவு வலியுறுத்தினர் என்பதை உணர்த்து கிறது. இஜ்திஹாத் முறை மீண்டும் செயற்படுத்தப்பட வேண்டும் என்ற தீர்மானம் இம்மாநாட்டில் எடுக்கப்பட்டது. ஆனால் அதே நேரத்தில் எத்தகைய அடிப்படைகளில் இஜ்திஹாத் நடைமுறைப்படுத்தப்பட வேண்டும் என்பதைப் பற்றியும் சில நிபந்தனைகளை இத்தீர்மானம் உள்ளடக்கியிருந்தது. நிபந்தனைகளில் ஒன்று, இஜ்திஹாதில் ஈடுபடு வோர் முழு தகுதிகள் உடையவர்களாக இருக்க வேண்டுமென்பதாகும். ஏற்றுக்கொள்ளப் பட்ட மத்ஹபுகள் ஏற்கெனவே தீர்ப்புக் கூறியிராத விடயங்களைப் பற்றி மாத்திரமே புதிய தீர்ப்புகள் எடுக்கப்படலாம் என்பது மற்றொரு நிபந்தனையாக இருந்தது. எடுக்கப்படும் எந்த முடிவும் கூட்டாகவே எடுக்கப்பட வேண்டும் என்பது இன்னுமொரு நிபந்தனையாகும்.

இந்நூற்றாண்டின் ஐம்பதுகளிலும் அறுபதுகளிலும் இஸ்லாமியச் சட்டத் துறையை நவீன மயப்படுத்துவதில் இஸ்லாமிய அறிஞர் சிலர் பெரும் வேகத்தைக் காட்டினர். இந்த அதீத வேகத்தின் காரணமாக இஜ்திஹாத் என்ற வழிமுறையினைக் கையாண்டு இஸ்லாத்தின் அடிப் படைப் போதனைகளுக்கு மாறான முடிவுகளும் எடுக்கப்பட்டுள்ளன என்பதை ஓரிரு இஸ்லாமிய நாடுகளின் வரலாறுகள் உணர்த்துகின்றன. உற்பத்தித் திறனைப் பாதிக்கின்றது என்ற காரணத்தைக் காட்டி, தம் நாட்டு மக்கள் ரமழான் மாதத்தில் நோன்பு நோற்பதில் காட்டிய ஆர்வத்தைக் குறைப்பதற்கு டூனீஸிய சட்ட அறிஞர்கள் எடுத்த முயற்சிகள் இதற்கு ஓர் உதாரணமாகும். அன்றாடத் தொழுகையில் தொழிலாளர்கள் ஈடுபடுவதனால் கைத்தொழில் வளர்ச்சியில் தேக்கம் ஏற்படுகின்றது என அல்ஜீரிய அறிஞர்கள் முடிவெடுத்தது மற்றுமோர் உதாரணமாகும். (Shariah Law Journal Vol. 19 - நவம்பர் *1985*) ஆனால் எழுபதுகளிலும் எண்பதுகளிலும் 'ஷரீஆ சட்டம் ஓர் இஸ்லாமிய நாட்டில் உருவாகக் கூடாது' என்ற மனப்போக்கு உறுதியாக வளரத் தொடங்கிவிட்டது.

வேகமான சமூக மாற்றங்களும், நவீன தொழிநுட்பத்தினால் தோற்றுவிக்கப்படும் புதிய பிரச்சினைகளும், இஜ்திஹாத் முறையின் வாயில்கள் மீண்டும் திறக்கப்பட வேண்டியதன் அவசியத்தை எல்லா நாடுகளிலும் வலியுறுத்திக்கொண்டே இருந்தன. இதற்கு முன்னரும் இஸ்லாமியச் சட்டம் பல பிரச்சினைகளுக்கு வெற்றிகரமாக முகம் கொடுத்திருக்கிறது. எதிர்காலத்திலும் புதிதாகத் தோன்றும் பிரச்சினைகளுக்கு முகங்கொடுத்து, அவற்றை வெற்றிகரமாகத் தீர்த்து வைத்து, புதிய வளர்ச்சிகளை இது பெறும் என்பதில் ஐயமில்லை.

4

சட்டவியல் குழுமங்கள்

இஸ்லாமியச் சட்ட அறிஞர்களுக்கும் உரோம சட்ட அறிஞர்களுக்கு மிடையே காணப்படும் ஒத்த பண்புகளைப் பற்றிய சுவையான அவதானங் களைப் பல ஐரோப்பிய கல்வியாளர்கள் தமது எழுத்தாக்கங்களில் வெளிப்படுத்தியுள்ளனர். லார்ட் பிரைஸ் எழுதிய சில கட்டுரைகளில் (1901) இவ்விரு அறிஞர் குழுக்களையும் பற்றிய ஆழமான ஒப்பீடுகள் காணப்படுகின்றன. உரோம சட்ட நிபுணர்களைப் போலவே, இஸ்லாமியச் சட்ட நிபுணர்களும் சட்ட ஆலோசகர்களாகப் பணியாற்றியதோடு, சட்டக் கலை விரிவுரையாளர்களாகவும் பணியாற்றினர் என மெக்ஸ் வெபர் குறிப்பிட்டுள்ளார். (Rheinstein, 1954, பக். 237) எனவே இவர்கள் தமது ஆலோசனைகளைக் கோரியவர்களின் நடைமுறைத் தேவைகளை அறிந்து வைத்திருந்ததைப் போலவே, செயல்முறைக் கற்பித்தலின் எதிர்பார்ப்புகளையும் அறிந்தே இருந்தனர். பிந்தியது முறையான வகைப்படுத்துதலை அவசியமாக்கியது. ஆயின் இஜ்திஹாத் சகாப்தத் திற்கு முற்றுப்புள்ளி இடப்பட்டு, சட்டங்களுக்குத் தன்னிச்சையான புதிய முறைகளில் பொருள் காணும் உரிமை மறுக்கப்பட்டதும், கற்பித்தல் என்பது மாறுதல்களே அற்ற, நியமமான ஒரு முறையாக மாறியதென்றும், எந்த அளவு மனனம் செய்ய முடியுமோ அந்தளவு மனனம் செய்வதே கல்வி எனக் கருதும் நிலை தோன்றியது என்றும் வெபர் கூறியுள்ளார்.

கிறிஸ்தவ, பௌத்த மதங்களின் தொடக்ககால வரலாறுகளில், அந்தந்த மதங்களோடு தொடர்புடைய அறிஞர்கள், காலத்துக்குக் காலம் ஒன்றுகூடித் தத்தம் சமயக் கோட்பாடுகளைத் திட்டவட்டமாக, அதிகாரப்பூர்வமான முறையிலே பிரகடனப்படுத்தினர் என்பது வரலாறு உணர்த்தும் உண்மை. இத்தகைய கோட்பாட்டுப் பிரகடனங்கள் இஸ்லாமிய வரலாற்றில் காணப்படாதது, இஸ்லாமியச் சட்ட அறிஞர் களின் முக்கியத்துவம் அதிகரிப்பதற்கு ஒரு காரணமாக அமைந்தது. புதிய சட்டங்களை உருவாக்குதல், அதிகாரபூர்வமாக அவற்றைப்

பிரகடனப்படுத்துதல் என்ற பாங்கிலே இஸ்லாமியச் சட்டக்கலை வளர்ச்சி காணவில்லை. மாறாக அதன் வளர்ச்சி, ஏற்கெனவே வகுக்கப்பட்டிருந்த சட்டங்களுக்கு வெவ்வேறு பொருள் கண்டு, அவற்றில் மாற்றங்கள் ஏற்படுத்தும் அடிப்படையிலேயே அமைந்திருந்தது. இது, உரோம சட்ட அறிஞர்கள் ஒருபோதும் அனுபவித்திராத பெரும் முக்கியத்துவத்தை இஸ்லாமியச் சட்ட அறிஞர்களுக்கு வழங்கிற்று. உரோம சட்டங்கள் தெய்வீகச் சட்டங்களாகக் கருதப்பட்டதில்லை. எனவே உரோம சட்ட நிபுணர்கள் வழங்கிய தீர்ப்புகளுக்கோ, விளக்கங்களுக்கோ சமய அதிகாரம் கொடுக்கப்பட்டதில்லை என்பது நினைவில் நிறுத்தப்பட வேண்டிய உண்மையாகும்.

சம்பிரதாயபூர்வமான ஒரு குருத்துவ முறைமை இஸ்லாமிய அமைப்பில் இல்லாதிருப்பது இஸ்லாமிய அமைப்பின் மற்றுமொரு முக்கிய பண்பாகும். அந்தஸ்திற்கும் அதிகாரத்திற்கும் ஏற்ப, படிமுறையிலே ஒழுங்கு செய்யப்பட்ட குருத்துவ முறை, குருத்துவ இடத்தை எட்டுவதற்கு முன் ஒருவர் பெறவேண்டிய கடும் பயிற்சி ஆகிய இரண்டும் கிறிஸ்தவக் குருமார்கள் தொடர்பான முக்கியமான இலட்சணங்களாகும். இவை இரண்டுமே இஸ்லாமிய அமைப்பில் காணப்படவில்லை. சம்பிரதாயபூர்வமான குருத்துவ முறை ஒன்று இல்லாததால், ஏனைய மதத்தினர் தமது குருமார்களுக்கு மாத்திரமே வழங்கிய கண்ணியத்தை இஸ்லாமியர், குர்ஆனையும் சுன்னாவையும் கசடறக் கற்று, அவற்றுக்கு விளக்கவுரை வழங்கிக்கொண்டிருந்த சட்ட வல்லுனர்களுக்கு அளித்தனர்.

உரோம் நகரைப் போலவே, இஸ்லாமியப் பிரதேசங்களிலும் 'முப்தி' – நிபுணர்களின் கருத்துகள் சட்டப் பிரச்சினைகளைத் தீர்ப்பதற்குப் பெறப்பட்டன. அதிகாரபூர்வமானவையாகக் கருதப்பட்ட இவர்களது தீர்ப்புகளுக்குக் காரணங்கள் காட்டவேண்டிய அவசியம் இவர்களுக்கு இருக்கவில்லை. ஆனால் வெவ்வேறான முப்திகள் வெவ்வேறான கருத்துகளில் வழங்கிய தீர்ப்புகளில் சிலவேளைகளில் முரண்பாடுகள் காணப்பட்டமை, சட்டத்தில் காணப்பட்ட சிக்கல்களை மேலும் அதிகப்படுத்தின.

மூலாதாரங்களைக் கையாண்ட வகைகளிலும் சட்டங்களுக்குப் பொருள்கோடல் செய்த முறைகளிலும் வேறுபாடுகள் காணப்பட்டமை, இஸ்லாமியச் சட்ட அறிஞர்கள் மத்தியில் பல சிந்தனைப் பிரிவுகளைத் தோற்றுவித்தது. ஆனால் இத்தகையக் கருத்து வேறுபாடுகள் இஸ்லாத்தில் மாத்திரந்தானா தோன்றியுள்ளன? அல்லவே. வளர்ச்சியடைந்த அத்தனை பாரிய சட்ட முறைகளிலும் இத்தகையச் சிந்தனை வேறுபாடுகள் தோன்றித்தான் இருக்கின்றன. குறிப்பாக, சட்டங்களுக்குப் பொருள் கோடல் செய்யும் வகையிலே இத்தகைய வேறுபாடுகள் தோன்றுவது

இயல்பானதே. ஒரு வழக்கோடு தொடர்பான குறிப்பிட்ட தேவை களைப் பூர்த்திசெய்யக்கூடிய வகையில், நீதி அடிப்படையில் பொருள் கோடல் செய்வதன் மூலம், ஒரு சட்டத்தை விளக்கும் பொது மொழியின் தன்மை சற்று மாற்றப்படலாம் எனக் கிரேக்க அறிஞர் அரிஸ்டோட்டில் கூறியிருப்பதை இதற்கு உதாரணமாகக் காட்டலாம். (Nichomachean Ethics Book V). சட்டங்கள் எச்சொற்களால் அமைக்கப்பட்டுள்ளனவோ, அச்சொற்கள் வழங்கும் வலுவான நேரடிப் பொருளின் அடிப்படை யிலேயே அச்சட்டங்களுக்கு மிகக் கண்டிப்பாகவும் கட்டுப்பாடாகவும் பொருள் காண வேண்டுமென சீன சட்ட அறிஞர்களில் ஒருசாரார் கூற, சீனத் தத்துவஞானி கன்ப்யூஸியஸைப் பின்பற்றிய மற்றொரு சாராரோ நேர்மை நெறி அடிப்படையில், நெகிழத்தக்க முறையில் சட்டங் களுக்குப் பொருள்கோடல் செய்யப்பட வேண்டுமென வாதாடினர். உரோமில் சட்ட அறிஞர்கள் புரோகுலியன் முறையை ஆதரிப்பவர்கள் என்றும் சபீனியன் முறையை ஆதரிப்பவர்கள் என்றும் இரு கூறுகளாகப் பிரிந்து கிடந்தனர். இவர்களில் ஒரு பிரிவினர் எழுத்து பூர்வமான பொருள் விளக்கத்தை ஆதரிக்க, மற்றவர்களோ நெகிழ்ச்சியான விளக்க முறையே சரியானது என விமர்சித்தனர். நீதியரசர்கள், இன்றைய பொதுவான நவீன சட்டங்களுக்கு வெவ்வேறு முறைகளில் பொருள் கோடல் செய்கின்றனர்.

முஸ்லிம்களிடம் காணப்படும் சிந்தனைப் பிரிவுகளும் இத்தகை யனவே. என்றாலும், இஸ்லாமியர்களிடம் காணப்பட்ட பிரிவினைகள் மிகவும் பண்பட்டவை எனக் கூறிக்கொள்ளலாம்.

சுன்னிகளும் ஷியாக்களும்

இஸ்லாமியக் கிலாஃபத்தின் வாரிசுகள் யார் என்ற கேள்வி நபிகள் நாயகத்தின் மறைவின் போதே தோன்றிவிட்டது. இஸ்லாமியரிடையே தோன்றிய முதல் அரசியல் பிரிவினைக்குக் காரணமாக அமைந்த இக்கேள்வி, இஸ்லாமியரை சுன்னிகள், ஷியாக்கள் என இரு பிரிவு களாகப் பிரித்தது. இப்பிரிவினையின் தொடக்கக் கட்டங்களிலே, இறை யியல் தத்துவங்களைப் பற்றியோ மதக் கோட்பாடுகளைப் பற்றியோ, சமயப் பழக்கவழக்கங்களைப் பற்றியோ, அல்லது சட்டங்களைப் பற்றியோ இவ்விரு சாராருக்குமிடையே விசேடமான கருத்து வேறுபாடுகள் எவையும் காணப்படவில்லை என்றே கூற வேண்டும். ஆனால் ஷியாக்கள் நம்பிக்கை கொண்டிருந்த இமாமத்துவ அல்லது தலைமைத்துவக் கோட்பாட்டின் அடிப்படையில் சில வேறுபாடுகள் பின்னர் தோன்றின. நபிகள் நாயகத்தின் ஒன்றுவிட்ட சகோதரரும் மருமகனுமான அலீ(ரலி)யின் வாரிசுகளிடமே இந்த இமாமத்துவம்

நிலைபெற வேண்டும் என்பதே ஷியாக்கள் நம்பிய இமாமத்துவக் கோட்பாட்டின் அடிப்படையாக இருந்தது. முதல் மூன்று கலீஃபாக்களு மான அபூபக்கர் (ரலி), உமர் (ரலி), உஸ்மான் (ரலி) ஆகிய மூவரையும் சட்ட ரீதியான கலீஃபாக்களாக ஷியாக்கள் ஏற்கவில்லை என்பதும் அலி (ரலி) அவர்களையே முதல் கலீஃபாவாக இஸ்லாமியச் சமூகம் தெரிவு செய்திருக்க வேண்டும் என அவர்கள் உறுதியாக நம்பினர் என்பதும் கவனத்தில் கொள்ளப்பட வேண்டிய உண்மைகளாகும். ஷியாக்களில் பெரும்பான்மையோர், ஒருவருக்குப் பின் ஒருவர் எனத் தோன்றிய பன்னிரண்டு இமாம்களை ஏற்கின்றனர். இந்த இமாம்களுக்குப் பின்னர், இறையுணர்வின் அடிப்படையில், மார்க்க, சட்ட விடயங்களைப் பற்றி விளக்கமும் விரிவுரையும் வழங்கும் தகுதி, முஜ்தஹிதுகள் என அழைக்கப்பட்ட தலைசிறந்த மார்க்க அறிஞர்களுக்கு இருப்பதாகவும் நம்புகின்றனர். ஆனால் சன்னிகள், தம் கலீஃபாக்களை நாட்டின் சட்டங்களைப் பேணிப் பாதுகாக்கும், அவற்றை நடைமுறைப்படுத்தும் அரசியல், சமய, சமூகத் தலைவர்களாகக் கருதினரே ஒழிய, அச்சட்டங் களுக்குத் தம் சொந்த சிந்தனையின் அடிப்படையில் விளக்கவுரை வழங்கும் தகுதி படைத்தவர்களாகக் கொள்வதில்லை. (Gibb, *1953*, *அத்தியாயம் 7, பக். 96-97*)

இவ்விரு பிரிவினர்களுக்குமிடையே காணப்படும் கோட்பாட்டு வேறுபாடுகளை விளக்குவது இங்கு நம் நோக்கமன்று. இஸ்லாமியர் களில் பெரும்பாலானோர் சன்னிகளே. தமக்கென சொந்த ஹதீஸ் தொகுப்புகளை வைத்திருக்கும் ஷியாக்கள், சன்னிகளால் புனித ஹதீஸ் நூல்கள் என ஏற்றுக்கொள்ளப்படும் ஆறு ஹதீஸ் தொகுதிகளையும் அதிகாரபூர்வமானவை என ஏற்றுக்கொள்வதில்லை. நபிகள் நாயகத் திற்குப் பின்னர் இறை வெளிப்பாடுகள் வேறு எவருக்கும் வரா என்பதை உறுதியாக நம்பும் சன்னிகள், நபிகள் நாயகத்திற்குப் பின்னர் ஆட்சி உரிமை ஜனநாயக அடிப்படையிலேயே தீர்மானிக்கப்படவேண்டும் எனக் கருதுகின்றனர். இதற்கு மாறாக, நபிகள் நாயகம் பெற்றிருந்த இறையருள் வெளிப்பாடு அவருடைய சந்ததியினருக்கும் கிட்டுகின்றன என்றும், அதனால் இச்சந்ததியினர் இறையுரிமை அடிப்படையில் ஆட்சிக்கு உரியவர்கள் என்றும் ஷியாக்கள் நம்புகின்றனர். சன்னிகள் குர்ஆனையும் சுன்னாவையுமே (நபிகளாரின் வாழ்க்கைமுறை) தம் வழிகாட்டிகளாகப் பல நூற்றாண்டுகளாகக் கருதி வருகின்றனர். ஷியாக் களோ, நபிகளாரின் போதனைகளின் உண்மைகளை உணர்வதற்கு இமாம் எனும் ஊடகத்தின் துணை தேவை என்றும் இத்துணையின் ஒத்தாசை இல்லாவிடில், இறை வெளிப்பாடுகள் சமகாலப் பிரச்சினைக்குப் பொருத்தமான தீர்வுகளைத் தம்மகத்தே கொண்டிருப்பதைப் புரிந்து

கொள்ள முடியாது போய் விடுமென்றும் நம்புகின்றனர். அலி (ரலி) அவர்களுக்கும், அவரது குடும்பத்தினருக்கும் ஏற்பட்ட துன்ப துயரங் களைப் பற்றி அதிகமாகச் சிந்தித்து மனம் வருந்தும் ஷியாக்கள், புனித உயிர்த் தியாகம், உடலை வருத்துதல் போன்றவற்றில் மறைந்திருக்கும் ரகசியங்களில் அதிக ஈடுபாடு காட்டுகின்றனர்.

வேறுபட்ட இவ்வுளப்பாங்குகள் சட்டத் துறையிலும் தாக்கங்களை ஏற்படுத்தியுள்ளன. விரிந்த சமூகப் பார்வையும், சமூகம் ஜனநாயக அடிப்படையில் அமைய வேண்டும் என்ற அவாவும் கொண்ட சன்னிகள், அகன்ற குடும்ப அமைப்பை விரும்புவதிலும், குடும்பம் எனும் அமைப்புக்கு ஒடுங்கிய பொருளை வழங்கிடும் ஷியாக்கள், பெற்றோர்களுக்கும் பிள்ளைகளுக்குமிடையே காணப்படும் உறவு களுக்கு மாத்திரமே முக்கியத்துவம் வழங்குவதிலும் நாம் இந்த வேறு பட்ட உளப்பாங்குகளின் செல்வாக்குகளைக் காண்கின்றோம். அரேபிய வழக்காறுகளில் எவற்றைக் குர்ஆன் திட்டவட்டமாக நிராகரித்ததோ, அவற்றைத் தவிர, ஏனைய வழக்காறுகள் அனைத்தும் இஸ்லாத்தால் ஏற்றுக்கொள்ளப்பட்டவை என்றே சன்னிகள் கருதுகின்றனர். ஆனால் ஷியாக்களோ இஸ்லாத்தின் வருகையோடு வழக்கிலிருந்த பாரம்பரியச் சட்டங்கள் யாவும் வழக்கொழிந்துவிட்டதாகவும், குர்ஆன் ஒரு புத்தம் புதிய சமூக அமைப்புக்கு அடித்தளமிட்டதாகவும் நம்புகின்றனர். சன்னிகளுக்கும் ஷியாக்களுக்குமிடையே காணப்பட்ட இவ்வேறு பாடுகள், வாரிசுரிமைச் சட்டங்கள் போன்றவற்றில் மாறுபட்ட கருத்து களைத் தோற்றுவித்தன. (ஷியாக்களின் சட்டக் கோட்பாடுகளை அறிய பார்க்க: Khadduri and Liebesny, 1955, அத்தியாயம் 5)

ஷியாக்கள் மத்தியில் எண்ணற்ற உட்பிரிவுகள் காணப்படுகின்றன. இவற்றுள் இத்னா அஷாரிகள், இஸ்மாயிலியர்கள், (போராக்களும் ஆகாகானைப் பின்பற்றுபவர்களும் இவர்களுள் அடங்குவர்) ஸெய்தியர்கள் என்ற மூன்று துணைப் பிரிவுகளும் முக்கியமானவை யாகும். வேறுபட்ட இந்தச் சட்ட சிந்தனைப் பிரிவுகளின் நிலைப்பாடு களை விளக்கும் நூல்கள் ஏராளமாகக் காணப்படுகின்றன. இத்னா அஷாரி எனும் உட்பிரிவின் நிலைப்பாட்டினை விளக்கும் சிறந்த நூல்களில் ஒன்றெனக் கருதப்படும் 'ஷரஅ உல் இஸ்லாம்' இந்தியா, பிரித்தானியரின் ஆட்சிக்குள் இருந்த காலப்பகுதியில் நீல் பி.ஈ. பெய்லி என்பவரால் மொழிபெயர்த்து வெளியிடப்பட்டது. பெய்லி 1869ஆம் ஆண்டில் வெளியிட்ட டைஜஸ்ட் ஆஃப் முஹம்மதன் லா எனும் திரட்டின் இரண்டாம் பகுதியில் இந்த மொழிபெயர்ப்பு இணைக்கப்பட்டிருக் கின்றது. ஆங்கில வாசகர்களின் கைகளுக்குக் கிட்டும் மிகச் சொற்பமான ஷியா நூல்களில் இதுவும் ஒன்றாகும்.

சன்னிகளைப் போலவே ஷியாக்களும் குர்ஆனையும் ஸுன்னாவையும் சட்ட மூலாதாரங்களாகக் கொண்ட போதிலும், இவ்விரு சாரார்களுக்குமிடையே சட்டங்களைப் பற்றிய கண்ணோட்டங்களில் வேறுபாடுகள் காணப்படுகின்றன. சன்னிகள் இறை வெளிப்பாடுகளையே உண்மையின் மூலாதாரங்களாகக் கொள்கின்றனர். எனவே அவர்களைப் பொறுத்தவரையில் குர்ஆன், ஹதீஸ்களைப் பற்றிய விமர்சன ரீதியான ஆய்வுகள், விளக்கங்கள், தர்க்கரீதியான விளக்கவுரைகள் போன்றவையே உண்மையை உணர உதவும் வழிமுறைகளாக விளங்கின. நபிகளாரின் மறைவோடு இறை வெளிப்பாடுகள் முடிவுற்றன. அத்தோடு, மனித அறிவின் பயன்பாட்டிற்கு எல்லைகள் விதிக்கப்பட்டன என்பது கவனத்தில் கொள்ளப்பட வேண்டும். மனித அறிவு தவறக் கூடியது; தான் எந்த ஒரு சட்டத்திற்கு வழங்கும் விளக்கமும் முற்றிலும் சரியானதே எனக் கூறும் அதிகாரம் எந்த மனிதனுக்கும் இல்லை என்பதே சன்னிகளின் நம்பிக்கை.

இதற்கு மாறாக, ஷியாக்களோ தாம் ஆன்மிக வழிகாட்டிகளாகக் கருதும் இமாம்கள் தவறுகளிலிருந்து பாதுகாக்கப்பட்டவர்கள் எனவும், அவர்கள் வழங்கும் சட்ட விளக்கங்கள் சத்தியமானவை எனவும், அவை ஒருபோதும் உண்மைக்கு மாறானவையாக இரா எனவும் திடமாக நம்புகின்றனர். தம் இமாம்கள் வழங்கும் விளக்கங்கள் இஜ்மாவுக்கு மாறானவையாக இருந்தாலும், அவற்றையே தாம் ஏற்க வேண்டும் என்பதில் ஷியாக்களுக்குச் சிறிதேனும் ஐயம் இருக்கவில்லை. இவ்வுளப்பாங்கு மார்க்க உண்மைகளை வரையறுப்பதில் மனித அறிவிற்கும் உணர்விற்கும் கூடுதலான முக்கியத்துவத்தை வழங்கியது. சன்னிகளது கண்ணோட்டத்திற்கும் ஷியாக்களின் கண்ணோட்டத்திற்குமிடையே காணப்படும் வேற்றுமைகள், சட்டங்களிலும் பல வேறுபாடுகளை ஏற்படுத்தியுள்ளன. அவ்வேறுபாடுகளை நாம் இங்கே ஆராயப் போவதில்லை. (பார்க்க: Weiss, 1978) சன்னிகளுக்கும் ஷியாக்களுக்குமிடையே அரசியல் சட்ட தத்துவங்கள், சர்வதேச உறவுகள் போன்றவற்றைப் பற்றியும் அடிப்படை வேறுபாடுகள் தென்படுகின்றன. சன்னி கலீஃபா, சட்டத்தின் சேவகராகக் கருதப்படுகின்றார். ஆனால் ஷியாக்கள் தமது இமாம்களை சட்டங்களின் பொருளை நிர்ணயிப்பவர்களாகக் கருதுகின்றனர். கலீஃபா மக்களால் தெரிவு செய்யப்படுபவர். ஆனால் இமாமோ தமக்கு முந்திய இமாமினால் நியமிக்கப்படுபவர். கலீஃபா தவறுகள் செய்தாரானால் பதவியிலிருந்து நீக்கப்படலாம். இறைவனால் தெரிவு செய்யப்படுபவர் எனக் கருதப்படும் இமாமை மனிதனால் பதவியிலிருந்து அகற்ற முடியாது. (பார்க்க: Khadduri and Liebesny, *1955*இல் Fyzee பக். *121-122*).

சன்னி சிந்தனைப் பிரிவுகள்

இஸ்லாம் தோன்றிய இரண்டாம், மூன்றாம் நூற்றாண்டுகளில் தோற்றம் பெற்ற நான்கு சட்டவியல் சிந்தனைக் குழுக்களின் அல்லது மத்ஹபு களின் அடிப்படையில் சன்னிகள் பிரிந்துள்ளனர். ஒரு சன்னி இந்த நான்கு மத்ஹபுகளில் ஒன்றினைப் பின்பற்றித்தான் ஆகவேண்டும் என்ற கட்டாயம் எதுவுமில்லை. வெவ்வேறு நாடுகளில் வசிக்கும் சன்னிகள் இந்நான்கு மத்ஹபுகளில் ஏதாவது ஒன்றினை மாத்திரமே பின்பற்றுகின்ற போதிலும், அவர்கள் எல்லோரும் இந்நான்கு மத்ஹபு களையும் அங்கீகரிக்கின்றனர்; நான்கையும் கண்ணியப்படுத்துகின்றனர். பேராசிரியர் ஹெச்.ஏ.ஆர். கிப் (Gibb, 1953, பக். 82) அவர்களின் பின்வரும் கூற்று அவதானத்திற்குரியது: மத்ஹபுகள் எனப்படுபவை சன்னி இஸ்லாத்தில் காணப்படும் மதப் பிரிவுகள் அல்ல. இவை உண்மையில், கோட்பாடுகள் அளவில் வேறுபடாது, சிறு அம்சங்களில் மாத்திரம் வேறுபடும் சிந்தனைப் பிரிவுகள் மாத்திரமே. அரபியில் இவை பாதைகள் என்றே வர்ணிக்கப்படுகின்றன. இந்நான்கு மத்ஹபு களும் இஸ்லாமிய உலகின் வெவ்வேறு புவியியல் பகுதிகளிலே செல்வாக்குப் பெற்றிருக்கின்றன. இவை அனைத்தும் ஒன்றிணைந்து பெரும்பான்மையான இஸ்லாமியர்களின் நம்பிக்கையை வென்றிருக் கின்றன. (ஆரம்ப கிலாஃபத்தின் சுருக்க வரலாறு பற்றி அறிய வாசிக்கவும்: Hidayathullah, 1972, பக். 12-15)

அ. ஹனபி மத்ஹப்

சன்னி மத்ஹபுகளிலே காலத்தால் முந்தியதும் ஆகக் கூடுதலான ஆதரவாளர்களைக் கொண்டதும், இமாம் அபூஹனீபா (700-767) அவர் களால் பக்தாதில் நிறுவப்பட்ட ஹனபி மத்ஹபே ஆகும். 'ஆயிரத்தோர் இரவுகள்' கதைகளின் வாசகர்களுக்கு அபூ யூசுப் எனும் மார்க்க அறிஞரின் பெயர் அறிமுகமாகி இருக்கும். அபூஹனீபாவின் முதன்மை மாணவர்களில் ஒருவரான அபூ யூசுப், கலீஃபா ஹாரூன் அல் ரஷீத் அவர்களின் ஆட்சியில் பிரதம நீதியரசராக விளங்கியவர்; இஸ்லாமியச் சட்ட வரலாற்றில் பெரும் புகழோடு திகழ்பவர்.

இமாம் அபூஹனீபா பட்டுத் துணி உற்பத்தியாளராகவும் விற்பனை யாளராகவும் வாழ்ந்தவர். இவ்வுண்மை, இமாம் ஹனீபா வாழ்ந்த காலத்தில் (எட்டாம் நூற்றாண்டின் பிற்பகுதி) சட்ட நிபுணர்களின் பணி முழுநேரப் பணியாக வளர்ந்திருக்கவில்லை என்பதை உணர்த்துகிறது. சாக்ரட்டீஸைப் போலவே இமாம் ஹனீபா அவர்களும் தமது சிந்தனை களை நூலுருவில் பதிக்கவில்லை. ஆனால் அவரது சிந்தனைகள் அவரது மாணாக்கர்களின் ஆக்கங்கள் மூலம் நமக்குக் கிட்டுகின்றன.

இம்மாணாக்கர்களே இஸ்லாமியச் சட்டங்களைப் பற்றி முதன்முதலாக ஆய்வுக் கட்டுரைகள் எழுதியவர்கள் எனக் கூறலாம். இமாம் அபூஹனீபாவின் மாணவர்களான மாலிக் இப்னு அனஸ் அவர்களும் அபூ யூசுப் அவர்களும் ஆளுக்கொரு சட்டத் தொகுப்பு என இரண்டு தொகுப்புகளை வெளியிட்டுள்ளனர். ஆனால் இமாம் அபூஹனீபா அவர்களின் சிந்தனைகளின் முழு வீச்சையும் நாம் ஷைபானி எனும் சட்ட அறிஞரின் எழுத்தாக்கங்களிலேயே காண்கின்றோம். கலீஃபா ஹாரூன் அல் ரஷீத் அவர்களோடு பயணம் செய்துகொண்டிருக்கும் போது மரணித்த ஷைபானி ஏராளமான கையெழுத்துப் பிரதிகளை விட்டுச் சென்றுள்ளார்.

இமாம் அபூஹனீபா அவர்களின் முதன்மை மாணவர்களில் ஒருவர் பாக்தாத் கலீஃபாவின் அரசவையில் உயர் பதவி வகித்தார் என்பதிலிருந்தே, அவ்வரச சபையிலே ஹனபி மத்ஹப் அரச அங்கீகாரத்தைப் பெற்றிருக்கும் என்பதை வாசகர் ஊகித்திருப்பர். பின்னர், உஸ்மானிய துருக்கியப் பேரரசும் இந்திய மொகலாயப் பேரரசும் இம்மத்ஹபை அதிகாரப் பூர்வமான மத்ஹபாக ஏற்றன. (பார்க்க: Rheinstein, 1954, பக். 239).

ஹனபி சட்ட அறிஞர்கள் பெரும் ஆளுமையோடு செயல்பட்டனர். இவர்கள் 'ரா'இ எனும் ஆய்வை வளர்த்தனர். ஆனால் ஏற்புக்குரியனவாய் விட்ட கோட்பாடுகளும் சட்ட மூலாதாரங்களாகக் கருதப்படலாம் எனும் இவ்வழிமுறையினை ஷாபிஈ போன்ற சிந்தனைப் பிரிவுகள் மிக வன்மையாக எதிர்க்கின்றன. சட்டங்களை வளர்ப்பதற்கு ஹனபி அறிஞர்கள் ஒப்புவமைக் காணல் எனும் வழிமுறையினை அதிகமாகக் கையாண்டனர். காலம் மாறும் போது அதற்கிணங்க சட்டங்கள் மாற வேண்டுமென்றும் புதிய நிகழ்வுகளுக்குப் புதிய தீர்ப்புகள் வழங்கப் பட வேண்டுமென்றும் இவர்கள் வாதிட்டனர்.

ஹனபி மத்ஹப் சட்டங்களை விளக்கும் மிகச் சிறந்த நூல்களில் ஒன்று மர்கானினியின் (இறப்பு: கி.பி. 1197) ஹிதாயாவாகும். நவீன சட்ட நூல்களுக்கு ஒப்பாக இருக்கும் இந்நூலும் நவீன சட்ட நூல்களைப் போலவே சட்ட விதிகளையும் அவ்விதிகளுக்குரிய காரணங்களையும், அவ்விதிகளுக்கு முரணான கருத்துகளையும், அக்கருத்துகளுக்குரிய காரணங்களையும் மிகச் சுருக்கமாகவும் வெகு ஆழமாகவும் விளக்கு கின்றது. இந்நூலுக்கு ஏராளமான விளக்கவுரைகள் எழுதப்பட்டுள்ளன. பல நாடுகளில் குறிப்பாக இந்தியாவில் இந்நூலுக்குப் பெரும் அங்கீகாரம் கிடைத்துள்ளது.

இப்னு நுஜைம் என்பவர் (இறப்பு: 1563) ஏறத்தாழ நூறு நீதிமொழி களையும், அவை தொடர்பான வழக்குகளையும் தொகுத்து வழங்கி யிருக்கும் திரட்டு, இன்றைய சட்ட அறிஞர்களது உள்ளங்களிலும்

ஆர்வத்தைக் கிளறக்கூடிய ஒன்றாகும். உண்மை வழக்குகளுக்கு வழங்கப் பட்ட தீர்ப்புகளின் அல்லது பத்வாக்களின் தொகுப்புகள், சுவை தரும் சட்ட இலக்கியத்தின் பாற்படும் மற்றொரு வகை நூல்களாகும். இத்தகைய தொகுப்புகளில் காணப்படும் சட்டக் கருத்துகள் குரோடியஸ், பிங்கர்சோய்க் போன்ற குடியியற் சட்ட மேதைகள் வழங்கியிருக்கும் சட்டக் கருத்துகளுக்கு ஒப்பானவையாகும். அன்று நிலவிய சமூக நிலைமைகளைப் பற்றியும் பிரச்சினைகளைப் பற்றியும் சுவையான தகவல்களைத் தரும் இத்தீர்ப்புத் திரட்டுகள், இவற்றுக்கும் சட்ட விதிகளுக்குமிடையே ஏற்பட்ட உடன்பாடுகளையும் உரசல்களையும் விவரிக்கின்றன. இத்தீர்ப்புகளுக்கு அன்றைய இஸ்லாமியச் சமூகம் வழங்கிய கண்ணியம் எத்தகையது என்பதை, மொகலாயச் சக்கரவர்த்தி ஔரங்கஸேப் ஆலம்கீரி இத்தீர்ப்புகளை ஒன்றுதிரட்டுமாறு கட்டளை இட்டதிலிருந்து உணரலாம். இவ்வாறு திரட்டப்பட்ட தொகுப்பு பத்வா ஆலம்கீரி என அழைக்கப்படுகிறது.

ஹனபி சட்டவியல் சிந்தனைப் பிரிவு சட்டப் பிரச்சினைகளில் பொது நன்மையைக் கூடுதலாக வலியுறுத்துகிறது. மத்திய ஆசியா, துருக்கி, ஆப்கானிஸ்தான், இந்தியா, பாகிஸ்தான் போன்ற நாடுகளில் இம்மத்ஹபே கூடுதலாகப் பின்பற்றப்படுகிறது. எகிப்து, ஈராக், சிரியா, லெபனான் போன்ற நாடுகளிலும் இப்பிரிவு வலுவான செல்வாக்கோடு திகழ்கின்றது. ரஷ்யா, சீனா போன்ற தேசங்களில் வாழும் முஸ்லிம் களில் பெரும்பான்மையோரும் இம்மத்ஹபினையே ஏற்றுள்ளனர்.

ஆ. மாலிக்கி மத்ஹப்

மதீனாவில் வாழ்ந்த மாலிக் இப்னு அனஸ் (710-95) எனும் இஸ்லாமியச் சட்ட அறிஞரின் விளக்கங்களுக்கேற்ப அமைக்கப்பட்ட இம்மத்ஹப் அவரது பெயராலேயே அழைக்கப்படுகிறது. இவரது முதன்மை எழுத் தாக்கமான *முவத்தா* (நடைபாதை) அன்றைய மதீனாவில் நடைமுறை யிலிருந்த பழக்கவழக்கங்களை மிக விரிவான முறையில் விளக்கும் ஓர் உன்னதமான நூலாகும். தன்னுடைய இவ்வாக்கத்திலே இமாம் மாலிக் அவர்கள் ஹதீஸ்களை மிகப் பரவலாகக் கையாண்டுள்ளார்கள். இமாம் ஹனீபா அவர்களோடு ஏராளமான மாணவர்கள் இணைந்து கொண்டது போலவே, இமாம் மாலிக் அவர்களோடும் பெருந்தொகையான மாணவர்கள் ஒன்றிணைந்தனர். மாலிக் அவர்களின் விளக்கங்களுக்கே இம்மாணாக்கர் முக்கியத்துவம் வழங்க, அவ்விளக்கங்களை ஒட்டி ஒரு தனி மத்ஹப் உருவாகியது. இம்மத்ஹபைப் பின்பற்றியவர்களில் பெரும் பாலானோர் சட்டங்களின் பயன்பாட்டுடன் தொடர்பு உடையவர்களாக இருந்தபடியால், இம்மத்ஹப் ஊகங்களைவிட பிரயோக வழிமுறை களுக்கே கூடுதலான முக்கியத்துவத்தை வழங்கியது.

இமாம் மாலிக் அவர்களின் முவத்தா, சட்டங்கள், சடங்குகள் ஆகிய இரண்டினையும் ஆராய்கின்றது. இந்நூல் பெருமளவிற்கு ஹதீஸ்களையே ஆதாரமாகக் கொண்டமைந்துள்ளது. இதில் கையாளப்பட்டுள்ள ஹதீஸ்களில் பெரும்பாலானவை, 'நபிகள் நாயகம் இவ்வாறு கூறியதாக நான் அறிந்தேன்' போன்ற பீடிகைகளோடு தொடங்குகின்றன. எனினும் இவற்றின் அறிவிப்பாளர்கள் யார் என்ற விவரங்கள் வழங்கப்படவில்லை. ஆனால் பின்னர் இமாம் மாலிக் அவர்களின் மாணவர்கள் முவத்தாவில் கையாளப்பட்டுள்ள ஹதீஸ்களைப் பற்றிய விவரங்களையும் திரட்ட ஆரம்பித்தனர். ஹதீஸ் கலையின் பாரம்பரிய வளர்ச்சிக்கு இம்முறை பெரிதும் உதவியது. ஹதீஸ் தொகுப்புகளில் காலத்தால் முந்தியது முவத்தாவே. ஒரு சட்டப் பிரச்சினைக்குத் தீர்வைத் தேடும் ஒரு சட்ட அறிஞர், தனக்குச் சாதகமான விதத்திலே கற்பனை ஹதீஸ்களையும் உருவாக்க முடியும் என்ற நிலை இருந்ததனால், அத்தகைய பொய் ஹதீஸ்கள் உருவாகக்கூடிய வாய்ப்புகளைக் குறைப்பதற்கு உரிய வழிவகைகளை ஹதீஸ் கலை அறிஞர்கள் ஆராயத் தொடங்கினர். படிப்படியாக முன்னேற்றம் கண்ட இம்முயற்சி, விஞ்ஞான பூர்வமான முறையிலே வளர்ச்சி கண்டு, அதிகாரபூர்வமான ஹதீஸ் தொகுப்புகள் வெளிவரத் தொடங்கிய காலகட்டத்தில் மிக உன்னதமான நிலையை எட்டியிருந்தது.

இன்றும் இமாம் மாலிக் ஹதீஸ் துறையில் அங்கீகாரம் பெற்ற ஒரு பெரும் மேதையாகவே கருதப்படுகின்றார்.

மாலிக் மத்ஹபை விளக்கும் ஏனைய நூல்களில் அல் கைரவானி எழுதிய ரிஸாலாவும், கலீல் இப்னு இஸ்ஹாக் இயற்றிய முக்தஸரும் முதன்மையானவையாகும். ரிஸாலா பல நூற்றாண்டுகளாக அங்கீகாரம் பெற்ற ஒரு பாட நூலாகத் திகழ்ந்தது. முக்தஸர் எனும் மற்றைய நூல் ஐரோப்பாவில் பெரும் புகழை ஈட்டியது. இந்நூல் ஐரோப்பாவில் பெரும் புகழ்பெற்றிருந்தமைக்கு ஒரு காரணம் இந்நூலைப் பற்றி அரபியில் எழுந்த பல விளக்கவுரைகள். மற்றும் ஒரு காரணம் பிரான்சியரும் இத்தாலியரும் தமது வட ஆபிரிக்கக் குடியேற்றங்களில் மாலிக்கி மத்ஹப் சட்டங்களை நடைமுறைப்படுத்த இதனையே பயன்படுத்தியதாகும். கீழைத்தேசக் கல்வி நெறிகளில் பெரும் புலமை பெற்றிருந்த பெர்ரோன், சீக்னெட் போன்றோர் இந்நூலினைப் பிரெஞ்ச் மொழியில் மொழிபெயர்த்ததோடு, இதனைப் பற்றிய விமர்சனங்களையும் எழுதியுள்ளனர். இத்தாலியக் கல்வியாளர்களான குய்டி, சான்டில்லானா ஆகிய இருவரும் இந்நூலை இத்தாலிய மொழிக்குப் பெயர்த்தார்கள். பிரான்சியக் குடியேற்றங்களான மொரோக்கோவிலும், டூனீஸியாவிலும், அவ்வாறே இத்தாலியக் குடியேற்றங்களிலும் முக்தஸர் எனும் இந்நூல் பெரும் செல்வாக்கும் அங்கீகாரமும் பெற்றிருந்தது.

மாலிக் மத்ஹப் மேற்கு ஆபிரிக்காவிலும் ஸ்பெயினிலும் வெகுவாகப் பரவியது. இவ்விரண்டு பகுதிகளிலும் இம்மத்ஹபே அரச அங்கீகாரம் பெற்ற மத்ஹபாக விளங்கியது. டூனீஸ், அல்ஜீரியா, மொரோக்கோ போன்ற நாடுகளில் பரவிய இம்மத்ஹப் பின்னர் இத்தேசங்களிலிருந்து நைஜீரியா மேற்கு ஆபிரிக்கா, மேலை எகிப்து போன்ற பகுதிகளுக்கும் பரவியது.

இ. ஷாபிஈ மத்ஹப்

முஹம்மது அல் ஷாபிஈ (767-820) பன்னூல்களை எழுதிய, அசாதாரண அறிவாற்றல் படைத்த ஒரு பேரறிஞராவார். சட்டங்களின் வேர்களை, மூலங்களை ஆராய்தல் எனும் புதிய கல்வி நெறி இவரால் நிறுவப்பட்டது. இந்நெறியை நாம் சட்டவியல் கோட்பாடுகள் என அழைக்கலாம். குர்ஆன், ஹதீஸ் அறிஞர்களின் ஒருமித்த முடிவுகள் எனப் பொருள் படும் இஜ்மா, கியாஸ் என அழைக்கப்பட்ட ஒப்புவமைக் காணல் மூலம் பெறப்பட்ட முடிவுகள் என்பவையே இச்சட்டங்களின் வேர்களாகக் கருதப்பட்டன. நபிகள் நாயகத்தின் செயல்கள் யாவும் அல்லாஹ்வின் ஏவல்களின் எதிரொலிகளே எனக் கருதிய இமாம் ஷாபிஈ, நபிளாருக்குக் கீழ்ப்படிதல் இறைக் கட்டளை எனவும் நம்பினார்.

ஷாபிஈ மத்ஹப் பகுத்தறிவுக்கும் விவேகத்திற்கும் பெரும் முக்கியத் துவம் வழங்குகின்றது. குர்ஆனோ, ஹதீஸோ கட்டளையிடாத ஒன்று என்ற போதிலும், ஒரு வழக்கத்தை இஸ்லாமியச் சமூகம் ஒருமித்த அடிப்படையில் பின்பற்றுமேயானால், அதனைக் கைவிடாது கடைப் பிடிப்பது கட்டாயமானது என்பதே ஷாபிஈக்களின் தீர்ப்பாகவிருந்தது. நபிகள் நாயகத்தின் சுன்னாவினை இஸ்லாமியச் சமூகம் அறியாது இருக்காது. அச்சுன்னாவிற்கு மாற்றமான எந்தவொரு வழக்கத்தையும் அது ஏற்கவும் மாட்டாது. எனவே எந்த ஒரு வழக்கத்தை இஸ்லாமியச் சமூகம் ஒருமனதாக ஏற்று நடைமுறைப்படுத்துகின்றதோ, அவ்வழக்கம் நபிகள் நாயகம் பின்பற்றிய வழிமுறைகளில் ஒன்றாகவே இருக்கும் என்ற தர்க்க ரீதியான நியாயமே ஷாபிஈக்களின் இம்முடிவுக்குக் காரணமாக இருந்தது. இதனை இமாம் ஷாபிஈயின் ரிஸாலாவில் வரும் கீழ்வரும் வசனம் உணர்த்துகிறது: 'குர்ஆனிலோ, ஹதீஸிலோ, இஜ்மாவிலோ கூறப்பட்டுள்ள விடயங்கள் எதனைப் பற்றியும் கருத்து வேற்றுமைகள் ஏற்பட முடியாது; இவ்வாறு கூறப்படாத விடயங்கள் பற்றி, அறிஞர்கள் பகுத்தறிவின் துணை கொண்டு இம்மூன்று ஆதாரங்களையும் ஆராய்ந்து தீர்ப்புகள் எடுக்க வேண்டும்.'

முறையான நியாயங்கள் காணப்பட வேண்டும் எனும் இமாம் ஷாபிஈயின் எதிர்பார்ப்பு, சரியான முறையில் ஹதீஸ்களைத் திரட்டும் பணிக்குப் பெரும் தூண்டுகோலாக இருந்தது.

குர்ஆனோ, ஹதீஸ்களோ திட்டவட்டமாகத் தீர்ப்புகள் கூறாத விடயங்களைப் பற்றி முடிவுகள் எடுப்பதில் எந்தளவு மனித அறிவு பயன் படுத்தப்படலாம் என்பதில் பலத்த கருத்து வேறுபாடுகள் நிலவிய காலகட்டத்தின்போதே இமாம் ஷாபிஈ சட்டத் துறையில் காலடி எடுத்து வைத்தார். இஸ்லாமியச் சட்டவியல் வரலாற்றிலே இமாம் ஷாபிஈ பெற்றிருக்கும் பெரும் முக்கியத்துவத்திற்கு இது ஒரு முக்கிய காரண மெனலாம். இக்கருத்துவேறுபாடு தீவிரமடைவதற்குக் காரணமாக இருந்தது அரேபியத் தீபகற்பத்திலே வாழ்ந்த முஸ்லிம்களுக்கும் புதிதாகக் கைப்பற்றப்பட்ட பிரதேசங்களில் வாழ்ந்த முஸ்லிம்களுக்குமிடையே காணப்பட்ட கலாச்சார வேறுபாடுகளாகும். அரேபியத் தீபகற்பத்தில் வாழ்ந்த சட்ட நிபுணர்கள் பண்டைய அரேபிய பாரம்பரியங்களை யும் வழக்காறுகளையும் நன்கறிந்திருந்தனர். இவற்றில் பல நபிகள் நாயகத்தின் மறைவுக்குப் பின்னரும் மாற்றம் பெறவில்லை. இவற்றில் பலவற்றை நாயகம் (ஸல்) உட்கிடையாக ஏற்றுக் கொண்டார்கள் என்பதை அவருடைய செயற்பாடுகள் உணர்த்தின. அரேபியப் பாரம் பரியங்களைப் பற்றி அரேபிய சட்ட அறிஞர்கள் பெற்றிருந்த நிரம்பிய அறிவின் காரணமாக, அப்பாரம்பரியம் தொடர்பாக எழுந்த பிரச்சினை களுக்குத் தீர்ப்புகள் வழங்க இவ்வறிஞர்களுக்குச் சுய அறிவைப் பயன் படுத்தவேண்டிய அவசியமே ஏற்படவில்லை. ஆனால் அரேபியாவின் கிழக்குத் திசையிலே கைப்பற்றப்பட்ட புதிய பகுதிகளிலோ அரேபி யர்கள் புதிய நாகரிகங்களை, புதிய வழக்காறுகளை எதிர்கொள்ள வேண்டியிருந்தது. இப்புதிய பகுதிகளிலே எழுந்த பிரச்சினைகளுக்குத் தீர்ப்புக் கூறுவது எளிதானதாக இருக்கவில்லை. சட்ட ஊகங்கள் அங்கே அதிக அளவில் தேவைப்பட்டன. அரேபியாவில் வாழ்ந்த சட்ட வல்லுநர்கள், தீர்ப்புகள் வழங்குவதில், ஹதீஸ்களுக்கு அதிக முக்கியத் துவம் வழங்கியதால், ஹதீஸ்களின் மக்கள் என அழைக்கப்பட்டனர். புதிய பகுதிகளில் தீர்ப்புகள் வழங்கியவர்களோ அவர்கள் சுய அறிவிற்குக் கொடுத்த முக்கியத்துவத்தின் காரணமாக 'சுய அறிவின் மக்கள்' என அழைக்கப்பட்டனர். இதைக் கண்டு, அரேபிய சட்ட அறிஞர்கள் குர்ஆன், ஹதீஸ் ஆகியவற்றை மாத்திரமே நம்பும் போக்கு அழிந்து விடுமோ என அஞ்சினர். ஆனால் மற்றவர்களோ, அரேபிய சட்ட அறிஞர்கள் தெய்வீக மூலாதாரங்களுக்கு மாத்திரமே முக்கியத்துவம் வழங்குவது, சட்ட வளர்ச்சியினை முடக்கி விடுமோ, சட்டங்களின் நெகிழ்ச்சித் தன்மையைக் குறைத்து விடுமோ எனப் பயந்தனர்.

இவ்விரு சாரார்களுக்குமிடையே சமநிலை வகிப்பவராகவே இமாம் ஷாபிஈ விளங்கினார்கள். ஒப்புவமை அடிப்படையில் முடிவுகள் பெறும் கியாஸ் எனும் முறையை அவர் ஏற்றார்; ஆனால் மிகக் கண்டிப்பான விதிகளைப் பின்பற்றியே அவர் கியாஸ் முடிவுகளைப்

பெற்றார்; அவர் பின்பற்றிய இவ்விதிகள் அவரது நூலான ரிஸாலாவில் விவரிக்கப்பட்டுள்ளன. மார்க்க அறிஞர்களுக்குத் தம்முடைய சுய கருத்துகளைப் புகுத்துவதற்கு ஏற்றதாக இருந்த ஒரு வழிமுறை, இமாம் ஷாபிஈயின் வழிகாட்டலில் அறிவுபூர்வமான ஒரு முறையாக, ஒப்புவமை மூலம் சில முடிவுகளைப் பெறும் விஞ்ஞானபூர்வமான முறையாக வளர்ச்சி கண்டது. இமாம் ஷாபிஈயின் கைகளில் கியாஸ் நான்காவது மூலாதாரமாக உருவெடுத்தது. ஒரு பிரச்சினைக்குத் தீர்வுகாண வகுக்கப்பட்ட விதிமுறைகள், அதனோடு ஒத்த ஏனைய பிரச்சினை களுக்கும் முடிவு காண உதவக்கூடிய விதிகளாக ஏற்கப்படலாயின. மூல விதிக்கும் அதனை ஒட்டிப் பெறப்படும் சார்பு விதிகளுக்குமிடையே தொடர்புகள் காணும் முறைகளைச் செம்மைப்படுத்தும் பல நூல்கள் தோன்றுவதற்கு இந்த அடிப்படைக் கோட்பாடு வழிவகுத்தது.

தர்க்கரீதியிலான காரண காரியங்களின் அடிப்படையில் சட்டங் களுக்கு விளக்கம் பெற எடுக்கப்பட்ட முயற்சிகள் பின்னர் தோன்றிய இஸ்லாமியச் சட்டத் தத்துவார்த்த வளர்ச்சியில் எத்தகைய பெரும் தாக்கத்தை ஏற்படுத்தியிருக்கும் என்பதையும், குறிப்பாக மேற்கத்திய சட்ட சிந்தனையில் பெரும் செல்வாக்கினைச் செலுத்திய அவிரோஸ் என மேலை நாட்டினரால் அழைக்கப்பட்ட இப்னு ருஷ்தின் ஆக்கங்களில் எத்தகைய தாக்கத்தினை ஏற்படுத்தியிருக்கும் என்பதையும் ஊகிக்கலாம்.

ஒரு சட்டத்தின் இலக்கை மாத்திரம் வைத்து, அச்சட்டத்தினை ஆராயும் பாங்கினையும் இமாம் ஷாபிஈ ஏற்கவில்லை. அவரது சமகால சட்ட வல்லுநர்கள் பலர், ஒரு சட்டம் எந்த நோக்கத்திற்காக இயற்றப் பட்டிருக்கின்றது என்பதை ஆராய்ந்து, அந்த நோக்கத்தை அடிப்படை யாக வைத்து, ஒரு சட்டக் கோட்பாட்டினைப் பெறும் முறையைப் பேணிவந்தனர். சட்டத்தின் நோக்கம் இறைவனின் புறமே உள்ளது என்பதே இமாம் ஷாபிஈயின் நம்பிக்கையாக இருந்தது. தமக்கு வேண்டிய முறையில் சட்டங்களை அமைத்துக்கொள்வது அல்ல மானுட தர்மம்; மூலாதாரங்களிலிருந்து சட்டவியலைக் கண்டுபிடித்துப் பயன்படுத்து வதே மனிதனின் தன்மையாக இருக்க வேண்டும். தேவை ஏற்பட்டால், இச்சட்டங்களை வேறு புதிய நிலைமைகளுக்குப் பொருந்துமாறு ஒப்புவமை அடிப்படையில் விரிவுபடுத்தலாம். ஆனால் காணும் ஒப்புவமை வலிந்து காணப்பட்டதாக இருக்கக் கூடாது; பொருத்த மானதாக இருக்க வேண்டும்.

ஷாபிஈக் கோட்பாடுகள் எகிப்தில் பரவின. எகிப்தியர்கள், குறிப்பாகக் கீழ் எகிப்தில் வாழ்பவர்களில் பெரும்பாலானோர் இம்மத்ஹபையே பின்பற்றுகின்றனர். கிழக்கு ஆபிரிக்கா, தென்அரேபியா, பஹ்ரைன், இந்திய மேற்குக் கரைப் பகுதிகள், இலங்கை போன்ற நாடுகளிலும்

இம்மத்ஹபைப் பின்பற்றுபவர்கள் பரவலாகக் காணப்படுகின்றனர்; மலேசியா, இந்தோனேஷியா, மத்திய ஆசிய நாடுகள் ஆகியவற்றிலும் இம்மத்ஹப் பரவியுள்ளது.

பிரான்சிய, இத்தாலியக் குடியேற்றவாதிகள் மாலிக்கி மத்ஹப் கோட்பாடுகளைப் படித்ததைப் போலவே, டச்சுக் குடியேற்றவாதிகள் ஷாபிஈ மத்ஹப் எழுத்தாக்கங்களை ஆழமாகக் கற்றனர். இவர்கள் மத்தியில் ஷாபிஈ மத்ஹபைப் பற்றிய நிறை அறிவு பெற்ற பலர் தோன்றினர். இத்தகையோரில் வான் டென் பெர்க், ஜூயின்பால் போன்றோர் குறிப்பிடத்தகுந்தோராவர்.

ஈ. ஹன்பலீ மத்ஹப்

இம்மத்ஹபை நிறுவிய இமாம் அஹ்மது இப்னு ஹன்பல் (780-855) பக்தாதில் ஒரு ஹதீஸ் பேராசிரியராகத் திகழ்ந்தவர். குர்ஆன், ஹதீஸ் ஆகிய இரண்டையும் மாத்திரமே இவர் மூலாதாரங்களாகக் கொண்டார். இவர் இவ்வகையிலே இமாம் ஷாபிஈயின் பாங்கிலிருந்து பெரிதும் வேறுபடுகின்றார். தெய்வீகச் சட்டங்கள் மனித அறிவைச் சார்ந்திருக்க வேண்டிய அவசியமில்லை என்பதே இமாம் ஹன்பலின் கருத்தாக இருந்தது. ஆற்றல் மிகு ஆசிரியர் எனப் புகழ் பெற்றிருந்த இமாம் ஹன்பல் தாம் சரியென நினைக்கின்ற கருத்துகளை வெளிப் படுத்த ஒருபோதும் அஞ்சியதில்லை. இவர் தாம் முன்வைத்த கருத்து களைச் சீரணிக்க முடியாத கலீஃபாக்களினதும் அதிகாரிகளினதும் சீற்றத்துக்குள்ளானார்; துன்புறுத்தப்பட்டார்; சிறைவாசத்துக்கும் உள்ளாக்கப்பட்டார்.

இப்னு ஹன்பல் அவர்களால் இயற்றப்பட்ட ஆக்கங்கள் பல. இவற்றுள் ஒன்று முஸ்னத் எனும் ஹதீஸ் தொகுப்பாகும். ஏனைய ஹதீஸ் தொகுப்புகள் யாவும் பாட ஒழுங்கின்படி தொகுக்கப்பட்டிருக்க, முஸ்னத் மாத்திரம் ஹதீஸ் அறிவிப்பாளர்களின் அடிப்படையில் தொகுக்கப்பட்டுள்ளது.

14ஆம் நூற்றாண்டில் வாழ்ந்த இப்னு தைமிய்யா எனும் ஹன்பலி அறிஞர், சமகால அறிஞர்கள் இஜ்மா என்ற சொல்லுக்கு வழங்கிய விளக்கத்தை முற்றாக ஒதுக்கித் தள்ளினார். மிகக் கண்டிப்பான முறையில் ஒப்புவமை காணப்பட்டு, சட்டங்களுக்குப் பொருள் காணப்பட வேண்டும் என்பதே இவரது வாதமாக இருந்தது. இஜ்மா மிகக் கண்டிப்பான விதிமுறைகளுக்கு இணங்கவே பெறப்பட வேண்டுமென்று போதித்த இவரது முதன்மையான நோக்கம் மதக் கோட்பாடுகளைத் தூய்மைப் படுத்துவ தாகவே இருந்தது. இஸ்லாமியச் சட்டவியலில் இப்னு தைமிய்யாவின் தாக்கம் மிகப் பெரியதாகும்; அகற்ற முடியாததாகும்.

ஹன்பலி மத்ஹபைச் சார்ந்த சட்ட அறிஞர்கள் சட்டங்களின் வேர்களைப் பற்றி பல ஆக்கங்களை எழுதி சட்டவியலை விரிவுபடுத்தினர். குர்ஆன், சுன்னா ஆகியவற்றின் அடிப்படையில் அமையாத அனைத்தையும் நிராகரித்ததனால், ஹன்பலி மத்ஹபே மிகக் கண்டிப்பானது எனக் கருதப்படுகிறது. சவூதி அரேபியாவில் அரச அங்கீகாரம் பெற்ற மத்ஹபாக விளங்கும் இதுவே அரேபியத் தீபகற்பத்தில் பெரும் செல்வாக்குப் பெற்ற சிந்தனைப் பிரிவாகத் திகழ்கின்றது.

டெர்ரட் *(*Derret, *1968,* பக். *64)* என்பவரின் நூல் மேலே விளக்கப்பட்ட நான்கு சிந்தனா பிரிவுகளும் உலகின் எவ்வெப் பகுதிகளில் செல்வாக்குப் பெற்றிருக்கின்றன என்பதைத் தெளிவாக உணர்த்துகிறது.

அறிவியல் மையங்கள்

சட்டப் புலமையில் காட்டப்பட்ட பேரார்வத்தின் விளைவாக இஸ்லாமியச் சட்ட உலகில் பல அறிவியல் மையங்கள் உருவாகின. அன்றே உருவாகி இன்றுவரை இயங்கிக்கொண்டிருக்கும் கல்விக் கூடங்களில் ஒன்று கி.பி. 969ஆம் ஆண்டில் ஆரம்பிக்கப்பட்ட அல் அஸ்ஹர் பல்கலைக் கழகமாகும். வெகு அண்மையில் தனது பத்தாவது நூற்றாண்டு விழாவினைக் கொண்டாடிய இப்பல்கலைக்கழகம் உலகில் தொடர்ந்து இயங்கும் பல்கலைக்கழகங்களில் மிகத் தொன்மையானது எனக் கருதப்படுகின்றது. எட்டு நூற்றாண்டுகளுக்கு முன்னர் எவ்வகையில் கல்வி புகட்டப்பட்டதோ அதே வகையிலேயே இன்னும் இந்தக் கல்விக் கூடத்தில் கல்வி வழங்கப்படுகிறது. பெரும் மண்டபத்தின் தூண்களின் அருகில் அமர்ந்து அன்றைய ஆசிரியர்கள் எவ்வாறு கல்வி புகட்டினார்களோ, அதே முறையிலேயே இன்றைய ஆசிரியர்களும் கல்வி புகட்டுகின்றார்கள். சென்ற நூற்றாண்டில் இப்பல்கலைக்கழகத்திற்கு வருகை வந்த லார்ட் பிரைஸ் (Lord Bryce, 1901) அங்கு கடைப்பிடிக்கப்பட்ட போதனாமுறைகளை விளக்கியுள்ளார். இந்நூலாசிரியர் சில ஆண்டுகளுக்கு முன்னர் இக்கலாபீடத்திற்குச் சென்றபோது லார்ட் பிரைஸ் வர்ணித்துள்ள அதே முறையிலேயே கல்வி புகட்டப்படுவதைக் கண்டார். பதின்மூன்றாம், பதினான்காம் நூற்றாண்டுகளில் ஐரோப்பியப் பல்கலைக்கழகங்கள் இயங்கிய பாங்குக்கும் அஸ்ஹர் பல்கலைக் கழகம் இயங்கிய பான்மைக்குமிடையே நிலவிய ஒற்றுமைகளைத் தனது எழுத்தாக்கங்களில் பிரைஸ் பிரபு மிக விரிவாக விளக்கியுள்ளார். ஆசிரியர்கள் அத்தனைபேரும் குர்ஆனை முழுமையாக மனனம் செய்தவர்களே. குர்ஆனைப் பாராமலேயே அதனைத் தம் மாணவர்களுக்கு விளக்குவர். ஆனால் 1960களில் பல மாற்றங்கள் ஏற்பட்டுள்ளதைக் குறிப்பிட்டே ஆக வேண்டும். மருத்துவம், வணிகம், விவசாயம், கல்வி

போன்ற துறைகளுக்குப் புதிய இருக்கைகள் உருவாக்கப் பட்டுள்ளன. (பார்க்க: 103/1961 இலக்க எகிப்திய அரசாங்கச் சட்டம், இச்சட்டத்தின் முக்கியத்துவத்தை விளங்கிக் கொள்ள, 1965இல் பிரொக்டார் எழுதிய நூலின் 135-145 பக்கங்களைப் பார்க்கவும்).

குர்ஆனையும் அதனைப் பற்றி எழுதப்பட்டுள்ள பொருள் விளக்கங் களையும் முழுமையாக மனனம் செய்துள்ள அறிஞர்களின் தொகை யினைப் பார்த்து, இஸ்லாமியரல்லாதோர் அன்றும் மலைத்தனர்; இன்றும் மலைக்கவே செய்கின்றனர். பிரைஸ் பிரபு விளக்கி இருப்பதைப் போலவே, மாணாக்கர்கள் குர்ஆன் ஓதலில் பிழைகள் விடும்போது, அவர்களுக்கு அண்மையிலே அமர்ந்திருக்கும் ஆசிரியர்கள் குர்ஆனைப் பார்க்காமலே திருத்தங்கள் செய்யும் காட்சியை நாம் இன்றும் இந்தப் பல்கலைக்கழகத்தில் பார்க்கலாம். கெய்ரோ நகர் செல்பவர்கள் கட்டாயம் பார்க்கவேண்டிய ஓர் இடம், அல்-அஸ்ஹர் பல்கலைக் கழகம். கல்வியில் ஆர்வம் உள்ளவர்களுக்கு இது ஓர் அற்புதமான தலமாகும்.

இஸ்லாமிய அறிவியல் முயற்சிகள் மிக உயர்நிலையை எட்டியிருந்த காலகட்டத்தின் போது இயங்கிய பல இஸ்லாமியக் கல்விக்கூடங்களில் ஒன்றே அல்-அஸ்ஹர் பல்கலைக்கழகம். இக்கல்வி கூடத்தைப் பற்றிய அறிவு, இஸ்லாமியக் கலாசாரத்தின் அடிநாதமாக விளங்கும் வேத சாஸ்திரத்திலும் சட்டவியலிலும் அன்றைய முஸ்லிம்கள் எத்துணை ஈடுபாடு காட்டினர் என்பதை, கல்வித் துறையில் அக்கறை உள்ளவர் களுக்கு உணர்த்தும்.

சட்ட நிபுணர்களின் பங்களிப்பு

பல்வேறு விதமான நுட்பங்களைக் கையாண்டு சட்ட நிபுணர்கள் இஸ்லாமியச் சட்டவியல் வளர்ச்சிக்கு உதவியுள்ளனர் என்பதை நாம் அவதானித்துள்ளோம். இவர்களது பங்களிப்புகள் சர்வதேச சட்டத் துறையிலும் மனித உரிமைக் கோட்பாடுகளிலும் பல தாக்கங்களை ஏற்படுத்தியுள்ள படியால், ஓர் இஸ்லாமியச் சட்ட வல்லுநர் இஸ்லாமியச் சட்டத் துறையில் வகிக்கும் நிலையினை இதற்கொத்த ஏனைய சட்ட முறைகளிலே அவ்வச்சட்ட முறைகளோடு தொடர்புடைய சட்ட வல்லுநர்கள் வகிக்கும் நிலைகளோடு ஒப்பீடு செய்து பார்த்தல் அவசியமாகின்றது.

சுய உரிமையின் அடிப்படையிலே சட்டங்கள் உருவாக்கும் அதிகாரம், இஸ்லாமியச் சட்டத் துறையினால் சட்ட வல்லுநர்களுக்கு வழங்கப்பட வில்லை. சட்டங்கள் யாவும் அல்லாஹ்வினாலேயே படைக்கப் பட்டவை; ஆக, அவற்றைத் தெரிவு செய்து, தெளிவுபடுத்துவது

மாத்திரமே ஒரு சட்ட வல்லுநரின் பணி. இஸ்லாமிய சமூகத்தின் ஒருமித்த முடிவு அல்லது இஜ்மா, சட்டத்தின் அந்தஸ்தைப் பெற்றது என்பது உண்மைதான்; ஆனால் சமூகத்திற்கு இறைவன் வழங்கியுள்ள வழிகாட்டுதலின் விளைவு என்றே இஜ்மா கருதப்பட்டது. சக்கரவர்த்தியின் சிறப்பு அனுமதியுடன், குறித்த எல்லைக்குள் சட்டங்களை உருவாக்கும் அதிகாரம், உரோம சட்ட அறிஞர்களுக்கு ஒரு சிறப்புரிமையாக வழங்கப்பட்டிருந்தது. இவ்வாறாக ஆக்கப்பட்ட *அக்டோரிடஸ் புரூடென்சியம்* சட்டங்களும், சட்ட மூலாதாரமாகக் கருதப்பட்டது. ஆனால் இது இஜ்மா எனும் கோட்பாட்டிலிருந்து வேறுபடுகிறது.

தன்னுடைய அறிவு, உணர்வு, சமூகத் தேவைகளை உணர்ந்திருக்கும் பாங்கு ஆகியவற்றின் அடிப்படையிலே, ஏற்கெனவே சட்டங்கள் இயற்றப்படாத துறைகள் தொடர்பாகப் புதிய சட்டங்களை உருவாக்கும் உரிமை, உரோம சட்ட வல்லுநர்களுக்கு உரித்தானதாக இருந்தது. ஒரு குறிப்பிட்ட சட்டத்தை உருவாக்கிய சட்ட நிபுணரின் சொந்த செல்வாக்கின் அடிப்படையிலும், சட்ட நிபுணர்களுக்குச் சமூகம் வழங்கியிருந்த உயர் அந்தஸ்தின் காரணத்தினாலும், அவர் இயற்றிய சட்டத்தைச் சமூகம் ஏற்றது; அதனை நடைமுறைப்படுத்தியது. இஸ்லாமியச் சட்ட நிபுணர்களுக்கும் சமூகத்தில் உயர் அந்தஸ்துக் கிடைத்தது. ஆனால் இவர்கள் புனித நூல்களினால் வெகு இறுக்கமாகக் கட்டுப்படுத்தப்பட்டனர் என்பதும் உண்மையே. இஸ்லாமியச் சட்டவல்லுநர், அமைக்கப்பட்டிருந்த சட்டங்களை விளக்குபவராக இருந்தனரே ஒழிய புதிய சட்டங்களை உருவாக்குபவராகத் திகழவில்லை.

இது இவ்வாறு இருப்பினும் சட்டங்களை உருவாக்கும் சட்டசபைகளோ, நீதிமன்றங்களோ இஸ்லாமியச் சட்ட முறைமையில் காணப்படாததால், இஸ்லாமியச் சட்ட நிபுணர்களின் அந்தஸ்து ஒரு வகையில் உயர்வானதாகவே இருந்தது. சட்டத் துறையின் மைய இடம் சட்ட நிபுணர் உடையதாகவே இருந்தது. இதில் பங்கு கேட்கும் உரிமை எந்தச் சட்ட மன்றத்திற்கும் இருக்கவில்லை. கலீஃபாவுக்குக்கூட இவ்வுரிமை இருக்கவில்லை. இறைவனால் ஆக்கப்பட்ட சட்டங்களை மாற்றும் அதிகாரம் எந்தச் சட்டசபைக்கும் வழங்கப்படவில்லை. இறைச் சட்டத்தினை மாற்றும் அதிகாரம் உரோமன் செனட்டிற்கும் இருக்கவில்லை; எந்தப் பாராளுமன்றத்திற்கும் இருக்கவில்லை; எந்தச் சர்வாதிகாரிக்கும் இருக்கவில்லை. இத்தகைய இறைச் சட்டங்களுக்கு விளக்கம் வழங்கும் உரிமையும் சட்ட நிபுணர்களுக்கு மாத்திரமே உரித்தானதாயிருந்தது.

இஜ்திஹாத் முறையிலும், வேறு முறைகளிலும் இறைச் சட்டங்களை, அவற்றின் மூலாதாரங்களிலிருந்து பிரித்தெடுத்து, அவற்றைப்

பொருள்கோடல் செய்து தெளிவுபடுத்தி, இஸ்லாமியச் சட்ட வளர்ச்சிக்கு இஸ்லாமியச் சட்ட நிபுணர்கள் ஆற்றியுள்ள பணி மகத்தானதாகும். எனினும், இஸ்லாமியச் சட்ட வல்லுநர்கள் சட்டங்களை விளக்கினரே ஒழிய அவற்றை அமைக்கவில்லை என்ற உணர்வு, இஸ்லாமியச் சட்டத் துறையில் அறிவு, கருத்து என்ற இரண்டு வேறுபட்ட நிலைப் பாடுகள் தோன்றுவதற்கு வழிவகுத்தது. எனவே இஜ்திஹாத் முறையில் பெறப்பட்ட முடிவுகள் 'ஸன்' (கருத்து) என்றும் 'இல்ம் (அறிவு) என்றும் பிரிக்கப்பட்டன. 'இல்ம்' எனப் பிரிக்கப்பட்டவை நிச்சய மானவை; மற்றவை சட்டவல்லுனர்களால் உறுதிப்படுத்தப்பட வேண்டியவையாக விளங்கின. புனித சட்டங்களை விளங்கிக்கொள்ள முயல்தல் என்ற பொருளைத் தரும் இஜ்திஹாத் என்ற சொல்லே சட்டத் துறையில் ஒருவர் எதிர்கொள்ள வேண்டிய சிரமங்களை ஓரளவு சுட்டிக் காட்டுகிறது எனலாம். (Weiss, *1978*, பக். *199*)

சட்டத் தொழில்

பண்டைய உரோமாபுரியைப் போலவே, இஸ்லாமிய உலகிலும் சட்ட அறிஞர்கள் ஏக காலத்தில் சட்ட ஆசிரியர்களாகவும் சட்ட ஆலோசகர் களாகவும் விளங்கினர். இஸ்லாமியப் பேரரசுகளில் மாபெரும் அதிகாரமும் பலமும் பெற்றிருந்தது எனக் கருதப்படும் உதுமானியப் பேரரசின் சட்டப் பரிபாலன முறையினைத் தொடர்புபடுத்தி நாம் இஸ்லாமியச் சட்ட முறைமை இயங்கிய பாங்கினைப் பரிசீலனை செய்யலாம்.

சிக்கல் மிகு ஒரு சட்டப் பிரச்சினையை எதிர்நோக்கிய போது, நீதிபதிகள் (காஸிகள்) சட்ட ஆலோசகர்களின் (முப்திகள்) ஆலோசனை களை நாடினர். இத்தகைய சந்தர்ப்பங்களில் புகழ்பெற்ற முப்திகள் வழங்கியப் பத்வாக்கள் (சட்டக் கருத்துகள்) எழுத்தில் பதிவு செய்யப் பட்டு ஏனைய சட்ட வல்லுநர்களின் பார்வைக்கும் ஆய்வுக்குமாக வினியோகிக்கப்பட்டன. (R. Lewis, *1971*, பக். *29*) தனிப்பட்ட குடிமக்களும் தேவைகள் ஏற்பட்ட போது முப்திகளின் உதவியை நாடினர். தம்மிடம் சமர்ப்பிக்கப்பட்ட பிரச்சினைகளை முப்திகள், எவரையும் சுட்டிக் காட்டா அனுமானங்களாக மாற்றி, உண்மைப் பெயர்களுக்குப் பதிலாகக் கற்பனைப் பெயர்களைப் புகுத்தி, தமது தீர்ப்புகளையும் பதிவு செய்தனர். தொடக்ககால ஆங்கிலேய பொதுச் சட்டத்தில் ஜோன் டோ, ரிச்சட் ரோ போன்ற பெயர்கள் பயன்படுத்தப்பட்டது போலவே, முப்திகள் ஸெய்த், அமீர் போன்ற பெயர்களை ஆண்களுக்கும் ஹிந்த், ஸெய்னப் போன்ற பெயர்களைப் பெண்களுக்கும் பொதுப் பெயர்களாகப் பாவித்தனர். முப்திகளின் கருத்துகள் நீதிபதிகளிடம்

ஆதாரங்களாகச் சமர்ப்பிக்கப்படலாம் என்ற நிலை இருந்ததனால், இந்தக் கருத்துங்கள் உரோம சட்ட அறிஞர்கள் வழங்கிய *ரெஸ்போன்சா ருவன்சியம்* எனும் சட்டங்களை ஒத்தனவாக இருந்தன. உரோம சட்ட நிபுணர்களின் இத்தீர்ப்புகளைப் போலவே, முப்திகளின் ஃபத்வாக் களும் நீதிபதிகளைக் கட்டுப்படுத்துவனவாக விளங்கவில்லை; ஆனால் அவற்றை நிராகரித்து, அவற்றுக்கு மாறாகத் தீர்ப்பு வழங்குவதும் நீதிபதிகளுக்கு எளிதானதாக இருக்கவில்லை.

முப்தி வழங்கும் கருத்து கேட்கப்பட்ட கேள்வியையும் பொதுவாக ஒரு சுருக்கமான பதிலையும் உள்ளடக்கியதாக இருக்கும். சில சந்தர்ப்பங் களில் வழங்கப்படும் தீர்ப்பில் பிரச்சினை தொடர்பான ஷரீஆ நிலைப் பாடு, உள்ளூர் நியதிச் சட்டங்கள், வழக்காறுகள் போன்றவையும் குறிப் பிடப்பட்டு இருக்கும். ஆனால் இது கட்டாயமானதல்ல. பெரும்பாலும் முப்தியின் கருத்து கீழ்க்காணும் முறையிலேயே அமையும்:

கேள்வி: ஸெய்தும் அமீரும் கப்பல் தலைவர்கள். ஓர் இருட்டு இரவில், எதிரே மற்றொரு கப்பல் வருவது தெரியாது, இரு கப்பல் களும் மோதிக்கொண்டன. ஸெய்தின் கப்பலில் பணியாற்றிக் கொண்டிருந்த பக்ர் இம்மோதலின் காரணமாக கடலில் விழுந்து உயிரிழக்கிறார். அவருடைய வாரிசு அமீரிடம் இருந்து நஷ்டஈடு பெற முடியுமா?

பதில்: *(சட்டம் விளக்கப்படலாம்; அல்லது விளக்கப்படாதும் இருக்கலாம்)* இல்லை. (R. Lewis, *1971*, பக். *30*)

முப்திகள் பெரும்பாலும் சில ஆண்டுகளாவது சட்ட ஆசிரியர்களாகப் பணியாற்றியவர்களாகவே இருந்தனர். பெரும் புகழ் ஈட்டியிருந்த சில முப்திகளின் அலுவலகங்கள் ஏறத்தாழ இன்றைய பெரிய அளவிலான சட்ட நிறுவனங்களின் அலுவலங்கள் போலவே விளங்கின. சில அலுவலகங்கள் வெவ்வேறு பகுதிகளாகப் பிரிக்கப்பட்டிருந்தன. ஒரு பகுதியில் கேள்விகள் ஒப்புக்கொள்ளப்படும். மற்றது, கிடைத்த கேள்விகளை ஏதோ ஓர் ஒழுங்குமுறையில் அமைத்துக்கொள்ளும். மற்றொன்று கேள்விகள் தொடர்பான அதிகாரபூர்வமான ஆதாரங் களைத் தேடியது. மற்றுமொன்று கருத்தை வழங்கியது. வேறு ஒன்று நீதிமன்றம் மூலம் நேரடியாக சமர்ப்பிக்கப்பட்ட கேள்விகளுக்கு விளக்கங்களைத் தேடியது.

ஓர் உரோம சட்ட வல்லுநரின் சாதகமான கருத்தைப் பெற்ற ஓர் உரோமக் குடிமகன் எத்துணை நம்பிக்கையோடு நீதிமன்றம் போனாரோ அதே நம்பிக்கையுடன் ஒரு முப்தியின் கருத்தைப் பெற்ற முஸ்லிமும் தன் நாட்டு நீதிமன்றத்திற்குச் சென்றார். முப்தி சட்டத்திற்கு விளக்கம் அளிக்கின்றாரே ஒழிய புதிய சட்டத்தினை உருவாக்கவில்லை என்பதை

மக்கள் உணர்ந்தே இருந்தனர். ஒரு முப்தி வழங்கும் கருத்துப் பலமானதாக இருந்தால், பெரும்பாலான சந்தர்ப்பங்களில் அக்கருத்தை அடிப்படையாக வைத்து பிரச்சினைகள் நீதிமன்றத்திற்கு வெளியேயே தீர்த்துக் கொள்ளப்பட்டன.

இஸ்லாமிய உலகில், தொடக்க கலீஃபாக்களின் ஆட்சிக் காலங்களிலிருந்தே சட்ட வல்லுநர்கள் பெரும் கண்ணியத்தைப் பெற்று வந்தனர். ஒரு முப்தி, பதவிப்பிரமாணம் செய்யும் நாளன்று அவர் தன் குதிரையில் ஏறும் போது அக்குதிரையின் அங்கவடியை ஒரு துருக்கிய அமைச்சர் பிடித்துக்கொண்டிருப்பது ஓர் அசாதாரணமான காட்சியாக இருக்கவில்லை எனச் சில நூல்கள் கூறுகின்றன. (Ion, 1907, பக். 376) இது முப்திக்குச் சமூகம் வழங்கிய உயர் கௌரவத்தை உணர்த்துகிறது. முப்திகளும் தமது நடுநிலைத் தன்மையைப் பற்றிப் பெரிதும் பெருமை கொண்டனர். இஸ்மயீலி எனும் முப்தி தன்னுடைய கருத்தைக் கோரும் எவரையும் நேரில் காணமாட்டார் என்று கூறப்படுகிறது. அவருடைய இல்லத்தின் முன்னால் ஒரு கூடை தொங்கவிடப்பட்டிருக்கும். தேவையானவர்கள் தம்முடைய பிரச்சினையை எழுதி அந்தக் கூடையில் இட்டால், அடுத்த நாள் பதில் கூடையில் இருக்கும். (Ion, 1907)

நீதிபதிகள் அல்லது காஜிகள் வழக்குகளுக்குத் தீர்ப்பு வழங்குபவர்களாக மாத்திரம் விளங்கவில்லை. சட்டப் பத்திரங்கள், ஒப்பந்தங்கள் போன்றவற்றை வரைதல், சட்ட அந்தஸ்து மறுக்கப்பட்டவர்களின் சொத்துக்களைப் பரிபாலித்தல், அரசாங்க உயர் அதிகாரிகளுக்குச் சட்ட ஆலோசனைகள் வழங்கல் போன்ற பல்வேறு பணிகளை ஆற்றுபவர்களாகவும் விளங்கினர்.

இங்கு விளக்கப்பட்டுள்ள சட்ட முறைகள் யாவும் அனைத்து இஸ்லாமிய நாடுகளிலும் பின்பற்றப்பட்டன என்று கூறுவதற்கு இல்லை; ஆனால் நன்கு ஒழுங்கமைக்கப்பட்டிருந்த ஓர் இஸ்லாமியப் பேரரசில் இம்முறைகள் நடைமுறைப்படுத்தப்பட்டன என்பது உண்மையே. எது எப்படி இருப்பினும் அனைத்து இஸ்லாமிய நாடுகளிலும், சட்ட அறிஞர்களுக்குப் பெரும் கண்ணியம் வழங்கப்பட்டது என்பதையும் அவர்களின் கருத்துகள் மதிக்கப்பட்டன என்பதையும் ஏற்றுக்கொள்ளவே வேண்டும்.

5

சில அடிப்படை இஸ்லாமியச் சட்டக் கருத்துகள்

சட்டம், மனித உரிமைகள் தொடர்பான சில அடிப்படை இஸ்லாமியக் கருத்துகளை இச்சந்தர்ப்பத்திலே விளக்குவது பயன்மிக்கதாக இருக்கும். இவற்றுள் பல அவற்றின் நவீனத்துவத்தினாலும் இன்றைய கால கட்டத்திற்கும் பொருந்தும் அவற்றின் தன்மைகளினாலும் மேற்கத்திய வாசகர்கள் உள்ளங்களிலே வியப்பைத் தோற்றுவிக்கலாம்.

பகிர்ந்துகொள்ளுதல் பற்றிய கருத்து

செல்வத்தைப் பகிர்ந்துகொள்ளுதல் பற்றிய கருத்து இஸ்லாமியப் போதனைகள் அனைத்திலும் இழையோடுவதைக் காணலாம். பைபிளைப் போலவே, குர்ஆனும் செல்வச் சேகரிப்பினால் மாத்திரம் முக்தி அடைய முடியாது என்பதைத் திட்டவட்டமாகத் தெளிவுறுத்துகிறது.

(மக்களை நேருக்கு நேர்)இழித்துரைத்துக் கொண்டும், (முதுகுக்குப் பின்) குறை கூறிக் கொண்டும் திரிகின்ற ஒவ்வொரு மனிதனுக்கும் கேடுதான். அவன் பொருளைச் சேகரிக்கின்றான். மேலும் அதனை எண்ணி எண்ணி வைக்கின்றான். அவன் கருதுகின்றான் தன்னுடைய பொருள் தன்னிடம் என்றென்றும் நிலைத்திருக்கும் என்று. அவ்வாறன்று! சிதைத்துச் சின்னாபின்னமாக்குகின்ற ஓரிடத்தில் அவன் வீசி எறியப்படுவான். (குர்ஆன் 104:1-4)

அவன்தான் அநாதையை மிரட்டி விரட்டுகிறான். மேலும் வறியவரின் உணவை அளிக்கும்படித் தூண்டுவதில்லை. (அப்படிப்பட்டவர்களுக்குக் கேடுதான்) (குர்ஆன் 107: 2-3)

சமூகத்திற்கு இந்த மதம் சார்ந்த எச்சரிக்கைகளை வழங்கிய இஸ்லாம், செல்வத்தைப் பகிர்ந்து கொள்வதற்கும், பதுக்கலினால் ஏற்படும் சமூக சிக்கல்களைத் தீர்ப்பதற்கும் ஒரு செயற்பாட்டு வழிமுறையினையும் ஸகாத் எனும் பெயரில் வழங்கியுள்ளது. ஸகாத் சட்டம் ஒவ்வொரு முஸ்லிம் ஆணும் பெண்ணும் தனது செல்வத்தில் நாற்பதில் ஒரு

பங்கினை ஏழைகளுக்கு வழங்க வேண்டும் எனக் கட்டளை இடுகின்றது. இவ்வரி அனைத்து இஸ்லாமிய நாடுகளிலும் கட்டாயமாக வசூலிக்கப் பட்டது. சமூகத்தில் பரவலாகப் பங்கிடப்படாது, செல்வம் ஒரே இடத்தில் குவிவதும் முடங்குவதும், பொறாமையையும் வெறுப்பையும் வளர்க்குமென்பதே ஸகாத் வரிக்குப் பின்னணிக் காரணமாக இருந்தது. செல்வம் என்பது அல்லாஹ்வின் அமானிதம் என்பதும், அது சமூகத் தினரிடையே பகிரப்பட வேண்டும் என்பதும் குர்ஆன் வழங்கும் சிந்தனைகளாகும். இஸ்லாம் பதுக்கலை வெறுக்கின்றது; பொது சமூக நன்மைக்காக செல்வமும் வளங்களும் சுழல வேண்டும் என அது வலியுறுத்துகிறது. ஒவ்வொருவரும் தனது செல்வத்திலிருந்து குறைந்த பட்சம் நாற்பதில் ஒரு பங்கினையாவது ஏழைகளுக்காக வழங்க வேண்டும் என்ற நிலைப்பாடு, சமூக முன்னேற்றத்திற்கு எல்லோரும் பங்களிப்பு வழங்குகின்றோம் என்ற மனநிறைவை முழு சமூகத்திற்கும் ஏற்படுத்தும்.

வெள்ளி, தங்கம், பணம், ஆடு, மாடு, ஒட்டகம் போன்ற கால் நடைகள், தானியங்கள், பழங்கள், வியாபாரச் சரக்குகள் போன்றவை மீது ஸகாத் விதியாகும். ஒரு பொருளின் மீது ஸகாத் விதியாவதற்கு இரண்டு நிபந்தனைகள் பூர்த்தி செய்யப்பட வேண்டும். ஒன்று, அப்பொருளின் பெறுமானம் குறிப்பிட்ட அளவை அடைந்திருக்க வேண்டும்; இரண்டு, அப்பொருள் குறைந்தது ஓராண்டு காலம் ஒருவரது உடைமையாக இருந்திருக்க வேண்டும். ஸகாத்திற்கு மேலதிகமாக, ரமழான் மாத முடிவில் ஒவ்வொரு குடும்பத் தலைவரும், அவரது குடும்ப உறுப்பினர்களின் எண்ணிக்கைக்கு ஏற்ப தனது நாட்டு மக்கள் பெரும்பாலும் உண்ணும் தானியம் ஒன்றினை, குறிப்பிடப்பட்டுள்ள அளவிற்குக் குறையாது தானமாக வழங்க வேண்டும்; அல்லது அத்தானியத்திற்குரிய பெறுமதியைப் பணமாக அளிக்க வேண்டும்.

ஸகாத்தைப் பெறத் தகுதியானவர்கள் யார் என்பதையும் இஸ்லாம் சுட்டிக்காட்டுகின்றது. எவ்வித வருவாயும் அற்றவர்கள், செலவுக்குப் போதாத அளவு சொற்ப வருமானத்தைப் பெறுபவர்கள், தாம் பட்ட கடன்களைத் தீர்க்க முடியாது தவிக்கும் கடன்காரர்கள், பயணிகள் போன்றோர் ஸகாத் பெறத் தகுதியானவர்களின் கூட்டத்திற்குள் அடங்குவர். தன்னிடம் உள்ள செல்வத்தினை ஒருவர் தனது உற்றார் உறவினர்களோடு பகிர்ந்துகொள்ளுதல், ஏனைய மதங்களிலே ஒரு தார்மிகப் பொறுப்பாகக் கருதப்படுகிறது; ஆனால் இஸ்லாத்திலோ அது மீற முடியாத ஒரு சட்டமாகத் திகழ்கின்றது. (S. A. Ali, *1981*, பக். *170*)

நவீனப் பொருளாதார அமைப்பில் எந்தெந்த வகையான வருமா னங்கள் மீது ஸகாத் விதியாகும் என்பதைப் பற்றிச் சுவையான பல

கலந்துரையாடல்கள் நடைபெற்றிருக்கின்றன. இஸ்லாம் தோன்றிய காலகட்டத்தில் நடைமுறையில் இல்லாதிருந்த பங்குகள், பிணையங்கள், காப்புறுதிகள், வருங்கால வைப்புநிதி, இயந்திரங்கள் போன்றவை ஸகாத் விதிக்குள் அடங்குமா, அடங்காதா போன்ற விடயங்களைப் பற்றி இஸ்லாமியச் சட்ட அறிஞர்களின் கவனம் ஈர்க்கப்பட்டுள்ளது. (ஸகாத் பற்றிய இத்தகைய பிரச்சினைகளுக்குரிய விடயங்களை அறிய வாசிக்கவும்: Siddiqi 1981, பக். 22-5)

இஸ்லாமிய அமைப்பின் முதன்மையான தூண்களில் ஒன்றாக ஸகாத் ஏற்றுக்கொள்ளப்படுகிறது. அது ஒரே இடத்தில் செல்வம் குவிவதைத் தடுக்கும்; ஆடம்பரப் பொருள்களின் உற்பத்தியைக் குறைத்து, அத்தியாவசியப் பொருள்களின் உற்பத்தியைப் பெருக்கும்; பதுக்கலை ஒழிக்கும்; சேமிப்பைத் தூண்டும். (Siddiqi, 1981, பக். 61-63)

பிறர் நலன்களில் அக்கறை காட்டல் பற்றிய கருத்து

பகிர்ந்துகொள்ளல் என்ற கோட்பாட்டோடு நெருங்கிய தொடர்புடைய ஒன்று, ஒரு முஸ்லிம் தன்னையும் தன் நலனையும் பற்றி மாத்திரமே சிந்திக்காது, தன் உற்றார், உறவினர், அண்டைவீட்டார் ஆகியோரின் நலன்களிலும் அக்கறை காட்டவேண்டுமென்ற கோட்பாடாகும். எந்த ஒரு மனிதனும், தன்னைச் சூழ வாழும் மனிதர்களின் வேதனைகளை உணராது, அவர்களின் தேவைகளை அறியாது, தன்னை ஒரு தனித் தீவாக நினைத்து வாழ முடியாது. அவன் தன் குடும்பத்தினருக்கு, தன் உறவினர்களுக்கு, தன் அயலவர்களுக்கு உதவ வேண்டும். ஆனால் வழங்கப்படும் உதவி, மன ஈடுபாடின்றி, அகந்தை உணர்வோடு செய்யும் அறம் என்ற எண்ணத்தைத் தோற்றுவிக்கக் கூடாது; தன்னைச் சுற்றி வாழும் சக மனிதர்களின் நலன்களில் ஒருவன் காட்டும் உண்மையான அக்கறையை வெளிப்படுத்தும் செயலாக அது விளங்க வேண்டும். இந்த உன்னதமான சமூகப் பொறுப்புணர்வு இஸ்லாமியச் சட்டங்களில் படிந்திருப்பதைக் காண்கின்றோம். இவ்வகையில், ஒரே பகுதியில் வாழும் மக்களிடையே கூட அன்னியோன்யமான உறவுகள் வளர்வதற்கு வழிவகுக்காத ஏனைய சட்ட முறைகளிலிருந்து இஸ்லாமியச் சட்ட முறைமை பெரிதும் வேறுபடுகின்றது.

ஒரு முஸ்லிம் தனது அண்டைவீட்டாருடன் அமைத்துக்கொள்ள வேண்டிய செம்மையான, நெருங்கிய உறவுமுறைகளைப் பற்றிப் பல நூல்கள் எடுத்துரைக்கின்றன. தான் எழுதிய இஹ்யா உலூமுத்தீன் என்ற நூலில் இமாம் கஸ்ஸாலி அவர்கள் அப்துல்லாஹ் இப்னு அம்ர் இப்னு ஆஸ் அறிவித்த ஒரு ஹதீஸைப் பதிவு செய்துள்ளார். ஒரு சந்தர்ப்பத்தில் நபிகள் நாயகம் தம்முடைய தோழர்களைப் பார்த்துப் பின்வருமாறு

கூறினார்:

உங்கள் அண்டை வீட்டாருக்கு நீங்கள் செய்யவேண்டிய கடமைகள் எவை என்பது உங்களுக்குத் தெரியுமா? அவர் உங்களிடம் உதவி கேட்டால், நீங்கள் அவருக்கு உதவுங்கள்; அவருக்குத் தேவைப்படும் போதெல்லாம் நீங்கள் உங்கள் ஆதரவை அவருக்கு அளிக்க வேண்டும். அவர் உங்களிடம் ஒரு பொருளை இரவலாகக் கேட்டால், அதனைக் கொடுங்கள்; அவருக்கு ஒரு தேவை ஏற்படின், அத்தேவையைப் பூர்த்தி செய்ய விரையுங்கள். அவர் நோயுற்றால், அவரைச் சந்தித்து நலம் விசாரியுங்கள்; அவர் இறந்தால் அவரது மரணச் சடங்குகளில் கலந்துகொள்ளுங்கள். அவரது இல்லத்தில் மகிழ்ச்சியான நிகழ்வுகள் எதுவும் நடைபெற்றால், உங்களின் மகிழ்ச்சியைத் தெரிவியுங்கள்; துன்பமான விஷயங்கள் எதுவும் நடைபெற்றால், உங்கள் அனுதாபத்தை அறிவியுங்கள். அவருடைய வீட்டில் காற்று நுழையாத அளவுக்கு, அவருடைய அனுமதி இல்லாமல் உங்கள் வீட்டை உயரத்திக் காட்டாதீர்கள். அவரை வருத்தாதீர்கள்; அவரின் உள்ளத்தைப் புண்படுத்தாதீர்கள். உங்களுடைய வீட்டுக்குப் பழங்கள் வாங்கி வந்தால், அவருக்கும் சிலவற்றை அனுப்பி வையுங்கள்; அப்படிக் கொடுக்காவிட்டால், அப்பழங்களை அவரது பார்வையிலிருந்தும் அவரது குழந்தைகளின் பார்வைகளிலிருந்தும் மறைத்து விடுங்கள். உங்கள் வீட்டில் சமைக்கும் உணவை அவருக்குக் கொடுக்கும் நோக்கம் உங்களுக்கு இல்லாதிருந்தால், அவ்வுணவின் மணம் அவரது நாசியை எட்டவிடாதீர்கள்.

பிறர் நலனில் அக்கறை காட்டல் என்ற கோட்பாடு, சகோதரத்துவம் எனும் மாபெரும் கோட்பாட்டின் ஒரு பகுதியே.

சொத்துகளில் நம்பிக்கைப் பொறுப்பு

தனியார் சொத்துரிமையினை இஸ்லாம் ஏற்றுக்கொள்கின்றது என்பது உண்மை. அறிந்திருந்தும் இதர மனிதர்களின் பொருள்களில் எதனையும் பாவமான வழியில் விழுங்கிவிடுவோரை குர்ஆன் இழித்துரைக்கிறது; அவர்களின் செயலைக் கண்டிக்கிறது. தனியார் சொத்துரிமையை இஸ்லாம் ஏற்கின்றது என்ற போதிலும், அது அவ்வுரிமைக்கு ஒரு முக்கியமான வரையறையை வகுத்துள்ளது. அனைத்து சொத்துகளும் அல்லாஹ்விற்கே சொந்தம்; அவற்றை வைத்திருப்போர் அவற்றின் அறக்காவலர்களே *(டிரஸ்டீ)* தவிர சொந்தக்காரர்களல்லர். எனவே அவர்கள், அந்த சொத்துகள் எந்த சமூகத் தேவைகளுக்காக உருவாக்கப் பட்டுள்ளனவோ, அத்தேவைகளுக்காக அவற்றைப் பயன்படுத்தாமல் தமது சுயநலத்திற்காக அவற்றைப் பயன்படுத்தக் கூடாது. ஆகவே, சட்ட ரீதியான உடைமைத்துவத்தை இஸ்லாமியச் சட்டம் அனுமதித்த போதிலும், அதனை அது பாதுகாத்த போதிலும் அவ்வுடைமைத்துவம் சமூகத் தேவைக்கு அடிபணிந்தே ஆக வேண்டும் என்றே கருதப் பட்டது. தன்னுடைய நிலத்தை நீண்டகாலம் பயன்படுத்தாதிருக்கின்ற

நிலச் சொந்தக்காரர் அந்நிலத்தின் மீது தனக்கிருக்கும் உரிமையை இழந்து விடுவார்; அந்நிலத்தைப் பெற்றுப் பயன்படுத்தும் உரிமை அயல் நில உரிமையாளர்களுக்குக் கிடைக்கலாம்.

சூழலுக்கு முக்கியத்துவம் வழங்கப்படுகின்ற இந்த நவீன யுகத்திலே இத்தகைய சட்ட நிலைப்பாடுகள் பெரும் முக்கியத்துவம் பெறுகின்றன. இவ்வுலகம் ஒரு தலைமுறைக்கு சொந்தமானதல்ல; வாழையடி வாழை போல, ஒன்றுக்குப் பின் ஒன்றாய்த் தொடர்ந்து வரும் அத்தனைத் தலைமுறைகளுக்கும் உரித்தானது; முழு மனித சமுதாயத்துக்குமே உடைமையானது. '(மனிதர்களே!) வானங்களிலும் பூமியிலும் உள்ள வற்றை நிச்சயமாக அல்லாஹ் உங்களுக்கு வசப்படுத்தித் தந்திருக்கின்றான் என்பதையும், அவன் தன் அருட் கொடைகளை மறைவாகவும் வெளிப் படையாகவும் உங்கள்மீது பொழிந்திருக்கின்றான் என்பதையும் நீங்கள் பார்க்கவில்லையா?' (குர்ஆன் 31:20) ஒவ்வொரு தலைமுறையும் ஓர் அறக்காவலரே! இக்கோளினை மாசுபடுத்தவோ அல்லது இக்கோளின் இயற்கை வளங்களைக் கட்டுப்பாடின்றி உட்கொள்ளவோ, எதிர்காலத் திற்கு வளங்கள் யாவும் சூறையாடப்பட்ட ஒரு வெற்றுக் கோளினை விட்டுச் செல்வதற்கோ எந்த ஒரு தலை முறைக்கும் உரிமை கிடையாது.

இஸ்லாமிய உடைமைத்துவக் கோட்பாட்டைப் பற்றி எழுத் தாக்கங்கள் பல தோன்றியுள்ளன. தனியார் உடைமைத்துவம், பொது உடைமைத்துவம், தனியார் உடைமைத்துவத்தின் மீது விதிக்கப்படக் கூடிய கட்டுப்பாடுகள், தனியார் உடைமைத்துவ உரிமைகளைச் சுருக்கக்கூடிய சந்தர்ப்பங்கள், அவற்றை முற்றாக ரத்துச் செய்யக்கூடிய சந்தர்ப்பங்கள் போன்ற பல விடயங்களைப் பற்றி இஸ்லாமியப் பொருளியல் அறிஞர்கள் தமது படைப்புகளிலே ஆராய்ந்துள்ளனர். இவர்களது ஆய்வுகளுக்குள்ளான இன்னொரு விடயம் இயற்கை வளங் களின் மீதான சம உடைமைத்துவமாகும். இத்தகைய விடயங்களைப் பற்றி எழுதியவர்களுள் இப்னு கல்தூன், இப்னு தைமிய்யா போன்றோர் முக்கியமானவர்கள் ஆவர். (மேலும் பார்க்க: Ahmad, 1955; Abd al Kader, 1939; Poliak, பக். 50-62; Siddiqi, 1981.)

சகோதரத்துவமும் ஒருமைப்பாடும்

இஸ்லாத்தின் தோற்றத்திற்கு முன்னர் அரேபியா எதேச்சாதிகார மன்னர் களினதும் வணிகப் பிரபுக்களினதும் கொடூரப் பிடிக்குள் சிக்குண்டு கிடந்தது. இவர்களைக் கட்டுப்படுத்தும் உயர் சட்டங்களோ, தார்மீக நெறிகளோ எவையும் இருக்கவில்லை. இஸ்லாம் இந்நிலையை முற்றாக மாற்றியமைத்தது. சர்வாதிகாரம் கோலோச்சிய இடத்தில், அது சட்ட ஆட்சியை நிலைநாட்டியது. சுதந்திரம், சமத்துவம், சகோதரத்

துவம் எனும் உயர் கோட்பாடுகளின் அடிப்படையில் சட்டங்கள் வகுக்கப்பட்டன. பல வர்க்கங்களாகப் பிளவுண்டு கிடந்த சமூகம், சகோதரத்துவம் எனும் கயிற்றால் பிணைக்கப்பட்டது. ஆள்பவர்களும் ஆளப்படுபவர்களும் ஒன்றுபட்டனர். பெருங்குடி மக்களின் ஆதிக்கம் அழிக்கப்பட்டது. தெய்வீகச் சட்டத்தின் மேலாண்மை நிறுவப்பட்டது.

கலீஃபாக்கள், சுல்தான்கள், சக்கரவர்த்திகள் – அனைவரும் தம் குடிமக்களின் சகோதரர்களாயினர். ஒரே சட்டத்திற்குக் கீழ்ப்படியும் ஒரு சமூகத்தின் உறுப்பினர்களாயினர். குர்ஆன் வழங்கியுள்ள சட்டங்களின் ஒரு வரியிலிருந்துகூட விதிவிலக்குக் கோரும் உரிமை எவருக்கும் இருக்கவில்லை. இவ்வகையிலே இஸ்லாமிய சமுதாயச் சட்ட நிலைப்பாடு நவீன சட்ட ஆட்சியிலும் மேம்பட்டதாக இருந்தது எனக் கூறலாம். சட்டம் அத்தனைப் பேரையும் ஒரே சகோதரத்துவப் பிணைப்புக்குள் இணைத்தது.

பிரபஞ்சத்துவக் கண்ணோட்டம்

பிறப்பின் அடிப்படையில், நிறத்தின் அடிப்படையில், இனத்தின் அடிப்படையில் அதுவரை ஏற்கப்பட்டிருந்த ஏற்றத் தாழ்வுகள் அத்தனையையும் இஸ்லாம் தன் காலடியில் போட்டு மிதித்துவிட்டதென நபிகள் நாயகம் (ஸல்) தன் இறுதிச் சொற்பொழிவில் கூறினார்: ‘வெள்ளை நிறத்தவர்கள் கரிய நிறத்தவர்களைவிட மேம்பட்டவர்களல்லர்; கரிய நிறத்தவர்களும் வெள்ளை நிறத்தவர்களைவிட மேம்பட்டவர்களல்லர். அரேபியர், அரேபியர் அல்லாதவரைவிட மேம்பட்டவர்களல்லர்; அரேபியரல்லாதோரும் அரேபியரைவிட மேம்பட்டவர்களல்லர். எல்லோரும் சகோதரர்களே; எல்லோரும் ஆதம் அவர்களின் வழித் தோன்றல்களே.’ மனித சமூகம் முழுவதுமே அல்லாஹ்வுக்கு அடிபணியும் சகோதரர்கள் என்ற நம்பிக்கையே சட்டத்தின் செயற்பாட்டுக்குப் பின்னணியாக இருக்க முடியும்.

இஸ்லாமிய அரசில் முஸ்லிம்கள் அல்லாதோரும் மனித உரிமைகள் அத்தனைக்கும் அங்கீகாரம் பெற்றவர்களாகவே இருந்தனர்.

நாம் பொதுவாகக் கருதுவதைவிட மிகக் கூடுதலாக இஸ்லாம் பிரபஞ்ச ரீதியாகச் சிந்தித்திருக்கின்றது. அன்பும் கருணையும் சக மனிதனுக்கு மாத்திரம் உரித்தானவை அல்ல; அவை விலங்குகள் மீதும், பறவைகள் மீதும் அனைத்து உயிரினங்கள் மீதும் காட்டப்பட வேண்டும் என்பதே இஸ்லாத்தின் நோக்காகத் திகழ்கின்றது.

> பூமியில் வாழும் எல்லாப் பிராணிகளும், தன் இரு சிறகுகளின் துணை கொண்டு பறந்து செல்லும் எல்லாப் பறவைகளும் உங்களைப் போன்ற உயிரினங்களாகவே இருக்கின்றன. நாம் அவர்களைப் பற்றி பதிவு செய்வதில் யாதொரு

குறையையும் வைக்கவில்லை. பிறகு இவர்கள் அனைவரும் தம் இறைவனிடமே ஒன்று சேர்க்கப்படுவார்கள். (குர்ஆன் 6: 38)

மேலும் குறிப்புகளைப் பார்க்க: S. A. Ali, *1981*, பக். *157.*

விலங்குகள் மீது நபிகள் நாயகம் காட்டிய அக்கறையைப் பிரதி பலிக்கும் ஹதீஸ்கள் பல இருக்கின்றன. எடுத்துக்காட்டு: 'அல்லாஹ்வின் பயத்தை மனதில் இருத்தி நீங்கள் உங்கள் கால்நடைகளைப் பராமரியுங்கள். அவை உங்களைச் சுமந்து செல்லக்கூடிய நிலையில் இருக்கும்போது மாத்திரமே நீங்கள் அவற்றில் ஏறிச் சவாரி செய்யுங்கள்; அவைகளைப் புற்றால் இறங்கிவிடுங்கள். வாய்பேச முடியா உயிர்களுக்கு நீர் வழங்கு வதற்கும், வேறு உதவிகள் செய்வதற்கும் அல்லாஹ் உங்களுக்குப் பல வெகுமதிகளை வழங்குவான்.' (S. A. Ali, *1981*, பக். *157-158*)

நேரிய தொழில் உறவுகள்

தொழிலாளர்கள் என்போர் ஏனையவர்களுக்கு எவ்வகையிலும் குறைந்தவர்களல்லர்; முதலாளிகளின் உரிமைகளுக்கும் கண்ணியத் திற்கும் சமமான உரிமைகளும் கண்ணியமும் தொழிலாளர்களுக்கும் இருக்கின்றன என்ற உண்மை இதற்கு முன்னர் விளக்கப்பட்ட கோட் பாட்டிலிருந்து பெறப்படுகின்றது. தொழிலாளரின் வியர்வை உலரும் முன்னர் அவருக்குரிய ஊதியத்தைக் கொடுத்து விடும்படி முதலாளி அறிவுறுத்தப்படுகின்றார். எசமானர் என்ன உணவை உண்கின்றாரோ அதே உணவு ஊழியருக்கும் வழங்கப்பட வேண்டும்; அவர் என்ன உடை உடுக்கின்றாரோ அதே வகையான உடைகள் அவரது ஊழி யர்களுக்கும் தரப்பட வேண்டும்.

நீங்கள் எவ்வகையான உணவுகளை உண்கின்றீர்களோ, அதே வகையான உணவுகளை உங்களது ஊழியர்களுக்கும் கொடுங்கள்; நீங்கள் எதனை அணிகின்றீர்களோ, அதனையே அவர்களுக்கும் வழங்குங்கள். (நபிகள் நாயகத்தின் இறுதியுரை)

இஸ்லாம், முதலாளியும் தொழிலாளியும் இலாபத்தைப் பகிர்ந்து கொள்வதைத் தூண்டுகின்றது; தொழிலாளி - முதலாளி உறவை அது இரு பங்குதாரர்களின் உறவாகக் காண்கின்றதே தவிர தாரதம்மியமிக்க இரு சாரார்களுக்கிடையே ஏற்படும் உறவாகக் கணிப்பதில்லை. ஒரு முஸ்லிம் 'அல்லாஹ்வைத் தொழ வேண்டும்; உறவினர்களுக்கும் ஊழியர்களுக்கும் இரக்கம் காட்ட வேண்டும் என எதிர்பார்க்கப்படு கின்றான். நியாயமான ஊதியத்தை எதிர்பார்ப்பது ஒரு தொழிலாளியின் உரிமை; தொழில் ஒப்பந்தங்களை நியாயமாக நடைமுறைப்படுத்துவது எசமானரின் கடமை - இவை இரண்டும் இஸ்லாமியச் சட்டக் கோட்பாடு களில் நிலையாகப் பதிந்திருக்கின்றன. (Siddiqi, *1981*, பக். *39-40.* இதில்

சமகாலப் பொருளியல் கோட்பாடுகளுடன் இஸ்லாமியக் கோட்பாடுகள் ஒப்பிடப்பட்டுள்ளன.)

மனித கண்ணியம்

மனித உயிர் விலைமதிக்க இயலாதது என இஸ்லாம் நம்புகின்றது. இதனைக் குர்ஆனில் வரும் கீழ்வரும் வசனம் உணர்த்துகிறது:

> எவனொருவன் ஒரு மனிதனைக் கொலை செய்ததற்குப் பகரமாக அன்றி அல்லது பூமியில் குழப்பத்தைப் பரப்பிய காரணத்திற்காக அன்றி வேறு காரணத்திற்காக மற்றவனைக் கொலை செய்கின்றானோ அவன்மனிதர்கள் எல்லாரையும் கொலை செய்தவன் போல் ஆவான். மேலும் எவனொருவன் பிறிதொருவனுக்கு வாழ்வு அளிக்கின்றானோ அவன் எல்லாமனிதர்களுக்கும் வாழ்வு அளித்தவன் போல் ஆவான். (குர்ஆன் 5:32)
>
> மனித உயிர் விலைமதிக்க ஒண்ணாதது மாத்திரமன்று; அது புனித மானதும் கூட. இறைவன் தடுத்துள்ள எந்த ஓர் உயிரையும் கொலை செய்யாதீர்கள்; நியாயத்தின் அடிப்படையிலன்றி! (குர்ஆன் 17:33)

அல்லாஹ்வின் படைப்புக்களில் மனிதன் வகிக்கும் அதி முக்கிய இடம் குர்ஆனின் வேறுபல வசனங்களிலும் சுட்டிக்காட்டப்படுகின்றது.

> நாம் ஆதத்தின் வழித்தோன்றல்களுக்குக் கண்ணியம் அளித்துள்ளோம். மேலும் தரையிலும் கடலிலும் அவர்களுக்கு வாகனங்களை வழங்கினோம். தூய பொருள் களிலிருந்து அவர்களுக்கு ஆகாரம் வழங்கினோம். மேலும் நாம் படைத்த பெரும்பாலான படைப்புகளைவிட அவர்களுக்கு அதிகச் சிறப்புகளை வழங் கினோம். (குர்ஆன் 17:70)

இதேபோல் அத்தியாயம் அல் ஹிஜ்ரில் வரும் பின்வரும் வசனம் அல்லாஹ் மனிதனை வானவர்களைவிட மேலானவனாகப் படைத் திருக்கின்றான் என்பதை உணர்த்துகிறது:

> (நபியே!) உமதிறைவன் வானவர்களை நோக்கிக் கூறியதை நினைவுகூரும்: பேதகமடைந்த (சுண்டினால் ஓசை வரக்கூடிய) காய்ந்த களிமண்ணிலிருந்து ஒரு மனிதரை திண்ணமாக நான்படைக்கப் போகிறேன்.நான் அவரை முழுமையாக்கி அவருக்குள் என்னுடைய உயிரிலிருந்து ஊதியதும் நீங்கள் அனைவரும் அவருக்குச் சிரம் பணிந்திட வேண்டும். (குர்ஆன் 15:28, 29)

அனைவரும் உடன்பிறப்புகளாக இருக்கையில், எல்லோரும் ஒரே மாதிரி ஆதமின் குழந்தைகளாக இருக்கையில், ஒரு மனிதன் மற்றொரு மனிதனின் கண்ணியத்தைக் குறைக்கும்போது, அந்தத் தனி மனிதனின் கண்ணியம் மாத்திரம்தான் குறையும் என்பதில்லை; முழு மனித சமுதாயத்தின் கண்ணியமும் குறையவே செய்யும். ஏன்? எவர் மற்றவரின் கண்ணியத்தைக் குறைக்கின்றாரோ அவருடைய சுய கண்ணியமும் நிச்சயமாகக் குறையவே செய்யும். அல்லாஹ் தன் அருளைப் பொழிந்து

படைத்த மனிதனின் கண்ணியம் மற்றொரு மனிதனால் குறைக்கப் படக் கூடாததாகும். கண்ணியம் என்பது மனிதனோடு உடன்பிறந்தது; எந்த அராசாங்கத்தினாலும், அதன் அதிகாரம் எவ்வளவு விரிவாக இருந்த போதிலும் அந்த மனிதனின் கண்ணியத்தை அவனிடமிருந்து பறித்து எடுத்துவிட முடியாது. இன்றைய நவீன மனித உரிமைகளின் அடிப்படையே மனித கண்ணியம் அவனோடு உடன் பிறந்தது என்ற நம்பிக்கையினால் எழுந்ததாகும். இத்தகைய கண்ணியம் கேலி களாலும், குத்தல் பேச்சுக்களினாலும் அவதூறுகளினாலும் பாதிப்புக் குள்ளாகலாம்.

> இறைநம்பிக்கையாளர்களே, எந்த ஆண்களும் மற்ற எந்த ஆண்களையும் பரிகாசம் செய்ய வேண்டாம். ஒருவேளை அவர்கள் இவர்களை விடச் சிறந்தவர்களாய் இருக்கலாம். எந்தப் பெண்களும் மற்ற எந்தப் பெண்களையும் பரிகாசம் செய்ய வேண்டாம், ஒருவேளை அவர்கள் இவர்களை விடச் சிறந்தவர்களாய் இருக்கலாம். நீங்கள் ஒருவரை ஒருவர் குத்திப் பேசாதீர்கள். ஒருவருக்கு ஒருவர் மோசமான பட்டப் பெயர்களைச் சூட்டி அழைக்காதீர்கள். (குர்ஆன் 49: 11)

தான, தர்மங்கள் வழங்கும் போதும் மனித கண்ணியம் மதிக்கப்பட வேண்டியதன் அவசியத்தை இஸ்லாம் நன்குணர்ந்திருந்தது. கீழ்வரும் இரு வசனங்களும் இவ்வுண்மையை உணர்த்துகின்றன:

> கொடுத்ததைச் சொல்லிக் காண்பித்தும் (மனம்) புண்படச் செய்தும் உங்களுடைய தான தர்மங்களைப் பாழாக்கி விடாதீர்கள். (குர்ஆன் 2: 264)

> கனிவான சொல்லும் (விரும்பாத விஷயங்களை) மன்னித்து விடுவதும் மனம் புண்படச் செய்யும் தானத்தைவிடச் சிறப்புடையனவாகும். (குர்ஆன் 2: 263)

தொழில் மகத்துவம்

நபிகள் பெருமானாரின் ஹதீஸ் ஒன்று பின்வருமாறு நவில்கின்றது: 'ஒரு மனிதன் தன் உடல் சிரமத்தினால் பெறும் சம்பாத்தியத்தைவிட மேலான சம்பாத்தியம் எதுவுமில்லை.' மற்றொன்று வருமாறு: 'ஒரு மனிதன் தன் கையினால் சம்பாதிப்பதே அதி உயர் சம்பாத்தியமாகும். அல்லாஹ்வின் நபியான தாவூத் (அலை) தமது வாழ்வுக்கான செலவு களைத் தம் கைகளின் உழைப்பினாலேயே பெற்றுக் கொண்டார்கள்.' ஒரு முதலாளி அவரிடம் வேலை செய்யும் தொழிலாளியைவிட சமூகத் திலோ, சட்டத்தின் முன்னிலையிலோ மேலாதிக்கம் கொண்டதொரு இடத்தைப் பெற்று விடுவதில்லை. இருவரும் சமமானவர்களே; இருவரின் உரிமைகளும் சமமானவையே.

ஒரு தொழிலாளியை, அவன் செய்யும் தொழிலை மிக நுணுக்கமாக, அவனது முழுத் திறமையையும் காட்டிச் செய்யத் தூண்டுவதன் மூலமும் இஸ்லாம் தொழிலின் மகத்துவத்தை உயர்த்துகிறது. தன் தொழிலை

மிக அழகாகச் செய்யும் ஒருவனுக்கு அவன் செய்யும் தொழில் மீது மதிப்பு ஏற்படவே செய்யும். 'ஒருவன் எந்த வேலையைச் செய்தாலும் அவன் அதை மிக அழகாக, முடிந்தளவு மிகத் திருத்தமாகச் செய்வதை அல்லாஹ் விரும்புகின்றான்.' (Al-Ajlouni, தொகுதி 26, நவம்பர், 1986) சோம்பலைக் கண்டிப்பதும் இக்கோட்பாட்டின் ஓர் அம்சமே. 'ஒரு தொழிலைக் கற்று, அதன் மூலம் பணம் சம்பாதிப்பவனை அல்லாஹ் விரும்புகின்றான்; எந்த வேலையையும் கற்காது சோம்பித் திரிபவனை அவன் வெறுக்கின்றான்.' (பைஹக்கி)

இலட்சியச் சட்டம்

தலைமுறை தலைமுறையாக வெவ்வேறு சட்ட முறைமைகளைச் சார்ந்த சட்டத் தத்துவஞானிகள், அனைத்து சட்ட முறைமைகளுக்கும் மேம்பட்ட, ஏனைய அனைத்து சட்ட முறைமைகளாலும் ஏற்றுக் கொள்ளப்படக்கூடிய, ஓர் உயர் சட்டத்தை, ஓர் இயற்கைச் சட்டத்தை ஓர் இலட்சிய சட்டத்தினை உருவாக்க முயன்றுள்ளனர். எந்த மன்னராலும் புறக்கணிக்க முடியாத, மீற முடியாத ஒரு சட்டக் கோவை அமைக்கப்பட வேண்டியதன் அவசியத்தை அனைத்து சட்டவியல் மாணவர்களும் அறிவர். பிளேட்டோ, அரிஸ்டோட்டில் காலத்தி லிருந்து இன்று வரை, இத்தகைய ஒரு சட்டமுறைமையை அமைப்பது, சட்டவியலின் குறிக்கோளாக இருந்து வந்திருக்கின்றது.

குர்ஆன் சட்டங்கள் எனும் உயர் சட்டங்களை மானுட சமூகத்திற்கு வழங்குவதன் மூலம் இஸ்லாம் ஓர் இலட்சிய சட்டமுறைமையை மேதினிக்கு அளித்துள்ளது. எந்த ஓர் ஆட்சியாளருக்கும், அவரின் அதிகாரம் எவ்வளவு உயர்ந்ததாக இருந்த போதிலும் சரி, குர்ஆன் வழங்கும் எந்த ஒரு சட்டத்தினையும் சிறிதும் மீற முடியாது. தான் செய்த ஒரு செயலை நியாயப்படுத்த ஓர் ஆட்சியாளர், குர்ஆன் சட்டங்களுக்கு, தனக்குச் சாதகமான முறையில் பொருள் காணும் முயற்சிகளில் ஈடுபடலாம். அவ்வளவுதான் அவரால் செய்ய முடியும். குர்ஆன் சட்டத்தை அவரால் மீற முடியாது; அதனை உடைத்தெறிய முடியாது. அப்படி அவர் மீறினால், குர்ஆன் அவருக்கு எதிராகக் காட்டப்படும்; அதற்குப் பதில் கூற முடியாத நிலைக்கு அவர் தள்ளப்படுவார்.

ஜோன் ஆஸ்டின் எனும் ஆங்கிலேய சட்டவியல் தத்துவஞானியும் அவரைச் சார்ந்தவர்களும் நாட்டின் சட்டங்கள் அரசனது விருப்பத்திற்கு மேம்பட முடியாது என்ற கோட்பாட்டை முன்வைத்தனர். இக்கருத்தின் உச்சநிலையை ஹிட்லரின் ஆட்சியின் போது உலகம் கண்டது. இக்கோட்பாட்டின் அடிப்படையிலேயே ஹிட்லரின் ஆணைகள் யாவும் ஜெர்மானிய மக்களால் எவ்வித மறுப்பும் எதிர்ப்புமின்றி ஏற்கப்பட்டன.

ஆனால் எந்த ஓர் இஸ்லாமிய ஆட்சியாளருக்கும் இத்தகைய முழுமை யான அதிகாரத்தை ஒருபோதும் பெற்றுக்கொள்ள முடியாது. குர்ஆன் சட்டங்களுக்கு அவர் கீழ்ப்படிந்தே ஆக வேண்டும். அவற்றுக்குப் பதில் சொல்லியே தீர வேண்டும்.

நேர்மையான ஒப்பந்தம்

ஒப்பந்தங்கள் தொடர்பான அமைப்பு நுட்பங்களுக்கு ஐரோப்பியச் சட்ட முறைமைகள் குறிப்பாகப் பொதுச்சட்டம் வழங்கும் அதீத முக்கியத் துவத்தை இஸ்லாமியச் சட்ட முறைமை அவற்றுக்கு வழங்குவதில்லை. மாறாக, ஒப்பந்தங்களில் நேர்மைக்கும் நியாயத்திற்குமே அது முதலிடம் தருகின்றது. ஒப்பந்தங்கள் நேர்மையாக நிறைவேற்றப்பட வேண்டியதன் அவசியத்தைத் திருக்குர்ஆன் திரும்பத்திரும்ப வற்புறுத்தியுள்ளது.

இஸ்லாமியச் சட்ட சிந்தனையில், ஒப்பந்தங்களின் அடிப்படைகளாக இருப்பவை, கொடை முனைவு, (ஈஜாப்) ஏற்றுக்கொள்ளல் (கபூல்) எனும் இரு செயற்பாடுகளே. ஆங்கிலேயப் பொதுச் சட்ட ஒப்பந்தங் களைப் போல, இஸ்லாமிய ஒப்பந்தங்களிலே 'கிரயம்' என்பது ஓர் இன்றியமையாத உறுப்பாகக் கருதப்படுவதில்லை. பாரபட்சமின்மை, நியாயம், பரஸ்பர புரிந்துணர்வைத் தூண்டுதல் போன்றவையே ஓர் இஸ்லாமிய ஒப்பந்தத்தின் இயல்புகளாக ஏற்கப்படுகின்றன. சுய விருப்பின் அடிப்படையில் செய்யப்பட்ட ஓர் ஒப்பந்தத்தைக்கூட, அவ்வொப்பந்தம் ஒரு தரப்பினருக்குத் தீங்கை ஏற்படுத்தும் சாத்தியம் இருக்குமென்றால் பாதிப்புக்குள்ளாகக்கூடிய தரப்பினர் சில முயற்சி களை மேற்கொண்டு அவ்வொப்பந்தத்தை ஏற்புடைமை அற்றதாக் கலாம். நல்ல பரிசீலனைக்குப் பின்னர் வாங்கிய பொருளைக்கூட, அதில் ஏதாவது குறை தென்பட்டால் அதனைத் திருப்பிக் கொடுக்கும் உரிமையை, அதனை வாங்கியவருக்கு இஸ்லாமியச் சட்டம் வழங்கு கின்றது. பொருள் இல்லாதவனின் பலவீனத்தைப் பயன்படுத்தி அவனுக்குப் பாதகமான ஒப்பந்தங்களை அமைக்கக்கூடிய வாய்ப்பை வட்டி முறை ஒரு செல்வனுக்கு வழங்கும் என்பதால், இஸ்லாம் வட்டியைத் தடுத்துள்ளது. ஆனால் நடைமுறையில் வட்டியைத் தடுக்கும் சட்டம் சில தந்திரோபாயமான சட்ட விளக்கங்கள் மூலம் மீறப் படுகின்றமை யாவரும் அறிந்ததே. இஸ்லாமிய ஒப்பந்தச் சட்டத்தில் அன்பளிப்புகள், முகவர், உத்தரவாதங்கள், பண வைப்புகள், கடன்கள் போன்றவையும் உள்ளடங்குகின்றன.

வணிக நாணயம்

அளவில் மோசடி செய்பவர்களுக்குக் கேடுதான்! அவர்கள் மக்களிடமிருந்து அளந்து

வாங்கும்போது நிறைவாக வாங்குகின்றார்கள். அவர்களுக்கு அளந்தோ நிறுத்தோ கொடுக்கும் போது குறைத்துக் கொடுக்கின்றார்கள். திண்ணமாக, அவர்கள் ஒரு மாபெரும் நாளில் எழுப்பிக் கொண்டுவரப்படுவார்கள் என்பதை அவர்கள் எண்ணிப் பார்ப்பதில்லையா? (குர்ஆன் 83: 1-4)

வணிகக் கொடுக்கல் வாங்கல்களில் நேர்மை, வணிக வாக்குறுதி களின் புனிதத்துவம் பேணப்படுதல் ஆகிய இரண்டு பண்புகளும் இஸ்லாமிய வணிகத்தின் அடிப்படைகளாகும்.

நற்செயல் என்பது உங்களுடைய முகங்களைக் கிழக்கு நோக்கியோ மேற்கு நோக்கியோ திருப்புவதல்ல. மாறாக, அல்லாஹ்வையும், இறுதி நாளையும், வானவர்களையும், வேதங்களையும், நபிமார்களையும் ஒருவன் முழுமையாக நம்புவதும்-மேலும் (அல்லாஹ்வின் மீதுள்ள நேசத்தின் காரணமாகத்) தமக்கு விருப்பமான பொருளை உறவினர்களுக்கும், அநாதைகளுக்கும், வறியவர் களுக்கும், வழிப்போக்கர்களுக்கும், யாசிப்போருக்கும், அடிமைகளை மீட்பதற்கும் வழங்குவதும், மேலும் தொழுகையை நிலைநாட்டி, ஜகாத்தைக் கொடுத்து வருவதுமே நற்செயல்களாகும். மேலும் வாக்குறுதி அளித்தால் தம் வாக்குறுதிகளை நிறைவேற்றுபவர்களும், வறுமை மற்றும் துன்பங்களின் போதும் சத்தியத்திற்கும் அசத்தியத்திற்கும் நடக்கும் போராட்டத்தின் போதும் பொறுமையுடன் நிலைத்து இருப்பவர்களுமே புண்ணியவான்கள் ஆவர்! இவர்களே உண்மையாளர்கள். மேலும் இவர்களே இறையச்சமுடையவர்கள். (குர்ஆன் 2:177)

வணிகத்தில் நேர்மையைக் கடைப்பிடிக்கும்படி குர்ஆன் மிகக் கண்டிப்பாகக் கட்டளையிடுகிறது; அவ்வாறே அளவைகளில் நிறுவை களில் மோசடி செய்வதை அது மிகக் கண்டிப்பாகத் தடை செய்கிறது.

நீங்கள் அளந்தால், பூரணமாக அளவுங்கள்; (நிறுத்தால்) சரியான எடையைக் கொண்டு நிறுங்கள். (குர்ஆன் 17:35)

அளவைப் பூரணமாக அளவுங்கள். (மக்களுக்கு) நஷ்டமிழைப்போராக இருக்க வேண்டாம். (குர்ஆன் 26:181)

இவையும் குர்ஆனின் வேறுபல வசனங்களும் வணிகத்தில் நேர்மை யாக நடக்க வேண்டியதன் அவசியத்தை உணர்த்துகின்றன.

கடும் வட்டியிலிருந்து பாதுகாப்பு

வணிகத்தில் நியாயம், ஒப்புரவு பின்பற்றப்பட வேண்டும் என்ற கருத்தையே, கடும் வட்டியைத் தடுக்கும் குர்ஆன் வசனங்களும் பிரதிபலிக்கின்றன.

இறைநம்பிக்கை கொண்டோரே! நீங்கள் உண்மையில் நம்பிக்கையாளர்களாய் இருப்பின் அல்லாஹ்வுக்கு அஞ்சுங்கள். (உங்களுக்கு வரவேண்டிய) வட்டிப் பாக்கிகளை விட்டு விடுங்கள். ஆனால் அவ்வாறு நீங்கள் செய்யாவிடின், அல் லாஹ்விடமிருந்தும், அவனுடைய தூதரிடமிருந்தும் (உங்களுக்கு எதிராக) போர் அறிவிக்கப்பட்டு விட்டதென்பதை அறிந்து கொள்ளுங்கள். (இப்பொழுதும் கூட)

நீங்கள் பாவ மன்னிப்புக் கோரி (வட்டியைக் கைவிட்டு) விட்டால் உங்களுடைய மூலதனம் உங்களுக்கே உரியது. நீங்கள் அநீதி இழைக்கக் கூடாது. உங்கள் மீதும் அநீதி இழைக்கப்படக் கூடாது. (குர்ஆன் 2:278-279)

கடன்கள் தேவைப்படுபவர்களுக்கு அவை கொடுக்கப்பட வேண்டும்; ஆனால் இத்தேவைகளை வைத்து நாம் இலாபம் சம்பாதிக்கக் கூடாது. பெற்ற கடனைத் திருப்பித் தருவது கடன் பெற்றவருக்குச் சிரமமானதாக இருந்தால், அவருக்கு மேலும் கால அவகாசம் வழங்கப்பட வேண்டும். கொடுத்த கடனைத் தர்மமாக நினைத்து, அதனைத் திருப்பித் தர வேண்டியதில்லை எனக் கூறுதல் மிகச் சிறந்ததாகும். வட்டி என்பது சுரண்டல் நிறைந்த கொடுமையாகும். இஸ்லாம் வட்டியைத் தடுப்பதன் பிரதான காரணம் இதுவே. (Siddiqi, *1981*, பக். *63*)

வட்டி வேறு சில பொருளாதாரத் தீங்குகளுக்கும் வழிவகுக்கும். ஏழைகளின் செல்வத்தை செல்வர்களின் கைகளுக்கு மாற்றுவதன் மூலம் ஏற்கெனவே நிலைபெற்றிருக்கும் செல்வப் பங்கீட்டு ஏற்றத்தாழ்வுகளை அது மேலும் விரிவாக்கும். தன் சமூகத்திற்கு உழைப்பையே வழங்காத ஒரு வர்க்கத்தை அது உருவாக்கும். தொழில் செய்து சம்பாதிப்பதில் இலாபமும் வரலாம்; நஷ்டமும் வரலாம்; ஆனால் வட்டிக்குக் கொடுப்பது இலாபத்தை மாத்திரமே தரும். எனவே வட்டி முறை நடைமுறைப்படுத்தப்படும் சமுதாயத்தில், தொழில் துணிவுள்ளவர்கள்கூட, தொழில்களில் காணப்படும் நிச்சயமற்ற தன்மையினால் அவற்றை நாடாது, இலாபத்தை மாத்திரமே நல்கும் வட்டி வியாபாரத்தில் இறங்க முயல்வார்; இது உற்பத்திப் பெருக்கத்தைத் தடுக்கும். இஸ்லாம் வட்டியைத் தடை செய்ததற்கு இவையும் காரணங்களாகின்றன. (Siddiqi, *1981*, பக். *61-63*)

மேலே குறிப்பிடப்பட்ட முக்கியமான கருத்துகளின் காரணமாக வணிகச் சட்டங்களையும் வங்கித் தொழிலையும் இஸ்லாம் ஒரு புதிய கண்ணோட்டத்தில் பார்க்க வேண்டியிருந்தது. நவீன இஸ்லாமிய வங்கி முறைமை முதன்முதலாக 1963ஆம் ஆண்டில் அரேபிய எகிப்தியக் குடியரசில் நடைமுறைப்படுத்தப்பட்டது. இன்று இவ்வங்கி முறைமை இஸ்லாமிய உலகெங்கிலும் பெரும் வளர்ச்சி கண்டுள்ளது. இஸ்லாமிய வங்கிகளின் சர்வதேச அமைப்பு, 1977ஆம் ஆண்டு ஆகஸ்ட் மாதத்தில் ஒரு மாதிரி இஸ்லாமிய வங்கிச் சட்டமொன்றினைத் தயாரித்தது. இதே வேளையில் மாதிரி இஸ்லாமிய வங்கித் திட்டமொன்றும் தீட்டப்பட்டது. பெரும் தகுதி படைத்த மார்க்க அறிஞர்களின் – சட்ட அறிஞர்களின் ஆலோசனைகளோடு வரையப்பட்ட இம்மாதிரிச் சட்டமும் திட்டமும் இஸ்லாமிய வங்கிகளுக்குரிய தனித்துவமான பிரச்சினைகளையும் [சட்டப்பிரிவு (உறுப்புரை) *1-10*] அனைத்து வங்கிகளும் பொதுவாக எதிர்நோக்கும் பிரச்சினைகளையும் ஆராய்கின்றன (சட்டப்பிரிவு *11-20*).

கடனாக வழங்கப்படும் தொகைகளை, வட்டி எனும் இலாபத்தை மட்டும் தமக்குத் திருப்பித்தரும் முதலீடுகளாக இஸ்லாமிய வங்கிகள் கருதுவதில்லை. எந்தத் திட்டத்திற்காகக் கடன் வழங்கப்படுகிறதோ அத்திட்டத்தில் பணத்தை வழங்கும் வங்கியும் பங்காளியாக மாறிவிடும். அத்திட்டம் தோல்வியடைந்தால் வங்கியும் நஷ்டத்தை ஏற்கும். திட்டம் வெற்றியடைந்தால் கிடைக்கும் இலாபத்தில் அதற்குரிய பங்கினை வங்கியும் பெற்றுக்கொள்ளும். இம்முறை, தொழில் அதிபர்களுக்கு ஒருவிதப் பாதுகாப்பை அளித்தது. அதேவேளை கடனுதவி பெற்று ஆரம்பிக்கப்பட்ட தொழில் வெற்றிபெற்றால், வங்கிக்கு இலாபம் கிட்டியது. இந்த அமைப்பில் இயங்கிய இஸ்லாமிய வங்கிகள் ஈட்டிய இலாப வீதம் சாதாரண வர்த்தக வங்கிகள் ஈட்டிய இலாப வீதத்திற்குக் குறைவானதாக இருக்கவில்லை. (Siddiqi, 1981)

இஸ்லாமிய வங்கி முறைமையில் கீழ்வரும் நன்மைகள் இருப்பதாக இஸ்லாமிய வங்கியாளர்கள் கூறுகின்றனர்:

1. சாதாரண வங்கிகள் தம் சமூகப் பொறுப்பினைப் பற்றிச் சிந்திப் பதில்லை; சமூக முன்னேற்றத்திலும் அக்கறை காட்டுவதில்லை. மாறாக, இஸ்லாமிய வங்கிகளோ சமூகத்துடன் ஒன்றிணைந்தவை.

2. சாதாரண வங்கிகள் பணத்தை, வாங்கக்கூடிய, விற்கக்கூடிய ஒரு பொருளாகவே கருதுகின்றன. இஸ்லாமிய வங்கிகள் பணத்தைப் பெறுமானத்தின் அளவீடாகவும் முடிவொன்றினை அடைவதற்குரிய ஒரு கருவியாகவும் கருதுகின்றன.

3. சிறிய தொழில் அதிபர்கள் எதிர்நோக்கக்கூடிய நஷ்டங்களைத் தாங்களும் பகிர்ந்துகொள்ள முன்வருவதன் மூலம் இஸ்லாமிய வங்கிகள் இத்தகைய தொழில் அதிபர்களுக்கு நம்பிக்கையையும் உற்சாகத்தையும் ஊட்டுகின்றன.

4. உத்தரவாத வட்டி முறை வணிக வங்கிகளிடமிருந்து வாடிக்கை யாளர்களை மனதளவில் தூரப்படுத்துகிறது. (பார்க்க: *Arabia: The Islamic World Review*, தொகுதி 5, பெப்ரவரி 1986, பக். 58-63)

5. ஒரு திட்டத்தை வகுப்பவருக்கே அத்திட்டத்தின் வெற்றியைப் பற்றிச் சந்தேகம் இருக்கும் போது, வங்கி ஒன்று அத்திட்டத்தில் நம்பிக்கை வைத்து, இலாபம், நஷ்டம் ஆகிய இரண்டையும் ஏற்போம் என்ற உத்தரவாதத்துடன் கடனுதவி செய்ய முன்வருவது, புத்தம் புதுத் திட்டங்கள் பல உருவாக்கப்படுவதற்குத் தூண்டுகோலாக விளங்கும்.

இஸ்லாமிய வங்கி முறைமைக்கு அடிப்படையாக இருக்கும் கோட்பாடுகள் சர்வதேச நிதி அமையத்தின் (ஐஎம்எஃப்) கவனத்தையும் கவர்ந்திருக்கிறது என்பதை ஜூன், 1986இல் வெளிவந்த இவ்வமையக் காலாண்டு இதழில் பிரசுரமாகியுள்ள சில கட்டுரைகள் உணர்த்துகின்றன.

உலக வங்கியில் அபிவிருத்தி ஆய்வுத் துறையில் ஒரு பகுதித் தலைவராகக் கடமையாற்றும் முஹ்ஸின் கான் எழுதியுள்ள கட்டுரை இவற்றுள் குறிப்பிடத்தக்கதாகும்.

பெண்களின் உரிமைகள்

இஸ்லாம் தோன்றுவதற்குச் சற்று முந்திய காலப் பின்னணியோடு தொடர்புபடுத்திப் பார்க்கும் போதுதான், இஸ்லாம் பெண்களுக்கு எத்தகைய உயர் உரிமைகளை வழங்கி உள்ளது என்பது புலப்படும். 'ஓ மனிதர்களே! உங்களுக்கு உங்கள் மனைவியர்மீது உரிமை இருக்கிறது; உங்கள் மனைவியருக்கும் உங்கள் மீது உரிமை இருக்கிறது. உங்களுடைய மனைவியரை அன்போடும் இரக்கத்தோடும் நடத்துங்கள்.' - இது நபிகள் நாயகத்தின் இறுதி அறிவுரையின் ஒரு பகுதியாகும். மனம் போன போக்கிலே, உயில்கள் மூலம் குடும்பச் சொத்து துண்டாடப்படுவதைத் தடுத்து இஸ்லாமிய மரணசாசன சட்டம் குடும்ப நலனைப் பாதுகாக்கின்றது. மரண சாசனத்தின் மூலம் ஒருவனுக்குத் தனது சொத்தின் மூன்றில் ஒரு பகுதிக்கு மேல் தன் விருப்பப்படி பங்கிட முடியாது. எனவே அவனது சொத்தின் மூன்றில் இரண்டு பகுதிகள் குடும்ப உறுப்பினர்களுக்கு மார்க்கம் குறிப்பிட்டுள்ள முறையில் பிரித்துக் கொடுக்கப்பட வேண்டும். குறிப்பிடப்பட்டுள்ள முறையில் குடும்பத்தினரிடையே சொத்து பிரிக்கப்பட வேண்டும் என்ற விதியும் செல்வப் பங்கீட்டை முறைப்படுத்துவதாகவே இருக்கின்றது.

இஸ்லாம் பலதார மணத்தை அனுமதித்திருப்பது அதன் மேல் பலத்த விமர்சனங்கள் எழுவதற்குக் காரணமாக இருக்கின்றது. திருக்குர்ஆன் திருமணத்தைப் பற்றி கீழ்வருமாறு கூறுகின்றது:

உங்களுக்கு விருப்பமானவர்களை, இரண்டிரண்டாகவோ, மும்மூன்றாகவோ, நான்கு நான்காகவோ நீங்கள் திருமணம் செய்துகொள்ளலாம். அவ்வாறு பலரைத் திருமணம் புரிந்தால், அவர்களுக்கிடையில் நீங்கள் நீதமாக நடந்துகொள்ள வேண்டும். அவ்வாறு நீங்கள் நீதமாக நடக்க முடியாதெனப் பயந்தால், ஒரு பெண்ணையே திருமணம் செய்யுங்கள்.

இவ்வசனத்தில் வரும் நீதம் என்ற சொல்லுக்குப் பொருள் காண முயன்ற சட்ட அறிஞர்கள் பலர், மனைவிகளுக்கிடையே நீதமென்பது உணவு, உடை, உறையுள் போன்றவற்றை அவர்களுக்குச் சமமான முறையில் வழங்குவது மாத்திரமன்று; அவர்களுக்கிடையே அன்பும் சமமான முறையில் வழங்கப்பட வேண்டும் எனக் கூறுகின்றனர். (S. A. Ali, 1981 பக். 229) இந்த விளக்கத்தின் அடிப்படையில் பல இஸ்லாமியச் சமூகங்கள் ஏகதார மணத்தையே வழக்காக ஏற்றுள்ளன. (S. A. Ali, 1912, 1981 ஐந்தாம் அத்தியாயம்)

பலதாரத் திருமணங்களுக்கு நிபந்தனை விதிக்கும் மேற்காட்டப்பட்ட குர்ஆன் வசனத்திற்கு வலுவூட்டும் வேறு வசனங்களும் குர்ஆனில் காணப்படுகின்றன. அவற்றில் ஒன்று:

மனைவியருக்கிடையே முழுக்க முழுக்க நீதியாக நடந்து கொள்ள நீங்கள் விரும்பினாலும் அது உங்களால் முடியாது. (4:129)

இந்தக் குர்ஆன் வசனத்தின் அடிப்படையிலேயே டூனீஷியா பலதார திருமணத்திற்குத் தடை விதித்துள்ளது; இதன் அடிப்படையிலேயே சீர்திருத்தவாதியும் எகிப்திய உயர் முப்தியுமான முஹம்மது அப்து (இறப்பு: 1950) இன்றைய வாழ்க்கை முறையில் ஒருவனுக்கு ஒன்றுக்கு மேற்பட்ட மனைவியரோடு நீதமாக நடக்க முடியாதென பல சந்தர்ப்பங் களில் கூறியுள்ளார் (Khadduri, 1978). மனைவியரிடத்தில் நீதமாக நடக்க வேண்டும்; நான்கு பெண்களுக்கு மேல் ஒரே நேரத்தில் திருமணம் செய்தல் கூடாது போன்ற நிபந்தனைகளை குர்ஆனியச் சட்டம் விதித்தது பலதார மணக் கோட்பாட்டினை நிலைநிறுத்துவதற்காகவா அல்லது அதனைத் திருத்துவதற்காகவா என்ற வினாவை எழுப்பி சமூக சிந்தனையைத் தூண்டுகிறார் மஜீத் கத்தூரி. இஸ்லாம் பலதார மணத்தை நிலைநிறுத்த விரும்பவில்லை; அன்றைய சூழ்நிலையில் சாத்தியமான சீர்திருத்தங்களைச் செய்யவே முயன்றது என்பதே கத்தூரியின்கருத்தாக இருக்கின்றது. பலதார மணத்தை ஏகதார மணமாகப் படிப்படியாக மாற்றுவதே நபிகளாரின் இறுதி நோக்காக இருந்தது என்ற சிந்தனையை இவ்வறிஞர் முன்வைத்துள்ளார். இந்த ரீதியில் சிந்திக்கும்போது, பலதார திருமணத்தை நியாயப்படுத்துவது அல்ல; ஏகதார மணத்தை நிலைநிறுத்துவதே குர்ஆன் சட்டங்களின் நோக்காக இருந்தது என்ற முடிவுக்கே வருவோம்.

பலதார மணத்தைப் பற்றிய இஸ்லாமியக் கண்ணோட்டத்தை நாம் ஆராயும் போது, பெண்கள் எவ்வித உரிமைகளும் பெறாதிருந்த ஒரு சமூகத்தில் இஸ்லாம் எத்தனை உரிமைகளைப் பெண்களுக்கு வழங்கியது என்ற பின்னணியும் மனதிற்கொள்ளப்பட வேண்டும்.

நபிகள் நாயகத்தின் அறிவுரைகளில் முக்கியமானதொன்று பெண் களுக்குக் கண்ணியம் வழங்கப்பட வேண்டும் என்பதாகும். அன்றைய சமூகத்தில் நடைமுறையிலிருந்த தற்காலிகத் திருமணம், நிபந்தனை களுக்குட்பட்ட திருமணம் போன்றவற்றை இஸ்லாம் தடைசெய்தது. கணவனுக்கு வழங்கப்பட்டிருந்த மணவிலக்கு உரிமைகள் ஓரளவு கட்டுப்படுத்தப்பட்டன. நியாயமான காரணங்களின் அடிப்படையில் தன் கணவனைப் பிரிவதற்கான உரிமை பெண்ணுக்கும் தரப்பட்டது. அல்லாஹ்வினால் ஆகுமாக்கப்பட்டவற்றில் அவன் அதிகம் வெறுப்பது ஒரு கணவன் தன் மனைவிக்கு தலாக் கூறுவதையே எனக் கூறி நாயகம்

(ஸல்) மணவிலக்கின் தீமையை எடுத்துக் காட்டியுள்ளார்கள். மண விலக்கு அனுமதிக்கப்பட்டது என்ற போதிலும் அதனைத் தவிர்த்துக் கொள்ளும்படி குர்ஆன் பல இடங்களில் வற்புறுத்துகிறது. குடும்பத்தில் பிரச்சினைகள் ஏற்படும் போது அவற்றைச் சுமுகமாகத் தீர்த்துக் கொள்ளும்படி அது ஆலோசனை கூறுகிறது. மேலும் அது கீழ்வரும் அறிவுரையையும் வழங்குகின்றது:

> நல்லொழுக்கமுள்ள பெண்கள் உங்களுக்கு ஆகுமானவர்களே, அவர்கள் ஈமான் கொண்ட சமுதாயத்தைச் சேர்ந்தவர்களானாலும் சரி; வேதம் அருளப் பட்டவர்களின் சமுதாயத்தைச் சார்ந்தவர்களானாலும் சரியே. ஆனால் அவர் களுக்குரிய மஹ்ரைக் கொடுத்து அவர்களைத் திருமணம் செய்து கொள்ள வேண்டுமே தவிர, அவர்களுடன் விபச்சாரத்திலோ கள்ளக் காதலிலோ ஈடுபடக் கூடாது. (குர்ஆன் 5:5)

பெற்றோர்களின் பரம்பரைச் சொத்தில் பங்கு பெறும் உரிமை (ஆனால் சகோதரர்களின் பங்கைவிடக் குறைவானதே), திருமணம் செய்வதற்கு ஒரு நிபந்தனையாக கணவனிடமிருந்து சொத்தையோ, பொருளையோ பெற்றுக்கொள்ளும் உரிமை, தான் சொத்துடையவள் என்ற போதிலும் கணவனிடமிருந்து ஜீவனாம்சம் கோரும் உரிமை, திருமணம் ரத்து செய்யப்பட்டால் பிள்ளைகளைத் தன்னுடைய பொறுப்பிலே வைத்துக்கொள்ளும் உரிமை, தனது சொத்துகளைச் சட்ட ரீதியாகத் தானே நிர்வகிக்கும் உரிமை என ஏராளமான உரிமைகளை இஸ்லாம் பெண்களுக்குக் கொடுத்தது. இவை யாவும் சட்டங்களினால் கொடுக்கப்பட்ட உரிமைகள் கருணை அடிப்படையிலோ கழிவிரக்கத்தின் அடிப்படையிலோ கொடுக்கப்பட்டவை அல்ல. (S. A. Ali 1981 பக். 257)

இஸ்லாமிய சமூகத்தில் பெண்கள் உயர் பதவிகளை வகிக்கவில்லை என நினைப்பது தவறு. சட்டம் புகட்டுவதற்கு அனுமதிபெற்ற சட்ட அறிஞர்களாக (ஸைனப் உம்முல் முவையித் 1146-1237), சரித்திர, இலக்கிய விரிவுரையாளர்களாக (ஸய்க்கா ஸுஹ்தா), கவிஞர்களாக, மார்க்கப் போதகர்களாக இஸ்லாமியப் பெண்கள் பணியாற்றியுள்ளனர் என எஸ்.ஏ. அலி (Ali, 1912, பக். 18-24) கூறுகின்றார். ஓர் ஆணைப் போலவே ஒரு பெண்ணும் நீதிபதியாகக் கடமையாற்றலாம் என ஹனபி மத்ஹபின் இமாம் அபூஹனீபா கூறியுள்ளார். (S. A. Ali, 1912, பக். 21)

அன்று அரேபியாவில் மாத்திரமல்ல, உலக நாடுகள் அனைத்திலும் பெண்களின் நிலை மிகக் கேவலமானதாகவே இருந்தது. உரிமைகள் எதுவுமேயற்ற நிலையில் அவர்கள் வாழ்ந்தனர் என்றுகூடக் கூறலாம். இந்தப் பின்னணியிலே, அன்று இஸ்லாம் பெண்களுக்கு வழங்கிய உரிமைகளை மதிப்பீடு செய்வோமானால், அவை எவ்வளவு புரட்சிகர மானவை என்பதை உணர்வோம். அன்று நடைமுறைப்படுத்தப்பட்ட

கோட்பாடுகளை இன்றைய சமூகத்தின் தேவைகளுக்கு ஈடுகொடுக்கக் கூடியவையாக மாற்றிக் கொள்வது, அல்லது வளர்த்துக் கொள்வது இன்றைய சமூகத்தினதும், சமகாலச் சட்ட அறிஞர்களினதும் பொறுப்பாகும். இது நடைபெறவில்லை எனில் குற்றம் இஸ்லாத்தினுடைய தல்ல; இன்றைய சமூகமும் இன்றைய அறிவுஜீவிகளுமே குற்றவாளிகளாகச் சுட்டிக்காட்டப்பட வேண்டும். எஸ்.ஏ. அலி வரலாற்றுக் கண்ணோட்டத்துடன் இஸ்லாமிய சட்டங்களைப் பின்வரும் வகையில் மதிப்பிடுகிறார்:

> உலக நாடுகள் பல, நிர்ப்பந்தத்தின் காரணமாக, வேண்டா வெறுப்போடு பத்தொன்பதாம் நூற்றாண்டில் வழங்கிய பல பெண் உரிமைகளை, மகள் ஒன்று பிறப்பதைக் குடும்பத்திற்கு ஏற்பட்ட அவமானமாகக் கருதிய அரேபியாவிலே, எட்டாம் நூற்றாண்டிலேயே நடைமுறைப்படுத்திய அண்ணல் நபிக்கு மானுட சமூகமே நன்றி கூற வேண்டும். இதனைத் தவிர நபிகள்நாயகம் வேறெதனையும் செய்ய வில்லை என்றால்கூட, அவர் மானுட சமூகத்தின் நன்றிக்கு உரித்தானவராகவே விளங்குவார் என்பதில் எள்ளளவும் ஐயம் இருக்க முடியாது.

பிறரின் தலையீடில்லா தனிமை

குர்ஆன் பின்வருமாறு கட்டளையிடுகிறது:

> நம்பிக்கையாளர்களே! சந்தேகங்களிலிருந்து நீங்கள் விலகிக் கொள்ளுங்கள். ஏனெனில், சில விஷயங்களில் சந்தேகிப்பது பாபமாக இருக்கின்றது. (எவருடைய குற்றத்தையும்) நீங்கள் துருவித் துருவி விசாரித்துக்கொண்டிருக்க வேண்டாம். உங்களில் ஒருவர் மற்றெவரையும் புறம் பேச வேண்டாம். (குர்ஆன் 49:12)

ஒரு தனி மனிதனுக்கு மிகத் தேவையான பிறர் தலையீடு இல்லா தனிமையைக் குலைக்கக்கூடிய பல்வேறுபட்ட சாதனங்களை நவீன தொழிநுட்பங்கள் உருவாக்கிக் கொண்டிருக்கும் அதே நேரத்தில், இத்தனிமைக்குக் குந்தகம் விளைவதைத் தடுக்கும் வகையில் நவீன சட்டங்கள் உருவாகிக்கொண்டே இருக்கின்றன. அத்துமீறி நுழைதல், அவதூறு போன்ற ஒரு சில செயல்களிலிருந்து மாத்திரமே அன்றைய பொதுச் சட்டம் ஒரு குடிமகனின் உரிமையான பிறர் தலையீடில்லா தனிமை சுதந்திரத்தைப் பாதுகாத்தது. ஏனைய செயற்பாடுகளுக்கு எதிரான சட்டங்கள் மிக மெதுவாகவே வளர்ந்தன.

ஆனால் இஸ்லாமியச் சட்டம் இத்தனிமைச் சுதந்திரத்திற்குப் பெரும் முக்கியத்துவத்தை வழங்கியுள்ளது. திருக்குர்ஆன் இதனைப் பற்றித் திட்டவட்டமாகக் கீழ்வருமாறு கூறுகின்றது:

> இறைநம்பிக்கை கொண்டவர்களே! உங்களுடைய வீடுகளைத் தவிர மற்றவர்களின் வீடுகளில் அந்த வீட்டாரின் இசைவைப் பெறாமலும், ஸலாம் கூறாத வரையிலும்

நுழையாதீர்கள்... அங்கு எவரையும் நீங்கள் காணவில்லையென்றால், உங்களுக்கு அனுமதி அளிக்கப்படாத வரையில் அங்கே நுழையாதீர்கள். (குர்ஆன் 24:27, 28)

ஒருவரின் அனுமதியில்லாது அவரது இல்லத்திற்குள் நுழைவது எவ்வாறு தடுக்கப்பட்டுள்ளதோ, அவ்வாறே பிறருடையக் கடிதங்களை அவரின் அனுமதியின்றி வாசிப்பதும் தடுக்கப்பட்டுள்ளது. நபிகளாரின் கூற்று இதனைத் தெளிவாக உணர்த்துகிறது: 'தன்னுடைய சகோதரனின் கடிதத்தை அவனது அனுமதியின்றி வாசிப்பவன், நரகத்திலும் அதனை வாசிப்பான்.' (Bassiouni, *1982*, பக். *69*)

உடலால் அத்துமீறி உள்ளே நுழையாமலேயே ஒருவரின் தனிமையைக் குலைக்கும், அல்லது ஒருவரின் இரகசியங்களை அறிந்து கொள்ளும் வழிவகைகள் ஏராளமானவற்றை நவீன தொழில்நுட்பம் உருவாக்கியுள்ளது. நுட்பமான கட்புலக் கருவிகள், மின்னியல் கருவிகள், தொலைபேசி உரையாடல்களை ஒட்டுக் கேட்க உதவும் நுட்பமான கருவிகள் போன்றவை, பல நவீன பிரச்சினைகளை உருவாக்கியுள்ளன. ஆனால் இஸ்லாமியச் சட்டங்கள் உடல் அளவிலான அத்துமீறல்களை எவ்வாறு கண்டிக்கின்றதோ அவ்வாறே உடல் அளவிலல்லாத அத்து மீறல்களையும் தடுத்துள்ளது.

'அனுமதியின்றி ஒருவர் மற்றொருவரின் வீட்டின் உட்புறத்தைப் பார்க்கக் கூடாது; அவ்வாறு பார்ப்பதும் வீட்டுக்குள் நுழைவதும் ஒன்றே.' *(விவரங்களுக்குப் பார்க்க:* Bassiouni, *1982, பக். 68)*

ஒருவரின் அனுமதியில்லாமல் அவரைப் பார்ப்பதுகூடத் தண்டிக்கப் படக்கூடியது என ஒரு ஹதீஸ் சொல்லுகின்றது. உடல் அளவில் அல்லாத முறைகளில் ஒருவரின் தனிமையைக் குலைப்பதுகூடத் தவறானது என்பதே மேற்கூறப்பட்ட ஹதீஸின் தாத்பரியமாகும்.

ஒட்டுக் கேட்பதன் மூலமாகவும் சட்ட விரோதமான நுழைவுகளினாலும் பெறப்பட்ட சாட்சியங்களைக் குற்றத்தை நிரூபிக்கக் கூடியளவு முக்கியமானவையாக அவை இருந்த போதிலும், சட்ட விரோதமான முறையில் பெறப்பட்டவை என்ற அடிப்படையில் இஸ்லாமியக் குற்றவியல் சட்ட முறைமை அவற்றைச் சாட்சியங்களாக ஏற்றுக்கொள்வதில்லை. இரண்டாம் கலீஃபாவான உமர் இப்னு கத்தாப் (ரலி) அவர்களின் வாழ்வில் நடந்ததாகக் கூறப்படும் ஒரு நிகழ்வு இவ்வுண்மையை நன்கு உணர்த்துகிறது. ஓர் இடத்தில் சிலர் மதுபானம் அருந்திக் கொண்டிருப்பதையும், அறுவடை நிலத்தில் விழுந்து கிடந்த தானியங்களை எரித்துக்கொண்டிருப்பதையும் கண்ட ஆட்சியாளர் உமர் 'நான் மதுபானம் அருந்துவதைத் தடை செய்துள்ளேன்; ஆனால் நீங்கள் அதனை அருந்துகிறீர்கள்; அறுவடை நிலத்தில் விழுந்து கிடக்கும் தானியங்களை எரிக்க வேண்டாம் என நான் கட்டளையிட்டுள்ளேன்;

ஆனால் நீங்கள் அவற்றை எரிக்கின்றீர்கள்' என ஆக்ரோஷமாக அவர் களைப் பார்த்து சத்தம் போட்டார்கள். ஆனால் அவர்களில் ஒருவன் மிக அமைதியாக, 'நம்பிக்கையாளர்களின் தலைவரே! உளவு பார்க்க வேண்டாம் என அல்லாஹ் உங்களுக்குக் கட்டளையிட்டுள்ளான்; ஆனால் நீங்கள் உளவு பார்த்தீர்கள்; அனுமதியின்றி எங்கும் உள்ளே நுழைய வேண்டாம் என அவன் கட்டளையிட்டுள்ளான்; ஆனால் நீங்கள் அனுமதியின்றி நுழைந்துள்ளீர்கள்' எனப் பதிலளித்தான். உமர் வேறு எவ்வித கேள்விகளும் கேட்காமல் 'இவ்விரண்டுக்கு அவ்விரண்டு' என்று கூறிவிட்டுச் சென்றதாகக் கூறப்படுகின்றது. (இந்த சம்பவத்தைப் பற்றிய குறிப்புகள் பல நூல்களில் காணப்படுகின்றன; அவற்றில் ஒன்று Bassiouni, *1982*, பக். *70)*

உரிமைகளைத் தவறாகப் பயன்படுத்துதல்

எத்தகைய உரிமையாக இருந்தாலும், அது எத்துணை முழுமையாக வழங்கப்பட்டிருந்தாலும் சரி, அதன் தவறான பயன்பாட்டை அனுமதிக்கக் கூடாது என்ற சிந்தனை மிக மெதுவாக மேற்கத்திய சட்ட முறைமையில் வளர்ந்துகொண்டு வருகின்றது. தான் வழங்கிய பல உரிமைகள் சமூகத்தால் துஷ்பிரயோகம் செய்யப்படுவதை இன்னும் பார்த்தும், பொறுத்தும் கொண்டுதான் இருக்கின்றது ஆங்கிலேயப் பொதுச் சட்டம். உணவுத் தட்டுப்பாடான காலத்திலும் உணவை அநியாயமாக அழித்தல், தனது நிலத்தின் அடியில் ஓடும் நீரின் போக்கை மற்றவர்களுக்குத் தீங்கிழைப்பதற்காகவே மாற்றல் போன்றவை இன்றும் துஷ்பிரயோகம் செய்யப்படக்கூடிய உரிமைகளில் இரண்டாகும். ஆங்கிலேய பொதுச் சட்டத்தின் இத்தன்மையை விவரம் அறிந்த ஆங்கிலேய சட்ட அறிஞர் ஒருவர், 'தீங்குகள் தொடர்பான எங்கள் சட்டங்களின் ஒரு பகுதியைப் பொறுத்தவரையில் மீயுயர் அரச ஆணை செல்லுபடியாகாது; அப்பகுதியில் ஆதிக்கம் செலுத்துவது பேராசை, பொறாமை, இன்னா செய்தல் போன்ற துர்க்குணங்களே' எனக் கூறியுள்ளார். (Gutteridge, *1933*, பக். *33*) ஆனால் இஸ்லாமியச் சட்டத்தின் அடிப்படையாகவிருக்கும் நன்னோக்கு இத்தகைய உரிமைத் துஷ்பிர யோகத்திற்கு ஒருபோதும் இடமளிக்காது. இஸ்லாமியச் சட்டங் களைப் பொறுத்தவரையில் மனிதன் பொருள்களின் சட்டபூர்வமான உடைமையாளன் மாத்திரமே. அவற்றின் உண்மையான உடைமை யாளன் அல்லாஹ்வே. சட்டபூர்வமான உடைமையாளனான மனிதன் தன்னை ஒரு நம்பிக்கைப் பொறுப்பாளனாகவே கருதவேண்டும். அந்த வகையில் மனிதன் தன் உடைமையில் இருக்கும் பொருட்களை, சுய இலாபத்தின் அடிப்படையில் மாத்திரம் பயன்படுத்தக் கூடாது. அவன்

பயன்படுத்தும் முறை அவனது அண்டைவீட்டார்மீது, எதிர்கால தலை முறைகளின் மீது, தன் சூழல் மீது, சமூகத்தின் மீது ஏற்படுத்தக்கூடிய பாதிப்புகளைக் கருத்திற்கொண்டே அம்மனிதன் தன்மீது சுமத்தப்பட்ட நம்பிக்கைப் பொறுப்பைச் சரியாக நிறைவேற்றியுள்ளானா இல்லையா என்பதைத் தீர்மானிக்க முடியும். சட்டங்களினதும், சட்ட உரிமை களினதும், நவீனகால, சமூகப் பார்வையின் யதார்த்தபூர்வமான அதிகரிப்பின் காரணமாக, நவீன சட்ட முறைமைகளில் இக்கருத்து தாமதித்ததாகவும், அங்கீகாரம் பூரணமற்றதாகவும் காணப்படுகிறது.

சமூக விரோத செயல்களைக் கண்டித்தல்

பதுக்கல் போன்ற சமூக விரோத செயல்களைக் குர்ஆன் வன்மையாகக் கண்டிக்கின்றது. பொருளியல் நேர்மை, பிறர் நலம் நாடுதல் போன்ற பண்புகளையே இஸ்லாம் ஒரு முஸ்லிமிடம் எதிர்பார்க்கின்றது. பதுக்கல்காரர்களுக்கும் கறுப்புச் சந்தை வியாபாரிகளுக்கும் நரகில் வழங்கப்படும் தண்டனைகளை விவரிப்பதன் மூலம், பொருளியல் நேர்மை நிலவும் ஒரு சமூகத்தைப் படைக்கக் குர்ஆன் முயல்கின்றது. (Cragg, *1956*, பக். *154*) 'யார் தரிசு நிலத்தைப் பயன்படுத்துகிறாரோ அதன் உரிமை அவருக்கே' என்பது நபிமொழி; வளமிக்க நிலங்களைத் தரிசாக விடுவதை இஸ்லாம் எந்த அளவிற்கு வெறுக்கின்றது என்பதை இது உணர்த்துகிறது. உடைமையாளர்களால் தரிசாக விடப்பட்டுள்ள நிலங் களைப் பயன்படுத்த விரும்பும் ஒருவன் முன்கூட்டியே இமாமின் அனுமதியைப் பெற வேண்டுமா? இல்லையா என்பது பற்றி கருத்து வேற்றுமைகள் இருக்கின்றன. இமாமின் அனுமதியைப் பெறாதிருந்தால் கூட, தரிசு நிலத்தைப் பயன்படுத்தியவனுக்கே அது உரித்தாகும் என்ற கருத்து சட்ட அறிஞர்கள் சிலரால் வெளியிடப்பட்டிருக்கின்றது. இக்கருத்து, சொத்து என்பது ஒரு நம்பிக்கைப் பொறுப்பே அன்றி, ஒரு முழுமையான உரிமையன்று எனும் இஸ்லாமியக் கோட்பாட்டிலிருந்து தோன்றிய ஒன்றே.

அறக்கட்டளை நிதியம் பற்றிய கருத்து

சொத்துடைமையாளர் ஒருவர் விரும்பினால், ஓர் ஒப்பந்தம் மூலமாகவோ அல்லது ஓர் உயிலின் மூலமாகவோ தனது வாழ்நாளின் போதே ஓர் அறக்கொடை நிதியத்தை (வக்ஃப்) உருவாக்க முடியும். இவ்வாறு அமைக்கப்பட்ட ஒரு நிதியத்தை பின்னர் மாற்றியமைக்க முடியாது. இவ்வாறு ஒரு நிதியம் அமைக்கப்பட்ட பின்னர் அதற்கு யார் உடைமை யாளராக இருப்பார் என்பதைப் பற்றி ஹனபி மத்ஹபினருக்கும் மாலிக் மத்ஹபினருக்கும் இடையே கருத்து வேறுபாடுகள் உண்டு. இவ்வாறு

அமைக்கப்பட்ட ஒரு நிதியம் அல்லாஹ்வின் உடைமையாகிவிடும் என்பதும் எந்த ஒரு மனிதனுக்கும் அதன்மீது உரிமை கொண்டாட முடியாது என்பதும் இமாம் அபூஹனீபா அவர்களின் கருத்தாகும். அந்நிதியத்தை அமைத்தவரும் அவருடைய வாரிசுகளுமே அதன் உடைமையாளர்களாய் இருப்பர்; ஆனால் அவர்களுக்கு அதனைத் தாம் விரும்பியவாறு செயல்படுத்தும் உரிமை இருக்காது என்பது இமாம் மாலிக் அவர்களின் தீர்ப்பாகும்.

இந்த விடயத்தைப் பற்றி புஹாரி (ரஹ்) அவர்கள் அறிவித்துள்ள ஹதீஸ் ஒன்று வருமாறு: 'பெறுமதிமிக்க ஒரு நிலத்தின் சொந்தக்காரர் அந்த நிலத்தை என்ன செய்யலாம் என அண்ணலின் ஆலோசனையைக் கேட்டார். 'நீர் விரும்பினால், நிலத்தின் உரிமையை மாற்றாது நீரே வைத்துக்கொள்ளும்; ஆனால் கிடைக்கும் இலாபத்தைத் தர்ம காரியங் களுக்காகச் செலவு செய்யும் என்பதே நபிகளாரின் பதிலாக இருந்தது.'

நோக்கங்கள், உத்தேசங்கள் போன்றவற்றைப் பொறுத்தவரையில் இஸ்லாமிய அறக்கொடை நிதியங்கள் மேலைத்தேய சட்டங்களில் இருந்து பெரிதும் வேறுபடுகின்றன. பள்ளிவாசல்கள், மருத்துவ மனைகள், பாடசாலைகள் போன்றவை இந்நிதியங்களிலிருந்து பயன் பெறலாம். ஏழைகள், நிதியத்தை அமைத்தவரின் சந்ததியினர் போன்றோரும் இதன் பயன்களை அனுபவிக்கலாம் என்பதே இஸ்லாமிய அறக்கொடை நிதியத்தின் கோட்பாடாகும். இத்தகைய வக்ஃப் சொத்துக்களை நிர்வகிப்பதற்காக பெரும்பாலான இஸ்லாமிய நாடுகளில் தனியான வக்ஃப் அமைச்சகங்கள் நிறுவப்பட்டுள்ளன.

இங்கிலாந்தில் தோன்றி இன்று உலகெங்கும் பரவியிருக்கும் டிரஸ்ட் எனும் அமைப்பின் முன்னோடி இஸ்லாமிய வக்ஃபே எனும் கருத்து சிலரால் வெளியிடப்பட்டுள்ளது. ஜெரூசலம் நகர சட்ட சபை அறிஞர் ஹென்றி கேட்டன் இக்கருத்தை வெளியிட்டவர்களுள் ஒருவராவார். (Khadduri, Liebesny, *1955*, பக். *203-8*) இரண்டு காரணங்களின் அடிப்படை யில் இவ்வறிஞர்கள் இம்முடிவுக்கு வந்துள்ளனர். ஒன்று, இங்கிலாந்து டிரஸ்ட் அமைப்பு நடைமுறைக்கு வருவதற்குப் பல நூற்றாண்டுகளுக்கு முன்னரே இஸ்லாமிய வக்ஃப் முறை அறிமுகப்படுத்தப்பட்டு விட்டது. இரண்டு, டிரஸ்ட் எனும் கோட்பாடு பதின்மூன்றாம் நூற்றாண்டில் புனித பிரான்ஸிஸ் மடாலயத்தைச் சேர்ந்த குருக்களினாலேயே இங்கிலாந்தில் அறிமுகப்படுத்தப்பட்டது. (Pollock, Maitland, *1952* பக். *231*) டிரஸ்ட் கோட்பாடுகளை இங்கிலாந்தில் அறிமுகப்படுத்தியவர்கள் கிறிஸ்தவ மதகுருமார்கள் என்பது பழைய கொள்கையாகும். இதனை அறிமுகப்படுத்தியவர்கள் பிரான்ஸிஸ் மடாலய குருக்கள் என்பதே இன்று ஏற்றுக்கொள்ளப்படும் கருத்தாகும்.

சொத்தின் உரிமை ஒருவரிடமும் அதை அனுபவிக்கும் உரிமை மற்றொருவரிடமும் இருத்தல்; ஒரு சொத்தை அனுபவிக்கும் உரிமையைக் குறிப்பிட்ட பயன் பெறுபவர்களுக்கு அளித்தல்; 'அனுபவிக்க வேண்டும்' எனத் தொடர்ச்சியாகப் பயன் பெறுபவர்களை நியமிக்கும் உரிமை 'வக்ஃப்' இருத்தல் ஆகிய இம்மூன்றும் 'வக்ஃப்' எனும் அமைப்பில் காணப்படும் முதன்மைப் பண்புகளாகும். இவை யாவும் ஆங்கிலேய டிரஸ்ட் இங்கிலாந்தில் உதயமான காலகட்டத்திலே, மேற்கத்திய உலகுக்கும் இஸ்லாமிய உலகுக்கும் இடையில் பல்வேறு பட்ட உறவுகள் இருந்தன என்பதும், பிரான்ஸிஸ் மடாலய குருக்களின் பிதாமகரான புனித பிரான்ஸிஸ் 1219ஆம் ஆண்டில் எகிப்து சென்று சிலுவைப் போரில் கலந்துகொண்டார் என்பதும் சிறிது காலம் அவர் அரேபியர்களின் போர்க் கைதியாக இருந்தாரென்பதும் நினைவில் வைக்கப்பட வேண்டிய உண்மைகளாகும். இதற்கு முன்னரும் புனித பிரான்ஸிஸ் அவர்கள் ஒரு முறை எகிப்து செல்ல முயன்று தோல்வியுற்றார். மற்றொரு முறை இஸ்லாமிய ஸ்பெய்னுக்குச் செல்ல முயன்றார்; ஆனால் இம்முயற்சியும் வெற்றியுறவில்லை. இவ்விரண்டு முயற்சிகளும் இஸ்லாமிய உலகின்மீது அவருக்கிருந்த ஈடுபாட்டைக் காட்டுகின்றன. ஆங்கிலேய டிரஸ்ட் அமைப்புக்கு மாதிரியாக இருந்தது எனச் சிலரால் கருதப்படும் உரோம ஃபிடெய் கொம்மிஸ்ஸம் அமைப்புக்கும் டிரஸ்ட் அமைப்புக்கும் இடையே பெரும் வேறுபாடுகள் இருக்கின்றன என்பதையும், பதின்மூன்றாம் நூற்றாண்டில் ஐரோப்பாவில் ஏற்பட்ட அறிவு எழுச்சிக்கும் வேறுபட்ட ஒரு நாகரிகத்தைக் கண்டுவிட்டு புதிய சிந்தனைகளோடு தாயகம் திரும்பிய கிறிஸ்தவ சிலுவை யுத்த வீரர்களுக்கும் இடையே நேரடித் தொடர்பு இருந்தது என்பதையும் நாம் மறக்கக் கூடாது. (பார்க்க: Passant, *1926*, பக். *331*) புகழ்பெற்ற ஆங்கில சட்ட வரலாற்றாசிரியரான பேராசிரியர் மெய்ட்லன்ட் ஆங்கிலேய டிரஸ்ட் அமைப்பைப் பற்றிக் பின்வருமாறு கூறியுள்ளார்: 'சட்டவியலுக்கு ஆங்கிலேயர் வழங்கியுள்ள மிக உன்னதமான பங்களிப்பு எது என்ற கேள்விக்கு வழங்கப்பட வேண்டிய மிகப் பொருத்தமான பதில் டிரஸ்ட் அமைப்பு முறையைத் தோற்றுவித்ததும் வளர்த்ததும் என்பதேயாகும்.' (Maitland, *1968*, பக். *129*) – இவ்வளவு உயர்வாக மதிக்கப்படும் டிரஸ்ட் அமைப்பின் முன்னோடி ஃபிடெய் கொம்மிஸ்ஸம் எனும் அமைப்பா அல்லது இஸ்லாமிய வக்ஃப் அமைப்பா என்பதில் கருத்து வேற்றுமை இருக்கலாம் என்ற போதிலும் இஸ்லாமிய வக்ஃப் அமைப்புக்கும் ஆங்கிலேய டிரஸ்ட் அமைப்புமுறைக்கும் இடையே சிந்தனையைக் கவரக்கூடிய ஒற்றுமைகள் பல இருக்கின்றன என்பதையும் இஸ்லாமிய வக்ஃப் அமைப்பு ஆங்கிலேய டிரஸ்ட் அமைப்பிற்குக் காலத்தால் முந்தியது என்பதையும் ஏற்றுக் கொண்டே ஆகவேண்டும். இஸ்லாமிய

வக்ஃப் அமைப்புக்கு மிகப் பரிச்சயமான நிரந்தர நம்பிக்கைப் பொறுப்பு என்பது பதின்மூன்றாம் நூற்றாண்டில்கூட ஆங்கிலேய சட்டம் அறியாத ஒன்றாகவே இருந்தது என மெய்ட்லன்டும் பொலொக்கும் கூறியுள்ளனர் என்பதும் கவனத்தில் கொள்ளப்படவேண்டும்.

'டிரஸ்ட் அமைப்புமுறை நமக்கு பரிச்சயமானதொன்றாக இருக்கின்றபடியால் அதனைப் பார்த்து நாம் ஆச்சரியப்படுவதில்லை; ஆனால் உண்மையில் நாம் பார்த்து வியக்கவேண்டிய அமைப்புத்தான் அது' என மெய்ட்லன்ட் கூறியிருப்பதும் கவனத்திற்கு எடுக்கப்பட வேண்டிய உண்மையாகும்.

இவ்வொற்றுமைகளைச் சிந்தனைக்கு எடுக்கும் அதே வேளையில், இஸ்லாமிய வக்ஃப் அமைப்புக்கும் ஆங்கிலேய டிரஸ்ட் அமைப்புக்கும் இடையே ஒற்றுமைகள் இருக்கின்றன என்பது இவ்விரண்டு அமைப்புகளுக்குமிடையே தொடர்பு இருக்கலாம் என்பதை உணர்த்துகிறதே தவிர இவ்விரண்டு அமைப்புகளுக்குமிடையே தொடர்பு இருந்தது என்பதை உறுதிப்படுத்தவில்லை எனப் புகழ்பெற்ற ஓர் அல்ஜீரிய நீதிபதி கூறியிருப்பதையும் நாம் மனதில் கொள்ள வேண்டும். (Badr, 1978, பக். 187)

சட்ட ஆளுமை

பைத்துல்மால் என அழைக்கப்பட்ட பொதுக் கருவூலத்துக்கு வழங்கப்பட்டிருக்கும் சுயாதீன சட்ட ஆளுமை இஸ்லாத்திற்கே உரிய ஒன்றாகும். *பைத்துல்மால்* என்பது முஸ்லிம்கள் அனைவருக்குமுரிய பொதுச் சொத்தாகக் கருதப்பட்டது. இவ்வமைப்பில் இருந்த பணத்தைத் தன் சுய விருப்பப்படி செலவு செய்யும் உரிமை ஆட்சியாளருக்குக்கூட இருக்கவில்லை. எடுத்துக்காட்டாக, ஸகாத் என்ற அடிப்படையில் திரட்டப்பட்ட பணம் எவ்விடயங்களுக்கு வழங்கப்படலாம் எனச் சட்டம் கூறுகின்றதோ அவற்றுக்கு மாத்திரமே செலவிடப்படலாம். போர்களில் கைப்பற்றப்பட்ட பொருட்களில் ஐந்தில் ஒரு பங்கு கருவூலத்துக்கு வழங்கப்பட்டது. ஆனால் இப்பணமும் குர்ஆன் காட்டிய வழியிலேயே செலவிடப்பட வேண்டும் என்பது கட்டாய நிபந்தனையாக இருந்தது.

வக்ஃப் சொத்துகளுக்கும் மேலே குறிப்பிடப்பட்ட சுயாதீன சட்ட ஆளுமை ஓரளவு வழங்கப்பட்டிருந்தது.

தனி மனித சுதந்திரம்

சுதந்திரம் (இபாஹா) என்பது சட்டத்தின் அடிப்படை அம்சங்களில் ஒன்றாகும். அல்லாஹ் அனைத்துப் பொருட்களையும், அனைத்து

உயிரினங்களையும் மனிதனின் பயன்பாட்டிற்காகவே படைத்துள்ளான்; எனவே பொருட்களைத் திரட்டிக் கொள்வதற்கும் அவற்றைத் தன்னிட மிருந்து அகற்றிக்கொள்வதற்கும் மனிதனுக்கு முழுமையான சுதந்திரம் இருக்கிறது. மாற்றமாக எதுவும் நிரூபிக்கப்படும்வரை மனிதன் சுதந்திர மானவனாகவே கணிக்கப்படுகின்றான். ஹிந்து, உரோமச் சட்டங்களில் இயங்கும் கூட்டுக் குடும்ப முறையைப் போலல்லாது, இஸ்லாமியச் சட்டத்தில் இச்சுதந்திரம் தனிமனிதனுக்கே வழங்கப்படுகின்றது. எனவே அவன் தன் சுய ஆளுமையின் அடிப்படையிலேயே சொத்துக் களைச் சேகரிக்கின்றான்; சுய ஆளுமையின் அடிப்படையிலேயே அவற்றைத் தன் ஆட்சிக்குள் வைத்திருக்கின்றான். சுதந்திரம் தனி மனிதனுக்கே கொடுக்கப்பட்டிருப்பதைப் போலவே, அதனைப் பயன் படுத்தும் பொறுப்பும் அவனுடையதே. இந்த சுதந்திரம் சமூகத் தேவை களால் மட்டுப்படுகிறது. மனிதன் ஒரு சமூகப் பிராணி; சமூகத்திலிருந்து ஒதுங்கி அவனால் தனித்து வாழ முடியாது என்பது அவனது சுதந்திரத்தை மட்டுப்படுத்தும் மற்றொரு காரணியாகும்.

சுயாதீன விருப்பு எனும் கோட்பாட்டை விரித்து விளக்கமளித்த நவீன இஸ்லாமியத் தத்துவஞானிகளுள் ஒருவர் ஸர். முஹம்மது இக்பால் ஆவார். தன் விருப்பப்படி செயற்படும் உரிமை இருந்தும் ஒருவன் கெட்டவற்றைத் தவிர்த்து, நல்லவற்றைச் செய்தால் மாத்திரமே அவனை நல்லவன் எனக் கூறலாம். எனவே நல்லவன் எனக் கருதப்படுபவன் அதற்கு முன்னரே சுதந்திரமானவனாக இருந்திருக்க வேண்டும். இதனால் தான் அல்லாஹ் மனிதனைச் சுதந்திரமானவனாகப் படைத்திருக்கிறான். மனிதனிடம் அமைந்திருக்கும் ஆற்றல்களை வெளிக்கொணர்வதற்கு இதுவொன்றே சாத்தியமான வழி. (Iqbal, 1965, பக். 118, Lal, 1973, பக். 327)

இந்தக் கோட்பாட்டின் தத்துவப் பொருள்கோடல்கள் எவ்வாறு இருந்தபோதிலும், சுதந்திரம் என்பதன் சட்டரீதியான விளைவுகளையும், ஒருவனது செயல்களுக்கு அவன் ஏற்கவேண்டிய தனிப்பட்ட பொறுப் பினையும் இஸ்லாமியச் சட்டம் தெளிவாக உணர்த்துகிறது.

இச்சுதந்திரம் முஸ்லிம்களுக்கு மாத்திரம் வழங்கப்பட்ட ஒன்றல்ல. இது முஸ்லிம் அல்லாதோருக்கும் வழங்கப்பட்டது. சிறுபான்மை யினர்களுக்கும் வழங்கப்பட்டது. மதச் சகிப்புத் தன்மையைப் பற்றி இவ்வத்தியாயத்தின் பிற்பகுதியில் ஆராயப்பட்டுள்ளது. எனினும் இஸ்லாமிய ஆட்சியில், சிறுபான்மை இனத்தவர்களுக்கு அவர்களின் சமயக் கோட்பாடுகள், பழக்கவழக்கங்கள், வழக்காறுகளுக்கேற்ப தத்தம் சொந்த சட்டங்களை அமைத்துக்கொள்ளும் உரிமை வழங்கப் பட்டிருந்தது என்ற உண்மை இங்கு குறிப்பிடப்பட்டே ஆக வேண்டும். இந்தியாவில் மொகலாய மன்னர்கள் ஹிந்துக்களை அவர்களது சொந்த

சட்டங்களைத் தொடர்ந்து பின்பற்றுவதற்கு அனுமதித்ததை உதாரண மாகக் காட்டலாம். 'முஸ்லிம் அல்லாத குடிமக்கள் தத்தம் மொழிகளை, கலாசாரங்களை, சமயப் பழக்கவழக்கங்களை, சம்பிரதாயங்களைத் தொடர்வதைத் தடுக்கும் ஒரு வசனத்தையாவது நாம் குர்ஆனிலோ ஹதீஸ்களிலோ காண முடியாது' என கலாநிதி செய்யது ரமதான் கூறியிருப்பது இவ்வுண்மையை வலியுறுத்துகிறது.

கைபர் பகுதியைக் கைப்பற்றிய முஸ்லிம்களிடம் அங்கு வாழ்ந்த யூதர்கள் சரண் அடைந்தவுடன், போரின் போது கைப்பற்றப்பட்ட யூத வேதநூலான 'தோரா' பிரதிகள் அனைத்தையும் யூதர்களிடமே திருப்பி ஒப்படைக்குமாறு நபிகள் நாயகம் கட்டளையிட்டதை அல் மக்ரிஸி என்பவர் எடுத்துக்காட்டியுள்ளார். (Ramadan, 1961, பக். 136)

'முஸ்லிம் அல்லாத குடிமக்களை அநியாயம் செய்யும், அவர்களின் உரிமைகளைப் பறிக்கும், அவர்களால் சுமக்க முடியாத பாரங்களை அவர்கள்மீது சுமத்தும், அவர்களின் சொத்துக்களை அபகரிக்கும் முஸ்லிம்கள் எச்சரிக்கையாக இருக்கட்டும். மறுமை நாளன்று அந்த முஸ்லிமல்லாத குடிமக்களின் சார்பாக நானே வாதாடுவேன்.'

என்ற ஹதீஸும், முஸ்லிம் அல்லாத குடிமக்களுக்கு இஸ்லாமிய ஆட்சியாளர் வழங்கவேண்டிய சுதந்திரத்தையே சுட்டிக் காட்டுகிறது. (Ramadan, 1961, பக். 138)

சட்டத்திற்கு முன் சமத்துவம்

'அன்றைய பிரபுத்துவம் இன்று என் காலடியில் மிதியுண்டு கிடக்கின்றது' என நபிகள் நாயகம் அவர்கள் தனது இறுதிப் பேருரையின் போது கூறினார்கள். அனைத்து மக்களையும் ஒரே சட்டத்திற்கு அடிபணிய வைத்த ஓர் ஆட்சி அமைப்பில், எந்த ஒரு சாராருக்கும் சிறப்புரிமை களோ, சலுகைகளோ இருக்கப்போவதில்லை. இஸ்லாம் ஒரே ஒரு சிறப்புரிமையை மாத்திரந்தான் ஏற்றது. அந்தச் சிறப்புரிமை ஒருவரின் பக்தியின் காரணத்தால், நற்செயல்களின் காரணத்தினால், நற்பண்பு களின் காரணத்தினால் வழங்கப்பட்டதாகும்.

இஸ்லாமிய நூல்கள் சமத்துவத்தின் அவசியத்தை வலியுறுத்தி யிருக்கும் உண்மை இந்நூலில் பல இடங்களில் எடுத்துக்காட்டப் பட்டுள்ளது. அனைத்து மக்களும் ஆதமின் மக்களே எனவும், ஒரே சீப்பின் பற்களைப் போல் அனைத்து மக்களும் சமமானவர்களே எனவும் அண்ணல் நபி கூறியுள்ளதாக ஹதீஸ்கள் அறிவிக்கின்றன. அல்லாஹ் தனது படைப்புகளுக்கு இட்ட கட்டளைகளிலிருந்தே சட்டங்கள் பிறக்கின்றன; எனவே அனைத்து மக்களுக்கும் சமமான முறையிலேயே

அச்சட்டங்கள் பயன்படுத்தப்பட வேண்டும். ஆனால் இதற்கு மட்டுப்படுத்தப்பட்ட விதிவிலக்கு சில இருந்தன. திம்மிகளுக்கு (இஸ்லாமிய அரசில் வாழ்ந்த முஸ்லிமல்லாத மக்கள்) இஸ்லாமிய நாடுகளில் பல உரிமைகள் சட்டத்தினால் வழங்கப்பட்டிருந்த போதிலும் அவர்கள் சில பாரபட்சங்களுக்கு உள்ளாக்கப்பட்டமையை இதற்கு உதாரணமாகக் காட்டலாம். (பார்க்க: பக். 178)

செல்வாக்கு உள்ளவர்களுக்கு ஒரு சட்டம், செல்வாக்கு அற்றவர்களுக்கு ஒரு சட்டம், பணக்காரர்களுக்கு ஒரு சட்டம், ஏழைகளுக்கு ஒரு சட்டம், ஆக்கிரமிப்பாளனுக்கு ஒரு சட்டம், ஆளப்படுபவனுக்கு ஒரு சட்டம் என்ற பாகுபாடு இஸ்லாமிய ஆட்சியில் காணப்பட முடியாததாகும். சர்வதேச மனித உரிமைப் பிரகடனம், குடியியல், அரசியல் உரிமைப் பிரகடனம், சமூக, பொருளாதார, கலாசார உரிமைப் பிரகடனம் போன்ற நவீன சாசனங்கள் ஏந்தி இருக்கும் தத்துவங்கள் யாவும் இஸ்லாத்தில் தொக்கி நிற்பதை, அடங்கி இருப்பதை நாம் கண்டு கொள்ளலாம். (பார்க்க: அத்தியாயம் 8)

இதன் காரணமாக நீதிமன்றங்களில் வழக்குகளில் தொடர்புடையவர்கள் அனைவருக்கும் நாம் ஒரே சட்டத்தின் அடிப்படையில் தான் விசாரிக்கப்படுவோம் என எதிர்பார்ப்பதற்கு உரிமை இருக்கிறது. ஆள்பவர்களும் ஆளப்படுபவர்களும் சட்டத்தின் சேவகர்களே. எனவே இரு சாராரும் சட்டத்திற்குக் கட்டுப்பட்டவர்களே. குற்றவியல் நீதி இஸ்லாமிய விதிகளுக்கு அமைய அனைத்து மக்களுக்கும் பாரபட்சமின்றி வழங்கப்பட்டது. நீதிபதிகள்கூடச் சட்டங்களுக்கு மேம்பட்டவர்களாகக் கருதப்படவில்லை. அவர்களும் சட்டங்களுக்குக் கட்டுப்பட்டவர்களாகவே இருந்தனர். ஒரு சம்பவ நிகழ்வுக்குப் பிறகு, சில குறிப்பிட்ட நபர்களை விசாரிப்பதற்காகவோ, தண்டிப்பதற்காகவோ, விசேஷ குற்றங்கள் எதுவும் உருவாக்கப்பட முடியாது.

குருத்துவ அல்லது கற்றோர் வர்க்கத்திற்கு எவ்விதச் சிறப்புரிமையும் இல்லாதிருந்தது இஸ்லாத்தின் மற்றுமோர் சிறப்பம்சமாகும். இதனை சையத் அமீர் அலி வசீகரமான மொழியில் பின்வருமாறு கூறுகின்றார்:

முஹம்மதின் இஸ்லாம் குருமார்கள் எனும் ஒரு வர்க்கத்தினரை அங்கீகரிப்பதில்லை; மார்க்க அறிவின் ஏகபோக உரிமையாளர்கள் எனப் பெருமை பேசுபவர்களையோ அல்லது தாம் புனிதமானவர்கள் எனப் பீற்றிக் கொள்பவர்களையோ ஒரு மனிதனுக்கும் அல்லாஹ்வுக்கும் இடையே நுழைய அது விடுவதில்லை. ஒவ்வோர் ஆத்மாவும் அதனைப் படைத்தவனை எந்தவொரு மத குருவின் உதவியுமின்றியே அடைந்துவிடும். பாதுகாப்பை நாடும் எந்த ஓர் இதயமும் அதற்கு ஆறுதலை வழங்கக்கூடிய இறைவனை நெருங்க சடங்கு

சம்பிரதாயங்களை நிறைவேற்றித்தான் ஆக வேண்டும் என்ற நிலைப்பாடு இருக்கவில்லை. ஒவ்வொரு மனிதனும் தனக்குத் தானே குருவாக இருந்தான். முஹம்மதின் இஸ்லாத்தில் ஒரு மனிதன் மற்றொரு மனிதனைவிட உயர்ந்தவன் என்ற நிலை இருக்கவில்லை. (S.A. Ali, *1981*, பக். *165*)

சட்டப் பிரதிநிதித்துவம்

ஏதோ ஒரு காரணத்தால் சுயமாகச் செயற்பட முடியாத நிலையில் இருக்கும் ஒருவர் தன் நலன்களைக் கண்காணிக்க மற்றொருவரைத் தன் முகவராக நியமித்து சட்டப் பிரதிநிதித்துவம் பெறும் முறையை இஸ்லாமியச் சட்டம் உருவாக்கியது. வழக்கு போன்ற சட்டச் செயற் பாடுகளில் ஒருவரின் பிரதிநிதியாக பணியாற்றுபவர் வக்கீல் என அழைக்கப்பட்டார். தான் யாரைப் பிரதிநிதித்துவப்படுத்துகின்றாரோ அவரிடமிருந்து ஒரு பகர அதிகார ஆவணத்தைப் பெற்று, அதனை நீதிமன்றத்தில் ஒப்படைத்தல் மூலம் ஒரு வக்கீல் சட்ட அந்தஸ்தைப் பெற்றுக்கொண்டார். சட்ட அறிஞர்களாகவும், ஆட்சியாளர்களுக்கு ஆலோசகர்களாக, நீதிபதிகளாகக் கடமையாற்றி பெரும் செல்வாக்குப் பெற்றிருந்தவர்களாகவும் விளங்கிய முப்திகளே ஆரம்பத்தில் வக்கீல் களாக நியமிக்கப்பட்டனர்.

உரோம, ஆங்கிலேய சட்ட முறைமைகளைப் போலவே, இஸ்லாமியச் சட்ட முறைமையிலும் தொடக்ககால கட்டங்களிலே, சட்ட அறிஞர்கள் தம்மை நாடி வந்தவர்களுக்கு இலவசமாகவே தம் ஆலோசனைகளை வழங்கினர். ஆனால் காலப்போக்கில் கட்டணங்கள் செலுத்தும் வழக்கம் தோன்றியது. சட்ட அறிவுமிக்க ஒரு சாரார், வழக்காளிகள் சார்பாக நீதிமன்றங்களில் ஆஜராகினர் என்ற வகையில் சட்டத் தொழில் புரிவோர் எனும் ஒரு கூட்டத்தினர் தோன்றினர். இவ்வகையில் உரோமைத் தவிர்ந்த எந்த ஓர் ஐரோப்பிய நாட்டிலும் சட்டத் தொழில்புரிவோர் எனும் கூட்டத்தினர் தோன்றுவதற்கு முன்னரே, அத்தகைய ஒரு கூட்டம் இஸ்லாமிய நாடுகளில் தோன்றி விட்டது எனக் கூறலாம்.

உரோம சட்ட முறைமை போலவே, இஸ்லாமிய நாடுகளிலும் முப்திகளுக்கும் ஏனைய சட்ட நிபுணர்களுக்கும் தம்மிடம் சமர்ப் பிக்கப்பட்ட சட்டப் பிரச்சினைகளைப் பற்றிய தம் கருத்துகளை எழுத்து மூலம் வழங்கும் உரிமை கொடுக்கப்பட்டிருந்தது. பத்வாக்கள் என அழைக்கப்பட்ட இக்கருத்துகள் சில வேளைகளில் நீதிமன்றங்களில் ஆதாரங்களாகச் சமர்ப்பிக்கப்பட்டன. நீதிமன்றங்களும் இக்கருத்து களுக்குப் பெரும் கண்ணியம் வழங்கின. சட்டத் தகுதியற்றவர்கள் எனக் கருதப்படும் மனநோயாளிகள், வயதுக்கு வராதவர்கள் போன்றவர்

களைப் பிரதிநிதித்துவப்படுத்துவதற்கு தகுதி வாய்ந்த பிரதிநிதிகள் ஆஜராக வேண்டும் என்பது இஸ்லாமியச் சட்ட முறைமையின் விதியாக இருந்தது. இதில் இஸ்லாமியச் சட்ட முறைமைக்கும் நவீன சட்ட முறைமைக்குமிடையே ஒற்றுமையைக் காண்கின்றோம். நீதிமன்றங்களில் தம்மைப் பிரதிநிதிப்படுத்துவதற்கு சட்ட வல்லுநர்களின் உதவியைப் பெற முடியாத வழக்காளிகளுக்கு அத்தகைய உதவியைப் பெற்றுக் கொடுப்பது அரசின் கடமை எனச் சில இஸ்லாமிய நாடுகளில் கருதப்பட்டது. *(பார்க்க:* Mahmood, *1984)*

குற்றம் நிரூபிக்கப்படும்வரை ஒருவரை நடத்தும் முறை

இப்னு அப்பாஸ் அறிவித்ததாக புஹாரியிலும் முஸ்லிமிலும் பதியப்பட்டுள்ள ஒரு ஹதீஸில் பின்வருமாறு இயம்புகின்றது: 'குற்றம் சுமத்தும் ஒருவர் கூறுவதையெல்லாம் நம்பும் நிலைப்பாடு இருந்திருக்குமேயானால், மனிதர்கள் மற்றவர்களின் இரத்தத்திலும் சொத்துக்களிலும் உரிமை கோரியிருப்பர். எனவே குற்றம் சுமத்துபவர் போதிய சாத்தியமான ஆதாரங்களைக் கட்டாயம் காட்ட வேண்டும்.' எனவே இஸ்லாமியக் குற்றவியல் சட்டம் ஒருவர் மீது சாட்டப்படும் குற்றச்சாட்டை நிரூபிக்கும் பொறுப்பை வழக்கைத் தொடர்பவர் மீதே சுமத்துகிறது. குற்றச்சாட்டுக்கான நிரூபணங்கள் காட்டப்படாவிட்டால் குற்றம் சாட்டப்பட்டவர் நிரபராதியாகவே கருதப்படுவார்.

குற்ற நிரூபணம் தொடர்பாக நபிகளார் வேறு சில கருத்துகளையும் வழங்கியுள்ளார்கள். இவை குற்றம் மிக வலுவாக நிரூபிக்கப்பட வேண்டிய அவசியத்தை நன்கு உணர்த்துகின்றன. குற்றம் தொடர்பாக முன்வைக்கப்பட்ட ஆதாரங்களில் சந்தேகம் இருப்பின், அல்லது குற்றம் நிரூபிக்கப்பட்ட முறையில் சந்தேகம் இருப்பின் அச்சந்தேகம் குற்றவாளிக்கே சாதகமாக அமைய வேண்டும். சாத்தியமிருப்பின் அவரை விடுதலை செய்ய வேண்டும். 'ஆட்சியாளர் தண்டனை வழங்கி தவறிழைப்பதைவிட மன்னித்துத் தவறிழைத்தல் மேலானதாகும்' என்பதே நபி பெருமானாரின் நிலைப்பாடாக இருந்தது. (Bassiouni, 1982, பக். 67) ஆங்கிலேய குற்றவியல் சட்டத்தின் அடிநாதமாக விளங்குவது, ஒரு குற்றம் சந்தேகத்திற்கப்பால் நிரூபிக்கப்படும்வரை அக்குற்றத்தைச் செய்தவன் எனச் சுட்டிக்காட்டப்பட்டவன் நிரபராதி என்றே கருதப்பட வேண்டும் என்பதாகும். நூறு குற்றவாளிகள் தண்டனையிலிருந்து தப்புவதைவிட, ஒரு நிரபராதி அநியாயமாகத் தண்டிக்கப்படல் கொடுமையானதாகும் என்பது ஆங்கிலேய பொதுச் சட்டத்தின் ஒரு தத்துவமாகும். இவ்விரண்டு தத்துவங்களும் இன்று அடிப்படை மனித உரிமைகளாகக் கருதப்படுகின்றன. ஆனால் அன்றே இவ்விரண்டு

கோட்பாடுகளையும் இஸ்லாம் அடிப்படை மனித உரிமைகளாக ஏற்றிருந்தது என்பது நினைவில் நிறுத்தப்படவேண்டிய உண்மையாகும்.

பின்னோக்கிச் செயற்படாமை

பின்னோக்கிச் செயற்படாமை இஸ்லாமியச் சட்டத்தில் உறுதியாக அங்கீகரிக்கப்பட்ட ஒரு கோட்பாடாகும். (Bassiouni, 1982, பக். 63) இஸ்லாத்தினால் குற்றமாக்கப்பட்ட ஒரு செயலினை, அதனை அது அவ்வாறு குற்றமாக்குவதற்கு முன் ஒருவர் செய்திருந்தால், நபிகள் நாயகம் அவருக்கு எவ்விதத் தண்டனையும் வழங்க முற்படவில்லை; அவ்வாறே இஸ்லாத்தைத் தழுவிய ஒருவருக்கு, அவர் இஸ்லாத்தைத் தழுவுவதற்கு முன்னர் செய்திருந்த குற்றங்களுக்குத் தண்டனை வழங்கவும் இல்லை. (Bassiouni, 1982, பக். 64) இஸ்லாம் தோன்றுவதற்கு முன் இழைக்கப்பட்ட எக்குற்றத்தையும் இஸ்லாம் குற்றமாகக் கருதுவ தில்லை என்பது நபிமொழியாகும். அறியாமைக் காலத்தில் செய்யப் பட்டவை எவையும் குற்றங்களாகக் கணிக்கப்படவில்லை.

இவற்றை அடித்தளமாகக் கொண்டே இஸ்லாமியச் சட்ட அறிஞர்கள் பின்னோக்கிச் செயற்படாமை என்ற சட்டக் கோட்பாட்டை உருவாக் கினர். இதில் அனுமதிக்கப்பட்ட ஒரே விதிவிலக்கு - குற்றம் ஒன்று செய்யப்பட்ட போது நடைமுறையிலிருந்த நியதிச் சட்டம் விதித்த தண்டனையைவிட குறைந்த தண்டனையைப் பின்னர் இயற்றப்பட்ட நியதிச் சட்டம் விதித்தால், குறைந்த தண்டனையே குற்றவாளிக்கு வழங்கப்படும் என்பதாகும். (Bassiouni, 1982, பக். 63)

சட்டத்தின் முதன்மை

இந்தத் தத்துவம் இஸ்லாமியச் சட்ட அறிஞர்களால் சட்டபூர்வக் கோட்பாடு என அழைக்கப்படுகிறது. 'எந்த ஓர் ஆட்சி அமைப்பின் செயற்பாடுகளும், செயல்முறைகளும், அதற்கான ஏற்பாடுகளும், அது எடுக்கும் முடிவுகளும், அவை எம்மட்டத்தைச் சார்ந்தவையாக இருந் தாலும் சரி, அவை எந்த அளவுக்கு நாட்டின் சட்டங்களுக்குச் செல்லு படியாகின்றதோ, அந்த அளவிற்கு மாத்திரமே நாட்டின் மக்களைக் கட்டுப்படுத்தும்; அந்த அளவுக்கே அவை சட்டபூர்வமானவையாகவும் இருக்கும்.' (பார்க்க: O.A. Al-Saleh, *The Right of the individual to personal security in Islam* in Bassiouni, 1982, பக். 85) எனவே இஸ்லாமியச்சட்ட முறைமையில் எந்த ஓர் ஆட்சியாளனும், எந்த ஓர் அதிகாரியும் சட்டத்திற்கு மேம்பட்ட வராக விளங்க முடியாது. இவ்வகையில் ஏனைய சட்ட முறைமைகள் சட்ட முதன்மைக் கோட்பாட்டிற்கு முக்கியத்துவம் கொடுப்பதற்கு முன்னரே இஸ்லாமியச் சட்ட முறைமை அத்தத்துவத்திற்கு உருவமும்

இஸ்லாமியச் சட்டவியல் 139

முக்கியத்துவமும் கொடுத்துவிட்டது எனலாம். நம்பிக்கைப் பொறுப் பினூடான ஆட்சியாளரின் அதிகாரத்தைக் கட்டுப்படுத்திய இஸ்லாமிய அரசியல் சட்டங்கள் எனும் அமைப்புக்குள்ளேயே இஸ்லாமியத் தனியார் சட்டத் தொகுதியும் செயற்பட்டது.

சட்டத்தைப் பின்பற்றுவது நீதிபதிக்குக் குர்ஆன் இட்ட கட்டளை; எனவே இதில் எந்த ஆட்சியாளருக்கும் தலையிடுவதற்கு உரிமை இருக்கவில்லை.

> (நபியே!) அல்லாஹ் அருளியவற்றைக் கொண்டே நீர் அவர்களுக்கிடையில் தீர்ப்பளிப்பீராக!' (குர்ஆன் 5:49) 'எவர்கள் அல்லாஹ் அருளிய (வேதக் கட்டளைப்) பிரகாரம் தீர்ப்பளிக்கவில்லையோ அவர்கள், நிச்சயமாக அக்கிரமக்காரர்கள் தாம். (குர்ஆன் 5:45)

ஏற்கெனவே அமைக்கப்பட்டுள்ள சட்டத்தின்படியே தண்டனை வழங்கப்படலாம். மத, இன, நிற அடிப்படைகளிலோ, உறவின் அடிப் படையிலோ அல்லது சொந்தக் குரோத அடிப்படையிலோ நீதிபதிகள் பாரபட்சம் காட்ட முடியாது. சட்டத் தன்மைக்கோ அல்லது சட்டக் கொள்கைக்கோ மாறாக ஆட்சியாளருக்குச் சட்டம் இயற்ற முடியாது. (பார்க்க: T. Kamel, 1982, பக். 160)

அமெரிக்க அரசியல் சாசனமும், குடியியல் உரிமைச் சட்டமும் அங்கீகரித்துள்ள பொருளளவில் உகந்த நடைமுறைக் கோட்பாடுகள் இஸ்லாமியச் சட்டவியலில் நிலையாக உருவாக்கப்பட்டிருந்தன என்பதை மேலே விளக்கப்பட்ட தத்துவங்கள் உணர்த்துகின்றன.

நீதித் துறைச் சுதந்திரம்

இஸ்லாமிய சமூக அமைப்புகளின் உச்சாணி பீடம் சட்டத் துறைக்கே வழங்கப்பட்டிருந்ததால், அச்சட்டத் துறையைப் பரிபாலிப்பவர்களுக்கும் அவ்வுயர் இடங்களை வழங்குவது அத்தியாவசியமாக இருந்தது. நாட்டை ஆண்ட கலீஃபாகூடத் தான் சம்பந்தப்பட்ட பிரச்சினையை நீதிமன்றத்துக்குச் சமர்ப்பித்தே தீர்ப்புப் பெறவேண்டிய நிலை இஸ்லாத்தின் தொடக்ககாலத்தில் நடைமுறையிலிருந்தது. இது நீதிபதிகளுக்கு இஸ்லாமியச் சட்டத் துறையில் வழங்கப்பட்டிருந்த உயர் கண்ணியத்தை நன்கு உணர்த்துகிறது. நீதிபதிகள் சட்டத்தின் மூலம் ஆள்பவர் எனும் பொருள் தரும் 'ஹக்கீம் உஷ் ஷரா' என அழைக்கப்பட்டனர்.

தான் சம்பந்தப்பட்ட பிரச்சினையை விசாரிக்கும் உரிமை கலீஃபா வுக்கும் இருக்கவில்லை. இரண்டாம் கலீஃபா உமரும், மூன்றாம் கலீஃபா உஸ்மானும் தத்தம் ஆட்சிக் காலங்களின் போது நீதி கேட்டு நீதிபதிகளிடம் சென்ற சம்பவங்களை இஸ்லாமிய வரலாறு எடுத்துக்

காட்டுகின்றது. நியாயம் கோரி உமர் (ரலி) நீதிமன்றம் சென்ற நிகழ்வு அடுத்த பகுதியில் தரப்பட்டுள்ளது. கலீஃபா உஸ்மான் நீதிமன்றம் சென்றபோது தீர்ப்பு அவருக்கு எதிராகவே இருந்தது. தனக்கு உரித்தான ஒரு கவசத்தை நியாயத்திற்கு மாறாக கூபாவைச் சேர்ந்த ஒரு யூதர் வைத்திருப்பதாகவும் அதனைத் தனக்கு மீளப் பெற்றுத் தருமாறும் கோரி உஸ்மான் (ரலி) கூபா நீதிமன்றத்தில் ஒரு வழக்குத் தொடுத்தார். உஸ்மான் (ரலி) அவர்களுக்குச் சாட்சிகளாக இருந்தவர்கள் இருவர். ஒருவர் அவருடைய மைந்தர்; மற்றவர் அவருடைய அடிமை. ஒருவரின் மைந்தரும் அடிமையும் அவருக்குச் சார்பாகக் கூறும் சாட்சியங்களை இஸ்லாமியச் சட்டம் ஏற்பதில்லை என்ற அடிப்படையில் கலீஃபாவின் முறையீட்டை நீதிபதி நிராகரித்துவிட்டார். வழக்கில் வென்றாலும் உள்ளம் நெகிழ்ந்துபோன அந்த யூதர் கவசத்தை உஸ்மானிடம் ஒப்படைத்துவிட்டார் என்பது வரலாறு.

நீதிபதியின் அதிகாரம் அரசின் கட்டுப்பாட்டிற்கு அப்பாற்பட்டது என்னும் சிந்தனைப்போக்கு இஸ்லாமியச் சட்ட முறைமையிலே நிலவியது. நீதிபதி அவரது அதிகாரத்தை அரசைவிட மேலான ஒரு மூலத்திலிருந்து பெற்றார் என்ற கருத்து இந்தச் சிந்தனைப்போக்கில் தொக்கி நிற்கின்றது. இவ்வகையில் இது இன்றைய அதிகார வலிமையை வேறாக்குவதற்கு ஒப்பாக வேறாக்கலை ஒத்ததாக இருக்கின்றது.

நீதித்துறையின் அமைப்பிலும் இத்தன்மை புலப்படுகிறது. உதாரண மாக, அப்பாஸியர் ஆட்சிக் காலத்தில் பேரரசின் தலைமை நீதியரசரே சட்டத் துறைத் தலைவராகவும் விளங்கினார். நிர்வாகத் துறையின் கட்டுப்பாட்டிற்கு அப்பால் அமைந்திருந்த இவருக்குக்கீழ் தான் சட்டத் துறை அமர்த்தப்பட்டிருந்தது. ஏனைய நீதிபதிகள் இவருக்குக் கீழேயே பணியாற்றினர். எனவே சட்டத் துறையும் நிர்வாகத் துறையின் தலை யீட்டுக்கு உட்படாததாகவே இருந்தது. (Mahmood, *1984*, பக். *56*)

நீதித் துறையின் பாரபட்சமில்லாத் தன்மை

நீதித் துறையானது சார்பில்லாது நடக்க வேண்டியதன் முக்கியத்துவமும் அவசியமும் சட்ட இலக்கியங்களில் மிக விரிவாக விளக்கப்பட்டுள்ளன. நீதிபதிகளிடமிருந்து எத்தகைய பாரபட்சமின்மையை இஸ்லாம் எதிர் பார்த்தது என்பதை கலீஃபா உமர் ஒரு யூதர் மீது வழக்குத் தொடர்ந்த போது உலகம் கண்டது. இவ்வழக்குக்காக கலீஃபா உமர் நீதிமன்றம் நுழைந்தபோது, கலீஃபாவுக்குத் தன் மரியாதையைக் காட்டுவதற்காக நீதிபதி தம் இருக்கையிலிருந்து எழுந்து நின்றார். மற்றக் கட்சிக்காரருக்குக் கொடுக்கப்படாத மரியாதை தனக்குக் கொடுக்கப்பட்டதை மன்னிக்க முடியாத நீதி முறைப் பாரபட்சம் எனக் கருதிய உமர் அந்நீதிபதியை

உடனடியாகப் பதவிநீக்கம் செய்தார். (பார்க்க: Qadri, *Justice in Historical Islam* in Ibrahim, 1985, பக். XCV)

அபூதாவூதின் நூலில் பதியப்பட்டுள்ள ஒரு ஹதீஸ் பின்வருமாறு கூறுகின்றது: 'இனவாதத்தை (அஸாபியா) ஊக்குவிப்பவன் நம்மைச் சேர்ந்தவன் அல்லன்.' இதனை நாயகம் திரும்பத்திரும்ப மூன்று முறை கூறியதாகக் குறிப்பிடப்பட்டுள்ளது. அஸாபியா என்ற சொல்லுக்கு, தன்னுடைய கோத்திரத்தைச் சேர்ந்தவன் என்ற ஒரே காரணத்திற்காக, அவனது நிலைப்பாடு அநீதியானது என்பது தெரிந்திருந்தும் அதனை ஆதரித்தல் எனப் பொருள் கூறப்படுகிறது. இத்தகைய ஓர் அறிவுறுத்தல் எல்லோருக்கும் பொருந்தும் என்றபோதிலும், நீதிபதியாகப் பணியாற்று பவருக்கு இது மிக மிகப் பொருத்தமானதாகும். ஒரு வழக்கில், தொடர் புடைய ஒரு கட்சிக்காரர் தனது கோத்திரத்தைச் சேர்ந்தவராகவும் மற்றக் கட்சிக்காரர் தனது கோத்திரத்திற்குப் பகையான கோத்திரத்தைச் சார்ந்தவராகவும் இருப்பினும் நீதிபதி இரு சாராரையும் சமமாகவே நோக்க வேண்டும்.

இந்தக் கருத்தையே குர்ஆன் பின்வரும் வசனத்தால் உணர்த்துகிறது:

> நம்பிக்கையாளர்களே! நீங்கள் நீதத்தின் மீதே உறுதியாக நிலைத்திருங்கள். (நீங்கள் சாட்சி கூறினால் அது) உங்களுக்கோ, அல்லது உங்கள் பெற்றோருக்கோ, அல்லது (உங்கள்) நெருங்கிய உறவினருக்கோ விரோதமாக இருந்தபோதிலும், அல்லாஹ்வுக்காக (உண்மையையே) சாட்சி கூறுங்கள். (நீங்கள் யாருக்காகச் சாட்சி கூறுகிறீர்களோ) அவர்கள் பணக்காரராயிருந்தாலும் சரி, ஏழையாயிருந்தாலும் சரி, (உண்மையையே கூறுங்கள். ஏனென்றால்) அல்லாஹ் அவ்விருவருக்குமே மிக்க நெருங்கியவனாக இருக்கின்றான். (குர்ஆன் 4:135)

நீதம் என்பது இறை பக்திக்கு அடுத்ததாகும்; இந்த உயர்ந்த பண்பி லிருந்து ஒரு நம்பிக்கையாளர் அகலவே கூடாது.

> இறைநம்பிக்கை கொண்டவர்களே! நீங்கள் அல்லாஹ்வுக்காக வாய்மையில் நிலைத்திருப்போராயும், நீதிக்குச் சான்று வழங்குவோராயும் திகழுங்கள். எந்த ஒரு கூட்டத்தார் மீதும் நீங்கள் கொண்டுள்ள பகைமை உங்களை நீதியிலிருந்து பிறழச் செய்துவிடக் கூடாது. நீங்கள் நீதி செலுத்துங்கள். இதுவே இறையச்சத்திற்கு மிகப் பொருத்தமானது. அல்லாஹ்வுக்கு அஞ்சிச் செயலாற்றுங்கள்.(குர்ஆன் 5:8)

நீதிமுறையோடு தொடர்புடைய சில தொழிற்பாடுகளைப் பற்றிய நவீன சிந்தனைகள் இருபதாம் நூற்றாண்டு சட்டவியல் இலக்கியத்தில் ஆய்வுகளுக்குள்ளாகியுள்ளன. இவற்றுள் சிலவற்றைப் பற்றிய ஆய்வுகள் பல நூற்றாண்டுகளுக்கு முன்னரே இஸ்லாமியச் சட்டவியலில் இடம் பெற்றிருக்கின்றன என்பது கவனத்திற்குரியதாகும்.

உடல்நலக் குறைவு, குடும்ப முரண்பாடுகள், சினம், அஜீரணம் போன்ற உணர முடியாத, வெளிப்படுத்த முடியாத காரணிகள்கூட சில

வேளைகளில் நீதிபதிகளின் மனப்போக்கினை மாற்றி அவர்களது பாரபட்சமற்ற தன்மையில் பாதிப்புகளை ஏற்படுத்தலாம் எனச் சில அமெரிக்க சட்ட அறிஞர்கள் கருதுகின்றனர். கோபத்திலோ, பசியிலோ அல்லது திகட்டக்கூடிய அளவிற்கு உணவருந்தி இருக்கும் நிலையிலோ அல்லது உள்ளத்தை அலைக்கழிக்கும் உடல்நலக் குறைவு இருக்கும் நிலையிலோ ஒரு நீதிபதி தீர்ப்பு வழங்க முற்படக் கூடாது எனப் பதின்மூன்றாம் நூற்றாண்டில் வாழ்ந்த இமாம் நவவீ நவின்றுள்ளார்கள். (பார்க்க: Nawawi, 1914, பக். 504)

சட்ட ஆட்சி எனும் நவீன சட்டத் தத்துவத்தோடு தொடர்புடையது, நீதி பரிபாலனம் இரகசியமானதாக இருக்கக் கூடாது; நீதி சாத்தப்பட்ட கதவுகளின் பின்னால் வழங்கப்படக் கூடாது என்ற கோட்பாடாகும். இதற்கு இமாம் நவவீ பின்வருமாறு விளக்கம் தந்துள்ளார்கள்:

நீதிபதிகள்தாம் விசாரணைக்கு எடுத்துக்கொண்ட வழக்குகளை, அவ்வழக்குகளைக் கேட்க வந்திருக்கும் மக்கள், காலநிலை மாற்றங்களுக்கேற்ப வெப்பத்திலிருந்தும் குளிரிலிருந்தும் பாதுகாப்புப் பெறக்கூடிய விசாலமான, திறந்த மண்டபங்களிலே நடத்துதல் சிறப்பானதாகும்.

மக்கள் எளிதாக வருகை தரக்கூடிய ஒரு மத்திய நிலையத்தில் நீதிபதிகள் வழக்குகளை விசாரிக்க வேண்டும் என்றும், அவ்விடத்திற்கு மக்கள் வருவதற்கு எவ்விதத் தடைகளும் விதிக்கப்படக்கூடாதென்றும், மக்கள் வருகை தர அஞ்சக்கூடிய வகையில் சட்ட அதிகாரிகளின் ஆதிக்கமும் ஆடம்பரமும் இருக்கக் கூடாதென்றும், இமாம் ஷாபி அவர்கள் கூறியுள்ளார்கள். (Fyzee, *1964*, பக். 411; Ibrahim, *1985*, பக். XCVI) நீதி சரியாக வழங்கப்பட வேண்டும் என்று மாத்திரம் இஸ்லாமியச் சட்டம் எதிர்பார்க்கவில்லை; அது சரியாக வழங்கப்படுகின்றது என்பது வெளிப்படையாகத் தெரியவும் வேண்டும் என்றும் அது எதிர்பார்க்கின்றது என்பது புலப்படுகின்றது.

நீதி பரிபாலனம் மிக உயர்வானது என இஸ்லாம் கருதியது. அதன் கண்ணியத்தைத் தாங்கும் தூண்களில் ஒன்று அப்பரிபாலன முறையின் பாரபட்சமற்ற தன்மையாகும்.

வரையறுக்கப்பட்ட இறைமை

இத்தலைப்பு ஏழாம் அத்தியாயத்திலும் ஆராயப்பட்டுள்ளது. மேற்கத்திய சட்டவியலில் ஆதிக்கம் செலுத்திய தத்துவங்களில் முக்கியமானது இறைமைக் கோட்பாடாகும். இறைமையைப் பற்றி சட்ட அறிஞர்களினால் பல கோட்பாடுகள் முன்வைக்கப்பட்டுள்ளன. ஹோப்ஸ் போன்ற அறிஞர்கள் பூரண இறைமைத்துவத் தத்துவத்தை வழங்க, லொக் போன்றோர் இறைமை என்பது வரையறுக்கப்பட்டது என்ற

சிந்தனையை முன்வைத்துள்ளனர். அண்மைக் காலத்தில் வாழ்ந்த சட்ட தத்துவஞானியான ஜோன் ஆஸ்டினும் வேறு சிலரும் ஒரு தேசத்தின் எல்லைகளுக்குள் அத்தேச அரசின் இறைமைக்கு மேம்பட்ட எந்த ஒரு சக்தியோ, அமைப்போ இருக்க முடியாது என்ற வாதத்தைத் தோற்றுவித்துள்ளனர்.

மேற்கத்திய சட்டஞானிகள் முன்வைத்துள்ள இறைமைக் கோட்பாடு களுக்கு ஒப்பான எந்த ஒரு தத்துவத்திற்கும் இஸ்லாமியச் சட்டவியல் அங்கீகாரம் அளித்ததில்லை. இஸ்லாமிய வரலாற்றில் சர்வாதிகாரிகள் இருந்திருக்கின்றனர்; கொடுங்கோலர்களும் இருந்திருக்கின்றனர். ஆனால் இத்தகையோர் மீது கூட, அவர்கள் தமக்கு வழங்கப்பட்டிருந்த அதிகாரங்களைத் தவறாகப் பயன்படுத்தினர் என்ற குற்றச்சாட்டினைச் சுமத்த முடியுமே ஒழிய, இறைமை அல்லாஹ்வுக்கு மாத்திரமே உரியது; அவனது சட்டங்களை நடைமுறைப்படுத்தும், அவனது மக்களைப் பாதுகாக்கும், அவர்களை வழிநடத்தும் உரிமைகளைத் தவிர வேறு எந்த உரிமையையும் சட்டம் எந்த ஒரு மனிதனுக்கும் வழங்கிடவில்லை என்ற இஸ்லாமிய அடிப்படைக் கோட்பாட்டில் சிறு மாற்றமாவது செய்ய முயன்றனர் என்ற குற்றச்சாட்டைச் சுமத்த முடியாது. (Vesey Fitzgerald, *1931*, பக். *216;* Robson, *1926*, பக். *183-184*)

அல்லாஹ்வுக்கும், அவனது சட்டங்களுக்கும் உட்பட்டதே அரசு என்பதுதான் இஸ்லாத்தின் நிலைப்பாடு என்பதைக் கீழ்வரும் குர்ஆன் வசனம் தெளிவுபடுத்துகிறது:

> (நபியே! பிரார்த்தித்து) நீர் கூறுவீராக! எங்கள் அல்லாஹ்வே! அனைத்து நாடு களுக்கும் அதிபதியே! நீ விரும்பியவர்களுக்கு ஆட்சியைக் கொடுக்கின்றாய்; நீ விரும்பியவர்களிடமிருந்து ஆட்சியை நீக்கிவிடுகின்றாய். நீ விரும்பியவர் களைக் கண்ணியப்படுத்துகின்றாய்; நீ விரும்பியவர்களை இழிவுபடுத்துகின்றாய். நன்மைகள் யாவும் உன் கையில்தான் இருக்கின்றன. நிச்சயமாக நீயே யாவற்றின் மீதும் பேராற்றலுடையோன். (குர்ஆன் 3:26) (இறைமையைப் பற்றிய விளக்கத் திற்குப் பார்க்க: Asad, 1980, பக். 37).

ஹோப்ஸ் அல்லது ஆஸ்டின் கூறுகின்ற அளவிற்கு இறைமை படைத்த ஓர் ஆட்சியாளன் தோன்றலாம் என்பது இஸ்லாமியச் சட்ட வரலாற்றின் எக்கால கட்டத்திலும் நினைத்துப் பார்க்கக்கூட முடியாத ஒன்றாகவே இருந்தது. லொக் முன்வைத்த இறைமைக் கோட்பாடு மட்டுப்படுத்தப்பட்ட ஓர் இறைமையையே சித்திரித்தது என்பது உண்மைதான். ஆனால் இதில் இறைமை வரையறுக்கப்பட்டது மனித சமூக ஒப்பந்தம் ஒன்றின் விளைவாகவே ஒழிய, இறை ஆணையின் அடிப்படையில் அல்ல என்ற காரணத்தினால், இதனையும் நாம் இஸ்லாமிய இறைமைச் சித்தாந்தத்தோடு ஒப்பிட முடியாது.

நபித்துவப் பணிகளைத் தவிர்ந்த ஏனைய விடயங்களில் இஸ்லாமிய அரசின் முதல்தலைவரான நபிகள் நாயகத்திற்குக் கூட முடிவு எடுப்பதிலோ அதனை நிறைவேற்றும் முறையிலோ முழு அதிகாரம் வழங்கப்பட வில்லை என்ற இஸ்லாமிய இறைமைத்துவ சித்தாந்தம், ஹோப்ஸ், ஆஸ்டின் போன்ற அறிஞர்கள் முன்வைத்த முழு இறைமையிலிருந்து பெருமளவு வேறுபட்டிருந்தது. அல் அஸ்ஹர் பல்கலைக்கழக முன்னாள் அதிபரும் பெரும் இஸ்லாமிய அறிஞருமான ஷேய்க் மஹ்மூத் ஷல்துத் கீழே தரப்படும் சம்பவம் மூலம் இஸ்லாமிய இறைமைத்துவத்தின் வரையறுக்கப்பட்ட இயல்பை எடுத்துக் காட்டுகிறார்.

யூதக் கோத்திரங்கள் பல ஒன்றுசேர்ந்து மதீனாவை முற்றுகையிட்டன; முஸ்லிம்களின் நிலை கவலைக்கிடமாயிருந்தது. எதிரிகளின் ஒற்றுமை யைக் குலைப்பதன் மூலம் முற்றுகையை முறியடிக்க விரும்பிய நபிகள் நாயகம் (ஸல்) முற்றுகையில் ஈடுபட்டிருந்த தாயிப் கோத்திரத் தினருடன் ஓர் உடன்படிக்கை செய்து கொள்ள ரகசியப் பேச்சுவார்த்தை களில் ஈடுபட்டார்கள். மதீனாவின் விவசாய உற்பத்தியில் மூன்றில் ஒரு பங்கினை முஸ்லிம்கள் கையளித்தவுடன் தாயிப் கோத்திரத்தினர் முற்றுகையைக் கைவிட்டு விட்டுத் தம் இல்லங்கள் திரும்புவர் என்பதே இவ்வுடன்படிக்கையின் முக்கிய நிபந்தனையாக இருந்தது. இவ்வுடன் படிக்கை முயற்சியைப் பற்றிக் கேள்விப்பட்ட ஸஅத் இப்னு முஆத் (மதீனா அவ்ஸ் கோத்திரத் தலைவர்) உடனடியாக நபிகள் நாயகத்திடம் வந்து மிகப் பணிவாக, குறிப்பிட்ட உடன்படிக்கை வஹியினால் அங்கீகரிக்கப்பட்ட ஒன்றா என வினவ, நபிகளார் 'இல்லை. நான் உங்களுடையத் துன்பங்களைப் போக்க நினைக்கின்றேன்' எனப் பதிலளித்தார். ஒப்பமிடுவதற்காக வைக்கப்பட்டிருந்த உடன்படிக்கைப் பிரதியைக் கையிலெடுத்து, 'நீங்கள் எங்களோடு இல்லாதிருந்தபோது கூட எங்களிடம் பெற முடியாது போனதை, நீங்கள் வந்து எங்களின் மதிப்பைக் கூட்டிய பிறகு அவர்களால் எப்படிப் பெற்றுக்கொள்ள முடியும்?' எனக் கூறியபடி அதனைக் கிழித்து வீசினார் ஸஅத். இதனைக் கண்ட நாயகம் (ஸல்) மகிழ்ச்சியடைந்தார். அவ்வாறே ஏனைய முஸ்லிம்களும் மகிழ்ந்தனர். (Shaltut, 1966, பக். 561-2)

கலந்தாலோசனை *(ஷூரா)* அடிப்படையில் உம்மா (முஸ்லிம் சமூகம்) ஆட்சி செய்யப்பட வேண்டும் என்பதே இஸ்லாம் காட்டிய வழிமுறையாக இருந்தது; இதனை மீறிச் செயற்படக்கூடிய உரிமை எந்த ஆட்சியாளருக்கும் வழங்கப்படவில்லை.

நன்மை செய்ய அழைத்தல்: நான் என் சகோதரனின் பாதுகாவலனா?

மற்றொருவரின் விவகாரத்தில் தலையிடுவது, அத்தலையீடு மற்றவருக்கு

நன்மையாக அமையும் என்ற போதிலும், அதனை இங்கிலாந்து சட்ட முறைமை வெறுக்கின்றது. இந்த இயல்பை உணர்த்தவே, இங்கிலாந்தின் பிரபலமிக்க வழக்குகளில் ஒன்றான டொனேக் எதிர். ஸ்டீவன்சனில் *(1932 AC 562)* வழங்கிய தீர்ப்பில் அட்கின் பிரபு 'நான் என் சகோதரனின் பாதுகாவலனா?' என்ற கேள்வியைக் கவலையோடு எழுப்பினார். அவர்களின் நன்மைக்காகவே என்ற போதிலும் பிறரின் விடயங்களில் அழைப்பில்லாமலே தலையிடுபவர்களை அநாகரிகமானவர்கள் என்றே இங்கிலாந்தின் பொதுச் சட்டம் கருதுகின்றது.

ஆங்கிலச் சட்டத்தின் இந்நிலைப்பாடு சில தர்மசங்கடமான நிலமைகளையும் உருவாக்கும். உதாரணமாக ஒரு முதியவர் ஒரு குட்டையிலே மூழ்கிக் கொண்டிருக்கின்றார். உதவி கிடைக்காவிட்டால் உயிர்போகும் நிலை. அவ்விடத்திற்கு வருகின்றான் ஒரு திடகாத்திரமான இளைஞன். முதியவரைக் காப்பாற்றும் முயற்சியில் ஈடுபடுவதால் தனக்கு எவ்விதத் தீங்கும் ஏற்படாது என்பதைத் தெரிந்தும், தான் உதவாவிட்டால் முதியவர் இறந்துவிடுவார் என்பதை அறிந்தும், இளைஞன் சக மனிதரின் உயிரைக் காப்பாற்ற முயலாமல் அவ்விடத்தைத் தாண்டிச் செல்கின்றான். இச்செயலைத் தார்மீக நெறிகள் வெறுக்கலாம். ஆனால் இச்செயல் இங்கிலாந்தின் சட்டத்திற்கு முரணானதல்ல.

ஆனால் இஸ்லாமியச் சட்டம் இக்கருத்தை நிராகரிக்கின்றது:

> நீங்கள் இவ்வாறு செய்யாவிட்டால், (ஒருவரை ஒருவர் பாதுகாத்தல்) பூமியில் பெருங் கலகமும், குழப்பமும் ஏற்பட்டு விடும். (குர்ஆன் 8:73)

தனது சக முஸ்லிம்களுக்குச் சரியான வாழ்க்கையை எடுத்துக்காட்டல், தீய வழிகளில் செல்லாது அவர்களைத் தடுத்தல் ஆகிய செயல்களை, நன்மையை ஏவுதல் *(அல் அம்ர்பிஅல் மஃரூப்)* எனும் இஸ்லாமியக் கோட்பாடு ஒரு முஸ்லிமின் கட்டாயக் கடமைகளாகப் பிரகடனப் படுத்துகிறது. இந்த இஸ்லாமிய நெறி *(ஹிஸ்பா)* பிறரின் விவகாரங்களில் தலையிடுவதை அநாகரிகமானது எனக் கருதும் ஆங்கிலேயப் பொதுச் சட்டத்திலிருந்து முற்றிலும் வேறுபடுகின்றது.

முஸ்லிம்கள் சமூக நலன்களைப் பேண வேண்டும் என்ற கோட்பாட்டின் விளைவுகளில் ஒன்று – பாரம்பரிய இஸ்லாமிய சமூகங்கள் பலவற்றில் *முஹ்தஸிப்* எனும் அதிகாரிகள் நியமிக்கப்பட்டமையாகும். பொது வாழ்வில் நிலவவேண்டிய தார்மீக நெறிகளின் பாதுகாவலர்கள் என வர்ணிக்கப்பட்ட இவ்வதிகாரிகளின் முக்கியமான பணி மக்கள் நலன் தொடர்புடைய பல்வேறுபட்ட சட்டங்கள் சரியான முறையில் நடைமுறைப்படுத்தப்படுகின்றனவா என்பதைக் கண்காணிப்பதாகும். கப்பல் போக்குவரத்துத் தொடர்பாகப் பயனாளிகளின் நலன்களைப் பேணும் விதிகள், மிருகவதைத் தடுப்புச் சட்டங்கள், பொருட்கள்

விற்பனை தொடர்பான நேர்மையான வணிக ஒப்பந்தங்கள் போன்றவை இவ்வதிகாரிகளின் பொறுப்பில் விடப்பட்ட சட்டங்களில் சிலவாகும்.

முஹ்தஸிப்களின் பணிகளையும் பொறுப்புகளையும் விளக்குவதற்காக எழுதப்பட்ட கையேடுகளை ஆராய்வது பயன்மிக்கதாகும். எகிப்தில் வாழ்ந்த ஷாபிஈ சட்ட நிபுணர்களில் ஒருவரான இப்னு அல் உஹுவா என்பவர் எழுதிய இத்தகைய கையேடு ஒன்றில் கீழே தந்துள்ளவற்றைப் போன்ற பத்திகள் பல காணப்படுகின்றன:

வணிகச் சந்தை ஒழுங்கமைப்புகள். விலங்குகளுக்கு அநியாயம் செய்யப்படுவதை இறைத்தூதர் தடுத்துள்ளார்கள். சுமைகளைத் தூக்கிக்கொண்டு இருக்கும் நிலையில் மாடு, ஒட்டகம் போன்ற விலங்குகளை நிற்க வைத்தல் கொடுமையாகும். எனவே பொதி விலங்குகளோடு செல்வோர் ஓர் இடத்தில் அதிக நேரம் தங்குவதாக இருந்தால், விலங்குகளின் சுமைகளை இறக்கி வைக்குமாறு முஹ்தஸிப்கள் விலங்குகளின் உடமையாளர்களைப் பணிக்க வேண்டும்.

மாலுமிகள். அளவுக்கதிகமான பாரம் ஏற்றப்பட்டால் நாவாய்கள் கவிழ்ந்து விடலாம்; எனவே அளவுக்கதிகமான பாரங்களைக் கப்பல்களிலும் படகுகளிலும் ஏற்றுவதற்கு அவற்றின் உடைமையாளர்கள் அனுமதிக்கப்படக் கூடாது. இதே காரணத்தின் அடிப்படையில் கடுங்காற்று வீசும்போது மாலுமிகள் கடலுக்குள் செல்வதையும் முஹ்தஸிப்கள் தடுக்க வேண்டும். ஒரே படகில் ஆண்களும் பெண்களும் ஒன்றாகப் பயணம் செய்வதாக இருந்தால் இருசாரார்களுக்குமிடையில் திரையிடப்பட வேண்டும் என்ற விதியும் நடைமுறைப்படுத்தப்பட வேண்டும். *(பார்க்க:* Williams, *1963, பக். 111-118)*

மனநோயாளிகள் தொடர்பாக தொடக்க காலத்திலிருந்தே இஸ்லாமிய உலகம் காட்டும் அக்கறையும் உதவி தேவைப்படுபவர்களை நோக்கி நேசக்கரம் நீட்டப்பட வேண்டும் என்ற இஸ்லாமியக் கோட்பாட்டின் விளைவுகளில் ஒன்று என்றே கருதப்பட வேண்டும். மனநோயாளிகள் பால் இஸ்லாமிய உலகில் காட்டப்பட்ட அன்போ அக்கறையோ கிறிஸ்தவ ஐரோப்பாவில் காட்டப்படவில்லை என்பதை லெக்கி போன்ற ஐரோப்பிய வரலாற்றாசிரியர்கள் ஏற்றுக்கொண்டுள்ளனர். மனநோயாளிகளின் பராமரிப்பில் அக்கறை செலுத்துவதில் முஸ்லிம்கள் ஏனையோரை முந்திக்கொண்டனர் என்பதைக் குறிப்பிடும் லெக்கீ மனநோயாளிகளைப் பாதுகாப்பதை இஸ்லாமிய உலகம் ஒரு தர்மமாகவே கருதியது போலும் என்றும் வியப்போடு குறிப்பிட்டுள்ளார். (Lecky, *1946, பக். 38*) பன்னிரண்டாம் நூற்றாண்டில் பக்தாதிற்குப் பயணம்

செய்த பெஞ்சமின் என்பவர் அங்கு அந்நாட்டு மனநோயாளிகளின் இருப்பிடமாகவும் மருத்துவமனையாகவும் விளங்கிய ஒரு மாளிகை யைப் பற்றி எழுதியுள்ள வர்ணனையை லெக்கீ தனது நூலில் எடுத்தாண் டுள்ளார். 'கருணை இல்லம்' என அழைக்கப்பட்ட மனநோயாளிகள், ஒவ்வொரு மாதமும் மிக நுணுக்கமாகப் பரிசோதிக்கப்பட்டதாகவும் சுகமடைந்தோர் உடனடியாக அவர்களது இல்லங்களுக்கு அனுப்பப் பட்டதாகவும் பெஞ்சமின் விவரித்துள்ளார். 1304ஆம் ஆண்டில் கெய்ரோ நகரில் ஒரு மனநல விடுதி அமைக்கப்பட்டதாக நம்பப்படுகிறது. இஸ்லாமிய உலகில் இயங்கிய வேறு பல மனநல விடுதிகளைப் பற்றியும் குறிப்பிட்டுள்ள லெக்கீ, பதினைந்தாம் நூற்றாண்டுக்கு முன்னர் கிறிஸ்தவ உலகில் ஒரு சில மனநல மருத்துவமனைகளே அமைக்கப் பட்டிருந்தன என்பதையும் உறுதிப்படுத்தியுள்ளார். ஐரோப்பிய நாடுகள் மத்தியில் மன நோயாளிகளைப் பற்றி முதன்முதலாக அக்கறைகாட்டிய நாடு ஸ்பெய்ன் என்றும் இந்நாட்டில் 1548ஆம் ஆண்டில் மனநோயாளி களுக்காக ஒரு விடுதி நிறுவப்பட்டது என்றும் லெக்கீ குறிப்பிட்டுள்ளார். லெக்கீயின் நூலில் காணப்படும் பின்வரும் வரிகள் ஐரோப்பிய நாடுகளில் மனநோயாளிகள் எவ்வளவு குரூரமாக நடத்தப்பட்டனர் என்பதைப் படம் பிடித்துக் காட்டுகின்றன:

> பெரும்பாலான நாடுகளில் மனநோயாளிகள் வைக்கப்பட்டிருந்த நிலை மிக மோசமானதாகவும் வெறுக்கத்தக்கதாகவும் இருந்தது. இவர்களில் ஆயிரக்கணக்கானோர் சூனியக்காரர்கள் எனக் குற்றஞ்சாட்டப்பட்டு உயிரோடு எரிக்கப்பட்டனர்; உண்மையிலேயே பைத்தியக்காரர்கள் என அடையாளம் காணப்பட்டோர் சிறையில் அடைக்கப்பட்டு மிகக் குரூரமாகவும் கேவலமாகவும் நடத்தப்பட்டனர். சிறைகளில் அவர்கள் அடிக்கப்பட்டனர்; சங்கிலிகளால் பிணைக்கப்பட்டனர். இருட்டறை களிலே பல பத்தாண்டுகள் கட்டி வைக்கப்பட்டிருந்த பைத்தியக்காரர்களைப் பற்றிய தகவல்கள் கிடைத்துள்ளன. (Lecky, 1946)

நன்மையை ஏவுதல் என்ற கோட்பாட்டோடு இணைந்து செல்லும் மற்றுமொரு கோட்பாடு, தீமையை, வெறுக்கப்பட வேண்டிய வற்றைத் தடுக்க வேண்டும் என்பதாகும். *(அல் நஹி அன் அல் முன்கர்)* 'நம்பிக்கையாளர்களே! உங்களில் ஒரு கூட்டத்தார் தோன்றி, அவர்களை (மனிதர்களை) நன்மையின் பால் அழைத்து, நல்லதை ஏவித் தீய செயல் களிலிருந்து (அவர்களை) விலக்கிக் கொண்டிருக்கவும். இத்தகையோர் தாம் வெற்றி பெற்றோர்' (குர்ஆன் 3:104) எனத் திருமறை கூறுகின்றது. இவ்வசனத்தை விளக்கும் முகமாக நபிகள் நாயகம் பின்வருமாறு நவின்றுள்ளார்கள்:

> உங்களில் எவரேனும் தீமை நடைபெறக் கண்டால் அதனைத் தன் கைகளால் தடுக்கவும். அதற்கு சக்தி இல்லையானால் தன் நாவினால் அதனைத்

தடுக்கவும். அதற்கும் சக்தி இல்லையானால் தன் மனதினால் அது தீமை என்பதாகக் கருதவும். (Al-Nawawi, 34ஆம் ஹதீஸ்)

எந்த அளவுக்கு ஒருவர் நன்மையைச் செய்யுமாறு மற்றவர்களைத் தூண்ட வேண்டுமோ, அதே அளவிற்குச் சமூகத்தில் நடைபெறும் தீமைகளையும் தடுக்க முயல வேண்டும் என்பதே இந்தக் குர்ஆன் வசனமும் இந்த ஹதீஸும் அடிப்படைக் கருத்தாகும்.

சகிப்புத் தன்மை

மார்க்கத்தில் நிர்ப்பந்தமே இல்லை. ஏனென்றால் வழிகேட்டிலிருந்து விலகி, நேர்வழி அடைவது எவ்வாறென்று தெளிவாகி விட்டது. (குர்ஆன் 2:256)

வன்முறையின் மூலம் மார்க்கத்தை வளர்க்க முயல்வது இஸ்லாமியக் கொள்கைகளுக்கு முரணானது என்பதை உணர்த்தும் குர்ஆன் வசனங்களில் இதுவும் ஒன்று. நிர்ப்பந்தத்தையோ, கருத்துத் திணிப்பையோ அல்ல இஸ்லாம் போதிப்பது. மாறாக அது சகிப்புத் தன்மையையே உயர்த்திக் காட்டுகின்றது. இதற்கு மாற்றமான நடைமுறைகளோ, அல்லது மாற்றமான வெகுமக்கள் கருத்தோ இந்த இஸ்லாமிய அடிப்படைக் கோட்பாட்டினை மாற்றிவிட முடியாது.

மறுமை வெற்றி இஸ்லாத்தில் மாத்திரம்தான் தங்கியிருக்கிறது என இஸ்லாம் ஒருபோதும் முழங்கியதில்லை. குர்ஆன் வசனங்கள் பல, இவ்வுண்மையை மிகத் தெளிவாக உணர்த்துகின்றன.

விசுவாசிகளாயினும் யூதர்களாயினும், கிறிஸ்தவர்களாயினும், தாபியீன்களாயினும் - எவர்கள் அல்லாஹ்வையும் இறுதி நாளையும் உண்மையாகவே நம்பி, நற்செயல்களைச் செய்தார்களோ அவர்களுக்கு, அவர்களுடைய கூலி அவர்களுடைய இறைவனிடத்தில் நிச்சயமாக உண்டு. மேலும், அவர்களுக்கு எவ்விதப் பயமுமில்லை, அவர்கள் துக்கப்படவுமாட்டார்கள். (குர்ஆன், 2:62; 5:72 உம் இதே கருத்தையே உணர்த்துகின்றது.)

இஸ்லாத்தில் சகிப்புத்தன்மை என்பது இதனையும்விட ஒரு படி மேலே செல்கின்றது என்பதைப் பின்வரும் குர்ஆன் வசனம் உணர்த்துகிறது:

நபியே! நீர் கூறும்; நிராகரிப்போரே! நீங்கள் வணங்குபவற்றை நான் வணங்க மாட்டேன்; நான் வணங்கு பவனை நீங்கள் வணங்கவில்லை. உங்களுடைய மார்க்கம் உங்களுக்கு; என்னுடைய மார்க்கம் எனக்கு. (குர்ஆன் 109:1-6)

இஸ்லாத்தில் சகிப்புத்தன்மையைப் பற்றி மேலதிகமாக அறிய பார்க்க: Ibrahim, *1984*, பக். *129-130.*

இஸ்லாத்தில் சகிப்புத்தன்மைக்கு வழங்கப்படும் முக்கியத்துவம் கீழ்வரும் குர்ஆன் வசனம் மூலமும் வலியுறுத்தப்படுகிறது:

> உங்களில் ஒவ்வொரு வகுப்பாருக்கும், ஒவ்வொரு மார்க்கத்தையும், வழியையும் நாம்தாம் ஏற்படுத்தினோம். அல்லாஹ் விரும்பினால், உங்கள் அனைவரையும் ஒரே மார்க்கத்தைப் பின்பற்றும் சமுதாயத்தாராக ஆக்கியிருக்க முடியும். எனினும், உங்களுக்கு அருளியதில், நீங்கள் எவ்வாறு நடந்து கொள்கின்றீர்கள் என்று உங்களைச் சோதிப்பதற்காகவே இவ்வாறு செய்திருக்கின்றான். ஆகவே நன்மைகளின் பக்கம் விரைந்து செல்லுங்கள். அல்லாஹ்வின் பக்கம்தான், நீங்கள் யாவரும் செல்ல வேண்டி இருக்கின்றது. நீங்கள் எதில், கருத்து வேறுபாடு கொண்டு தர்க்கித்துக் கொண்டிருந்தீர்களோ, அதனை அவன் உங்களுக்கு நன்கறிவித்து விடுவான். (குர்ஆன் 5:48)

நபிகள் நாயகத்தின் காலத்திலேயே வழங்கப்பட்டிருந்த உத்தர வாதங்களின் அடிப்படையில், பரந்துபட்ட உரிமைகளுடன் இஸ்லாமியப் பகுதிகளில் தொடர்ந்து வாழும் சுதந்திரம் ஏனைய சமயத்தினர்களுக்கு வழங்கப்பட்டது. நஜ்ரானில் வாழ்ந்த கிறிஸ்தவர்களுக்கு நபிகளார் நேரடியாக வழங்கிய உத்தரவாதங்கள் ஏனைய சமயத்தினரின் உரிமை களை இஸ்லாம் எத்துணை தூரம் மதித்தது என்பதைத் துல்லியமாக உணர்த்துகின்றன:

> நஜ்ரானிலும் அதன் சுற்றுப்புறங்களிலும் வாழும் கிறிஸ்தவர்கள் அனைவர் களதும் உயிர், உடைமை, மதம் தொடர்பாக அல்லாஹ்வின் பாதுகாப்பும் நபிகளாரின் உத்தரவாதமும் வழங்கப்படுகின்றன. இப்பொறுப்பு இங்கு வந்திருப்பவர்களுக்குக் கிடைப்பதைப் போலவே வராதவர்களுக்கும் கிடைக்கும். அவர்களது மதத்தைப் பின்பற்றும் உரிமை அவர்களுக்கு வழங்கப்படுகின்றது; அவர்களது வணக்க வழிபாட்டு முறைகளில் எவ்விதத் தலையீடும் இருக்கமாட்டாது. அவர்களுக்கு ஏற்கெனவே வழங்கப்பட்டிருந்த உரிமைகளிலோ, சிறப்புரிமைகளிலோ எவ்விதமான குறைவும் ஏற்பட மாட்டாது. பிஷப்மார்களோ, ஏனைய மத குருமார்களோ அவர்கள் வகிக்கும் பதவிகளிலிருந்து அகற்றப்பட மாட்டார்கள். அவர்கள் இதுவரை அனுப வித்த அத்தனை உரிமைகளையும் சலுகைகளையும் அவர்கள் தொடர்ந்து அனுபவிக்கலாம். அவர்கள் வணங்கும் சிலைகளோ, சிலுவைகளோ அழிக்கப்படமாட்டா. அவர்கள் மற்றவர்களை நசுக்கவும் கூடாது; அவர்கள் நசுக்கப்படவும் மாட்டார்கள். அறியாமைக் காலத்தில் வழக்கிலிருந்த இரத்தப் பலி முறை ரத்து செய்யப்படுகிறது. கிறிஸ்தவர்களிடம் இருந்து மதவரிகள் வசூலிக்கப்படமாட்டாது; அவர்கள் படையினருக்கு உணவு அளிக்க வேண்டும் என்ற கட்டாயமும் வழக்கில் இருக்காது. (S. A. Ali, *1981*, பக். *273*)

கி.பி. 638ஆம் ஆண்டில் ஜெரூசலம் சரணடைந்தபோது இத்தகைய தோர் உரிமை சாசனத்தையே கலீஃபா உமர் (ரலி) அவர்கள் கிறிஸ்தவர் களுக்கு வழங்கினார்கள்.

இவ்விரண்டு உரிமை சாசனங்களும் வெளிப்படுத்தும் சமய சகிப்புத் நன்மையைப் பல ஹதீஸ்களும் வெளிப்படுத்துகின்றன. 'ஒரு திம்மிக்கு அநியாயம் இழைப்பவர் மீதும், ஒரு திம்மி மீது சுமக்க முடியாத

சுமையைச் சுமத்துபவர் மீதும் விசாரணை நாளன்று நானே நேரடியாகக் குற்றம் சுமத்துவேன்' என்பது நபிவாக்கு. 'ஒரு திம்மியைத் துன்புறுத்துபவர் என்னைத் துன்புறுத்துகிறார்' என்பதும் நபிகளாரின் வாக்கே. (S. A. Ali, *1981*, பக். *459*; மேலும் பார்க்க: Arnold, *1896)* தகிப் கோத்திரத்தைச் சேர்ந்த சிலரை அண்ணல் அவர்கள் தமது பள்ளிவாசலில் தங்க வைத்ததாக ஒரு ஹதீஸ் குறிப்பிடுகின்றது. இவ்வாறு பள்ளிவாசலில் தங்குவதற்கு அனுமதி வழங்கப்பட்டோர் அதுவரை இஸ்லாத்தில் இணையாதோர் என்பது அவதானத்திற்குரியதாகும்.

இஸ்லாமிய நாடுகளில் வாழ்ந்த யூதர்கள், கிறிஸ்தவர்கள் போன்ற வேதம் வழங்கப்பட்டவர்களுக்கு, தத்தம் சட்ட முறைமைகளைப் பின்பற்றுவதற்கு அதிகாரம் வழங்கப்பட்டிருந்தது. இது தத்தம் பாரம்பரியச் சட்டங்களைப் பேணிப் பாதுகாத்துக்கொள்ளும் வாய்ப்பை அவர்களுக்கு வழங்கிற்று. ஆனால் இவ்விதிக்குச் சில புறநடைகள் இருந்தன. சில விடயங்களைப் பொறுத்தவரையில் குறிப்பாகத் தனி மனித ஒழுக்கம் தொடர்பான விடயங்களில் வேதம் வழங்கப்பட்டவர்களும் இஸ்லாமியச் சட்டத்துக்கிணங்கவே வாழ வேண்டும் என்ற கட்டாயம் இருந்தது. இதில் ஆச்சரியப்படுவதற்கு எதுவுமில்லை. இன்றுகூட அனைத்து நாடுகளும் தம் எல்லைகளுக்குள் வாழும் அந்நிய நாட்டுக் குடிமக்கள் தம் நாட்டு குற்றவியல் சட்டங்களுக்குக் கட்டுப்பட்டு வாழ வேண்டும் என்றே எதிர்பார்க்கின்றன. எனவே இஸ்லாமியர் அல்லாதார் ஒருவர் விபச்சாரம், மது அருந்துதல் போன்ற குற்றங்களைச் செய்து, இஸ்லாமிய அடிப்படை நெறிகளையே மீறினாரானால் அவர் இஸ்லாமிய ஒழுக்கச் சட்டங்களின் அடிப்படையிலேயே தண்டிக்கப்பட்டார். தான் புரிந்த குற்றம் தனது மத நெறிகளுக்கு முரணானதல்ல என அவர் வாதாடுவதனால் எந்தப் பயனையும் பெறமாட்டார். இவ்வாறு முஸ்லிம்களும் ஏனைய சமயங்களைப் பின்பற்றுபவர்களும் இஸ்லாமிய நாடுகளிலே சமரச மனப்பான்மையுடனும் ஒற்றுமையுடனும் வாழ்ந்துள்ளபோதிலும், இவ்வுண்மையை மறைத்து, உண்மைக்கு மாறான ஒரு தவறான கருத்தை உருவாக்க என்னென்ன செய்ய முடியுமோ, அத்தனையும் செய்யப்பட்டுள்ளன என்பது நியாயமான கூற்றே. இஸ்லாமிய நாடுகளில் வாழ்ந்த பிற மதத்தவர்களை முஸ்லிம்கள் எப்போதும் துன்புறுத்திக் கொண்டு தான் இருந்தனர் என்ற தவறான கருத்தை உருவாக்கக்கூடிய கருத்துகள் இன்றும் வெளிப்படுத்தப்படுகின்றன என்பதை ஏற்கத்தான் வேண்டும்.

இத்தகைய கருத்துகள், இஸ்லாமியச் சட்டம் பிற மதத்தவர்களின் உரிமைகளை அங்கீகரித்தது என்ற உண்மையையும், இஸ்லாமிய நாடுகளிலே இஸ்லாமியரல்லாதோருக்கும் உயர் பதவிகளும் கௌரவங்களும்

வழங்கப்பட்டன என்ற உண்மையையும் மறைக்க முயல்கின்றன. பிறமதங்களைப் பின்பற்றிய பலர் கலீஃபாக்களின் மருத்துவர்களாகவும், செயலாளர்களாகவும், பொருளாளர்களாகவும் பணியாற்றியுள்ளனர். பெரும்பாலான பிறமத அறிஞர்கள் பலர், பெரும் அன்போடும் மரியாதையோடும் இஸ்லாமிய நாடுகளுக்குள் வரவேற்கப்பட்டனர். இஸ்லாமிய நாகரிகத்திற்கு ஒளியூட்டிய முதன்மையான அம்சங்களில் ஒன்று இஸ்லாமிய நாடுகளில் ஏற்பட்ட பெரும் கல்வி வளர்ச்சியாகும். இக்கல்வி வளர்ச்சிக்குக் காரணமாக அமைந்தது ஏராளமான கிரேக்க மொழி நூல்கள் அரபியில் மொழிபெயர்க்கப்பட்டமையாகும். இந்த மொழிபெயர்ப்புப் பணியில் பெருமளவு ஈடுபட்டவர்கள் இஸ்லாமிய நாடுகளில் வாழ்ந்த கிறிஸ்தவ, யூத, ஹிந்து அறிஞர்களே. டெல்லியி லிருந்து அரசாண்ட மொகலாயச் சக்கரவர்த்திகளின் ஆட்சிக் காலங்களில் ஹிந்துக்கள் படைத் தலைவர்களாக, மாநில ஆளுநர்களாக, அரச ஆலோசனைச் சபை உறுப்பினர்களாகப் பணியாற்றியுள்ளனர். (S. A. Ali, 1981, பக். 276)

மூடப்பட்ட சமூகம் எனச் சில வரலாற்றாசிரியர்களினால் ஏளன மாக வர்ணிக்கப்பட்டுள்ள இஸ்லாமிய சமூகம் எவ்வாறு இயங்கியது என்பதை மத்திய கால ஐரோப்பிய வரலாற்றைப் பற்றிப் பெரும் புலமை படைத்தவர்களுள் ஒருவரான ஃபிரெட்ரிக் ஹீர் எனும் ஜெர்மானிய அறிஞர் பின்வருமாறு வர்ணித்துள்ளார்:

மூடப்பட்ட சமூகம் என வர்ணிக்கப்பட்டுள்ள இஸ்லாமிய சமூகத்தின் இயல்பையும் தன்மையையும் இஸ்லாமியர் தமது கைவினைப் பொருட்களில் கையாண்டுள்ள சரிகை அலங்கார வேலைப்பாடுகளுக்கு ஒப்பிடலாம்; இச்சரிகைகளிலே கண்களுக்குத் தெற்றெனப் புலப்படாத சிற்சிறு துவாரங் களும் துளைகளும் இருப்பதைப் போலவே இஸ்லாமிய சமூகத்தின் வெளி அமைப்பிலும் மனிதக் கண்களுக்கு உடனடியாகப் புலப்படாத சிறு வெடிப்புகளும் ஓட்டைகளும் இருந்தன. இவ்வெடிப்புகள், ஓட்டைகள் ஊடாக அன்னியக் கலாசாரச் செல்வாக்குகள் உள்நுழைந்து இஸ்லாமிய சமூகத்தில் மாற்றங்களை ஏற்படுத்தின... பரிபாலனம், நிதி போன்ற முக்கியமானதுறைகளில் கூட அதியுயர் பதவிகளைப் பெற்றுக்கொள்ளக்கூடிய வாய்ப்புகள் யூதர்களுக்கும் கிறிஸ்தவர்களுக்கும் இஸ்லாமிய நாடுகளில் கிடைத்தன... உடன்படிக்கைகள் அடிப்படையில் யூதர்களும் கிறிஸ்தவர் களும் பரவலான உரிமைகளை இஸ்லாமிய நாடுகளில் அனுபவித்தனர். (Heer, 1968, பக். 235-236)

சிலுவைப் போர் யுகத்தில் முஸ்லிம்கள் காட்டிய சமய சகிப்புத் தன்மையின் உயர்வை அன்றைய ஐரோப்பிய இலக்கியங்கள் மிக அழகாக விளக்குகின்றன. பள்ளிவாசல்கள், மத்ரஸாக்கள் போன்ற இஸ்லாமிய மார்க்க நிலையங்களில், தான் கண்டுணர்ந்த ஆழ்ந்த பக்திப்

பிரவாகத்தையும், கிறிஸ்தவனான தன்னை இஸ்லாமியர் வரவேற்று உபசரித்த அழகிய பாங்கினையும் பதின்மூன்றாம் நூற்றாண்டில் வாழ்ந்த ஐரோப்பிய எழுத்தாளரான ரிகால்தஸ் தெ மோன்டே குரூசியஸ் தனது ஆக்கங்களில் எடுத்துக்காட்டியுள்ளார். தானதர்மங்கள் செய்வதில் இஸ்லாமியர் காட்டிய ஆர்வத்தினையும் மற்றவர்களோடு உறவாடும் போது அவர்கள் காட்டிய பெருந்தன்மையான போக்குகளையும் இவ்வெழுத்தாளர் பெரும் ஆர்வத்துடன் சித்திரித்துள்ளார். இத்தகைய தகவல்கள் ஐரோப்பியர்களின் உள்ளங்களில் பெரும் பாதிப்புகளை ஏற்படுத்தின. ஐரோப்பியக் கவிஞர்கள் இத்தகவல்களைத் தழுவி கவிதைகளையும் காவியங்களையும் படைத்தனர். உன்னதமான வீரக் கவிதைகளைப் பாடியுள்ளவர் எனப் போற்றப்படும் ஜெர்மானியப் பெரும் கவிஞரான வோல்ஃபிரம் வோன் எஸென்பேக் என்பவரின் கவிதைகள் பலவற்றில் இஸ்லாமியரின் பண்புகள் பல மிக உயர்வாகச் சித்திரிக்கப்பட்டிருப்பதைக் காணலாம். (Heer, *1968*, பக். *144*) பல வரலாறுகளில் கூறப்பட்டிருப்பதைப் போல, தம் பிரதேசங்களுக்கு நண்பர்களாகவோ, பகைவர்களாகவோ வருகை தந்த இஸ்லாமியர் அல்லாதோர் அனைவர் மீதும் முஸ்லிம்கள் வெறுப்பையும் துவேஷத் தையுமே உமிழ்ந்தனர் என்பது உண்மையானால், இங்கிலாந்து மன்னன் அரிமா நெஞ்சன் ரிச்சர்டுக்கும் சுல்தான் சலாஹுத்தீன் அவர்களின் சகோதரருக்குமிடையே நிலவியதாக நம்பப்படும் உள்ளார்ந்த நட்போ, ஆஞ்சுவைச் சேர்ந்த ஃபல்க்வுக்கும் டமஸ்கஸ் இராசப் பிரதிநிதிக்கும் இடையே நிலவியதாக நம்பப்படும் இறுக்கமான நட்போ ஒருபோதும் வளர்ந்திருக்க முடியாது என்பதை ஏற்றே ஆக வேண்டும். இக்கருத்தை வலியுறுத்தும் ஒரு சம்பவம் பிரான்சிஸ்கன் சபையின் நிறுவனரான புனித பிரான்சிஸ் அடிகளோடும் சிலுவை யுத்தத்தோடும் தொடர்புடையது. *1219*ஆம் ஆண்டு, கிறிஸ்தவர்கள் எகிப்திய நகரான டெமியெட்டா என்பதை முற்றுகையிட்டுக் கொண்டிருக்கும் போது எகிப்து சென்ற புனித பிரான்சிஸ் அடிகள் முஸ்லிம் வீரர்களால் போர்க் கைதியாகப் பிடிக்கப்பட்டு, எகிப்திய சுல்தான் முன் நிறுத்தப்பட்டார். அப்போது அடிகளார் கிறிஸ்தவக் கோட்பாடுகளை எகிப்திய அரசனுக்குப் போதித்தார் என்றும், பின்னர் அரசன் அடிகளாரைப் பாதுகாப்பாக கிறிஸ்தவப் பாசறைக்கு அனுப்பி வைத்தான் என்றும் நம்பப்படுகிறது. (என்சைக்ளோபீடியா பிரிட்டானிகா, *1947*ஆம் ஆண்டு பதிப்பு, *9*ஆம் தொகுதி, பக். *673*)

முஸ்லிம்கள் தம் அயலார்கள் மீது அன்பு செலுத்த வேண் டும்; அவர் களுக்கு ஒத்தாசையாக இருக்க வேண்டும் எனப் பணிக்கப்பட்டுள்ளனர். அயலார்கள் முஸ்லிம்களாய் இருந்தால் மாத்திரம்தான் உதவவேண்டும்

என்ற நிலைப்பாடு எதுவும் இருக்கவில்லை. கொலை, களவு, கற்பழிப்பு போன்ற குற்றச் செயல்களினால் பாதிக்கப்பட்டவர்கள் முஸ்லிம்களாக இருந்தாலும்சரி, அல்லது பிற மதத்தவர்களாக இருந்தாலும் சரி, குற்ற வாளிக்கு வழங்கப்பட்ட தண்டனை ஒன்றாகவே இருந்தது. கொலைக் குற்றத்திற்கு குர்ஆன் விதித்துள்ள தண்டனை மரணதண்டனையே; (குர்ஆன் 2:179; 5:45; 5:32; 6:152) ஒரு திம்மியைக் கொலை செய்த முஸ்லிம் ஒருவருக்கு நபிகள் நாயகம் (ஸல்) மரண தண்டனை விதித்த சம்பவம் பதிவு செய்யப்பட்டுள்ளது. (Gilani, 1982, பக். 361) ஆனால் கர்தாஹி, ஒரு திம்மியைக் கொலை செய்வது ஒரு முஸ்லிமைக் கொலை செய்வது போன்ற ஒரு பாரதூரமான குற்றமாக இஸ்லாமிய உலகில் கருதப்படவில்லை என்ற கருத்தை முன்வைத்துள்ளார். (Khadduri, Liebesny 1955, பக். 334, Gilani, 1982, பக். 361-2)

உஸ்மானியப் பேரரசின் காவலரும் கொன்ஸ்டான்டி நோபிளை வெற்றிகொண்டவருமான இரண்டாம் முஹம்மது தனது ஆட்சிக்குள் வாழ்ந்த கிரேக்க மக்களுக்கு அவர்களது சட்டங்களையும் வழக்காறு களையும் அடிப்படையாக வைத்து அவர்களது சட்டப் பிரச்சினை களைத் தீர்த்துக் கொள்ளும் உரிமையை வழங்கியிருந்தார். இந்த வகையில் அரேபியக் கலீஃபாக்கள் காட்டிய முன்மாதிரியை இவர் பின்பற்றினார் என்று கூறலாம். கிரேக்கக் கிறிஸ்தவ மதத்தைப் பின்பற்றித் துருக்கியப் பேரரசுக்குள் வாழும் கிரேக்கர்கள் தொடர்பான திருமணம், மணவிலக்கு, ஜீவனாம்சம், உயில் தொடர்புடைய வழக்குகள் யாவும் இன்றும், துருக்கியப் பேரரசுக்குள் அமைக்கப்பட்டிருக்கும் கிரேக்க கிறிஸ்து மத நீதிமன்றங்களினாலேயே தீர்க்கப்படுகின்றன என இந்நூற்றாண்டின் தொடக்கத்தில் அமெரிக்க சட்ட நிபுணர் ஒருவர் எழுதியுள்ளார். (Ion, 1907, பக். 48)

முஸ்லிம் மன்னர்கள் சிலர் சமய சகிப்புத் தன்மையைக் கடைப் பிடிக்காதிருந்துள்ளனர் என்பது உண்மை; பிற மதத்தவர்களைத் துன்புறுத்தியுள்ளனர் என்பதும் உண்மை. ஆனால் இதற்காக நாம் இஸ்லாம், சமய சகிப்புத்தன்மையை வற்புறுத்தாத ஒரு மதம் என்ற முடிவுக்கு வந்துவிடக் கூடாது. ஏனைய மதத்தவர்கள் சமயத்துவேஷம் காட்டியுள்ளனர் என்பதற்காக எப்படி அவர்கள் பின்பற்றிய மதங்களைக் குறை கூற முடியாதோ, அவ்வாறே ஒரு சில இஸ்லாமிய மன்னர்கள் பிற மதத்தவர்களை சமய அடிப்படையில் துன்புறுத்தியுள்ளனர் என்பதற்காக இஸ்லாம் எனும் மார்க்கத்தைத் தூற்றுவதும் நியாய மானதல்ல. பெரும்பாலான இஸ்லாமிய மன்னர்கள் கடைப்பிடித் தொழுகிய சமய சகிப்புத் தன்மையைச் சிறப்பாக வெளிப்படுத்தும் நிகழ்வுகள் பல இஸ்லாமிய வரலாற்றில் காணப்படுகின்றன. இத்தகைய

நிகழ்வுகள் பல ஏற்கெனவே குறிப்பிடப்பட்டுள்ள போதிலும் நீண்ட காலம் இந்தியாவை ஆட்சி செய்த முஸ்லிம் சக்கரவர்த்தியான அக்பரின் ஆட்சியின் போது கடைப்பிடிக்கப்பட்ட சமய சகிப்புத் தன்மையைப் பற்றி அறிதல் பயனளிக்கத்தக்கது. பிற மதத்தவர்கள் பால் இஸ்லாம் காட்டும் சகிப்புத்தன்மையைப் பற்றிய நல்லதொரு விளக்கத்தைப் பெற இது உதவும். மாமன்னர் அக்பரைப் பற்றி ஒரு ஹிந்து வரலாற்றாசிரியர் பின்வருமாறு எழுதியுள்ளார்:

> இங்கிலாந்தின் அரசி முதலாம் எலிஸபெத் காட்டிய சமய சகிப்புத் தன்மையை விட, அதே கால கட்டத்தில் இந்தியாவை ஆண்ட அக்பர் தன் ஆட்சி அலுவல்களிலே கடைப்பிடித்த சமய சகிப்புத்தன்மை ஆழமானதாகவும், விசாலமானதாகவும், பரவலானதாகவும் இருந்தது. பதினாறாம் நூற்றாண்டிலே அக்பர் நிலைநாட்டிய அளவு சமய சகிப்புத் தன்மை, குடியியற் சுதந்திரம், இங்கிலாந்தில் பத்தொன்பதாம் நூற்றாண்டின் இரண்டாம் பகுதியின் போதுதான் நிலைநாட்டப்பட்டது என்பது வரலாறு காட்டும் உண்மை... சமய உட்பிரிவுப் போராட்டங்களில் சிக்குண்டு ஐரோப்பியக் கண்டமே தத்தளித்துக்கொண்டு இருந்த காலகட்டத்தில், உரோமன் கத்தோலிக்க கிறிஸ்தவர்கள் புரொடெஸ்டன்ட் கிறிஸ்தவர்களைக் கம்பங்களிலே கட்டி எரித்துக் கொண்டிருந்த காலகட்டத்தில், புரொடெஸ்டென்ட் கிறிஸ்தவர்கள் கத்தோலிக்கர்களைக் கொன்று குவித்துக் கொண்டிருந்த காலகட்டத்தில், அக்பர் மதப் பிரிவுகளுக்கிடையே மாத்திரம் ஒற்றுமையை ஏற்படுத்த வில்லை; வெவ்வேறு மதங்களுக்குமிடையே கூடப் பூரண ஒற்றுமையை நிலைநாட்டினார். (Sharma, *1952*, பக். 67)

பல்வேறு மதங்களைப் பின்பற்றும் அறிஞர்களைத் தனது அவைக்கு வரவழைத்து சமய விவாதங்களை நடத்துவது அக்பரின் வழக்கமாக இருந்தது. (Nehru, *1961*, பக். *53*) கேம்பிரிட்ஜ் இஸ்லாமிய வரலாறு கூறுவது போல, அவரின் அரச அவை, முஸ்லிம்கள், ஹிந்துக்கள், சமணர்கள், ஜொராஸ்டியர்கள், கிறிஸ்தவர்கள் போன்ற அத்தனை மதத்தவர்களுக்கும் ஒரு பொது சந்திப்புக் களமாகவே விளங்கியது (Holt, *1970*, பக். *60, 62, 63*). மாபெரும் ஹிந்துக் காவியங்களான மகாபாரதம், இராமாயணம் போன்றவற்றையும் வேறு ஹிந்து நூல்களையும் பாரசீகத்திற்கு மொழிபெயர்ப்பதற்கு அக்பர் தூண்டுகோலாகவும் துணையாகவும் நின்றார். (Burn, *1957*, பக். *133*) அவரது ஆட்சியில் ஹிந்துக்களுக்கும் கிறிஸ்தவர்களுக்கும் தத்தம் மத விழாக்களை வெளிப் படையாகக் கொண்டாட அனுமதி வழங்கப்பட்டிருந்தது. இரண்டாம் உலகப் போருக்கு முந்திய பிரித்தானிய இந்திய இராணுவத்தில் பணியாற்றிய இந்திய அதிகாரிகளின் எண்ணிக்கையைவிட, அக்பரது படையில் பதவிவகித்த ஹிந்து அதிகாரிகளின் எண்ணிக்கை விகிதாசார அடிப்படையில் பார்க்கும்போது அதிகமாக இருந்தது. (Sharma, *1952*, பக். *39-40*; Srivastava, *1982*, பக். *30-34*) இத்தகைய சமய சமரசக்

கொள்கையைக் கடைப்பிடித்த ஒரே முஸ்லிம் மன்னர் அக்பர் மாத்திரம் தான் என்றும் கருதமுடியாது. புகழ்பெற்ற ஒரு ஹிந்துக் கவிஞர் எழுதிய ஒவ்வொரு செய்யுளுக்கும் மன்னர் ஜஹாங்கீர் ஒரு தங்க நாணயம் வீதம் பரிசளித்து அவரைக் கௌரவப்படுத்தினார் என நம்பப்படுகிறது. (Sharma, *1952*, பக். *95*) தமது பரந்துவிரிந்த நிலப்பரப்பை ஹிந்து அதிகாரிகளின் துணையுடனேயே முஸ்லிம் மன்னர்கள் ஆட்சி செய்தனர்.

லண்டன் பல்கலைக்கழக, கீழைத்தேய, ஆபிரிக்க கல்வித் துறை முன்னாள் இயக்குநரும் மாபெரும் அரபு மொழி அறிஞருமான பெர்னார்ட் லுவிஸ், பரந்துபட்ட இஸ்லாமியப் பேரரசின் மற்றுமொரு பிரதேசத்தில் வெளிப்படுத்தப்பட்ட சமய சகிப்புத் தன்மையின் பால் மக்களின் கவனத்தை ஈர்த்துள்ளார். (Lewis, *1984*) அண்மைக் காலம் வரை மொரோக்கோ, ஆப்கானிஸ்தான் உள்ளிட்ட ஒரு விசாலமான பகுதியில் யூதர்கள் பெரும் அளவில் கூட்டங்கூட்டமாக வாழ்ந்தனர் என்றும் பின்னர் அவர்கள் இடம்பெயர்ந்தனர் என்றும் பெர்னார்ட் லுவிஸ் குறிப்பிட்டுள்ளார். யூதர்கள் இப்பகுதிகளில் மிக நீண்டகாலமாக வாழ்ந்தனர் என்றும், இப்பிரதேசங்களே யூதக் கலாசார மைய நிலையங்களாக விளங்கின என்றும் நம்பப்படுகின்றது. உண்மையில் யூதக் கலாசாரமும் சிந்தனையும் கிறிஸ்தவப் பகுதிகளில் வளர்ந்ததைவிடக் கூடுதலாக இஸ்லாமியப் பிரதேசங்களிலே வளர்ந்துள்ளன என்பதே பொதுவாக ஆய்வாளர்களின் கருத்தாக இருக்கின்றது. மேற்கத்திய சட்டவியலில் யூத–கிறிஸ்தவப் பாரம்பரியம் என்று ஒன்று காணப் படுவதைப் போலவே யூத–இஸ்லாமியக் கலாசார இணைப்பினால் யூத–இஸ்லாமியப் பாரம்பரியம் என்ற ஒன்று தோன்றுமளவுக்கு இஸ்லாமிய நாடுகளில் இவ்விரண்டு இனங்களும் ஒன்றிணைந்து இருந்தன. ஒரு கையில் வாளையும் மறுகையில் குர்ஆனையும் ஏந்தி வந்த பாலைவன வீரர்களினாலேயே இஸ்லாம் பரப்பப்பட்டது எனும் வரலாற்றாசிரியர் கிப்பனின் வாதத்தை லுவிஸ் முற்றாக ஒதுக்கித் தள்ளுகின்றார்.

சட்ட, தத்துவவியல் வரலாற்றில், இஸ்லாமியர் மத்தியில் யூதக் கலாசாரமும் சிந்தனைகளும் எத்துணைச் சிறப்பாக வளர்ச்சியுற்றுள்ளன என்பதற்கு ஒரு சிறந்த எடுத்துக்காட்டாக திகழ்பவர் மோசஸ் மெய்மொனிடெஸ் என்பவராவார். மத்திய காலத்தில் வாழ்ந்த மிகப் பெரும் யூதத் தத்துவ ஞானியாகவும் சிந்தனாவாதியாகவும் கருதப்படும் இவர் *1135*ஆம் ஆண்டு ஸ்பானிய நகரான கோர்டோவாவில் பிறந்து *1204*ஆம் ஆண்டில் எகிப்தில் இறந்தார். அரபு முஸ்லிம் அறிஞர்களிடம் கல்வி கற்ற இவரிடம் இஸ்லாமிய மார்க்க அறிஞரும் தத்துவஞானியுமான அவிரோஸின் செல்வாக்கு பெரிதும் காணப்படுகிறது. கோர்டோவாவில் ஏற்பட்ட ஆட்சி மாற்றம் அதுவரை கடைப்பிடிக்கப்பட்டு வந்த

சமய சமரசக் கொள்கையில் ஒரு தற்காலிக மாற்றத்தை ஏற்படுத்த, மெய்மொனிடெஸ் ஸ்பெயினிலிருந்து நீங்கி, எகிப்து சென்று, கெய்ரோவில் குடியேறினார். கெய்ரோவில் வாழ்ந்த யூதர்களை வழிநடாத்திய இவர் தன் வாழ்வின் இறுதி நாற்பது ஆண்டுகளையும் இந்நகரிலேயே கழித்தார். இவரது ஆக்கங்களில் மிகச் சிறப்பானவை எனக் கருதப்படும் த மிஸ்ன தோரா, குழப்பம் அடைந்துள்ளவர்களுக்கு ஒரு வழிகாட்டி என்ற இரண்டு நூல்களும் இக்காலப் பகுதியிலேயே எழுதப்பட்டன. மிஸ்ன தோரா யூதச் சட்ட முறைகளை விளக்கும் ஒரு நூலாகும்; மற்றையது நம்பிக்கைக்கும் அறிவுக்கும் இடையே பொருத்தம் காணமுயலும் ஒரு தத்துவ நூலாகும். அவிரோஸ், இப்னு ஸீனா போன்ற இஸ்லாமியத் தத்துவஞானிகளும் நம்பிக்கைக்கும் அறிவுக்கு மிடையே பொருத்தம் காண முயன்றுள்ளனர் என்பது குறிப்பிடத் தக்கது. யூதமரபுகளின் முக்கியமான ஒரு பாதி என மிகச் சிறப்பாகக் கருதப்படும் இவரது நூல்களில் பெரும்பாலானவை அரபு மொழி யிலேயே எழுதப்பட்டுள்ளன என்பது அவதானத்திற்குரியது.

ஏனைய பல சமூகங்களைப் போலவே, இஸ்லாமிய சமூகமும் பிற மதத்தவர்களும் தம் மத்தியில் வாழ்வதற்கு அனுமதிக்கப்பட வேண்டி யதன் அவசியத்தையும், அத்தகையோர்களுக்குப் பாதுகாப்பு வழங்கப் பட வேண்டியதன் அவசியத்தையும் நன்குணர்ந்திருந்தது. எனவே 'திம்மிகள்' என்ற கோட்பாடு இஸ்லாமியரினால் அங்கீகரிக்கப்பட்டது. பிற மதத்தினருக்கு, குறிப்பாக வேதங்களில் ஒன்றைப் பின்பற்றுபவர் களுக்கு இத்தகைய அனுமதியையும் பாதுகாப்பையும் வழங்க வேண்டி யதன் அவசியத்தை குர்ஆனும் ஹதீஸ்களும் வற்புறுத்துகின்றன.

திம்மிக் கோட்பாட்டின் கீழ் இஸ்லாமிய நாடுகளில் வாழ்ந்த பிற மதத்தினருக்கு, அரசின் பாதுகாப்பைக் கோரும் உரிமை இருந்தது எனப் பேராசிரியர் லுவிஸ் குறிப்பிட்டுள்ளார். தனது எல்லைகளுக்குள் வாழ்ந்த பிற மதத்தினருக்கு இஸ்லாமிய அரசு அவர்களது உயிர்களுக்கும் உடைமைகளுக்கும் உறுதி அளித்தது. அவர்களது வணக்க, வழிபாடு களைப் பின்பற்றும் உரிமை அவர்களுக்கு வழங்கப்பட்டது. பொருளாதார சுதந்திரமும் பெருமளவுக்குக் கொடுக்கப்பட்டது. இவ்வகையில் கிறிஸ்தவ நாடுகளில் வாழ்ந்த யூதர்களின் நிலையிலிருந்து, இஸ்லாமிய நாடுகளில் வாழ்ந்த யூதர்களின் நிலைபெரிதும் வேறுபட்டது எனக் கூறலாம். பெரும்பாலான கிறிஸ்தவ நாடுகளில் யூதர்கள் துன்புறுத்தப் பட்டனர். அவர்களின் பாதுகாப்புக்கான எந்தச் சட்டங்களும் அங்கிருக்க வில்லை. ஆனால் இஸ்லாமோ, இஸ்லாமியச் சட்டமோ, ஒரு யூதர், அவர் ஒரு யூதர் என்ற ஒரே காரணத்திற்காகவே தாக்கப்படுவதை ஒரு குற்றமாகவே கருதும்.

இஸ்லாமிய நாடுகளில் வாழ்ந்த முஸ்லிம் அல்லாதோர், சில இடையூறுகளுக்கும் முகங்கொடுக்க வேண்டியிருந்தது என்பதை மறுக்க முடியாது. பிரதான குடிகளிடமிருந்து அவர்களை வேறுபடுத்திக் காட்டும் சில சிறப்பு வரிகளை அவர்கள் செலுத்த வேண்டியிருந்தது. சில வேளைகளில் தம்மை வேறுபடுத்திக் காட்ட சில விசேஷ உடைகளைக் கூட அவர்கள் அணிய வேண்டியிருந்தது. திம்மிகள் மீது விதிக்கப்பட்ட ஜிஸ்யா எனும் வரி, அவர்களுக்கும் அவர்களது உடைமைகளுக்கும் அரசு வழங்கிய பாதுகாப்புக்காக அவர்கள் செலுத்தவேண்டியிருந்த வரியாகும். முஸ்லிம்கள் மாத்திரம் செலுத்த வேண்டியிருந்த ஸகாத் வரியைவிட இது குறைவாகவே இருந்தது என்பது கவனத்திற்குரியது. ஸகாத் வரி செலுத்தவேண்டிய கடமை திம்மிகளுக்கு இருக்கவில்லை. உடல் ஊனமற்ற, ஆரோக்கியமான நிலையில் இருந்த ஒவ்வொரு முஸ்லிம் ஆணும் நாட்டுக்கு இராணுவ சேவை வழங்கவேண்டுமென்ற கட்டாயம் இருந்தது. ஆனால் முஸ்லிமல்லாதார் இராணுவ சேவையிலிருந்து விதிவிலக்கு அளிக்கப்பட்டனர். இந்த இராணுவ சேவைக்குப் பகரமாகவே முஸ்லிமல்லாதாரிடமிருந்து ஜிஸ்யா என்ற வரி வசூலிக்கப்பட்டது. திம்மிகளுக்குக் பின்வரும் உரிமைகள் வழங்கப்பட்டிருந்தன:

I. ஜிஸ்யா வரியைப் பெற்றுக்கொண்டதும், அந்த வரியைச் செலுத்தியவரை, அவரது நிலத்தை, அவரது உடைமைகளை, அவரது கண்ணியத்தைப் பாதுகாப்பது அரசு, ஒவ்வொரு முஸ்லிமின் கடமையாகக் கருதப்படும்.

II. ஜிஸ்யா செலுத்தவேண்டியவர்களின் பொருளாதாரத் தரங்களுக்கேற்ப அவர்கள் மீது விதிக்கப்பட்ட வரித்தொகை வேறுபட்டது. வருமானம் குறைந்தவர்கள் செலுத்தவேண்டி இருந்த வரி குறைவானதாகவே இருந்தது.

III. தாம் பரம்பரை வழியாகப் பெற்ற உடைமைகளை விற்க, மாற்ற, நன்கொடையாக வழங்க, அடமானம் வைக்க திம்மிகளின் வாரிசுகளுக்கு முழு உரிமை இருந்தது.

பிற மதத்தவர்களின் வணக்கத்தலங்களுக்கு முழுமையான பாதுகாப்பு வழங்கப்பட்டது. கலீஃபா உமர் (ரலி) ஆட்சியின்போது கைப்பற்றப்பட்ட எந்த ஒரு பகுதியிலும், எந்தவொரு வணக்கத்தலமும் அழிக்கப்படவில்லை; எந்தவொரு வணக்கத்தலத்தின் தூய்மையும் கெடுக்கப்படவில்லை. (Moududi, 1967, பக். 303) உமையாக்களின் ஆட்சியின் போது நிகழ்ந்த பின்வரும் சம்பவம் சுவையானது. டமஸ்கஸ் நகரில் உமையாக்கள் ஒரு பெரும் பள்ளிவாசலைக் கட்ட ஆரம்பித்தனர். பள்ளிவாசல் கட்டப்படும் இடத்தில் ஒரு சிறிய கிறிஸ்தவக் கோயில் இருந்தது. அப்பகுதியில் வசித்த கிறிஸ்தவர்களின் தொகை குறைவு.

தேவையான முறையில் பள்ளிவாசலைக் கட்ட வேண்டுமானால் பக்கத்திலிருந்த கோயில் உடைக்கப்பட வேண்டுமென்று நினைத்த ஆட்சிப்பீடம், கோயிலை இடிப்பதற்குக் கிறிஸ்தவர்களின் அனுமதியைக் கோரியது. இடிக்கப்படும் கோயிலுக்குப் பகரமாக இழப்பீடு தருவதாகவும் அல்லது புதிதாக ஒரு கோயில் அமைத்துக்கொள்ளப் பொருத்தமான நிலம் தருவதாகவும் வாக்குறுதி அளிக்கப்பட்டது. ஆனால் கிறிஸ்தவர்கள் இவற்றை நிராகரித்ததோடு, கோயிலை இடிப்பதற்கு அனுமதி வழங்கவும் மறுத்தனர். வேறு வழியின்றி ஆட்சியாளர்கள் அனுமதியின்றியே கோயிலை உடைத்துவிட்டு பள்ளிவாசலைக் கட்டி முடித்தனர். இதற்குச் சிறிது காலத்திற்குப் பிறகு ஆட்சிப்பீடம் ஏறிய உமர் இப்னு அப்துல் அஸீஸ் எனும் உமைய்யாக் கலீஃபா பள்ளிவாசல் எவ்வாறு கட்டப்பட்டது என்பதைப் பற்றி அறிந்தவுடன் பள்ளிவாசலின் குறிப்பிட்ட பகுதியை இடித்துவிட்டு மீண்டும் கிறிஸ்தவக் கோயிலை அதே இடத்தில் கட்டுமாறு பணித்தார். ஆனால் இதனைக் கேள்வியுற்ற கிறிஸ்தவர்கள், கலீஃபாவின் பெருந்தன்மையை மதித்து, தமக்கு ஒரு கோவில் கட்டுவதற்குப் பிறிதோர் இடத்தைப் பெற்றுக்கொண்டனர்.
(Madvi, 1978, Shariah Law Journal, Nov. 1985, பக். 35)

பெண்கள், உரிய வயதை அடையாதோர், வறியவர், பைத்தியக்காரர், பார்வையிழந்தவர், நோயாளி, முதியவர் போன்றோருக்கு ஜிஸ்யா வரியிலிருந்து விதிவிலக்கு அளிக்கப்பட்டது. ஆனால் ஜிஸ்யா செலுத்துபவர்களைப் போலவே இவர்களுக்கும் அரசின் பாதுகாப்பைக் கோரும் உரிமை இருந்தது. இது மாத்திரமன்று. ஏழைத் திம்மிகளுக்கு அரசிடமிருந்து உதவித் தொகை கோரும் உரிமைகூட இருந்தது. ஒரு முதியவரான ஏழை யூதரைக் கண்ட கலீஃபா உமர் 'இத்தகைய ஒரு முதியவரை நாம் கவனிக்காது புறக்கணித்தோமானால், நாம் நியாயம் வழங்கியவர்களாக இருக்கமாட்டோம்; இவர்களும் ஸகாத்திற்கு உரித்தானவர்களே' என்று கருணையோடு கூறியதாகவும், அம்முதியவர் மீது விதிக்கப்பட்டிருந்த ஜிஸ்யா வரியை ரத்துச் செய்துவிட்டு, அவருக்கு உதவித்தொகை வழங்குமாறு அரசு கருவூல காசாளருக்கு உத்தரவிட்டதாகவும் அபூ யூசுப், கிதாபுல் கராஜ் எனும் நூலில் குறிப்பிட்டுள்ளார்.
(Hassan, 1974, பக். 160-161)

சமத்துவம் என்பது அன்றைய யுகத்திலே எதிர்பார்க்கப்பட்ட ஒன்றல்ல என்பதை மனதில் கொண்டால் இஸ்லாம் போதித்த சமய சமத்துவத்தின் மாண்பு நன்கு விளங்கும். சமத்துவமன்று, ஆதிக்கமும் அடிமைத்துவமுமே அன்றைய சமூக நிலைப்பாடுகளாக விளங்கின. கிறிஸ்தவ ஐரோப்பாவில் யூதர்கள் வைக்கப்பட்டிருந்த தாழ்நிலை இதனை உணர்த்தும். கிறிஸ்தவ ஐரோப்பிய நாடுகளைப் போலவே, சில இஸ்லாமிய நாடுகளிலும் பிற மதத்தவர்கள் திட்டமிட்ட அடிப்

இஸ்லாமியச் சட்டவியல் 159

படையில் மோசமாக நடத்தப்பட்டிருக்கின்றனர் என்பதை மறுப்பதற் கில்லை. ஆனால் நினைவில் நிறுத்தப்பட வேண்டிய உண்மைகள் இஸ்லாம் சமய சகிப்புத் தன்மையைப் போதித்தது என்பதும், மொகலாயப் பேரரசு, துருக்கியப் பேரரசு போன்ற சாம்ராஜ்யங்களிலும்கூட இந்தச் சகிப்புத்தன்மை அரசின் கொள்கையாக செயல்படுத்தப்பட்டது என்பது மாகும். நீண்டகால இஸ்லாமிய ஆட்சிக்குப் பின்னர் ஸ்பெயினிலும் போர்த்துக்கலிலும் கிறிஸ்தவ ஆட்சி மீண்டும் நிறுவப்பட்டவுடன் அவ்விரண்டு நாடுகளிலிருந்தும் யூதர்கள் விரட்டப்பட்டனர். இப்படி விரட்டப்பட்ட யூதர்கள் பலருக்கு, அடைக்கலம் கொடுத்தது துருக்கியப் பேரரசே. இவ்வாறு வரவேற்கப்பட்ட யூதர்கள், சைப்பிரஸிலிருந்து இஸ்தான்பூல் வரை பரந்திருந்த துருக்கியப் பேரரசின் பல பகுதிகளில் குடியேற்றப்பட்டனர். பின்னர் இப்பகுதிகளின் அரசியல், பொருளாதார, தொழில், கலாசார வளர்ச்சிகளில் இந்த யூதர்கள் பெரும் பங்கேற்றனர். வணிகர்களாக, கைத்தொழில் பொருள் உற்பத்தியாளர்களாக, அரசாங்க அதிகாரிகளாக, மருத்துவர்களாக, துப்பாக்கி வீரர்களாக, மாலுமிகளாக தம் ஆற்றல்களைக் காட்டி இந்த யூதர்கள் சமூகத்தில் பெரும் அந்தஸ்தினைப் பெற்றனர்.

இஸ்லாமியச் சட்டவியலில் காட்டப்பட்டுள்ள சமய சகிப்புத் தன்மையைப் பற்றி பிறர் அறிதல் சர்வதேச நல்லுறவுக்குப் பெரிதும் உதவும். இதனைப் பற்றிய தெளிவின்மை முஸ்லிம்களுக்கும் பிற மதத்தவர்களுக்குமிடையே பரஸ்பர மரியாதையும் சமாதானமும் ஏற்படுவதற்கு ஒரு சக்திவாய்ந்த தடையாக இருக்கிறது.

ஜனநாயகப் பங்கேற்பு

அரசைப் பற்றிய, அரசாங்கத்தைப் பற்றிய இஸ்லாமியக் கோட்பாடுகள், ஆட்சி அதிகாரம் தனிப்பட்ட ஒருவருக்கோ, ஒரு கூட்டத்தினருக்கோ வழங்கப்படுவதில்லை என்பதைத் தெளிவாக உணர்த்துகின்றன. 'உங்களில் ஒவ்வொருவரும் ஓர் ஆட்சியாளரே; உங்களின் ஆட்சிக் குட்பட்டவர்களுக்கு நீங்கள் பொறுப்பாளிகளாய் இருக்கின்றீர்கள்' என்பது நாயகத் திருமொழி. (Maududi, *1967*, *பக். 158*)

இத்தத்துவத்திற்கு ஏற்ப ஆட்சி பற்றிய தம் கருத்துகளை வெளிப் படுத்தும் உரிமை வயது வந்த குடிமக்கள் அத்தனைப் பேருக்கும் வழங்கப்பட்டிருந்தது.

> உங்களில் எவரேனும் மெய்யாகவே நம்பிக்கை கொண்டு நற்செயல்களைச் செய்தால், அவர்களுக்கு முன்னர் சென்றவர்களைப் பூமிக்கு அதிபதிகளாக்கியது போலவே இவர்களையும் பூமிக்கு அதிபதிகளாக்கி வைப்பதாக நிச்சயமாக அல்லாஹ் வாக்களித்துள்ளான். (குர்ஆன் 24:55)

இவ்வசனம் ஆட்சியாளர்களைப் பற்றிய இஸ்லாமிய சித்தாந்தத்தை வெளிப்படுத்துகிறது எனலாம். இதனை வேறு வகையில் கூறுவதென்றால், நம்பிக்கையாளர்களின் சமூகம் கூட்டாக ஆட்சியாளர்களாக விளங்கும் என்றும் இவ்வாட்சியாளர்கள் தம் ஆட்சியைப்பற்றி சமூகத்திற்குப் பதில் அளிக்க வேண்டியவர்கள் என்றும் கூறலாம். 'இறைமை மக்களிடத்தில் தங்கி உள்ளது எனப் பின்னர் ரூஸ்ஸோ வெளிப்படுத்திய கோட்பாட்டுக்கு ஒத்ததாக இஸ்லாமிய ஆட்சியியல் விளங்குகிறது எனலாம். ஆனால் இறைமையைப் பற்றிய கண்ணோட்டத்தில், இவ்விரண்டு கோட்பாடுகளுக்குமிடையே ஒரு முக்கியமான வேறுபாடும் இருக்கிறது. ரூஸ்ஸோ கூறும் மக்கள் உரிமை பூரணமானது. இஸ்லாத்தில் அது அவ்வாறன்று. மக்கள் இராசப் பிரதிநிதிகளே தவிர அரசர் அல்லர். அல்லாஹ் மாத்திரமே அரசன். இதுவே இஸ்லாமியக் கோட்பாடு.

ஆட்சி எவ்வாறு இயங்க வேண்டும் என அறிவுரை பகரும் குர்ஆன் வசனங்கள், ஆட்சியில் மக்கள் எவ்வாறு பங்கேற்க வேண்டும், அவர்களின் பங்களிப்பு எவ்வாறு அமைய வேண்டும் என்பதையும் சுட்டிக் காட்டுகின்றன. 'அவர்களுடைய ஒவ்வொரு காரியத்தையும் தங்களுக்குள் கலந்தாலோசிப்பார்கள்.' (குர்ஆன், 42:38) நபிகள் நாயகத்தின் ஆட்சி, விரிவான கலந்துரையாடலின் அடிப்படையிலேயே நடைபெற்றது என்பது அவதானத்திற்குரியது.

இஸ்லாம் கலந்துரையாடலுக்கு வழங்கும் முக்கியத்துவத்தை அலீ (ரலி) அறிவித்துள்ள பின்வரும் ஹதீஸ் கோடிட்டுக் காட்டுகின்றது:

'அல்லாஹ்வின் தூதரே! குர்ஆனோ, உங்களுடைய போதனைகளோ, நடைமுறைகளோ தெளிவாகப் பதில் தந்திராத ஒரு பிரச்சினை உங்கள் மறைவுக்குப் பின்னர் தோன்றுமேயானால் நாங்கள் என்ன செய்ய வேண்டும்?' என நான் இறைத்தூதரிடம் வினவினேன். அதற்கு நபிகளார்: 'என்னைப் பின்பற்றுபவர்களை ஒன்றுகூட்டி, உங்களை எதிர்நோக்கும் பிரச்சினையை அவர்களிடம் சமர்ப்பித்து, அப்பிரச்சினையைப் பற்றிக் கலந்துரையாடுங்கள். ஒரு தனிமனிதனின் கருத்தை முன்வைத்து எந்த ஒரு முடிவையும் எடுக்கவேண்டாம்' என அவர்கள் பதிலளித்தார்கள். (Maududi, 1967, பக். 279, Hassan, 1974, பக். 106)

மனித செயல்பாடுகள் அனைத்தையும் இஸ்லாம் ஐந்து பெரும் பிரிவுகளாக வகுத்துள்ளது. இந்த அத்தியாயத்தில் விளக்கப்பட்டுள்ள சட்டக் கருத்துகள் இந்தப் பிரிவுகளின் அடிப்படையிலேயே ஆராயப்பட வேண்டும். அப்பிரிவுகள் பின்வருமாறு:

I. முதல் தரம் (ஃபர்ள்) கட்டளையிடப்பட்டவை (கட்டாயம் செய்தே ஆக வேண்டும்).

II. இரண்டாம் தரம் *(மஸ்னூம், மன்தூப், முஸ்தஹப்)* பரிந்துரை செய்யப்பட்டவை.

III. மூன்றாம் தரம் *(ஜாயிஸ் அல்லது முபாஹ்)* இதைச் செய்வதற்கும் விடுவதற்கும் அல்லாஹ்வின் அனுமதியுண்டு.

IV. நான்காம் தரம் *(மக்ரூஹ்).* அல்லாஹ் விரும்பாதபோதும் தடை செய்யப்படாத செயல்.

V. ஐந்தாம் தரம் *(ஹராம்)* கண்டிப்பாகத் தடை செய்யப்பட்டவை. (Hidayatullah, 1972, பக். XXI)

கட்டளையிடப்பட்டவை, தடுக்கப்பட்டவை என்ற இரண்டு எல்லைகளுக்கும் இடையில் வைக்கப்பட்டுள்ள *முஸ்தஹப், ஜாயிஸ், மக்ரூஹ்* எனும் மூன்று பிரிவுகளும் நெகிழ்ச்சித்தன்மை நிரம்பியவை. ஆனால் பொதுவாக விரும்பத்தக்க செயற்பாடு எது என்பதைச் சட்ட மூலாதாரங்கள் தெளிவாக உணர்த்திவிடும். மனித உரிமைகள் தொடர்பான பல விடயங்கள் இம்மூன்று பிரிவுகளுக்குள்ளேயே அடங்கும் என்ற போதிலும் ஒரு முஸ்லிம் எவ்வாறு நடந்துகொள்ள வேண்டும் என எதிர்பார்க்கப்படுகின்றான் என்பதில் சந்தேகம் ஏற்படப்போவதில்லை.

தான தர்மம் செய்ய விரும்பும் ஒரு செல்வந்தன், அந்த தானத்தைப் பெற்றுக்கொள்ள விரும்பும் ஓர் ஏழையைத் தேடி நாடெங்கும் அலைந்தும் அப்படிப்பட்ட ஓர் ஏழையைக் கண்டுகொள்ள முடியாது வருந்தும் ஒரு நிலை இஸ்லாமிய நாடுகளில் தோன்றும் என நபிகள் நாயகம் (ஸல்) நம்பினார்கள். இத்தகைய ஒரு நிலைமையைத் தோற்றுவிப்பதே இஸ்லாம் அறிமுகப்படுத்திய புதிய சட்ட ஆட்சியின் குறிக்கோளாக விளங்கியது. செல்வமும் மகிழ்ச்சியும் ஒரு சிலரிடம் மாத்திரம் வந்தடைவதை இஸ்லாம் விரும்பவில்லை. செல்வமும் மகிழ்ச்சியும் பரவலாகப் பங்கிடப்படுவதையே இஸ்லாம் விரும்பியது. இதுவே இஸ்லாத்தின் முதன்மை இலட்சியமாகவும் இருந்தது. இஸ்லாமியச் சட்டங்கள் ஒழுங்காக நடைமுறைப்படுத்தப்பட்டால், நபிகள் நாயகம் (ஸல்) காண விரும்பிய நிலைமை, தானம் பெற விரும்பும் ஓர் ஏழையைக் காண முடியாத நிலைமை, அமைவது சாத்தியமானதே.

6

ஐரோப்பியச் சட்டங்களிலும் சட்டத் தத்துவங்களிலும் காணப்படும் இஸ்லாமியச் செல்வாக்குகள்

இறைச் சட்டங்களும் மனித அறிவும்

இறைவனால் அருளப்பட்ட சட்டங்களுக்கும், மனித அறிவுக்கு மிடையே காணப்படும் உறவுமுறை எத்தகையது என்ற சிந்தனை இஸ்லாமியச் சட்ட அறிஞர்களின் ஆழ்ந்த கவனத்தைச் சதா ஈர்த்துக் கொண்டிருந்த விடயங்களில் ஒன்றாகும் என்பதை இதுவரை தரப் பட்டுள்ள விளக்கங்கள் வாசகர்களுக்கு உணர்த்தியிருக்கும். தன் விருப் பங்கள், எதிர்பார்ப்புகள் என்னவென்பதை இறைவனே வெளிப் படுத்தியிருக்கும் போது, அவ்வாறு அவன் வெளிப்படுத்தியவற்றை, அவனது தூதராம் நபிகள் நாயகம் (ஸல்) அவர்கள் விரிவாகவும், ஆழமாகவும் விளக்கியிருக்கும் போது, இறை விருப்பங்களைப் பற்றியும் எதிர்பார்ப்புகளைப் பற்றியும் புதிதாக எதனையும் மனித அறிவின் துணையால் அறிந்துகொள்ளலாம் என நம்புவது அறிவுடமை யானதா? அவ்வாறு அறிவதுதான் சாத்தியமானதா?

தனது வரலாற்றின் தொடக்ககாலகட்டத்தில், கிறிஸ்தவத் திருச் சபையும் இத்தகைய இறையியல் வினா ஒன்றுக்கு விடை பகரவேண்டி யிருந்தது என்பதனைத் திருச்சபை வரலாறு உணர்த்துகின்றது. இறை வசனங்களைச் சுமந்து நிற்கும் வேத நூல்களென பழைய, புதிய ஏற்பாடு களைத் திருச்சபை வர்ணிக்கின்றது. அவை இறைச் சட்டங்களை ஏந்தி நிற்கின்றன என்றும் அது நம்புகின்றது. இத்தகைய ஓர் அமைப்பில், இறை விருப்பங்களை விளக்குவதற்கு மனித அறிவை எந்தளவுக்குப் பயன்படுத்தலாம் என்ற கேள்வி தோன்றுவது இயற்கையே. கிறிஸ்தவர்கள் மத்தியிலும் இக்கேள்வி எழவே செய்தது. இறையறிவும், விருப்பும் முழுமையானது, குறைவற்றது, மனித அறிவுக்கு மேம்பட்டதென்றும், இறையியல், சட்டம் ஆகிய இரு துறைகளிலும் இறையறிவுக்கு முன்னால் மனித அறிவு வெறும் தூசே என்றும் கிறிஸ்தவக் குருமார்

இஸ்லாமியச் சட்டவியல் 163

நம்பினர். அவ்வாறே போதித்தனர். இறைச் சட்டங்களுக்கான ஏதுக்களை ஆராய்வதும், மனித அறிவின் அடிப்படையில் அவற்றுக்குப் பொருள் காண முயல்வதும் அபத்தமானதென்றும் அதிகப் பிரசங்கித்தனமானதென்றும் ஒக்ஸ்போர்ட் பல்கலைக்கழகத்தில் பேராசிரியராகப் பணியாற்றிய டன்ஸ் ஸ்கோடஸ் (1265-1308) எனும் பிரான்சிஸ்கன் சபைப் பாதிரியார் முழங்கினார். பதின்மூன்றாம் நூற்றாண்டில்கூட, சமயத் தொடர்பான விடயங்களில் மனித அறிவுக்குப் பரவலான அங்கீகாரம் வழங்கப்பட்டிருக்கவில்லை என்பதை இது உணர்த்துகிறது. ஏதோ ஒரு கொள்கை அல்லது ஒழுங்குமுறை, இறைவனால் அனுமதிக்கப்பட்டிருந்தால் அல்லது விதிக்கப்பட்டிருந்தால், எவ்வித மறுப்புமின்றி அதனை ஏற்றுக்கொள்ளல் மனிதனின் கடமை என்பதே இவரது கருத்தாக இருந்தது. இவ்வாறு மனித அறிவுக்கு வழங்கப்பட வேண்டிய உரிய இடத்தை டன்ஸ் ஸ்கோட்டஸ் வழங்காததனால் அவரும் அவரைப் பின்பற்றியவர்களும் 'டன்ஸஸ்' என ஏராளமாக அழைக்கப்பட்டனர். அறிவிலிகள் எனும் பொருளில் ஆங்கில மொழியில் 'டன்ஸ்' என்ற சொல் இன்னும் வழக்கில் இருக்கின்றது. (Stone, 1965, பக். 55-60)

திருச்சபை விதித்திருந்த எல்லைகளைத் தாண்டிச் செயற்படுவதற்கு மனித அறிவுக்கு இடம் வழங்கக் கூடாது எனும் கட்டுப்பாடு, சமயக் கோட்பாடுகள், விதிகள், சடங்குகள் யாவும் எவ்வித எதிர்ப்புமின்றி ஏற்றுக்கொள்ளப்படுவதற்கு சாதகமான ஒரு சூழ்நிலையை உருவாக்கியது எனலாம். ஐரோப்பியக் கண்டத்தில் அன்று நிலவிய அரசியல், சமய அமைப்புகள் தொடர்ந்து செயற்படுவதற்கும் அது துணையாக நின்றது. நெகிழ்ச்சியற்ற இவ்வமைப்பு முறைக்கு எவ்வித எதிர்ப்பும் தோன்றாதிருந்திருந்தால், இப்பழைய அமைப்பே மேலும் சில நூற்றாண்டுகளுக்கு ஐரோப்பாவில் நிலைத்திருந்திருக்கும். ஆனால் இக்காலகட்டத்திலே, இஸ்லாமிய உலகில் தோற்றம் பெற்ற ஓர் அறிவுசார் இயக்கம் ஐரோப்பிய அறிவுத் துறையில் பெரும் பாதிப்புகளை ஏற்படுத்தியது. இப்பாதிப்புகள், ஆயிரம் வருடங்களுக்கு மேல் ஐரோப்பாவில் நிலைபெற்றிருந்த அரசியல் அமைப்பிலும் மாற்றங்களை உருவாக்கின.

இரட்டை உண்மைக் கோட்பாடு

முறையே அவிசென்னா என்றும், அவிரோஸ் என்றும் ஐரோப்பியரால் அழைக்கப்பட்ட அலி அபு இப்னு சினா (980-1027), அஹ்மத் இப்னு ருஷ்த் (1126-1198) எனும் இரு இஸ்லாமியத் தத்துவஞானிகளும் 'தகுந்த காரணமின்றி இறைவன் மனிதனுக்கு அறிவை வழங்கிடவில்லை;

காரணத்தோடு வழங்கப்பட்ட அறிவை மனிதன் பயன்படுத்த வேண்டும் என்பதே இறைவனின் எதிர்பார்ப்பு என்ற எதிர்ச் சிந்தனையை முன் வைத்து, மனித அறிவைக் கட்டுப்படுத்திக்கொண்டிருந்த விலங்கு களை உடைத்தெறிய முயன்றனர். தமது முயற்சிகளில் கணிசமான வெற்றியும் கண்டனர். இவ்விரு அறிஞர்களும் குர்ஆனை முழுமையாக ஏற்றபோதிலும், மனித அறிவுக்கும் ஓர் உயர் இடத்தினை வழங்கவே செய்தனர். தன் அறிவின் துணை கொண்டு மனிதன் இறை ஆணைகளை முழுமையாக விளங்கிக்கொள்ள முயலவேண்டும் என்பதே இவர்களது கருத்தாக இருந்தது. 'இறை வெளிப்பாடுகள் உண்மைகளைப் பிரகடனப் படுத்துகின்றன; பிரகடனப்படுத்தப்பட்ட அவ்வுண்மைகளை மனித அறிவு மீண்டும் உண்மைப்படுத்துகிறது' எனக் கூறும் இவர்களது கோட்பாடு இரட்டை உண்மைக் கோட்பாடு என அழைக்கப்படுகிறது. மனித அறிவைக் கொண்டு இறையறிவு அத்தனையையும் விளங்கிக் கொள்ள முடியாது என்பது உண்மைதான்; ஆனால் அத்தகைய இறைச் சட்டங்கள் ஒரு சிலவற்றினையாவது மனித அறிவைக் கொண்டு விளங்கிக்கொள்ளலாம் என்பதும் உண்மையே என்ற கருத்தையே இப்னு சினா, அவிரோஸ் போன்ற அறிஞர்கள் ஏற்றிருந்தனர். அவிரோஸ் இவ்வெண்ணக் கருவினை ஸ்பெயினின் கோர்டோவாப் பிரதேசத்தில் மிகத் தீவிரமாக முன்வைத்தார்.

அவிரோஸின் எழுத்தாக்கங்கள் சட்டவியல், தத்துவம், மருத்துவம், வானவியல், இலக்கணம் எனப் பல்வேறுபட்ட துறைகளை உள்ளடக் கியவை. இவற்றுள் முக்கியத்துவம் பொருந்திய படைப்புகள் பல பன்னிரண்டாம் நூற்றாண்டு முடிவடைவதற்கு முன்னரே லத்தீனுக்கு மொழிபெயர்க்கப்பட்டுவிட்டன. எனவே பன்னிரண்டாம் நூற்றாண்டி லிருந்தே அவிரோஸின் செல்வாக்கு ஐரோப்பிய அறிவுத் துறையில் படிய ஆரம்பித்துவிட்டது எனலாம். அவிரோஸ் எழுதிய நூல்களுள் ஐரோப்பாவில் ஆகக்கூடுதலான பாதிப்பினை ஏற்படுத்தியது *தெ சப்ஸ்டன்சியா ஓர்பிஸ்* என்பதாகும். மனிதனுக்கும் அறிவுக்குமிடையே உள்ள தொடர்புப் பற்றிய ஓர் ஆய்வு, அரிஸ்டோட்டலின் சிந்தனைகளைப் பற்றிய ஓர் ஆய்வு என இரண்டு ஆய்வுகளை இந்நூல் கொண்டுள்ளது.

இறை நாட்டத்தை விளங்கிக்கொள்வதற்கு மனித அறிவை மாத்திரம் நம்புவது ஆபத்தானது என்பதே மரபுசார் இஸ்லாமிய மார்க்க அறிஞர்கள் பலரின் கருத்தாக இருந்தது. இக்கருத்தைக் கொண்டிருந்தவர்களில் ஒருவர் உன்னதமான தத்துவஞானியாகவும் மார்க்க அறிஞராகவும் மதிக்கப்படும் இமாம் கஸ்ஸாலி (இறப்பு, 1111) ஆவார். இவர் எழுதிய *தத்துவஞானிகளுக்கு ஒரு மறுப்பு* என்னும் நூல் வேத வெளிப்பாடுகளை உணர்வதற்கு மனித அறிவை மாத்திரம் நம்புவதனால் ஏற்படக்கூடிய

ஆபத்துகளை விளக்குகிறது. இந்நூலில் இமாம் கஸ்ஸாலி சுமத்திய குற்றச்சாட்டுகளுக்கு மறுப்புக்கு ஒரு மறுப்பு தந்தார். இறை வெளிப்பாடுகளின் துணையை நாடாது மனித அறிவின் துணையை மாத்திரம் கொண்டு, இறைவன் உள்ளான் என்ற உண்மையை நிரூபிக்கலாம் என அவிரோஸ் இந்நூலில் வாதிட்டார். இவ்வாதம் பலரின் கடும் வெறுப்பை அவிரோஸுக்குப் பெற்றுக் கொடுத்தது. அதுவரை அவரின் போஷகராக, ஆதரவாளராக விளங்கிய கலீஃபாகூட அவிரோஸை விட்டு ஒதுங்கி விட்டார். மனித அறிவின் உதவியோடு மாத்திரம் அனைத்து சமய உண்மைகளையும் விளங்கிக் கொள்ளலாம் என நம்புபவர்களின் இருப்பிடம் நெருப்பு கொழுந்து விட்டெரியும் நரகந்தான் எனும் கலீஃபாவின் கூற்று, அவரது உள்ளத்தில் அவிரோஸின் இவ்வாதம் எத்தகைய கடுஞ்சினத்தைத் தோற்றுவித்திருந்தது என்பதை உணர்த்துகிறது. எது எவ்வாறு இருப்பினும், உலக சிந்தனையின் வளர்ச்சிப் பாதையில் அவிரோஸ், ஒரு மீயுயர் முக்கியத்துவம் வாய்ந்த புதிய தீபத்தை ஏற்றினார் என்பது மறுக்க முடியாததாகும். தத்துவ வளர்ச்சியில் அவிரோஸின் சிந்தனைகள் ஏற்படுத்திய பாதிப்பு இவ்வத்தியாயத்தின் பிற்பகுதியில் விரிவாக ஆராயப்படும்.

விஞ்ஞான உணர்வு தூண்டப்படல்

ஐரோப்பியத் தத்துவத் துறை விஞ்ஞானபூர்வமான விசாரணைகளின் அடிப்படையிலே வளர்ச்சியுற்றமைக்கு இஸ்லாமிய செல்வாக்கும் ஒரு முக்கிய காரணம் என்பது முன்னைய அத்தியாயம் ஒன்றில் விளக்கப்பட்டுள்ளது.

ஐரோப்பிய விஞ்ஞான முன்னோடிகளான அடிலார்ட் போன்றோர் மீது தாக்கத்தை ஏற்படுத்திய இஸ்லாமிய செல்வாக்கு அத்தோடு அமைதி அடைந்து தன் பாதிப்பினை நிறுத்திக்கொள்ளவில்லை. அதன் பாதிப்புத் தொடர்ந்தது. ஒக்ஸ்போர்ட் பல்கலைக் கழகப் பேராசிரியரும் பிரான்சிஸ்கன் சபையைச் சார்ந்த துறவியுமான ரோஜர் பேக்கன் என்பவர் (இறப்பு: 1294) ஒளிமுறிவு, வானவியல், இயந்திரவியல், வானவில், விலங்குகள், தாவரங்கள் போன்றவற்றினை விஞ்ஞான வழிமுறைகளில் ஆய்வுசெய்ய ஆரம்பித்த காலகட்டத்தில் இஸ்லாமிய செல்வாக்கின் சாயல் ஐரோப்பியத் தத்துவத் துறையில் வெகு அழுத்தமாகப் படிந்தது எனக் கூறலாம். (Lucas, *1960*, பக். *180*) உதாரணமாக அல்கிந்தி, அல்ஹாஸன் போன்ற இஸ்லாமிய விஞ்ஞானிகளின் ஆய்வுகளின் அடிப்படையில் பேக்கன் ஒளியியல் துறையில் பல ஆய்வுகளை மேற்கொண்டார். வானவூர்திகள், இயந்திரப் படகுகள் போன்றவற்றை அமைப்பது சாத்தியம் எனக் கூறிய பேக்கன் கடல் மார்க்கமாக உலகைச்

சுற்றலாம் எனவும் நம்பினார். வெடி மருந்தின் சக்தியைப் பற்றியும் பேக்கன் உணர்ந்திருந்தார். ஆனால் அவர் பிறப்பதற்கு முன்னரே அரேபியர்கள் வெடி மருந்துகளைப் பயன்படுத்தி உள்ளனர் என்பதை நாம் மறந்துவிடக் கூடாது. கணிதத் துறையில் ஆர்வம் காட்டிய பேக்கன் விஞ்ஞான முறை ஆய்வுகளில் பெரும் நம்பிக்கை வைத்திருந்தார். ஆய்வு முறைகளே விஞ்ஞானங்களின் நுழைவாயில் எனவும் அவர் நம்பினார்.

வேத நூல்கள் கூறுவனவற்றையும் கிரேக்க தத்துவஞானிகளின் கூற்றுகளையும் கேள்வி முறை இல்லாது, அப்படியே முழுமையாக ஏற்றுக்கொள்ளுவதுதான் நீண்ட காலமாக ஐரோப்பியக் கல்விப் பாரம்பரியத்தின் போக்காக இருந்தது. அரேபியக் கல்விப் பாரம்பரியம் இதனில் நின்றும் முற்றிலும் வேறுபட்டு விளங்கியது. இது முறையான ஆய்வுக்கே முதன்மை வழங்கியது. இந்தப் பாரம்பரியமே பேக்கனுக்கு அவர் நடக்கவேண்டிய பாதையைச் சுட்டிக் காட்டியது எனலாம். அது காட்டிய பாதையில் நடந்ததால்தான் பேக்கன் தான் எட்டிய சிகரங் களை எட்டுவதில் வெற்றி பெற்றார் என்று கூறலாம்.

பேக்கனின் கண்டுபிடிப்புகள், வெளிப்பாடுகள் எனக் கருதப்படும் பலவற்றுள் ஒருசிலவேனும், அவர் அரேபிய விஞ்ஞானிகளின் நூல் களைப் படித்ததன் விளைவுகளே எனக் கூறுவதற்கு உறுதியான ஆதாரங்கள் காணப்படுகின்றன. (Carrol, *1961 பக். 341*) அரிஸ்டோட்டலைப் பெரிதும் மதித்த பேக்கன், அரிஸ்டோட்டலுக்கு அடுத்த இடத்தில் அரசனாக வும், தலைவனாகவும் வைத்து மதிக்கப்படக்கூடியவர் அவிசென்னாவே எனக் கருதியதாகவும், அவிசென்னாவின் கூற்றுகளை அவர் அநேக சந்தர்ப்பங்களில் மேற்கோள்களாகக் காட்டியுள்ளார் எனவும் பெர்ட்ரன்ட் ரஸ்ஸல் குறிப்பிட்டுள்ளார். (Russell, *1961 பக். 456*) 'கிறிஸ்தவரல்லாத ஒருவரிடம் கற்றல் தவறானதல்ல. அவிசென்னா, அல்பராபி, அவிரோஸ் போன்ற இஸ்லாமியத் தத்துவஞானிகளின் விளக்கங்களை மேற்கோள் களாகப் பயன்படுத்தியுள்ளார். (Russell, *1961*, பக். *456*)

மேற்கத்திய விஞ்ஞான வரலாற்றில் உயர்வாக மதிக்கப்படுபவர்களில் ஒருவர் ரோஜர் பேக்கன். மத்திய யுகத்தில் வாழ்ந்த சீரிய சிந்தனாவாதி களில் ஒருவர் என உலகம் இவரை ஏற்றிப் போற்றுகின்றது. எனினும் விஞ்ஞான ஆய்வுத் துறையில் இவர் பெற்றிருந்த ஆழமான அறிவுக்கும், கிரேக்க ஞானி அரிஸ்டோட்டலின் தத்துவங்களைப் பற்றி பெற்றிருந்த பரந்த ஞானத்திற்கும், இவர் அரேபிய சிந்தனையாளர்களுக்குப் பெரிதும் கடன்பட்டிருக்கின்றார் என்பது மறுக்க முடியாததாகும். இவ்வகையில் ஐரோப்பிய சிந்தனை வட்டத்திற்குள் அரேபிய அறிவினை அறிமுகப் படுத்தியவர்களுள் ஒருவர் என நாம் ரோஜர் பேக்கன் அவர்களை இனங்காட்டலாம்.

பதினோராம் நூற்றாண்டின் இறுதிப் பகுதியில் அரேபிய விஞ்ஞான நூல்களின் லத்தீன் மொழிபெயர்ப்புகள் அடுக்கடுக்காக ஐரோப்பாவை வந்தடைய தொடங்கின. இந்த அறிவுப் பிரவாகம் சில நூற்றாண்டுகள் வரை தொடர்ந்தது. இம்மொழிபெயர்ப்புகள் சிசிலி, சிரியா போன்ற நாடுகளிலிருந்தும் வந்தபோதிலும், இம்மொழிபெயர்ப்புத் துறையில் முதன்மை வகித்தது இஸ்லாமிய ஸ்பெயின்தான். எனவே ஸ்பெயினி லிருந்தே கூடுதலான மொழிபெயர்ப்பு நூல்கள் வந்து சேர்ந்தன. (Carrol, *1961 பக். 340*) மத்திய யுகம் தோற்றுவித்த பேரறிஞர்கள் எனக் கருதப் படுபவர்களில் பலர், அரேபியக் கல்விக்கூடங்களிலும் சிறு காலத்தை யாவது கழித்தவர்களாகவே விளங்குகின்றனர். இத்தகையோரில் சிறப்பாகக் குறிப்பிடப்பட வேண்டியவர் பாப்பரசர் இரண்டாம் சில்வெஸ்டர் ஆவார். இவரது அறிவின் விசாலத்தைக் கண்ட உலகம் அன்று வியப்புற்றது – இவர் ஒரு மந்திரவாதியோ அல்லது துர்ச் சக்திகளோடு தொடர்புடையவரோ என்ற சந்தேகத்தைத் தோற்றுவிக்கும் அளவுக்கு இவரது அறிவு விரிவானதாகவும் காலத்திற்கு முந்திய தாகவும் இருந்தது. (Burns, *1947, பக். 621*) அரேபிய அறிவின் தாக்கம் ஐரோப்பிய மருத்துவத் துறையிலும் படிந்துள்ளது. சடலங்களைக் கிழிப்பதும் கூறுபடுத்துவதும் இறைமறுப்புக்கு நிகரானவை எனக் கிறிஸ்தவ உலகம் கருதிய போதிலும், அவிரோஸின் சிந்தனைகளையும் ஆய்வுமுறைகளையும் பின்பற்றிய பதுவா நகர மருத்துவ அறிஞர்கள் பலர் சடலங்களைக் கூறு செய்து ஆய்வுகளை நடாத்தி மருத்துவ அறிவின் எல்லைகளைக் கணிசமாக விரிவாக்கினர். மனித உடலைக் கூறுபோடுதல் கடவுளைக் கூறிடுவதற்குச் சமமானது என்றே கிறிஸ்தவ உலகம் கருதியது. (Heer, *1968, பக். 304*)

இஸ்லாமியச் செல்வாக்கினால் உந்தப்பட்ட இவ்விஞ்ஞான உணர்வு, ஐரோப்பிய நவீன கல்வியின் முதன்மையான உட்சேர்க்கைகளில் ஒன்றாகத் திகழ்ந்தது. இந்த நவீன அறிவே அன்றைய அரசியல் தத்துவ ஞானிகளின் சிந்தனைகளுக்கு வித்தாகவும் ஊக்குசக்தியாகவும் விளங்கியது என்பது மற்றுமோர் உண்மை. இவ்வாறு விஞ்ஞான ஆய்வு முறைகளைப் பின்பற்றி அரசியற் கோட்பாடுகளை உருவாக்கிய அறிஞர் களுள் ஒருவர் ஃபிரான்சிஸ் பேக்கன் ஆவார். (உறைபனியிலே கோழி ஒன்றை உறைய வைக்கும் நோக்கோடு ஓர் ஆய்விலே ஈடுபட்ட பிரான்சிஸ் பேக்கன், குளிரின் கடுமையினால் நோய்வாய்ப்பட்ட தாகவும், இந்நோயே அவரது மரணத்திற்குக் காரணமாயிற்று என்றும் நம்பப்படு கின்றது.) இவரை ஒட்டித் தமது தத்துவார்த்த விசாரணை களில் விஞ்ஞான ஆய்வு முறைகளைப் புகுத்தியவர்கள் பட்டியலில் ஹோப்ஸ், லொக் போன்ற அறிஞர்களும் அடங்குவர். உண்மையில்

கப்பி, கயிற்றைப் பயன்படுத்தித் தொழிலாற்றும் நுட்ப முறையை ஒத்ததாகவே ஹொப்ஸினுடைய லெவியதன் கருதப்படுகிறது. முன்னர் ஏற்றுக்கொள்ளப்பட்டிருந்த நம்பிக்கைகளின் அடிப்படையில் முடிவுகள் எடுக்கும் முறையைக் கைவிட்டு, உரிய சான்றுகளை ஆராய்ந்து அவற்றின் அடிப்படையில் முடிவுகள் எடுக்கும் முறையினையே குரோடியஸும் பின்பற்றினார். அதன் அடிப்படையிலேயே அவர் சர்வதேச சட்டங்களை உருவாக்கினார். சர்வதேச உறவுகளில் பின்பற்றப்படும் யதார்த்த உண்மைகளை மனதிற் கொள்ளாது, கற்பனை ரீதியில் குரோட்டியஸ் சர்வதேச சட்டங்களை அமைக்கவில்லை. மனித சமூகத்தின் யதார்த்தமான அனுபவங்களின் அடிப்படையிலேயே இவர் சர்வதேச சட்டங்களை உருவாக்கினார். பாரம்பரிய சிந்தனா முறைகளுக்கு முரணான இவ்வாய்வு முறைகள் கடைப்பிடிக்கப்பட்டமைக்கு முக்கிய காரணம் அன்று உருவாகியிருந்த விஞ்ஞான உணர்வு என்றே கூற வேண்டும்.

இஸ்லாமியக் கலைக்களஞ்சிய ஆசிரியர்கள்

மனித அறிவின் ஒட்டுமொத்தத்தை வெவ்வேறு கால கட்டங்களில் ஒன்று திரட்டி, மக்களின் பார்வைக்கு மிக எளிதாக எட்டவைத்த பிரெஞ்சுக் கலைக்களஞ்சியக் கர்த்தாக்களுக்கு ஐரோப்பியத் தத்துவக் கலை பெரிதும் கடமைப்பட்டிருக்கின்றது. பிரெஞ்சு மொழியில் டிட்டிரோட் எனும் அறிஞர் தொகுத்த கலைக்களஞ்சியம் பதினெட்டாம் நூற்றாண்டில் எத்தகைய பெரும் பாதிப்புகளை ஏற்படுத்தியது என்பதை ஐரோப்பிய வரலாற்று மாணவர்களும் அரசியல் விஞ்ஞான மாணவர்களும் நன்கு அறிந்தே இருப்பர்.

இஸ்லாமியக் கல்வியின் மீள் எழுச்சியின் விளைவாக இத்தகையதோர் ஆக்கம் 980ஆம் ஆண்டளவில் இஸ்லாமிய உலகிலும் வெளிக்கொணரப்பட்டது. இவ்வாறு வெளிவந்த ஆக்கம், இக்வானுல் சபா (விசுவாசமிகு நண்பர்கள்) எனும் அமைப்பைச் சேர்ந்தவர்கள் உருவாக்கிய கலைக்களஞ்சியமாகும். தத்துவம், சமயம், கணிதம், பௌதிகவியல், இரசாயன வியல், வானவியல், சட்டம் போன்ற பல்வேறுபட்ட துறைகளையும் உள்ளடக்குவதாக அமைந்து, பஸ்ராவில் வெளிவந்த இக்கலைக்களஞ் சியம் ஐம்பத்திரண்டு தொகுதிகளை உடையதாகும். இஸ்லாமியக் கல்வியின் போக்கில், மாற்றங்கள் பலவற்றை ஏற்படுத்திய இவ்வாக்கத் திற்குத் தாம் பட்டுள்ள கடப்பாட்டினை இமாம் கஸ்ஸாலி (ரஹ்) போன்ற பெரும் தத்துவஞானிகள் ஏற்றுக்கொண்டுள்ளனர். ஆயிரக்கணக்கான நூல்கள் வெளிவந்துகொண்டிருந்த அன்றைய காலகட்டத்தில், பல்வேறு பட்ட விவரங்களைத் தாங்கி வந்த இத்தொகுப்பு படித்தவர்களுக்கும் படிக்காதவர்களுக்கும் ஓர் அரிய வரப்பிரசாதமாக விளங்கிற்று.

இஸ்லாமியக் கலைக்களஞ்சிய ஆசிரியர்களின் பேரறிவு, மட்ரிட் நகர வானவியலாளரான அல் மஜ்ரிதீ, கோர்டோவாவைச் சேர்ந்த அல் கர்மானி, அவிரோஸ் போன்றவர்களால் ஐரோப்பாவில் பரப்பப் பட்டது. (Shah, 1977, பக். 341) 1066ஆம் ஆண்டுக்கு சற்று முன்னர் கலைக்களஞ்சியம் ஸ்பெயினுக்குக் கொண்டுவரப்பட்டது. இதனை ஸ்பெயினுக்கு அறிமுகப்படுத்தியவர் அல் மஜ்ரிதீயா அல்லது அல் கர்மானியா என்பது தெளிவில்லை. பிரித்தானியாவின் முன்னோடி அரபு அறிஞரான அடிலார்ட் என்பவரே அல் மஜ்ரிதீயின் விஞ்ஞான நூல்களை முதன் முதலில் ஆங்கிலத்தில் மொழிபெயர்த்தவர். ரோஜர் பேக்கனுக்கு முன்னால் இங்கிலாந்தில் வாழ்ந்த மிகப்பெரும் விஞ்ஞானி இவரே.

இஸ்லாமிய அறிவின் ஐரோப்பியப் பரவலுக்கு நுழைவாயில்களாக விளங்கிய ஐரோப்பியக் கல்வி நிலையங்களில் முக்கியமானதொன்று தென் பிரான்ஸில் அமைந்திருந்த மொன்ட் பெல்லியர் எனும் நகரத்தில் நிலைபெற்றிருந்த கல்விக் கூடமாகும். இஸ்லாமிய அறிவின் கேந்திர நிலையங்களாகத் திகழ்ந்த ஸ்பானிய அந்தலூஸியாவுக்கும் சிசிலித் தீவுக்கும் அண்மையில் இந்நகரம் அமைந்திருந்தபடியால் அவ்விரு பகுதிகளிலும் திரண்டிருந்த அறிஞர்களைத் தன்னகத்தே கவர்ந்து கொள்ளும் வாய்ப்பு இதற்கு நிறைய இருந்தது. மொன்ட் பெலியரி லிருந்து இவ்வரேபிய அறிஞர்கள் ஐரோப்பாவின் பல்வேறு திசை களுக்கும் பரவினர். 1160ஆம் ஆண்டில் மொன்ட் பெலியரில் சட்டக் கல்லூரி அமைக்கப்பட்டது. பதின்மூன்றாம் நூற்றாண்டின் இறுதியில் பாப்பரசர் நான்காம் நிக்கலஸ் அவர்களினால் பல்கலைக்கழகம் ஒன்று அங்கு நிறுவப்பட்டது. மொன்ட் பெலியர் பல்கலைக்கழகத்தில் படித்துப் பட்டம்பெற்ற கல்வியாளர்கள் ஐரோப்பிய இலக்கிய, மருத்துவத் துறை வளர்ச்சிக்குப் பெரும் பங்களிப்புகளை நல்கினர். ஐரோப்பியக் கல்வியின் ஏனைய துறைகளின் வளர்ச்சிக்கும் இவர்களின் பங்களிப்பு கணிசமானதாகவே விளங்கியது. ஐரோப்பிய மருத்துவ இலக்கியத்தின் வளர்ச்சியிலும் இங்கிலாந்தின் மருத்துவ இலக்கியத்தின் வளர்ச்சி யிலும் இவ்வறிஞர்கள் ஏற்படுத்திய பெரும் தாக்கமே மத்தியகால வரலாற்றின் முக்கியமான அம்சங்களில் ஒன்றாக விளங்குகின்றது. (Campbell, 1926, பக். 196-7) இவ்வறிவு தத்துவம், அரசியல், சட்டம் ஆகிய துறைகளில் ஏற்படுத்திய தாக்கத்தின் முக்கியத்துவத்தையும் குறைத்து மதிப்பிட முடியாது.

மரபுவாதிகளின் எதிர்வினை

இமாம் கஸ்ஸாலி அவர்கள் எழுதிய ‘தத்துவவாதிகளுக்கு ஒரு மறுப்பு’

எனும் நூலைப் பற்றி ஏற்கெனவே குறிப்பிடப்பட்டுள்ளது. அல்கஜல் என ஐரோப்பியர்களால் அழைக்கப்பெற்ற இமாம் கஸ்ஸாலி, இஸ்லாமியக் கல்வித் துறையில் எவ்வளவு முக்கியத்துவம் வகிக்கின்றாரோ, அதற்குச் சற்றும் குறையாத முக்கியத்துவத்தைக் கிறிஸ்தவ உலகிலும் வகிக்கின்றார் என்பது ஏற்றுக்கொள்ளப்படும் உண்மையாகும்.

> அவரது நூல்கள் எழுதப்பட்ட ஐம்பது ஆண்டுகளுக்குள் அவற்றின் செல்வாக்கு யூத, கிறிஸ்தவக் கல்வித் துறைகளில் மிகப் பரவலாகவும் அழுத்தமாகவும் பதிய ஆரம்பித்துவிட்டது. 'புனித யுத்தம் முன்னேற்றம் எனும் தனது நூல்களில் ஜோன் புன்யான் முன்வைத்துள்ள கருத்துகளை இமாம் கஸ்ஸாலி அவர்கள் பல ஆண்டுகளுக்கு முன்னரே வெளிப்படுத்தியுள்ளார். அதுமாத்திரமன்று, ரெமோன் மார்தி, தோமஸ் அகுயினாஸ், பாஸ்கல் போன்ற பல நவீன சிந்தனையாளர்களின் சிந்தனைகளிலே நாம் கஸ்ஸாலி அவர்களின் தாக்கத்தைக் காண்கின்றோம். (Shah, *1977* பக். *148*)

கஸ்ஸாலியின் செல்வாக்குப் புனித பிரான்சிஸ் அஸிஸியின் மூலம் பிரான்சிஸ்கன் சபைக் குருமார்களிடமும் தோமஸ் அகுயினாஸ் மூலம் டொமினிக்கன் சபைக் குருமார்களிடமும் படிந்திருக்கின்றது. முந்திய சபையினரிடம் காணப்படும் 'உள்ளுணர்வுக்கும் பிந்தியவர்களிடம் காணப்படும் கல்வி சார்பிற்கும் கஸ்ஸாலியின் செல்வாக்கே காரணமெனக் கருதப்படுகின்றது. இவ்வகையில் நோக்கும்போது இவ்விரு சபையினர்களுக்குமிடையே இமாம் கஸ்ஸாலி அவர்களின் செல்வாக்கு இன்னும் தொடர்கின்றது' எனலாம்.

இளம் வயது முதல் அனைத்து கொள்கைகளையும் கோட்பாடுகளையும் தீவிரமாக ஆராய்ந்த ஒரு பெரும் கல்வியாளர் என இனம்காணப்படுபவர் இமாம் கஸ்ஸாலி அவர்கள். தனது முப்பத்து மூன்றாவது வயதில் நிஜாமிய்யாக் அகாடெமியில் பேராசிரியராக நியமனம் பெற்ற இவர் மூன்று இலட்சம் ஹதீஸ்களை மனனம் செய்திருந்தார் என நம்பப்படுகின்றது. இத்தகைய பேராற்றல் படைத்தவராக இருந்தபோதிலும் இமாம் அவர்கள் மனித அறிவில் முழு நம்பிக்கை வைத்திருக்கவில்லை. மனித அறிவினால் மாத்திரம் அனைத்தையும் அறிந்துகொள்ளலாம் என அவர் ஒருபோதும் நினைத்ததில்லை. கல்வியின் குறிக்கோள் வெறும் தகவல்களைச் சேகரிப்பது அல்ல. அதன் குறிக்கோள் மனித உள்ளுணர்வுகளை உயர்த்துவது என்றே அவர் நம்பினார். வெளிப்படையான மார்க்கக் கட்டளைகள் அத்தனையையும் முறையாகப் பின்பற்றிய அவர், மார்க்கத்தின் அந்தரங்கக் குறிக்கோள்களையும் புரிந்துகொள்வதில் பேரார்வம் காட்டினார். இவ்வகையில் பார்க்கும்போது அவர் சூபித்துவக் கருத்துகளால் கவரப்பட்டிருந்தார் எனக் கூறலாம்.

அனைத்துத் தத்துவக் கோட்பாடுகளும் தர்க்கரீதியாக பொருள் கோடப்பட வேண்டும் என்பதிலும், மன மகிழ்ச்சியே மனித வாழ்வின்

குறிக்கோள் என்பதிலும் கிரேக்கத் தத்துவஞானிகள் உறுதியான நம்பிக்கை கொண்டிருந்தனர். இக்கருத்துகள் அனைத்தையும் கஸ்ஸாலி தம் ஆக்கங்களிலே கோவைப்படுத்தியிருப்பதோடு அவற்றை மேலும் வளர்த்தும் இருக்கிறார். இமாம் கஸ்ஸாலியின் எழுத்தாக்கங்களில் அரிஸ்டோட்டலின் தாக்கம் வெளிப்படையாகப் புலப்படுகின்றது. ஆனால் மனித வாழ்வின் குறிக்கோள் எது என்பதிலும் அதனை எவ்வாறு பெற்றுக் கொள்ளலாம் என்பதிலும் அரிஸ்டோட்டலின் கருத்தில் இருந்தும் கஸ்ஸாலி அவர்கள் பெரிதும் வேறுபடுகின்றார்கள். மனித வாழ்வின் குறிக்கோளான மன மகிழ்ச்சி என்பது மனித முயற்சியினால் மாத்திரம் கிடைக்கும் ஒன்றல்ல என்றும் அது இறைவன் வழங்கும் வரம் என்றும் இமாம் கஸ்ஸாலி திடமாக நம்பினார். மேலும் மனிதனுக்குக் கிடைக்கும் அத்தனையையும் வழங்குபவன் இறைவனே என்பதையும் அவ்வாறு அவன் வழங்குபவை மனிதனின் மரணத்திற்குப் பின்னரும் தொடரும் என்பதையும் அவர் திடமாக நம்பினார். (Peters, 1973, பக். 690-716)

இஸ்லாமியத் தத்துவங்களில் அவற்றின் தாக்கம் எதிர்காலங்களிலும் துலங்கக்கூடிய வகையில், தத்துவ விசாரணைகளில் அரிஸ்டோட்டல் கையாண்ட தர்க்க ரீதியிலான ஆய்வு முறைகளின் துணைகொண்டு இமாம் கஸ்ஸாலி சட்டங்களையும் வேதத் தத்துவங்களையும் ஆராய்ந்தார். ஆனால் இவர் இந்த தர்க்கரீதியான ஆய்வுகளுக்குச் சில எல்லைகளை வகுத்துக்கொண்டார். விதிக்கப்பட்ட அவ்வெல்லை களுக்கு அப்பால் தர்க்கவியல் செல்லுபடியாகவில்லை. குர்ஆன் கட்டளைகளும் நபிகள் நாயகத்தின் வழிமுறைகளும் தர்க்கரீதியிலான விசாரணைகளுக்கு அப்பாற்பட்டவை; அவை மறுப்பின்றி ஏற்கப்பட வேண்டியவை என்பதே இமாம் கஸ்ஸாலி அவர்களின் நிலைப்பாடாக இருந்தது. (Peters, 1973, பக். 703) இவ்விரண்டு சட்டமூலாதாரங் களினதும் ஆளுகைக்கு உட்படாத விடயங்களில் மனித அறிவைப் பயன்படுத்தலாம் என்பதை இமாம் அவர்கள் ஏற்றனர். இதுவே இமாம் ஷாபிய்ஈ அவர்களின் நிலைப்பாடாகவும் இருந்தது. இந்தக் கட்டம் வரையிலுமே இவ்விரு அறிஞர்களினதும் சிந்தனையில் ஒருமைப்பாடு இருந்தது. ஒத்த இரு பிரச்சினைகளுக்கிடையே ஒப்புவமைக் காணல் மூலம் முடிவுள் பெறும் முறைக்கு இமாம் ஷாபிய்ஈ அவர்கள் கொடுத்த முக்கியத்துவத்தை, இமாம் கஸ்ஸாலி அவர்கள் வழங்கத் தயாராக இருக்கவில்லை. ஒப்புவமை மூலம் முடிவுகள் பெறுவது சில வேளைகளில் பிழையான முடிவுகளுக்கு வழிவகுக்கும் என்பதே இமாம் கஸ்ஸாலி அவர்களின் கருத்தாகவிருந்தது. இவர், அழுத்தமான தர்க்கங்களையும் பலமான நியாயங்களின் தேவைப்பாடுகளையும் வலியுறுத்தினார்.

இமாம் கஸ்ஸாலியின் தத்துவரீதியான பங்களிப்பு, இஸ்லாமிய வரம்புகளுக்கப்பாலும் ஏன் செல்வாக்குச் செலுத்தியிருந்தது என்பதை அறிந்துகொள்வது எளிதாகும். ஏனெனில் ஒரு குறிப்பிட்ட மதத்தின் பிரதான விடயங்களின் எல்லைகளுக்குட்பட்ட அறிவுசார் விடயங்கள், கிறிஸ்தவத் தத்துவத்துக்கும் ஏற்புடையதாயிருந்தது. இதேபோன்று அறிவினதும், ஆன்மிகத்தினதும் உள்ளார்த்தமானதும், வெளிவாரியானதுமான அவசியம் பற்றிய அவரது இரட்டையான கருத்துகள், மத நம்பிக்கைகளில் ஈடுபாடுகொண்ட மார்க்க அறிஞர்களிடையேயும் பெரும் செல்வாக்குச் செலுத்தியது. இஸ்லாத்தைப் பொறுத்தவரையில், இமாம் கஸ்ஸாலி அவர்கள் ஒரு மாபெரும் மார்க்க அறிஞராவார். 'இஸ்லாத்தைப் புதுப்பித்தவர்' என போற்றப்படுவர் அவர். ஏனைய மதங்களைப் பொறுத்தவரையில் இறைவனைத் தெரிந்துகொள்ளுதலும், அவனை நேசிப்பதும் அவற்றிற்கு அறிவைப் பிரயோகிப்பதும், அதே வேளையில் அதிலுள்ள மட்டுப்பாடுகளை அறிந்துகொள்வதுமான மனிதனுடைய கடமைகள் பற்றிய அவரது வலியுறுத்தல்கள் அகுயினாஸ், புனித பிரான்ஸிஸ் மற்றும் பிற்கால ஐரோப்பியத் தத்துவவியலாளர்களுக்குப் பல செய்திகளைக் கொண்டிருந்தன. 'பகுத்தறிவு காலம்' எனப்படும் பிற்கால ஐரோப்பிய காலத்துத் தத்துவவியலாளர்கள், இமாம் கஸ்ஸாலி அவர்களினால் கொண்டுவரப்பட்ட அறிவுரீதியான விளக்க முறைகளின் பொருள்கோடல்களில் பல படிப்பினைகளைப் பெற்றார்கள் என்பதை மறுக்க முடியாது. சட்டவியல், இஸ்லாமியக் குறிக்கோள்களின் திரிபுகள், தத்துவவியலாளர்களின் முறைகளில் உள்ள தவறுகள், மனிதனின் இறுதி மகிழ்வு, நம்பிக்கைகளின் நியாயமான வழிகள், சமய விஞ்ஞானத்தின் புத்தூக்கம் போன்ற விடயங்கள் தொடர்பாக இமாம் கஸ்ஸாலி அவர்கள் பல ஆக்கங்களைப் படைத்துள்ளார். அக்காலத்தில் வாழ்ந்த மாபெரும் அறிவியலாளரான இமாம் கஸ்ஸாலி அவர்களினால் படைக்கப்பட்ட ஆக்கங்களில் தேர்ந்தெடுக்கப்பட்ட ஒருசில மாத்திரமே இவை என்பது குறிப்பிடத்தக்கது.

இஸ்லாமியத் தத்துவவியலும் அரிஸ்டோட்டலும்

கிறிஸ்தவ உலகினால் அன்று வெறுத்தொதுக்கப்பட்டிருந்த அரிஸ்டோட்டலின் தத்துவங்களை இஸ்லாமியத் தத்துவவியலாளர்கள் தம் தத்துவ ஆய்வுகளிலே பயன்படுத்தினர். அறிவுக்கும், தனிமனித இயல்புகளுக்கும் முக்கியத்துவம் வழங்கிய அரிஸ்டோட்டலின் கருத்துகளை நிராகரித்த கிறிஸ்தவத் திருச்சபை பிளேட்டோவின் தத்துவங்களை ஏற்றுக்கொண்டது. அறிவும் ஆற்றலும் நிரம்பியவர்களே அரச வழிகாட்டிகளாக விளங்க வேண்டும் என்பதும், ஏனைய குடிமக்கள் தத்தம் சுய அறிவினைப் பயன்படுத்தாது, அரச வழிகாட்டிகள் காட்டும்

பாதையிலே நடக்க வேண்டும் என்பதும் பிளேட்டோ முன்வைத்த கோட்பாடுகளாகும். மாறாக அரிஸ்டோட்டலோ தனிமனிதனுக்கும் அவனது அறிவுக்குமே முக்கியத்துவம் வழங்கினார். அரிஸ்டோட்டலின் அறிவுக் கூர்மையினால் கவரப்பட்ட அரேபியத் தத்துவஞானிகள் அவரது ஆக்கங்களை அரபிக்கு மொழிபெயர்த்தனர்.

பிளேட்டோவின் தத்துவங்களுக்குள் புதையுண்டு பெருமளவு திரிபுற்றிருந்த அரிஸ்டோட்டலின் உண்மையான தத்துவங்களையும், ஏனைய கிரேக்கத் தத்துவவாதிகளின் கோட்பாடுகளையும் பிரித்தெடுத்த பெருமை அரேபிய அறிஞர்களையே சாரும். (Heer, *1968*, பக். *238*) இப்பெரும் பணியில் ஆயிரக்கணக்கான இஸ்லாமிய அறிஞர்கள் ஈடுபட்டனர்; இவர்களுள் அல்கிந்தி *(873)*, அல் பராபி *(950)*, இப்னு சினா *(1037)*, அவன்பாஸ் (இப்னு பஜ்ஜா *1138-39*), அவிரோஸ் (இப்னு ருஷ்த் *1198*) ஆகியோர் முக்கியமானோர் ஆவர். கிரேக்க அறிவியலிலிருந்து பெறப்பட்ட, கட்டுப்பாடற்ற ஆய்வு முறைகள், ஆய்வாளர்களின் ஈமானைப் பாதித்து விடுமோ என அஞ்சிய வைதீகவாதிகளின் கண்டிப்பான மேற்பார்வையின் கீழேயே இவ்வாய்வுகள் மேற்கொள்ளப்பட்டமை இந்த ஆய்வுகளின் முக்கியத்துவத்தைக் கூட்டுகின்றது எனலாம்.

கிரேக்க நூல்களை மொழிபெயர்த்த, அவற்றுக்குக் குறிப்புகளும் விளக்கவுரைகளும் எழுதிய அரேபிய அறிஞர்கள் உயர் கல்வியாளர்கள் ஆக பேராற்றல் மிக்கோராக விளங்கினர்.

அரிஸ்டோட்டல் மற்றும் ஏனைய கிரேக்க அறிஞர்களின் ஆக்கங்களை அரபியில் மொழிபெயர்ப்பதற்காக அப்பாஸிய கலீஃபா அல் மாமூனினால் *(813-33)* தெரிவுசெய்யப்பட்ட அல் கிந்தி (அபூ யூசுப் யாகூப் இப்னு இஸ்ஹாக் *813-42*) தத்துவம், அரசியல், வானவியல், கணிதம், மருத்துவம் போன்ற பல துறைகள் தொடர்பாகவும் நூல்கள் எழுதியுள்ள ஒரு மாமேதையாவார். பதினாறாம் நூற்றாண்டுவரை வாழ்ந்த அதி உயர் பன்னிரண்டு மேதைகளில் ஒருவர் என ஓர் ஐரோப்பிய அறிஞரினால் கணிக்கப்பட்டுள்ள அல் கிந்தி கிரேக்க, பாரசீக, இந்திய மொழிகள் பலவற்றைக் கரைகண்ட ஒரு பன்மொழிப் புலவராகத் திகழ்ந்தார். (S. A. Ali, *1981* பக். *426*) இவரைத் தொடர்ந்து வேறு பல இஸ்லாமிய அறிஞர்களும் கிரேக்கத் தத்துவஞான நூல்களில் பேரார்வம் காட்டினர். இத்தகையோரில் குறிப்பிடத்தக்க ஒருவர் அல் பராபி (அபூ நாஸர் முஹம்மது இப்னு முஹம்மது துர்க்கான் அல் பராபி) ஆவார். ஒரு சிறந்த தத்துவஞானியாக, திறமைமிகு வைத்தியராக, உயர் கணித நிபுணராக மதிக்கப்பட்ட இவர் அரிஸ்டோட்டலின் தத்துவங்கள் தொடர்பாக பல விளக்க உரைகளை எழுதியுள்ளார். அரிஸ்டோட்டலின்

நோவம் ஆர்கனோம் என்னும் நூலைப் பற்றி இவர் எழுதிய விளக்க உரை இங்கிலாந்தின் விஞ்ஞான முன்னோடியான ரோஜர் பேக்கனினாலும், அவரது சமகாலத்தவரும், அவரால் உலக மேதை என, மிக உயர் கிறிஸ்தவக் கல்வியாளர் எனப் போற்றப்பட்டவரும், தோமஸ் அகுயினாஸ் அவர்களின் ஆசிரியருமான அல்பெர்டஸ் மேக்னஸ் (1206 -80) அவர்களாலும் பயன்படுத்தப்பட்டுள்ளது. இவர் எழுதிய மற்று மொரு தத்துவ சாஸ்திர நூல், 'பிளேட்டோ மற்றும் அரிஸ்டோட்டலின் தத்துவக் கோட்பாடுகளின் தன்மைகள்' என்ற தலைப்பை உடைய தாகும். அல்பராபி கணிதம், மருத்துவம், இசை ஆகிய துறைகள் தொடர்பாகவும் பல நூல்களை இயற்றியுள்ளார்.

அரிஸ்டோட்டலின் நூல்கள் லத்தீன் மொழிக்கு மாற்றம் செய்யப் பட்டபோது, அந்நூல்கள் பற்றி அரபு மொழியில் எழுதப்பட்ட விளக்க உரைகளும் பெரும்பாலும் மொழிபெயர்க்கப்பட்டன. அரிஸ்டோட்டலின் ஆக்கங்களின் ஆரம்ப லத்தீன் மொழிபெயர்ப்புப் பதிப்புகளிலே அந்நூல் களைப் பற்றி அவிரோஸ் எழுதிய விளக்க உரைகளும் இணைக்கப் பட்டிருப்பதை இதற்குச் சான்றாகக் காட்டலாம்.

அவிரோஸின் தத்துவங்களும் தோமஸின் தத்துவங்களும்

அரேபிய அறிஞர்கள் சுயமாக புதிய கோட்பாடுகளை உருவாக்கியுள்ளனர் என்பதை ஏற்க மறுத்த பெர்ட்ரன்ட் ரஸ்ஸல்கூட, கிறிஸ்தவத் தத்துவ வளர்ச்சியிலே அவிரோஸின் தத்துவங்கள் ஒரு கூர்மையான திருப்பத்தை ஏற்படுத்தின என்பதை ஏற்றுக் கொள்கின்றார். (Russell 1961, பக். 419, 420) பன்னிரண்டாம் நூற்றாண்டின் பிற்பகுதியில் அவிரோஸினால் எழுதப் பட்ட நூல்கள் பதின்மூன்றாம் நூற்றாண்டின் முற்பகுதி முடிவடைவதற்கு முன்னரே லத்தீனுக்கு மொழிபெயர்க்கப்பட்டு விட்டன. இத்துணை விரைவாக இந்நூல்கள் மொழிபெயர்க்கப்பட்டமை, அவிரோஸ் எந்தளவு ஐரோப்பிய அறிஞர்களின் கவனத்தை ஈர்த்திருந்தார் என்பதையே உணர்த்துகின்றது என்பதை ரஸ்ஸல் பின்வருமாறு குறிப்பிட்டுள்ளார்:

> அவிரோஸின் செல்வாக்கு ஐரோப்பாவில் பலமாகப் பதிந்து இருந்தது. அறிஞர்கள் மாத்திரமின்றி, சாதாரண மக்களும் இவரது சிந்தனைகளால் கவரப்பட்டனர். இறவாமைக் கோட்பாட்டினை மறுத்த இவர்கள் 'அவிரோஸின் சிஷ்யர்கள்' என அழைக்கப்பட்டனர். புனித பிரான்சிஸ்கன் திருச்சபையைச் சார்ந்த தத்துவவாதிகளும் பாரிஸ் பல்கலைக் கழகத்தினருமே இவரை தொடக்கத்திலேயே ஆதரித்த சிந்தனையாளர்கள் எனலாம்.

அரிஸ்டோட்டலின் தத்துவங்களை விரிவுபடுத்திய அவிரோஸினால் மேற்கத்தியப் பல்கலைக்கழகங்கள் பல தொடர்ந்து ஈர்க்கப்பட்டன. இவரின் தத்துவங்களைப் படித்த பாரிஸ் பல்கலைக்கழக மாணவர்கள்,

கிறிஸ்தவ வேத நூல்களை விளங்கிக்கொள்வதற்கு அறிவின் துணை யினை நாட வேண்டியதன் அவசியத்தை வற்புறுத்த ஆரம்பித்தனர். அரிஸ்டோட்டலின் தத்துவங்களும், இப்னு சினா, அவிரோஸ் போன்ற அரேபிய சிந்தனையாளர்களின் கருத்துகளும் இவர்களுக்குப் போதையை ஊட்டின; (Heer, 1968 பக். 263) இவர்களை உற்சாகப்படுத்தின. புதிதாக உணரப்பட்ட இக்கட்டுப்பாடற்ற சிந்தனைகள், சங்கிலித் தொடராகப் பல எதிர்விளைவுகளைத் தோற்றுவிக்க, இத்தத்துவங்களைப் படிப் பதில் இருந்து மாணவர்களைத் தடுப்பதற்காக, 1213ஆம் ஆண்டுக்கும் 1241ஆம் ஆண்டுக்கும் இடைப்பட்ட காலப்பகுதியில் மாத்திரம், ஆறு முறை தீர்ப்பாணைகள் பிறப்பிக்கப்பட்டன. புதிய எண்ணப் போக்கின் வளர்ச்சியை அதிகாரத்தில் உள்ளோர் எதிர்த்த போதிலும், அரிஸ்டோட்டலின் தத்துவங்களையும் அரேபிய அறிஞர்கள் முன்வைத்த தத்துவங்களையும் ஐரோப்பியக் கண்டத்தினர் தொடர்ந்து உள்வாங்கவே செய்தனர்.

அன்று ஐரோப்பாவில் தோன்றிய அறிவுக் கிளர்ச்சிகளின் மைய நிலையங்களில் முக்கியமான ஒன்றாக விளங்கியது பாரிஸ் பல்கலைக் கழகமாகும். 'அன்றைய யுகத்தின் மிக முக்கியமான அறிவு முரண்பாடு களின் ஆடுகளம்' என இக்கல்விப்பீடம் வர்ணிக்கப்பட்டுள்ளது. (Heer, 1968, பக். 245) புதிது புதிதாகத் தோன்றிய அறிவுச் சுடர்களை அணைப்பது அவ்வளவு எளிதாக இருக்கவில்லை.

இப்புதிய கல்வியின் தாக்கத்திற்குள்ளானோர்களில் ஒருவர் கிறிஸ்தவம் உலகுக்கு ஈந்த மாபெரும் அறிவு மேதையான தோமஸ் அகுயினாஸ் ஆவார்.

அறிவுத்தாகம் கொண்டிருந்த அகுயினாஸ் புதிதாகக் கண்டு எடுக்கப்பட்டிருந்த நூல்களில் மூழ்கினார்; தனது இளம் வயதிலேயே இப்னு சினா, அவிரோஸ் ஆகியோரின் நூல்களைப் படிக்கத் தொடங்கி இவர், நாள்தோறும் புதிது புதிதாக வெளிவந்து கொண்டிருந்த அரேபிய யூத ஆக்கங்களின் மொழி பெயர்ப்புகளைத் தொடர்ந்து படித்தார். (Heer, 1968, பக். 267)

அகுயினாஸ் அவர்களின் அயரா அறிவு முயற்சிகள், அவர் எழுதிய நூல்கள், ஆற்றிய சொற்பொழிவுகள் யாவும் அவரது சுய அனுபவங்களிலிருந்தும் நம்பிக்கைகளில் இருந்தும் ஊற்றெடுத்தவையாகும். அண்மைக் கிழக்கி லிருந்து வீசிய புதிய எண்ண அலைகள் அன்றைய ஐரோப்பிய இளம் சிந்தனையாளர்களின் மீது எத்தகைய ஆழமான பாதிப்புகளை ஏற்படுத்திக் கொண்டிருந்தன என்பதையும் அவர் உணர்ந்திருந்தார். (பக்தாதிலும் பாரசீகத்திலும் தோன்றி வளர்ந்த சூபித்துவக் கருத்துகளின் தாக்கமும் மனதில் கொள்ளப்பட வேண்டும்) (Heer, 1968, பக். 261)

வேத வெளிப்பாடும் அறிவும் என்ற அடிப்படைகளிலே அமைந் திருந்த அவிரோஸின் இரட்டை உண்மைக் கோட்பாட்டை அடித்

தளமாகக் கொண்டே அகுயினாஸ் அவர்கள் வேத வெளிப்பாடுகள் வழங்கிடும் உண்மைகளையும் அறிவு உணர்த்திடும் உண்மைகளையும் ஒன்றிணைத்துத் தனது தத்துவக் கோட்பாடுகளை அமைத்தார். இவ்வகையில் இஸ்லாமியத் தத்துவவாதிகளின் சமய நம்பிக்கைகளைச் சற்றேனும் ஏற்காதபோதிலும், அவர்கள் முன்வைத்த தத்துவங்களை மேலும் பல படிகள் வளர்த்தெடுத்தார். சும்மா தியலோஜிகா என்ற தனது பெரும் நூலில் அனைத்து சட்ட விதிகளையும் அனைத்து சமய விதி களையும் ஆராய்ந்து அவற்றை வேத வெளிப்பாடுகளின் அடிப்படை யிலும், முடிந்தபோது அறிவின் அடிப்படையிலும் நியாயப்படுத்தினார். அவிரோஸின் ஆக்கங்களைத் தம் அருகே வைத்துக் கொண்டே அகுயினாஸ் சும்மா தியலோஜிகாவை எழுதினார் என்று குறிப்பிடுவது அவர் எந்தளவு அவிரோஸையும் அவரது எழுத்துக்களையும் மதித்தார் என்பதை உணர்த்துகிறது.

எனவே அகுயினாஸ் அவர்களின் நூல்கள் வெளிவந்த காலகட்டத் திலே அவற்றுக்குப் பலத்த வரவேற்புக் கிட்டவில்லை என்பதில் ஆச்சரியப்படுவதற்கு எதுவுமில்லை. பழைமையை விரும்பிய மத குருமார்கள், அரிஸ்டோட்டலைப் பின்பற்றுபவர் என்றும் பகுத்தறிவு வாதி என்றும் அகுயினாஸை வெறுத்தொதுக்கினர். ஆனால் புதுமை விரும்பிகளோ அகுயினாஸ் அரிஸ்டோட்டலினதும் அரேபிய சிந்தனை யாளர்களினதும் பகுத்தறிவுத் தத்துவங்களுக்குச் சமய சாயம் பூசுகின்றார் எனக் கூறி அவரைப் புறக்கணித்தனர். (Heer, 1968, பக். 267) ஆனால் காலப் போக்கில் அகுயினாஸ் அவர்களை உலகம் ஓர் ஒப்பற்ற அறிஞராகவும் மிக உயர் சிந்தனையாளராகவும் ஏற்றுப் போற்றியது. இந்தத் தத்துவ ஞானியின் நூல்கள் மேற்கத்திய உலகில் அறிவை அரியா சனத்தில் அமர்த்தின. திருச்சபையின் விதிகளை நியாயப்படுத்த அறிவைப் பயன்படுத்தலாம் என்ற வாதம் ஏற்கப்பட்டதும், அத்திருச்சபையின் விதிகளில் பிழைகள் காணப்பட்டால், அவற்றினைச் சுட்டிக்காட்டவும் அறிவினைப் பயன்படுத்தலாம் என்ற நிலைப்பாட்டினை ஏற்க மறுப்பது முடியாத ஒன்றாகிவிட்டது. பிந்திய நூற்றாண்டுகளில் அரசியல், அறிவுத் துறைகளில் பெரும் மாற்றங்களை ஏற்படுத்திய மதச் சீர்திருத்தம் போன்ற இயக்கங்கள் தோன்றுவதற்கு உந்துசக்தியாகவும் முக்கிய காரணி யாகவும் விளங்கிய 'ஆய்வு மனப்பான்மை'யை ஐரோப்பாவில் வளர்த் தெடுத்ததில் அகுயினாஸின் பங்கு கணிசமானதாகும். திருச்சபை யின் சட்டங்களுக்கும் குருமார்களின் ஆளுமைக்கும் கட்டுப்பட்டுக் கிடந்த ஐரோப்பிய சட்டமுறைமையின் போக்கினை அகுயினாஸ் அவர்களின் சிந்தனைகள் பெருமளவு மாற்றியமைத்தன என்பது ஏற்றுக்கொள்ளப் பட வேண்டும்.

ஐரோப்பாவின் அறிவு யுகத்திற்கும் இஸ்லாமிய சிந்தனைகளுக்கு மிடையே ஒரு நெருங்கிய தொடர்பு இருப்பதை நாம் சுட்டிக்காட்டலாம். இஸ்லாமிய உலகின் 'ஐரோப்பிய மறுமலர்ச்சிப் புருஷர்களாக' இப்னு சினாவும் அவிரோஸூம் இனங்காட்டப்படலாம். அறிவு யுகத்தின் ஆதர்ஸப் பிரதிநிதிகளாக இவ்விருவரும் விளங்குகின்றனர்.

சும்மா தியலொஜிக்கா என்ற நூலை எழுதுவதற்கு முன் அகுயினாஸ் அவர்கள் எழுதிய நூல் *சும்மா கொன்ட்ர ஜென்டியலஸ்* என்ற தலைப்பிலான தாகும். இந்நூலை எழுதும்போது இஸ்லாமிய வாசகர்களைக் கவர வேண்டும் என்ற எண்ணம் அவருக்கு இருந்தது. கல்வி அறிவு நன்கு பரவியிருந்த, தன் சொந்த அறிவு வளர்ச்சிக்குக் கூட வழிவகுத்த ஐபீரியத் தீபகற்பத்தின் பெரும்பகுதியைத் தம் கட்டுப்பாட்டுக்குள் வைத்திருந்த இஸ்லாமிய மூர்களைக் கிறிஸ்தவத்தின்பால் திருப்பும் குறிக்கோளுடனேயே இந்நூல் எழுதப்பட்டது. (Flew, *1971*, பக். *175*) அகுயினாஸ் தன் எழுத்துக்களால் தம் மதத்தின்பால் ஈர்க்க முயன்றது, இயற்கை வாதங்களால் உளமாற்றங்கள் பெற்றிருந்த இஸ்லாமியர் களையே தவிர, தீவிர பக்தி நிரம்பிய இஸ்லாமியர்களை அல்ல எனப் பேராசிரியர் கோப்லிஸ்டன் கூறியுள்ளது நினைவில் நிறுத்தப்பட வேண்டியதாகும். (Copleston, *1955*, பக். *116*) அறிவுரீதியாக சிந்தித்தவர் களைக் கவர்வதற்கு அறிவையே பயன்படுத்தப்பட வேண்டிய அவசியம் அகுயினாஸூக்கு இருந்தது என்பதை, 'கத்தோலிக்கம் கூறும் உண்மை களை முன்வைப்பதே என் குறிக்கோள்; பைபிள் கூறுகின்றது என்பதற் காக எதனையும் இஸ்லாமியர் ஏற்கப் போவதில்லை; அறிவு ரீதியாகவே கிறிஸ்தவக் கோட்பாடுகளை அவர்களுக்கு விளக்க வேண்டும்' எனும் அகுயினாஸின் கூற்று உணர்த்துகிறது. எனவே அறிவுபூர்வமான இஸ்லாமிய வாசகர்களை மனதில் கொண்டு எழுதப்பட்ட *சும்மா கொன்ட்ரா ஜென்டியஸ்* எனும் நூலின் முதல் மூன்று தொகுதிகளும் வேத வெளிப்பாடுகளின் அடிப்படையில் கிறிஸ்தவ மதத்தை விளக்காது அறிவின் அடிப்படையிலேயே அதனை விளக்குகின்றன. (Russell, *1961*, பக். *445-446*)

ஐரோப்பியச் சட்டமுறைமைகளை முற்றாக மாற்றியமைத்த கல்வி மறுமலர்ச்சி, மதச் சீர்திருத்தம் போன்ற இயக்கங்களின் தோற்றத்திற்கு அடிப்படைக் காரணியாக விளங்கியது, அறிவுபூர்வமாகச் சிந்திக்கும் மனப்பான்மையின் வளர்ச்சியே. இந்த மனப்பான்மையின் வளர்ச்சிக்கு இஸ்லாமியத் தத்துவக் கலையின் பங்களிப்பு கணிசமானதாகும். ஐரோப்பிய அறிவைக் கட்டுப்படுத்திக் கொண்டிருந்த சங்கிலிகளை இது தளர்த்தியது. வேத வெளிப்பாடுகளுக்கும் அறிவுக்குமிடையே ஓர் இணக்கத்தை அகுயினாஸ் ஏற்படுத்தியிருந்தார் என்றபோதிலும் அவை

இரண்டையும் நிரந்தரமான இணக்கமான நிலையில் வைத்திருப்பது முடியாததாகவே இருந்தது. தன்னைக் கட்டுப்படுத்திக்கொண்டிருந்த சங்கிலிகள் அகற்றப்பட்டவுடன் அறிவு தனக்கென ஒரு தனிப் பாதையினை அமைத்துக்கொண்டு அப்பாதையிலேயே வளரத் தொடங்கியது. அரேபிய சிந்தனைகளும் அவற்றின் ஊடாக அரிஸ்டோட்டலின் சிந்தனைகளும் ஐரோப்பியச் சிந்தனைப் போக்கினை வளப்படுத்தாமல் இருந்திருந்தால், ஐரோப்பியக் கல்வி மறுமலர்ச்சி எனும் நிகழ்வு எந்தளவு பின்தள்ளப்பட்டிருக்கும் என்பதையும், இந்நிகழ்வின் அடிப்படையிலே தோற்றம் பெற்ற மேற்கத்திய மனித உரிமைக் கோட்பாடுகளின் வளர்ச்சி எந்தளவு பின்தங்கியிருக்கும் என்பதையும் ஊகிப்பது சுவையானதாகும்.

சுதந்திரம் பற்றி ஐரோப்பியத் தத்துவவியலாளர்களும் இஸ்லாமும்

லொக், ரூஸ்ஸோ போன்ற அரசியல் சிந்தனையாளர்களின் கருத்துகளில், குறிப்பாக இறைமையினைப் பற்றிய அவர்களின் கருத்துகளில், அரசுக்கும் குடிகளுக்குமிடையே அமையவேண்டிய உறவினைப் பற்றி இஸ்லாமிய அரசியல் சிந்தனையாளர்கள் வளர்த்தெடுத்திருந்த கோட்பாடுகளின் தாக்கங்கள் காணப்படுகின்றன என்று கூறுவதற்கு சான்று இருக்கிறது. இவ்விரண்டுக்குமிடையே உள்ள தொடர்பை ஒரு முடிந்த முடிவாக முன்வைக்க முடியாது. எனினும் அப்படி ஒரு தொடர்பு இருக்கிறது எனக் கூறுவது யதார்த்தத்திற்கு முரணாகாது. தான் ஒக்ஸ்போர்ட் பல்கலைக்கழகத்தில் பயிலும் போது லொக், அப்பல்கலைக்கழக அரபித் துறையின் முதல் பேராசிரியரான எட்வர்டு பொகொக்கின் விரிவுரைகளைச் செவிமடுப்பதில் பேரார்வம் காட்டியுள்ளார். (பார்க்க: Introduction to Locke, *1960)* இப்பேராசிரியரின் விரிவுரைகளின் உள்ளடக்கம் என்னவாக இருந்தது என்பதைப் பற்றி உறுதியாக எதனையும் கூற முடியாது. ஆனால் அவை அரேபியக் கல்வித் துறையினைப் பற்றியதாக இருந்திருப்பின், அவை அரபு மொழியைப் பற்றியதாக மாத்திரம் இருந்திருக்கப் போவதில்லை. அவை அரபு இலக்கியம், வரலாறு, நாகரிகம் போன்றவற்றையும் ஓரளவாவது தொட்டிருக்கும் என ஊகிக்கலாம். பொகொக்கின் விரிவுரைகள் இவ்வம்சங்களையும் உள்ளடக்கியிருந்தால் அன்றைய அரபு உலகத்தில் நிலவிய அரசியல் கோட்பாடுகளையும், அடிப்படை சட்டம் பற்றிய அரபிய எழுத்துகளிலும் இலக்கியங்களிலும் இடம்பெற்றிருந்த அரசியல் சிந்தனைகளையும், அவை சிறிதளவாவது அலசாமல் இருந்திருக்கப் போவதில்லை.

லொக் ஒக்ஸ்போர்டில் பயின்ற போது அங்கு போதிக்கப்பட்ட பாரம்பரியப் பாடத்திட்டங்கள் அவருக்குத் திருப்தி அளிக்கவில்லை என்பதை நாம் அறிவோம். அங்கு போதிக்கப்பட்ட வார்த்தை ஜாலங்கள்

நிரம்பிய தத்துவங்கள் லொக்கின் பொறுமையினைச் சோதிப்பன வாகவே இருந்தன. (Morris *1930, பக். 15*) விரிவுரையாளர்களும் அவரின் சிந்தையினைக் கவர்பவர்களாக இருக்கவில்லை. எனவே போதிக்கப் பட்ட விடயங்களில் லொக் போதிய சிரத்தை காட்டவில்லை. மாறாக, பொகொக்கின் விரிவுரைகளைக் கேட்பதில் அவர் பேரார்வம் காட்டியமை, அவ்விரிவுரைகள் அவரின் சிந்தனையினைத் தூண்டு வனவாக அமைந்திருக்க வேண்டும் என்ற உண்மையைக் கோடிட்டுக் காட்டுகின்றது.

அரசு, ஆட்சி அதிகாரம், தனிமனித சுதந்திரம் போன்ற கோட்பாடு களை அறிவுரீதியாக நோக்கியவர் லொக். இத்தகைய ஒருவர், சிந்தனை உள்வாங்கல் கூடுதலாக இடம்பெறும் இளம் வயதில், சட்டம், இறைமை போன்றவற்றினைப் பற்றி அரேபிய அறிஞர்கள் வளர்த்திருந்த கோட்பாடுகளை உள்வாங்கியிருப்பார் என எண்ணுவது தவறாகாது. ஆட்சியாளர்கள் நம்பிக்கைப் பொறுப்பாளர்களே; அவர்களின் ஆட்சி அதிகாரம், குடிமக்களின் நன்மைக்காகவே பயன்படுத்தப்பட வேண்டும்; எவ்வரசினாலும் பறிக்க முடியாதன தனிமனித உரிமைகள்; தனது பொறுப்பை நிறைவேற்றாத அரசினை அகற்றுவதற்கு மக்களுக்கு இருக்கும் உரிமை போன்ற அரசியல் சிந்தனைகளை மேற்கத்திய உலகில் அறிமுகப்படுத்தியவர் லொக் அவர்களே. ஆனால் இவை எதுவுமே அரபு சிந்தனையாளர்களுக்கு நவீனமானவையாக இருக்கவில்லை. மாறாக இவையே அவர்களின் அரசியல் தத்துவங்களின் அடிப்படை களாக விளங்கின. எனவே லொக் தனது அரசியல் கருத்துகள் சிலவற்றை யாவது அரேபிய சிந்தனையாளர்களிடமிருந்து பெற்றிருக்கலாம் எனக் கருதுவதற்கு இடம் இருக்கிறது.

நம்பிக்கைப் பொறுப்பு என்ற சட்டக் கோட்பாடு ஆங்கிலேயச் சட்ட வியல் உலகுக்கு வழங்கிய ஓர் அருட்கொடை என்பதே பல ஆங்கிலேய சட்ட அறிஞர்களின் எண்ணமாக இருக்கிறது. இந்தக் கருத்தை மிகப் பலமாக தூக்கிப் பிடித்தவர்களில் ஒருவரான பேராசியர் மெய்ட்லன்ட் ஒருபடி மேலே சென்று, இந்த நம்பிக்கைப் பொறுப்புக் கோட்பாட்டை, 'ஆட்சியாளர்கள் குடிமக்களின் நம்பிக்கைப் பொறுப்பாளர்கள்' என்ற அரசியல் கோட்பாட்டினோடு இணைக்கின்றார். (Maitland, *1968, பக். 221*) பிரித்தானிய அரசு, கிழக்கிந்திய வர்த்தகச் சங்கம் போன்றவை இந்தக் கோட்பாட்டின்படியே ஆட்சி செய்தன என்றும், இது ஆங்கிலேய அரசியல் மரபுக்கே சுயமானது என்றும் அவர் மேலும் கூறுகின்றார். ஆனால் 'ஆட்சியாளர்கள் குடிமக்களின் நம்பிக்கைப் பொறுப்பாளர்கள்' என்ற கோட்பாடு, பல நூற்றாண்டுகளாக இஸ்லாமியச் சட்டத்தின் அடிப்படைக் கருத்தாக விளங்கி வந்திருக்கின்றது.

லொக்கைப் போலவே இஸ்லாமியத் தத்துவங்களின் பாதிப்புக் குள்ளான மற்றுமோர் ஐரோப்பியச் சிந்தனையாளர் ரூஸ்ஸோவாவார்; தமது வாழ்வின் பிற்பகுதியில் ஆர்மீனியர்களைப் போலவே இவர் உடை அணிந்தது, எந்தளவுக்கு இஸ்லாமியக் கலாசாரம் இவரைக் கவர்ந்திருந்தது என்பதை உணர்த்துகிறது. *சமூக ஒப்பந்தம்* எனும் தமது நூலில், நபிகள் நாயகத்தைப் பற்றி ரூஸ்ஸோ பின்வருமாறு கூறியுள்ளார்.

> முஹம்மது பல நல்ல கருத்துகளை முன்வைத்துள்ளார். ஒற்றுமையை அடிப்படையாகக் கொண்ட ஓர் அரசியல் அமைப்பை இவர் உருவாக்கினார். இவ்வமைப்பு அவரது மறைவுக்குப் பின்னரும் சிதறாது நீடித்தது. இவ்வகையில் நோக்கும் போது இது நல்லதோர் அரசியல் அமைப்பாகவே தோன்றுகின்றது. (Social Contract, நான்காம் தொகுதி, *1968 பக். 179*)

இஸ்லாமியர் முன்வைத்த ஒருமித்த முடிவு எனும் சட்டக் கோட்பாட்டிற்கு இணையானதாகவே, தனி மனிதன் தன் சமூகத்திற்குக் கட்டுப் பட்டவனாகவும், அதேவேளை, அதனிடமிருந்தே தன் குடியியல் சுதந்திரங்களைப் பெறுபவனாகவும் இருக்கின்றான் எனும் ரூஸ்ஸோவின் கோட்பாடு தென்படுகின்றது. அவ்வாறே சட்டங்களைப் பற்றி சந்தேகங் களோ, கருத்து முரண்பாடுகளோ தோன்றும் போது சமூகம் எடுக்கும் ஒருமித்த முடிவுகள் அவற்றினைத் தீர்த்து வைக்கும் எனும் இஸ்லாமியக் கோட்பாட்டிற்கு ஒப்பானதாகவே நீதி எது, அநீதி எது என்பது சமூகத்தின் பொதுத் தீர்மானத்தின் அடிப்படையிலேயே நிர்ணயிக்கப்படுகிறது எனும் ரூஸ்ஸோவின் சிந்தனை விளங்குகின்றது. கிறிஸ்தவ ஐரோப்பிய அரசியல் நிறுவனங்களில் ரூஸ்ஸோ கண்ட மிகப் பெரும் குறைபாடு, அவை தேசிய ஒழுக்க விழுமியங்களோடு தொடர்பற்றவையாக விளங்கின என்பதுவாகும். ஒரு நாட்டின் ஒழுக்க விழுமியங்கள் அந்நாட்டின் அரசியல் நிறுவனங்களிலிருந்து வேறுபடுத்தப்படுவதை அவர் விரும்பவில்லை. இஸ்லாத்தின் நிலைப்பாடும் இதுவாகவே இருந்தது. எனவே 'சமூகமே தேசமாகும்; தேசம் தார்மீக ரீதியில் தீர்மானங்கள் எடுக்கும் ஓர் அமைப்பு' என்ற கோட்பாடு எந்தளவுக்கு இஸ்லாமிய அரசியல் சிந்தனையாளர்களுக்கு இசைவாக இருந்ததுவோ, அந்தளவுக்கு அது ரூஸ்ஸோவுக்கும் இசைவானதாகவே இருந்தது.

இஸ்லாம் என்ற மதத்தையும் அதனை நிறுவிய நபியையும் ரூஸ்ஸோ எத்துணை உயர்வாக மதித்தார் என்பதை அவரது பின்வரும் கூற்று உணர்த்துகிறது. *(1968, பக். 87-8):*

> எல்லோராலுமா தம் கடவுளரைப் பேச வைக்க முடியும்? அல்லது தெய்வீக வசனங்களுக்கு விளக்கம் அளிப்பவன் நானென்று மற்றவர்களை நம்ப வைக்கத்தான் இயலுமா? இறைத்தூதர் என்று தன்னைப் பிரகடனப்படுத்திக் கொள்பவர் தன்னகத்தே கொண்டிருக்கும் ஆன்மிகப் பலமே அவரது இலட்சியத்தில் வெற்றி ஈட்ட அவருக்கு உதவும் அற்புதமாகும். கல்லிலே

சொற்களை யாராலும் பொறிக்க முடியும். தனக்கு கடவுளர்களோடு தொடர்பு இருக்கின்றது என எவராலும் பறைசாற்ற முடியும். சில பறவைகளை மிழற்ற வைக்கவும் முடியும். இன்னும் எத்தனையோ அற்பமான முறைகளிலே ஒருவன் ஏனையோரைத் தன்பால் திருப்ப முடியும். ஆனால் இத்தகைய ஏமாற்றுக்காரர்களினால் ஒரு சில அறிவிலிகளை மாத்திரமே கவர முடியும். ஆனால் அவர்களால் கால வெள்ளத்தை வென்று நிற்கும் பேரரசுகளை நிறுவ முடியாது. அவர்கள் உருவாக்கும் அவலட்சணமான அமைப்புக்கள் அவர்களுடனேயே அழிந்துவிடும். பொய்மை ஏற்படுத்துபவை நிலையற்ற உறவுகளையே. சத்தியமே நிலையானவற்றை அமைக்கும். இன்னும் வாழும் ஹீப்ருக்களின் சட்டங்களும், பத்து நூற்றாண்டுகளுக்கு மேலாக அவனியின் அரைப் பகுதியை வழிநடத்தும் இஸ்மாயிலின் வழித்தோன்றல் அறிமுகப் படுத்திய சட்டங்களும் அவற்றை நிறுவிய மாமனிதர்களின் மகத்துவத்தை இன்றும் உணர்த்திக்கொண்டிருக்கின்றன. கர்வம் மிகு தத்துவமும் குருட்டு குழு மனப்பான்மையும் மூஸாவையும் முஹம்மதையும் அதிர்ஷ்டமிக்க போலி வேடதாரிகள் எனத் தூற்றலாம். ஆனால், சான்றோர், இம்மகாத்மாக்களின் மாண்பை உணர்வர். அவ்விருவரும் நிறுவிய சட்டங்களிலும் அமைப்புகளிலும் நிலையான அனைத்திலும் உள்ளுறைந்து இருக்கும் இறை சக்தியைக் காண்பர். (இவ்விஷயத்தைப் பற்றி மேலும் அறிய பார்க்க: Hassan, 1974, பக். 99-103)

கான்ட் உருவாக்கிய தார்மீகக் கோட்பாட்டின் அடிப்படையாக விருப்பதும் ஹேகல் அரசைப் பற்றி முன்வைத்த கோட்பாட்டின் தோற்று வாயாக விளங்குவதும் ரூஸ்ஸோ அறிமுகப்படுத்திய 'சமூகத்தின் பொதுத் தீர்மானம்' என்ற கோட்பாடே என்பது கவனத்திற்குரிய தாகும். பத்தொன்பதாம் நூற்றாண்டில் தோன்றிய இறைமைக் கோட்பாடுகள் பலவற்றிற்குத் தூண்டுதலாக விளங்கியதும் ரூஸ்ஸோவின் இக்கோட்பாடே.

இஸ்லாமியத் தத்துவார்த்தக் கோட்பாடுகளின் தாக்கத்திற்குள்ளான மற்றுமோர் அறிஞர் மொன்டெஸ்கியூ என்பவராவார். பாரிஸ் நகருக்கு வருகை தந்ததாகக் கொள்ளப்படும் ரிக்கா, உஸ்பெக் எனும் இரு பாரசீகர்கள் அன்றைய பிரான்ஸில் நிலவிய வழக்காறுகளைப் பற்றியும் அங்கு இயங்கிய சமூக நிறுவனங்களைப் பற்றியும் தமக்குள் உரையாடிக் கொள்வதையும் அவற்றினைப் பற்றிய தமது கருத்துகளைத் தம் தாயகத்தில் வாழும் தோழர்களுடன் பறிமாறிக் கொள்வதையும் 1721ஆம் ஆண்டில் மொன்டெஸ்கியூ வெளியிட்ட *'பாரசீக மடல்கள்' (பெர்சியன் லெட்டர்ஸ்)* எனும் நூல் சித்திரிக்கின்றது. அற்பமான ஒரு சில விடயங் களையும் இம்மடல்கள் உள்ளடக்கியுள்ளன என்பதை எந்தளவு மறுக்க முடியாதோ அந்தளவு இம்மடல்கள் அன்றைய பிரான்ஸின் பழக்க வழக்கங்களையும், சமூக, அரசியல் அமைப்புகளையும் அவ்வமைப்பு களிடையே நிலவிய பரஸ்பர உறவுகளையும் துல்லியமாக எடுத்துக்

காட்டுகின்றன என்ற உண்மையும் மறுக்க முடியாத ஒன்றுதான். ஐரோப்பியத் தத்துவவியலாளர்கள் சமூகவியல் அடிப்படையில் அரசு அமைப்புகளைப் பற்றியும் அவை தொடர்பான கோட்பாடுகளைப் பற்றியும் ஆய்வுகள் நடத்த சிந்திக்கும் முன்னரே இப்னு கல்தூன் போன்ற இஸ்லாமியத் தத்துவவியலாளர்கள் இவற்றை சமூகவியல் கண்ணோட்டத்தில் ஆராய்ந்திருந்தனர். சமூக நிறுவனங்கள் மீது சுவாத்தியம் போன்ற அம்சங்கள் ஏற்படுத்தும் தாக்கங்களைப் பற்றி மொன்டெஸ்கியூ தனது கருத்துகளை வெளிப்படுத்துவதற்கு முன்னரே இஸ்லாமியத் தத்துவவியலாளர்கள் அவற்றைப் பற்றி கருத்துத் தெரிவித்திருந்தனர். இஸ்லாமியச் சிந்தனையாளர்களின் உண்மையான கருத்துகள் 'பாரசீக மடல்களில்' எந்தளவு இடம்பெற்றிருக்கின்றன என்பதைப் பற்றி உறுதியாக எதனையும் கூற முடியாது. பாரசீகப் பயணிகள் எனும் பாத்திரங்கள் மொன்டெஸ்கியூ தன் சொந்தக் கருத்து களை வெளிப்படுத்த கையாண்ட ஓர் உத்தியாகவும் இருக்கலாம். ஆனால் அதே வேளையில் மொன்டெஸ்கியூவும் ஏனைய சமகால அறிஞர்கள் பலரும் இஸ்லாமிய அமைப்புகளைப் பற்றியும் ஐரோப்பிய அறிவு வளர்ச்சிக்கு இஸ்லாமியச் சிந்தனைகள் வழங்கியுள்ள பெரும் பங்களிப்புகளைப் பற்றியும் கணிசமாக அறிந்திருந்தனர் என்பதும் கணிப்பில் கொள்ளப்படவேண்டும். எனவே 'பாரசீகர்களின் கருத்துகள்' என முன்வைக்கப்பட்டவைகளில் எத்தனை இஸ்லாமியச் சிந்தனையின் அடிப்படையில் எழுந்தவை என்பது ஊகத்திற்கு விடப்பட வேண்டிய ஒன்றே. ஆனால் ஓரளவுக்காவது இஸ்லாமியச் சிந்தனைகள் இவற்றில் இடம்பெற்றிருக்கும் என உறுதியாகக் கூறலாம். இஸ்லாமியப் பாத்திரங்கள் மூலம் இவ்வுண்மைகள் கூறப்பட்டுள்ளமை முழுக்க முழுக்கத் தற்செயலானதாக இருக்க முடியாது. (பத்தாம், பதினெட்டாம் மடல்களில் குர்ஆனைப் பற்றிய குறிப்புகளும், இருபத்தியொன்பதாம், நாற்பத்தி ஆறாம், ஐம்பத்து ஏழாம் மடல்களில் கிறிஸ்தவ வேத இலக்கியங்களைப் பற்றிய குறிப்புகளும் காணப்படுகின்றன. ஆனால் புனித நூல்கள் இலக்கண விற்பன்னர்களாலும் விரிவுரையாளர்களாலும் உப்புச் சப்பற்ற வீண் விவாதங்களுக்குப் பயன்படுத்தப்பட்டுள்ளன என்பதைச் சுட்டிக்காட்டுவனவாகவே இக்குறிப்புகள் விளங்குகின்றன. *(36ஆம், 75ஆம், 135ஆம் மடல்களைப் பார்க்க.)*

மொன்டெஸ்கியூ, 1748ஆம் ஆண்டில் வெளியிட்ட *சட்டங்களின் ஆன்மா (The Spirit of the laws)* எனும் நூல் அதன் பின்னர் உருவான அத்தனை ஐரோப்பிய அரசியல், சட்ட சிந்தனைகளிலும் தன் சாயலைப் பெருமள விற்குப் பதித்த ஒரு படைப்பாகும். வலுவேறாக்கல் கோட்பாட்டை விவரிக்கும் இந்நூல் சட்டங்களை உருவாக்குவதன் அடிப்படை

நோக்கங்களையும், குறிப்பிட்ட ஒரு நாட்டின் வரலாற்று, காலநிலைக் காரணிகளுக்கும் அந்நாட்டின் சட்டங்களுக்குமிடையே காணப்படும் பரஸ்பர உறவுகளையும், தொடர்புகளையும் உணர, வரலாற்று ரீதியான ஆய்வு முறையினையும், ஒப்பீட்டு ஆய்வு முறையையும் பயன்படுத்துதல் பற்றியும் விளக்குகின்றது. மொன்டெஸ்கியூக்குப் பின்னர் தோன்றிய அறிஞர்களின் சட்டவியல் எழுத்தாக்கங்கள் (செவிக்னி உட்பட ஜெர்மானிய அறிஞர்களின் சிந்தனைகள்கூட) பிற்காலத்தில் தோன்றிய அனைத்து ஐரோப்பியச் சிந்தனைகளிலும் தாக்கங்களை ஏற்படுத்தின. ஆனால் இவ்வெழுத்துக்களில் கூறப்பட்டிருக்கும் கருத்துகளை, அவை வெளிவருவதற்கு முன்னரே கூறிய பெருமை 'சட்டங்களின் ஆன்மா' எனும் இந்நூலைச் சாரும். பாரசீக மடல்களில் அறிமுகப்படுத்தப்பட்ட பல கருத்துகளை அவற்றின் நிறை பரிமாணத்தில் நாம் இந்நூலில் காண்கின்றோம்.

வரலாறு, புவியியல், கலாசாரம் போன்றவற்றின் ஒன்றிணைப்பினால் உருவாவதே ஒரு தேசத்தின் ஆத்மா எனவும், அந்த ஆத்மாவின் வெளிப்பாடே நாட்டின் சட்டங்கள் எனவும் செவிக்னி விளக்கம் வழங்கியுள்ளார். வரலாறு, சமூகவியல் அடிப்படைகளில் வழங்கப்பட்ட இவ்விளக்கம் பிற்கால ஐரோப்பிய அரசியல் வரலாற்றில் பெரும் முக்கியத்துவம் பெற்றது. இவ்விளக்கம் ஜெர்மானிய மக்களின் தீவிர மான தேசிய உணர்வுக்கு ஒரு தத்துவார்த்த அடிப்படையை வழங்கியது. மொன்டெஸ்கியூ மீது இப்னு கல்தூன் ஏற்படுத்திய தாக்கம் என்ன? செவிக்னி மீது மொன்டெஸ்கியூ ஏற்படுத்திய தாக்கம் என்ன? என்ற இரண்டு வினாக்களுக்கும் விடை காண முயல்வது ஒரு சுவையான ஆய்வாக இருக்கும். ஐரோப்பிய அரசியல் சித்தாந்தம் என்பது தழும்புகள் அற்ற ஒரு துணி; அத்துணிக்கு அழகு சேர்ப்பது அத்துணியின் ஊடாக ஆங்காங்கே ஓடும் இஸ்லாமியச் சிந்தனைகள் எனும் வண்ண நூலிழைகள். துணிக்கு அழகை ஊட்டும் இந்த நூலிழைகளை வழங்கியோர் யார் என்பதை பலரும் உணர்வதில்லை; அவற்றை வழங்கியோருக்கு நன்றி நவில்வதுமில்லை.

தனது இளம் வயதில் மொன்டெஸ்கியூ கிழக்கு ஐரோப்பிய நாடு களில் பரவலான பயணங்களை மேற்கொண்டுள்ளார் என்பதையும் அக்காலகட்டத்தில் ஆஸ்திரியாவில் தங்கி பல நாடுகளின் அரசியல் சட்டங்களை ஆராய்ந்துள்ளார் என்பதையும் நாம் கருத்தில் கொள்ளுதல் வேண்டும். துருக்கி செல்ல அவர் விரும்பிய போதிலும் அவ்வாசை நிறைவேறவில்லை. (பிரிட்டானிகா கலைக்களஞ்சியம், 1947ஆம் ஆண்டு பதிப்பு 15ஆம் தொகுதி பக். 760) தனக்கு மிக அருகில், பெரும் புகழோடு திகழ்ந்த இஸ்லாமியப் பேரரசின் சட்டங்கள் அவரது கவனத்தைக் கவராமல் இருந்திருக்கப் போவதில்லை.

மொன்டெஸ்கியூவின் எழுத்தாக்கங்களில் குர்ஆனைப் பற்றியும் இஸ்லாமியச் சட்டங்களைப் பற்றியும் திட்டவட்டமான பல குறிப்புகள் காணப்படுகின்றன. இவற்றுள் சில சர்வதேச சட்டங்கள் தொடர்பானவை. இக்குறிப்புகள் யாவும் இஸ்லாமியச் சட்டங்களைச் சிலாகித்தே பேசுகின்றன. ஒவ்வோர் ஆண்டிலும் குறிப்பிடப்பட்ட நான்கு தொடர் மாதங்களில் சண்டைகளில் ஈடுபடுவதில்லை என்றும் அப்படி ஈடுபடுதல் பெரும் பாவமென்றும் அரேபியக் கோத்திரங்கள் நம்பியதையும் அவ்வாறே செயற்பட்டதையும் தன் குறிப்பு ஒன்றுக்கு உதாரணமாக மொன்டெஸ்கியூ தனது 24ஆம் புத்தகத்தின் 16ஆம் பகுதி (ஓர் அரசியல் சட்டம் ஏற்படுத்தும் வசதியீனங்களை எவ்வாறு மார்க்கச் சட்டங்கள் திருத்துகின்றன)யில் குறிப்பிடுகின்றார். தான் தரும் இக்குறிப்புக்கு மொன்டெஸ்கியூ பிரைடியக்ஸ் எழுதிய *முஹம்மதுவின் வாழ்வு* (Life of Mahomet) எனும் நூலை ஆதாரமாகக் காட்டுகின்றார். தனது நூலின் அடுத்த பகுதியில் (இதே தலைப்பின் தொடர்ச்சி) தீங்கு செய்தவன் ஒருவனிடம் நஷ்டஈட்டைப் பெற்ற பின்னரும் எவன் அவனுக்குத் தண்டனை அளிப்பானோ, அவனுக்கு நியாயத் தீர்ப்பு நாளில் கடுமையான வேதனை காத்திருக்கின்றது எனும் குர்ஆனிய சட்டத்தை (சூரத்துல் பகரா) காட்டுகிறார். ஒரு நாட்டில் தோன்றக்கூடிய பகைமைகளையும் வெறுப்புகளையும் போக்கி நல்லிணக்கத்தை ஏற்படுத்துவதற்கு மார்க்கம் பல வழிமுறைகளை வழங்க வேண்டும் என்ற குறிப்புடனேயே மேற்தரப்பட்டுள்ள குர்ஆனிய சட்டத்தை மொன்டெஸ்கியூ முன்வைத்துள்ளார்.

குர்ஆனையும், நபிகளாரின் வாழ்வு தொடர்பான நூல்களையும் இஸ்லாத்தோடு தொடர்புடைய வேறு பல நூல்களையும் பெற்றுக் கொள்ளக்கூடிய நிலையில் மொன்டெஸ்கியூ இருந்தார் என்பது நாம் கவனத்தில் கொள்ள வேண்டிய ஒரு விடயமாகும். அவர் தனது ஆக்கங்களில் குர்ஆன், நபிகளாரின் வரலாறு போன்றவற்றைப் பற்றிக் குறிப்புகள் வழங்கி இருப்பதோடு, இஸ்லாமிய நாடுகளில் பயணங்கள் மேற்கொண்ட பயணிகள் எழுதிய நூல்களிலிருந்தும் சில குறிப்புகள் வழங்கியுள்ளார். வட ஆப்பிரிக்காவின் மேற்குக் கரையோரங்களில் வாழ்ந்த அரேபியக் கோத்திரத்தினர் தமது தலைவர்களைத் தெரிவு செய்யும் வழக்காற்று முறையினை 'ஷாவின் பயணங்கள்' (Shaw's Travels) எனும் நூலை ஆதாரமாகக் காட்டி விளக்கியுள்ளார். இவ்வாறே பயணக் கோவை (Collection of Voyages) எனும் நூலைப் பற்றியும் விவரித்துள்ளார். இந்நூல் ஆங்கிலேய கிழக்கிந்திய வர்த்தகக் கம்பெனியின் தோற்றத்திற்கு ஒரு காரணமாக இருந்தது. இவ்விரண்டு நூல்களும் மொன்டெஸ்கியூவின் 26ஆம் புத்தகத்தின் ஆறாம் பகுதியில் குறிப்பிடப்பட்டுள்ளன. மதுபானம் அருந்துதலைத் தடைசெய்யும் இஸ்லாமியச்

சட்டத்தைக் காட்டும் மொன்டெஸ்கியூ அது அரேபிய தேச கால நிலைக்கு உகந்ததொரு சட்டம் எனவும் விமர்சித்துள்ளார்.

இரண்டு ஆண்டுகளில் இருபத்திரண்டு பதிப்புகளைக் கண்ட சட்டங்களின் ஆன்மா சட்டவியலின் மிக முக்கியமான மூல நூல்களில் ஒன்று மாத்திரமன்று; அது சட்டவியலின் வளர்ச்சியில் பெரும் தாக்கத்தை ஏற்படுத்திய ஒரு நூலுமாகும். இஸ்லாமிய நூல்களின் உதவியின்றியோ, இஸ்லாமியரின் அனுபவங்களைக் கருத்தில் கொள்ளாதோ எழுதப்பட்ட ஒரு நூலன்று அது என உறுதியாகக் கூறலாம்.

நவீன சர்வதேச சட்டத்துறையும் இஸ்லாமியச் சட்டங்களும்

சர்வதேச சட்டத்துறையின் வளர்ச்சியில் இஸ்லாமிய சட்டங்கள் ஏற்படுத்திய தாக்கம் விசாலமானது; ஆழமானது. இத்தாக்கத்தின் உண்மையான பரிமாணம் இன்னும் சரியாக மதிப்பிடப்படவில்லை என்றே நினைக்கவேண்டியுள்ளது. போர்க் கைதிகளை மனிதாபிமான நோக்கில் நடத்துதல் போன்ற நவீன பொதுச் சர்வதேச சட்டக் கோட்பாடுகள் தோன்றுவதற்கு முன்னரே இஸ்லாம் இவை தொடர்பான திட்டவட்டமான சட்டங்களை இயற்றி இருந்தது என்பதை இஸ்லாமிய சர்வதேச சட்டங்கள் எனும் தலைப்பில் வரும் எட்டாம் அத்தியாயத்தில் காணலாம். பொதுச் சர்வதேச சட்டங்கள் பற்றி ஒழுங்கமைக்கப்பட்ட முறையில் மேற்கத்திய நாடுகளில் எவ்வித எழுத்தாக்கங்களும் தோன்றுவதற்குப் பல நூற்றாண்டுகளுக்கு முன்னரே போர்க் கைதிகளை நடத்தும் முறை பற்றி பல ஆய்வுகளை இஸ்லாமியச் சட்ட அறிஞர்கள் வெளியிட்டிருந்தனர். எட்டாம் நூற்றாண்டில் ஷைபானி எனும் இஸ்லாமிய அறிஞர் இத்தலைப்பில் வெளியிட்ட ஓர் ஆய்வைப் பொருளாகக் கொண்டு ஷம்ஸ் அல் அஇம்மா ஸரக்ஷி என்பவர் நான்கு தொகுதிகளைக் கொண்ட ஒரு பெரும் படைப்பை வெளியிட்டார். போர்க் கைதிகளை நடத்துதல் என்பதைப் பொருளாகக் கொண்ட எந்தவோர் ஆய்வும் மேற்கிலே தோன்றுவதற்கு முன்னரே ஷைபானி, ஷரக்ஷி போன்றோரின் ஆய்வுகள் வெளிவந்துவிட்டன என்பது நினைவில் நிறுத்தப்படவேண்டிய உண்மைகளாகும்.

மேற்கத்திய சட்டத் துறைக்கும் இஸ்லாமியச் சட்டத் துறைக்குமிடையே ஏதாவது தொடர்பு இருந்ததா, இல்லையா என்ற கேள்விக்கு இன்னும் ஒழுங்கான ஒரு பதில் கிடைத்ததில்லை. சர்வதேச சட்டங்களுக்கு முதன்முதலாக தத்துவ வடிவம் வழங்கியவர்கள் எனப் பொதுவாகப் போற்றப்படும் ஸ்பானிய அறிஞர் விக்டோரியாவும் டச்சு அறிஞர் குரோடியஸூம் ஏற்கெனவே இயற்றப்பட்டிருந்த இஸ்லாமியச் சட்ட நூல்களைப் பற்றி அறிந்திருந்தனரா? இந்நூல்கள் அவர்களுக்குத்

தூண்டுகோல்களாக விளங்கினவா? விக்டோரியா, குரோடியஸ் போன்றோர் இஸ்லாமிய நூல்களைப் பற்றி அறிந்திருந்தனர் எனக் கூறுவதற்குச் சிற்சில ஆதாரங்கள் காணப்படுகின்றன; இவை ஆராயப் பட வேண்டும்.

மேற்கத்திய சர்வதேச சட்டங்களை உருவாக்கியவர்கள் ஸ்பானியர் களா அல்லது ஒல்லாந்தரா என்ற பழைய விவாதம் இங்கு ஆராயப்பட மாட்டாது. குரோட்டியஸ் எழுதிய உன்னதமான சட்ட நூலான *தெ ஜுரி பெல்லி அக் பாசிஸ்* வெளியானது 1625இல் ஆகும். இதற்கு ஏறத்தாழ ஒரு நூற்றாண்டுக்கு முன் வாழ்ந்த ஸ்பானிய சட்ட அறிஞரான விக்டோரியாவும் *(1483-1548)* அவரது சமகால ஸ்பானிய அறிஞர்களும் இஸ்லாமிய ஸ்பானிய நாகரிகத்துக்குக் காலத்தால் மிக அண்மித்தவர்கள். எனவே இந்த நாகரிகம் தோற்றுவித்த சட்ட நூல்களைப் பற்றி விக்டோரியாவும் அவர் காலத்தில் வாழ்ந்த ஏனைய ஸ்பானிய சட்ட அறிஞர்களும் அறியா திருந்திருக்க முடியாது. சர்வதேச சட்ட வளர்ச்சி யில் இஸ்லாமியச் சிந்தனையாளர்கள் ஏற்படுத்திய தாக்கம் எட்டாம் அத்தியாயத்தில் விரிவாக ஆராயப்பட்டிருக்கிறது.

நவீன வர்த்தகச் சட்டங்களும் இஸ்லாமியச் சட்டங்களும்

எட்டாம் நூற்றாண்டிலிருந்து பதின்மூன்றாம் நூற்றாண்டுவரை உள்ள காலப்பகுதியே இஸ்லாமிய நாகரிகத்தின் பொற்காலம் எனக் கருதப் படுகிறது. இக்காலப்பகுதியைப் பற்றிய எந்தவோர் ஆய்வும் இக்காலப் பண்பாட்டின் அறிவுச் சாதனைகளை எடுத்தியம்புவது போலவே இப்பொற்காலம் உருவாக்கிய ஒப்பற்ற வணிகச் செழிப்பையும் படம் பிடித்துக் காட்டவே செய்யும். உரோம சாம்ராஜ்யத்தின் உச்சாணிக் கட்டத்திலே ரோம் நகரம் எவ்வாறு உலகின் அறிவு மையமாகவும் வணிகச் சந்தையாகவும் விளங்கியதோ அவ்வாறே இஸ்லாமியப் பண்பாட்டின் பொற்காலத்தின்போது இஸ்லாமிய நகரங்கள் திகழ்ந்தன. உலகின் நாலா பக்கங்களிலும் இருந்து வந்தடைந்த வணிகப் பொருட்கள் இஸ்லாமிய நாட்டின் பெரும் பண்டகசாலைகளிலே குவிந்திருந்தன; அவ்வாறே இஸ்லாமிய உலகின் உற்பத்திகள் அவனியின் மூலை முடுக்குகளையும் சென்றடைந்தன. உலகம் அதுவரை கண்டிராத பிரமாண்டமான வணிக அமைப்புகள் கோர்டோவா, பாக்தாத், டமஸ்கஸ், கெய்ரோ போன்ற நகரங்களிலே இயங்கி இஸ்லாமியப் பேரரசின் வணிக உயர்வைப் பறைசாற்றிக்கொண்டு இருந்தன.

வணிகத்தை அடியொட்டி தொழில் சட்டங்கள் வளரும்; இதுவே வழக்கு. அயல் நாட்டு வணிகர்கள் தகுந்த பாதுகாப்பினை எதிர்பார்ப்பர்; வணிக ஒப்பந்தங்கள் பேணப்படல் வேண்டும்; கடன் கொடுக்கல்,

வாங்கல் விரிவான முறையில் ஒழுங்கு செய்யப்பட வேண்டியிருந்தது. இஸ்லாமிய நகரங்களே உலக வணிக நிலையங்களாக வளர்ந்த போது, தொழில் வளர்ச்சிக்கான சட்ட விதிகளையும், கோட்பாடுகளையும் உருவாக்குவது இஸ்லாமியச் சட்ட அறிஞர்களின் தலையாயக் கடமை யாயிற்று. வணிக ஒப்பந்தங்கள் முறையாக அமைக்கப்பட வேண்டும்; அவை சரியாக பேணப்படல் வேண்டும் எனும் அடிப்படை இஸ்லாமிய வணிகக் கோட்பாட்டின் வளர்ச்சியாகவே இஸ்லாமிய வணிகச் சட்டங்கள் விளங்குகின்றன.

சட்டத்தின் மீதும் சமூகத்தின் மீதும் இஸ்லாம் செலுத்திய செல்வாக்கைப் பற்றிய தனது ஆய்வில் புகழ்பெற்ற இத்தாலிய சட்ட அறிஞரான தெ சான்டில்லனா பின்வருமாறு கூறுகின்றார் (De Santillana, 1931, பக். 310):

அரேபிய சட்டத்திலிருந்து நாம் பெற்ற நற்பேறுகளாக வரையறுக்கப்பட்ட பங்குடமை என்ற அமைப்பினையும் சில வர்த்தகச் சட்ட நுட்பங்களையும் சுட்டிக் காட்டலாம். ஆனால் இவை அனைத்தையும் கவனத்திற்கு எடுக்காமல் விட்டால்கூட, அரேபிய சட்டங்களின் உயர் தார்மீக நெறி நமது நவீன சட்டக் கோட்பாடுகளின் வளர்ச்சிக்கும் உயர்ச்சிக்கும் பெரும் பங்களிப்பை வழங்கியுள்ளது என்பதை மறுக்க முடியாது. இதுவே அரேபிய சட்டங்கள் எமது சட்ட வளர்ச்சிக்கு நல்கிய நிலையான உதவியாகும்.

பல ஐரோப்பிய மொழிகளில் ஏற்றுமதி, இறக்குமதி வரிகளைக் குறிக்க *தாரிஃப்* (Tariff) என்ற சொல் பயன்படுத்தப்படுகிறது. அரபு விலிருந்து வந்த இச்சொல், சர்வதேச வணிகத்தில் இன்றும் வழக்கில் இருந்து, ஐரோப்பிய வர்த்தகச் சட்டங்களில் இஸ்லாமியக் கோட்பாடுகள் ஏற்படுத்திய தாக்கத்தைச் சுட்டிக் காட்டிக் கொண்டிருக்கிறது.

ஐரோப்பியச் சட்டத்தின்மீது இஸ்லாமியச் சட்டங்கள் செலுத்தியுள்ள செல்வாக்கு எத்தகையது என்பது ஆராயப்பட வேண்டிய ஒரு விடய மாகும். இந்த அம்சத்தைப் பற்றிய ஆய்வுகள் ஏற்கெனவே தொடங்கி விட்ட காரணத்தால் இஸ்லாமியக் குடியியல் சட்டக் கோவையையும் பிரான்சிய குடியியல் சட்டக் கோவையையும் பற்றிய ஓர் ஒப்பீடு நான்கு தொகுதிகளைக்கொண்ட ஓர் ஆக்கமாக வெளிவந்துள்ளது. (Abdullah, 1947) இவ்விரண்டு கோவைகளுக்குமிடையே காணப்படும் பல முக்கிய மான ஒற்றுமைகளை இவ்வாய்வு சுட்டிக்காட்டுகின்றது. இதனைப் போன்ற ஆய்வுகள் பல இதன் பின்னரும் செய்யப்பட வேண்டும்.

சமூகவியல் சிந்தனையின் தோற்றம்

சமூகவியல் விஞ்ஞானத்தைப் பற்றி வெளிவந்துள்ள தொடக்க நூல்களில் சில இஸ்லாமியர்களால் எழுதப்பட்டவையாகும். இத்தகைய இஸ்லாமிய

அறிஞர்களில் மிக முக்கியமானவர் டுனிஸ் நகரில் பிறந்த இப்னு கல்தூன் (1332-1406) ஆவார். இவர் 1377ஆம் ஆண்டில் வெளியிட்ட அல் முகத்திமா எனும் நூல் உலக வரலாற்றினை விளக்கும் ஓர் அரிய நூலாகும். இப்னு கல்தூனுக்கு முன்னர் வரலாறு என்பது சம்பவங்களை, பிரச்சினைகளை, அப்பிரச்சினைகளுக்குக் காணப்பட்ட தீர்வுகளை, அப்பிரச்சினைகள் பால் ஆட்சியாளர்கள் செலுத்திய கண்ணோட்டங்களைச் சித்திரிப்பதாகவே அமைந்திருந்தது. தத்துவ வியலாளர்கள் எழுதிய வரலாறுகள் அக்கால வேதாந்த, தத்துவப் பிரச்சினைகளை ஆராய்வதாக அமைந்தன. மாறாக, இப்னு கல்தூன் அரச பரம்பரைகளின் தோற்றங்களையும் வீழ்ச்சிகளையும், பேரரசுகளின் எழுச்சிகளையும் சரிவுகளையும், சமூகங்களின் தோற்றங்களையும் அழிவுகளையும் ஆராய்ந்தார். பண்பாட்டு வளர்ச்சி, சரிவுகளில் தாக்கங்களை ஏற்படுத்தும் காலநிலை போன்ற அம்சங்களை இவர் இனம் கண்டார். மொன்டெஸ்கியூ போன்ற பிற்கால அறிஞர்கள் இப்னு கல்தூன் இனங்கண்ட காரணிகளுக்கு உருவம் கொடுத்தனர். குழு மனப்பான்மை, சமூக ஒருமைப்பாடு (cf. Leon Duguit in the 20th c.) பண்பாட்டு விழுமியங்கள் (ஒரு சமூகத்தின் வாழ்வு முறை, வரலாறு, கலாசாரம் போன்றவற்றின் மொத்தம்) போன்ற கோட்பாடுகளையும் இப்னு கல்தூன் இனங்கண்டார். சமூக ஒருமைப்பாடே ஒழுங்கமைக்கப்பட்ட ஒரு சமூகத்தின் அதிகார அடிப்படை என்பதே இப்னு கல்தூனின் கருத்தாக இருந்தது.

கல்தூன் பல்வேறுபட்ட சமூக அமைப்புகளை ஆராய்ந்தார். கோத்திர அடிப்படையில் அமைந்திருந்த சமூகங்களை நகர்ப்புற சமூகங்களிலிருந்து வேறுபடுத்திக் காட்டினார். தாம் சேர்ந்த ஒரு கூட்டத்தினோடு ஒன்றிணைந்து நிற்கின்றோம் என்ற மனப்பான்மை காலப்போக்கில் தாம் சார்ந்து இருக்கின்ற கூட்டம் தனித்துவமிக்கது, உயர்ந்தது, சிறந்தது என்ற மனப்போக்கை உருவாக்கும். இம்மனப்பான்மையே ஓர் அரசு தோன்றுவதற்கு ஆதாரமாக, மையமாக அமையும். அரசில் ஒன்றிணையும் குழுக்களிடையே நாம் எல்லோரும் ஒரே நாட்டினர் என்ற உணர்வும், ஒருங்கிணைப்பும் உருவாகும். நாட்டில் ஒரு குழுவின் முக்கியத்துவம் நாளடைவில் அதிகரிக்கும். இக்குழுவின் செல்வம் பெருகும். அதீத செல்வப் பெருக்கின் விளைவாக இக்குழுவைச் சேர்ந்தவர்கள் ஆடம்பரப் பொருட்கள் மீது ஆசை வைப்பர். தொழிற்பாகுபாடுகள் தோன்றும். காலப்போக்கில் வேறு குழுக்கள் வளர்ச்சியடைந்து உயர்பீடங்களைப் பெற்றுக்கொள்ளும். முந்திய குழுவில் ஒற்றுமை குறையும். இதனால் அதிகாரமும் குறையும். தனது அதிகாரத்தைத் தக்கவைத்துக் கொள்வதற்காக சிலவேளைகளில் இது சொந்தப்

படைகளையும் அமைத்துக்கொள்ளும். ஆனால் இறுதியில் இக்குழுவின் அதிகாரம் புதிய குழுவினால் கைப்பற்றப்படும்.

கல்தூன் நபித்துவம் போன்ற கோட்பாடுகளைக்கூட விமர்சனக் கண்ணோட்டத்துடன் ஆராய்ந்துள்ளார். தனித்துவம் மிக்க அமைப்பில் இப்னு கல்தூனினால் உருவாக்கப்பட்ட முகத்திமா எனும் இந்நூலை நவீன, உன்னதமான கருத்துகளைக் கொண்ட நூலென இல்ஸ் லிச்டென்ஸ்டேடர் (Llse Lichtenstadter, 1976, பக். 64) எனும் அறிஞர் மதிப்பிட்டுள்ளார். முகத்திமாவின் மொழிபெயர்ப்பாளர்களில் ஒருவரான ஃபிரான்ஸ் ரோஸன்தால் அந்நூலைப் பற்றிக் கீழ்வருமாறு கூறியுள்ளார்:

முகத்திமா எனும் இந்நூல் நன்கு வளர்ச்சியடைந்த ஓர் உயர் நாகரிகத்தின் அத்தனைப் புற வெளிப்பாடுகளையும், முன்னுதாரணம் எதனையுமே காட்ட முடியாத முறையிலே மிகச் சிறப்பாக மீள் மதிப்பீடு செய்துள்ளது. ஒரு நாகரிகத்தின் அத்தனை அம்சங்களும் தனி மனிதனதும் மனித சமூக அமைப்பினதும் தொழிற்பாடுகளே என்ற அடிப்படைக் கண்ணோட்டத் துடன், தான் எடுத்த பொருளை ஆராய்ந்து ஆழமான, முழுமையான ஒரு மதிப்பீட்டைச் செய்துள்ளது. (Rosenthal, 1958)

இப்னு கல்தூன் சமூகவியல் சிந்தனைகளை வளர்த்தவர்களுள் ஓர் உலக முன்னோடி ஆவார். நாளுக்கு நாள் அதிகரித்துக் கொண்டே செல்லும் பெரும் தாக்கத்தினை சட்டத் தத்துவத்துறையில் ஏற்படுத்திய நவீன சமூக விஞ்ஞானிகள் முன்வைத்த கோட்பாடுகளில், சிந்தனை களில் பலவற்றை இப்னு கல்தூன் பல நூற்றாண்டுகளுக்கு முன்னரே முன்வைத்துள்ளார் என்பது கவனிப்புக்குரிய உண்மையாகும்.

சட்டத்தோடு தொடர்புடைய பாடநெறிகளான - தர்க்கவியல் (அரிஸ்டோட்டலின் மரபின் ஊடாக) மனித அறிவில் பகுத்தறிவு வகிக்கும் பங்கு (அவிரோஸ் ஊடாகவும், அவிரோஸின் தாக்கத்திற்குள்ளான புனித தோமஸ் ஊடாகவும்) விஞ்ஞானபூர்வ முறை (இஸ்லாமிய விஞ்ஞானப் பாரம்பரியம்) சமூகவியல் விஞ்ஞானம் (இப்னு கல்தூன்) அரசியலும் ஆட்சியியலும் (இஸ்லாமியப் பாதிப்புக்குள்ளான ஐரோப்பியத் தத்துவ வியலாளர்கள் ஊடாக) சர்வதேசியம் (அல் ஷைபானி போன்ற அறிஞர்கள் ஊடாக) - போன்றவைகளில் ஐரோப்பிய சிந்தனா வளர்ச்சி யின் தொடக்ககாலகட்டத்தில் இஸ்லாத்தின் தாக்கம் பெரிய அளவில் இருந்திருக்கிறது. இந்தத் தாக்கத்தின் பரிமாணம் இன்னும் சரியாக ஆராயப்படவில்லை. இத்துறையில் ஆய்வுகள் மேற்கொண்டால் ஐரோப்பியச் சிந்தனைகளையும் இஸ்லாமியச் சிந்தனைகளையும் ஒன்றிணைக்கும் பல நூலிழைகளை நாம் இனங்காண முடியும். ஐரோப்பிய எல்லைகளுக்கு அண்மையில், நன்கு வளர்ச்சியடைந் திருந்த, உலகமே அதுவரை கண்டிராத ஒரு மகோன்னதமான கலாசாரப்

பாரம்பரியம் பொலிவோடு திகழ்ந்தபோது தொடக்க நிலையில் இருந்த ஐரோப்பியத் தத்துவக்கலை, இஸ்லாமிய அறிவுக் கலைகளின் உதவியைப் பெறாது, அதன் செல்வாக்குக்குக் கிஞ்சிற்றேனும் இடம் கொடுக்காது, சுயமாகவே வளர்ந்து, அது இன்று எட்டியிருக்கும் உயர் நிலையை எய்தியது என நம்புவது பகுத்தறிவுக்கு ஒவ்வாததாகவே இருக்கும்.

7

இஸ்லாமும் மனித உரிமைகளும்

இஸ்லாத்திற்கும் ஐரோப்பியச் சட்டக்கலை வளர்ச்சிக்கும் இடையே இருக்கின்ற தொடர்பை ஆராய்ந்த நாம் அடுத்து ஆராயவேண்டிய விடயம் இஸ்லாமும் மனித உரிமைகளும் என்பதாகும். இன்றைய உலகில் மனித உரிமைகளுக்கு வழங்கப்படும் முக்கியத்துவத்தின் காரணத்தினாலும் இஸ்லாத்தின் முக்கியத்துவமும் கூடிக்கொண்டே செல்வதாலும் இந்தத் தலைப்பு இன்று அதி முக்கியத்துவம் பெறுகின்றது.

இஸ்லாத்தின் அடிப்படை நம்பிக்கைகள் இரண்டு. ஒன்று இறைவனின் இறைமை; மற்றது நபிகளாருக்கு வழங்கப்பட்ட வேத வெளிப்பாடு. இன்றைய சர்வதேச சாசனங்களில் பொறிக்கப்பட்டுள்ள அடிப்படை மனித உரிமைகள் யாவும், மேற்குறிப்பிடப்பட்ட இரண்டு எடுகோள்களின் காரணமாக இஸ்லாத்தில் மார்க்கச் சட்டங்களாக பரிணமிக்கின்றன. இன்றைய சர்வதேச சாசனங்கள் எதனையும் கருத்தில்கொள்ளாது, இஸ்லாமியச் சட்ட இலக்கியத்தை மாத்திரம் ஆராய்ந்து, அவற்றில் குறிப்பிடப்பட்டுள்ள மனித உரிமைகளைப் பொறுக்கி சர்வதேச இஸ்லாமிய மனித உரிமைப் பிரகடனம் என்ற ஒரு சாசனத்தை அமைக்கலாம். அப்படி ஒன்று அமைக்கப்பட்டால் அது இன்றைய மனித உரிமை சாசனத்திற்கு ஒப்பானதாகவே இருக்கும் (பார்க்க: பின்னிணைப்பு 2). பின்னிணைப்பில் தரப்பட்டுள்ள கோட்பாடுகள் நவீன கோட்பாடுகளை ஒத்தனவாகவே விளங்குகின்றன. இதில் தரப்பட்டுள்ள கோட்பாடுகள் அனைத்தையும் இஸ்லாமிய நூல்களை ஆதாரமாகக் காட்டி நிரூபிக்கலாம்.

இவ்வாறு இஸ்லாம் அடிப்படை மனித உரிமைகளை வரையறை செய்துள்ள போதிலும், அவை பெரும்பாலான அறிஞர்களின் கவனத்தைப் போதிய அளவு கவரத் தவறிவிட்டன என்றே கருத வேண்டியுள்ளது. இஸ்லாம் வழங்கும் மனித உரிமைகளின் மேன்மையை உணர்ந்த ஓர் அறிஞர் கவுன்ட் லியோன் ஒஸ்ட்ரோரோக் ஆவார். அறுபது ஆண்டு களுக்கு முன்னர், அதாவது இன்றைய மனித உரிமைக் கோட்பாடுகள்

பிரகடனப்படுத்தப் படும் முன்னர், லண்டன் பல்கலைக்கழகத்தில் மூன்று தொடர் பேருரைகளை வழங்கிய அவர், தனது உரையில் பின்வருமாறு கூறியுள்ளார்:

இஸ்லாமியச் சட்ட முறைமை பூரணத்துவம் மிக்கதாகவும் இன்றும் அதனைக் கற்பவர்களின் சிந்தையினைக் கவர்வதாகவும் திகழ்கின்றது. நபிகள் நாயகம் இறைத்தூதர் என்ற அசையா நம்பிக்கையின் அடிப்படையில் பெறப்பட்ட அனுமானங்களே இச்சட்ட முறைமையின் அடித்தளம். இவ்வனுமானங்கள் தர்க்க ரீதியாகவோ, அரபு இலக்கண ரீதியாகவோ எவ்விதக் குறையும் காண முடியாதவையாகத் திகழ்ந்து, அவ்வனுமானங்களின் மீது அமைக்கப்பட்ட சட்ட விதிகளுக்குப் பெருமை சேர்க்கின்றன. இந்தச் சட்ட முறைமையில் காணப்படும் சில கோட்பாடுகள் பெருமிதத்தை மாத்திரம் ஏற்படுத்தவில்லை; அவை பேராச்சரியத்தையும் ஏற்படுத்துகின்றன. ஒன்பதாம் நூற்றாண்டில் வாழ்ந்த கீழைத்தேய இஸ்லாமியச் சிந்தனையாளர்கள் தமது மார்க்கக் கோட்பாடுகளின் அடிப்படையில் தனிமனித சுதந்திரம், ஆள் பாதுகாப்பு, சொத்துப் பாதுகாப்பு போன்றவற்றையும் உள்ளடக்கிய மனித உரிமைகளை வகுத்தனர். இஸ்லாமியப் பேரரசின் தலைமை அதிகாரியான கலீஃபாவின் நியமனத்தை ஒப்பந்த அடிப்படையில் நடைபெறவேண்டிய ஒன்றாகவே வர்ணித்தனர். ஒப்பந்தத்தின் அடிப்படையில் தெரிவு செய்யப்பட்டவர் என்றவுடன் அப்படி நியமனம் பெற்ற கலீஃபா தகுதி உடையவராக இருக்க வேண்டும்; அவர் தனது கடமைகளை ஒழுங்காக நிறைவேற்ற வேண்டும்; அவ்வாறு அவர் தன் கடமைகளை நிறைவேற்றாவிட்டால் அவர் பதவியிலிருந்து நீக்கப்படல் வேண்டும் - என்பன சொல்லாமலே உணரப்படும். இஸ்லாமிய அறிஞர்கள் வகுத்த விரிவான போர்ச் சட்டங்கள் மனிதாபிமான மிக்கவையாக, வினயமிக்கவையாக விளங்கின. முதலாம் உலகப்போரில் ஈடுபட்டவர்கள் இஸ்லாமியப் போர்ச் சட்டங்களை ஆராய்ந்திருந்தால், அவர்களுள் பலர் அவை உணர்த்திய பெருந்தன்மையையும் தாம் போரின் போது நடந்துகொண்ட முறைகளையும் ஒப்பிட்டுப் பார்த்து வெட்கித் தலை குனிந்திருப்பர். இஸ்லாமிய நாடுகளில் வாழும் இஸ்லாமியரல்லாத மக்கள் மீது இஸ்லாமியச் சட்டங்கள் காட்டவேண்டிய சகிப்புத்தன்மை மிக உயர்வானதாகும்; இத்தகைய சகிப்புத்தன்மைமிக்க சட்டங்கள் மேற்கில் உருவாக மேலும் பத்து நூற்றாண்டுகள் கழியவேண்டி இருந்தது. (Ostrorog, *1927,* பக். *30-1;* மேலும் Fyzee, *1964,* பக். *51-2*)

ஓர் அரசு தன் பிள்ளைகளை எவ்வாறு நடத்த வேண்டும் என்பது முழுக்க முழுக்க அந்த அரசின் உள்நாட்டு விடயமாகக் கருதப்பட வேண்டுமே ஒழிய சர்வதேச அரங்கினுள் அப்பிரச்சினை கொண்டுவரப்

படக்கூடாது - அதனை விசாரிக்க சர்வதேச சட்டங்களுக்கு எவ்வித அதிகாரமும் இல்லையென்பதே உலகப் போருக்கு முன்னர் சர்வதேச சட்ட நிலைப்பாடாக இருந்தது. சர்வதேச சட்டங்கள் நாடுகளுக்கே தவிர நாட்டு மக்களுக்கு அல்ல; சர்வதேச சட்டங்கள் நாடுகளுக்கிடையே தோன்றும் பிரச்சினைகளை ஆராயுமே ஒழிய மக்களுக்கு ஏற்படும் பிரச்சினைகளை அல்ல. (Henkin et al 1980 பக். 804-5) ஆனால் மனித உரிமைக் கோட்பாட்டின் வளர்ச்சி, போருக்குப் பிந்திய ஆண்டுகளில் மேற்கூறப்பட்ட நிலைப்பாட்டில் பெரும் மாற்றங்களை ஏற்படுத்தியது. இன்று ஒரு நாடு அதன் குடிமக்களை எவ்வாறு நடத்துகின்றது என்பது அந்த நாட்டின் விவகாரமாக மாத்திரம் கருதப்படுவதில்லை. ஒரு நாட்டின் மக்கள் குறைவாக நடத்தப்பட்டால், அது எந்த நாடாக இருந்தாலும் சரியே, அது முழு மனித சமுதாயத்தினும் கண்ணியத்தைக் குறைக்கும் என்றபடியால், அப்பிரச்சினை தன் நாட்டின் எல்லை களைக் கடந்து, ஒரு சர்வதேசப் பிரச்சினையாகிவிடும். சர்வதேச சட்டங்களே அதனைத் தீர்த்துவைக்கவேண்டிய நிலை ஏற்படும். இன்றைய நவீன ஐரோப்பிய மனித உரிமைக் கோட்பாடு நாட்டை மட்டும் முக்கியமாகக் கருதாது, தனிப்பட்ட மனிதனையும் முக்கிய மாகக் கருதுவதைப் போலவே, இஸ்லாமிய மனித உரிமைச் சட்டங் களும் தனி மனிதனை மிக முக்கியமானவனாகவே கருதுகிறது. இந்தக் கருத்து, சர்வதேச நீதிமன்றத்தின் முன்னாள் தலைவர் நீதியரசர் நாகேந்திர சிங்கினாலும் அவர் எழுதிய மத்திய கால இந்தியாவும் சர்வதேச சட்டமும் எனும் நூலில் உறுதி செய்யப்பட்டுள்ளது. (Singh, 1973, பக். 91)

தனிநபர் கண்ணியம்

தனிநபர் கண்ணியத்திற்கு இஸ்லாமியச் சட்டங்கள் உயர் இடத்தை வழங்குவதனால் மனித உரிமைக் கோட்பாடு இஸ்லாமியச் சட்டத்தில் மிக எளிதாக இடம்பிடித்துக் கொள்கிறது. பிறரைத் துன்புறுத்துதல், அத்துமீறல், தனிநபர் கண்ணியத்தினைப் பங்கப்படுத்துதல் போன்ற தீய செயல்களிலிருந்து தவிர்ந்து கொள்ளுமாறு குர்ஆன் மீண்டும் மீண்டும் எச்சரிக்கை செய்வதோடு அனைத்து உயிரினங்களோடும் வெகு நீதமாக நடந்து கொள்ளுமாறும் இறை நம்பிக்கையாளர்களைத் தூண்டுகிறது. பிறரைத் துன்புறுத்துவதில் நின்றும் தவிர்ந்துகொள்ளுமாறு 299 இடங் களில் குர்ஆன் கட்டளை இடுகிறது. (Moussa, 1966, Rhyne, 1971, பக். 409) அல்லாஹ் நீதமுடனும் கருணையுடனும் நடக்குமாறு கட்டளை இடு கிறான் என்ற குர்ஆன் வசனம் அனைத்து உயிரினங்களோடும் நீதமாக நடந்து கொள்வதை எல்லோர் மீதும் ஒரு கடமையாக விதிக்கின்றது.

பொதுப் பொறுப்புகளில் ஆட்சியாளர்களோடு சேர்ந்து பங்கு பெறும் உரிமை சமூகத்தின் அனைத்து உறுப்பினர்களுக்கும் இருக்கிறது. அவ்வாறே ஆட்சியாளர்கள் தவறு செய்தால் அவர்களைத் திருத்தும் உரிமையும் அவர்களது செயல்களை எதிர்க்கும் உரிமையும் அவர்களுக்கு இருக்கிறது. தனிநபரின் உயிர், உடைமை, சுதந்திரம், கண்ணியம் ஆகிய அத்தனைக்கும் பாதுகாப்பு வழங்கப்படுகிறது. இறைவனுக்கும் இறைக் கட்டளைகளுக்கும் ஏற்ப இயங்கும் பிரபஞ்சத்தின் மிக முக்கிய அலகாக தனிநபரையே இஸ்லாம் கருதுகின்றது. (Abdul Wahab, *1962*)

தனிநபருக்கு வழங்கப்பட்டிருக்கும் இந்த உயர் நிலை முன் நிர்ணயிக்கப்பட்ட ஒன்று என்பதாலும் அது நிரந்தரமானதாலும் அது காலத்திற்குக் காலம் மாறுபடுவதோ அல்லது ஆட்சியாளர்களின் விருப்பங்களுக்கேற்ப வேறுபடுவதோ இல்லை. அது மனிதனோடு ஒன்று இணைந்தது; மாற்ற முடியாதது. எனவே அது வழங்கும் பாதுகாப்பு தற்காலிகமானதாகவோ ஆளுக்கு ஆள் வேறுபடுவதாகவோ இருக்க முடியாது. (Rhyne, *1971*, பக். *409*). மனித சுதந்திரமும் கண்ணியமும் இஸ்லாத்தை ஏற்றவர்களுக்கு மாத்திரந்தான் என்றில்லை; இது முழு மனித குலத்திற்கும் உரிமையானது. எனவே எல்லா முஸ்லிம்களாலும் மதிக்கப்பட வேண்டியது.

பிற மதத்தினர் மீது காட்டப்பட வேண்டிய சகிப்புத் தன்மைக்கு எத்தகைய இலக்கணங்களை இஸ்லாமியச் சட்டம் வகுத்துள்ளது என்பது இந்நூலின் வேறு ஓர் இடத்தில் ஆராயப்பட்டுள்ளது. எனினும் தனது சட்ட அதிகாரத்திற்குள் வாழும் மக்களை மாத்திரம் பாதுகாக்கும் உரோமப் பேரரசின் ஜூஸ் சிவில் சட்டத்தைப் போலன்றி இஸ்லாமிய மனிதக் கண்ணியக் கோட்பாடு முஸ்லிம்கள், முஸ்லிம்கள் அல்லாதார் எனும் பாகுபாட்டைக் காட்டாது முழு மானிட குலத்தையும் உள்ளடக்கிக் கொண்டது என்பது இங்கு குறிப்பிடப்படத்தான் வேண்டும். (Ion, *1907*) குர்ஆனிய சட்டங்களும் கட்டளைகளும் இஸ்லாமியரல்லாத சிறுபான்மையினருக்கு ஆட்சி அதிகாரமிக்க பெரும்பான்மையோரினாலும் பறிக்க முடியாத உரிமைகளை வழங்கின. (Ahmad, *1956*) எனவே கிறிஸ்தவரல்லாதோருக்கு தனிமனித உரிமை, சொத்துரிமை போன்ற உரிமைகள் இருக்கின்றனவா, இல்லையா என்ற சட்டப் பிரச்சினைக்கு முகங்கொடுக்க வேண்டிய நிர்ப்பந்தம் பதினாறாம் நூற்றாண்டு ஸ்பானிய சமய சாஸ்த்திர விற்பன்னர்களுக்கு ஏற்பட்டது போன்று இஸ்லாமியச் சட்டவியலில் ஏற்படப்போவதில்லை.

நீதி, இரக்கம் போன்றவை பற்றிய குர்ஆன் கட்டளைகளையும், மனித உரிமைகள் பற்றி இஸ்லாமிய நூல்களில் காணப்படும் குறிப்பு களையும் ஆதாரமாக வைத்து இஸ்லாமிய அறிஞர்கள், நவீன மனித

உரிமைக் கோட்பாட்டைவிட, இஸ்லாமிய மனித உரிமைச் சட்டங்கள் மேலானவை, விசாலமானவை என நம்புகின்றனர். இத்தகைய கருத்தை உடையவர்களுள் ஒருவரான அஸ்ஸாம் என்பவர்,

சுதந்திரம் என்பது இஸ்லாம் வழங்கும் மிக முக்கியமான புனிதமான உரிமைகளில் ஒன்றாகும்; அரசியற் சுதந்திரம், சிந்தனைச் சுதந்திரம், மதச் சுதந்திரம், குடியியற் சுதந்திரம் ஆகிய அத்தனையும் இஸ்லாத்தினால் உறுதி செய்யப்பட்டுள்ளன; நவீன நாகரிகம் வழங்கும் சுதந்திரத்தைவிட இஸ்லாம் வழங்கும் சுதந்திரம் விசாலமிக்கதாகும்; ஆழமிக்கதாகும்.

எனக் கூறியுள்ளார். (Azzam, 1964, பக். 102)

ஆட்சியாளர்களும் நீதியும்

'நீங்கள் ஒரு கூட்டத்தினரை ஆட்சி செய்தால், அவர்களை மிக நீதமாக ஆட்சி செய்யுங்கள்.' (குர்ஆன் 4: 58) ஆட்சியாளர்கள் நீதமாக ஆட்சி செய்ய வேண்டியதன் அவசியம் குர்ஆனிலும் சுன்னாவிலும் மீண்டும் மீண்டும் வலியுறுத்தப்பட்டிருக்கிறது. எனவே நீதியாக ஆள்வது ஆட்சியாளர்களுக்குக் கட்டாயமாக்கப்பட்டுள்ளது; நீதிக்கு முரணாக நடப்பதற்கு ஓர் ஆட்சியாளருக்கு எவ்வித அதிகாரமுமில்லை.

மனித உரிமைகளின் பல்வேறுபட்ட, நீதி முறையான அம்சங்களைப் பற்றிய குறிப்பான விளக்கங்களும் பொதுவான விளக்கங்களும் குர்ஆன், ஹதீஸ் போன்றவற்றில் பலவிடங்களில் தரப்பட்டுள்ளன. அவற்றுள் சில இவ்வத்தியாயத்தில் குறிப்பிடப்படும். நீதியற்ற ஆட்சியாளர்களுக்கு வழங்கப்படும் தண்டனைகளினதும் அநியாய ஆட்சியாளர்களுக்கு எதிரான எச்சரிக்கைகளினதும் பின்னணியிலேயே இஸ்லாமிய மனித உரிமைகள் வகுக்கப்பட்டுள்ளன. 'அநியாயத்தை விட்டுத் தவிர்ந்து கொள்ளுங்கள்; அநியாயம் தீர்ப்பு நாளில் உங்களை இருளால் மூடிவிடும்' என நபிகள் நாயகம் எச்சரித்துள்ளார்கள். (மிஷ்காத் அல் மஸாபிஹ் தொகுதி 1, பக். 586, பார்க்க: Ibrahim, 1985, பக். XCIII) எதிரிடையாக 'நீதமிக்க ஒரு நாள் ஆட்சி அறுபது வருட வணக்கத்திற்கும் மேலானது' என்றும் 'அல்லாஹ்வின் பார்வையில் மிகச் சிறந்த மனிதர் நீதமிகு ஆட்சியாளர் ஆவார்; மிக வெறுப்புக்குரிய மனிதன் அநியாயக்கார ஆட்சியாளன் ஆவான்' என்றும் நபிகள் நாயகம் (ஸல்) கூறியுள்ளார்கள். (Ibrahim, 1985)

ஐந்தாம் அத்தியாயத்தில் தரப்பட்டுள்ள கோட்பாடுகளைத் தொடர்பு படுத்தியே இவ்வத்தியாயத்தில் கூறப்பட்டுள்ளவை வாசிக்கப்பட வேண்டும். அந்த அத்தியாயத்தில் கூறப்பட்டுள்ள கோட்பாடுகளில் பல அடிப்படை மனித உரிமைக் கோட்பாடுகளைக் கொண்டுள்ளன. சட்டத்தின் மேலாண்மை, நீதித்துறை பாரபட்சமின்மை, வரையறுக்கப்

பட்ட இறைமை போன்ற தத்துவங்கள் அவற்றுள் உள்ளடங்கி இருப்பதை அவதானிக்கலாம்.

இறை மைய அணுகுமுறை

இஸ்லாமிய மனித உரிமைக் கோட்பாட்டின் அடிப்படை பாரம்பரிய மேற்கத்திய மனித உரிமைக் கோட்பாட்டின் அடிப்படையிலிருந்தும் குறைந்தது இரண்டு முக்கியமான வகைகளிலாவது வேறுபடுகிறது என்பது தொடக்கத்திலேயே குறிப்பிடப்பட வேண்டிய விடயமாகும்.

மேற்கிலே மனிதனுக்கு எதிராக மனிதன் நடத்திய கடுமையான போராட்டங்களின் ஊடாகவே ஆட்சியாளர்களிடமிருந்து மனித உரிமைகள் பறிக்கப்பட்டன. ஆட்சியாளர்கள் உரிமைகள் எதுவும் வழங்கப் பிடிவாதமாக மறுத்தனர். மக்களோ அவற்றைப் பெற்றுக் கொள்ள இடைவிடாது போராடினர். புரட்சிகள் பல வெடித்தன. ஒவ்வொரு புரட்சிக்குப் பின்னரும் ஒருசில உரிமைகள் வழங்கப்பட்டன. அவற்றுக்குப் பின்னர் தொடர்ந்த போராட்டங்கள் காரணமாக மேலும் சில உரிமைகள் கிடைக்கப் பெற்றன. இவ்வாறு பல போராட்டங்களின் பயனாக, பல்லாயிரக் கணக்கான உயிர்களைக் காவு கொடுத்ததன் பயனாக பல உரிமைகள் மக்களால் வென்றெடுக்கப்பட்டன.

இவை யாவும் கடும் போராட்டங்களின் ஊடாகப் பெற்ற லௌகீக உரிமைகளாகும். எனவே அவை பெரிதும் மதிக்கப்பட்டன. உயிர்ப் பாதுகாப்பு போன்ற அடிப்படை உரிமைகள்கூட இன்றி வாழ்ந்த மக்களின் நிலையோடு ஒப்பிடும் போது பின்னையோர் பின்னர் பெற்றுக் கொண்ட உரிமைகள் ஒரு பெரும் முன்னேற்றமே என்பதை மறுக்க முடியாது.

இஸ்லாத்தில் நாம் இந்தப் பிரச்சினையை இத்தகைய ஒரு லௌகீகப் பின்னணிக்கு எதிராகப் பரிசீலிப்பதில்லை. மனிதன் தன் சக மனிதனுக்கு எதிராக எவ்வாறு தன் உரிமைகளை நிலைநாட்டிக் கொள்கிறான் என்பதைப் பற்றி இஸ்லாம் அதிகம் அக்கறை கொள்வதில்லை. இறைவனுக்குச் செய்யவேண்டிய கடமைகளை மனிதன் எவ்வாறு நிறைவேற்றுகின்றான் என்பதை அறிவதிலேயே இஸ்லாம் தன் அவதானத்தைச் செலுத்துகிறது. இஸ்லாம் மனிதனுக்கும் மனிதனுக்கும் இடையே நிலவும் கிடையான உறவைப் பற்றிக் கவலைப்படுவதில்லை. அது மனிதனுக்கும் அவனைப் படைத்தவனுக்கும் இடையே நிலவ வேண்டிய நிலையான உறவைப் பற்றியே கூடுதலாகச் சிந்திக்கின்றது. இந்த நிலையான உறவு நன்கு பேணப்பட்டால், அனைத்து மனித உரிமைப் பிரச்சினைகளும் தானாகத் தீர்ந்துவிடும்.

எனவே இவை இரண்டும் வெவ்வேறு வகையான இரண்டு உறவு முறைகளாகும். இஸ்லாமிய மனித உரிமைக் கோட்பாடு இறைவனோடு தொடர்புடையது. அது இறையை மையமாகக் கொண்டது; மனிதனை மையமாகக் கொண்டதன்று. இரண்டாவதாக இஸ்லாமிய மனித உரிமைக் கோட்பாடு கடமைகளுக்கே முக்கியத்துவம் வழங்குகின்றது; உரிமைகளுக்கு அல்ல. எனவே மனித உரிமைகள் என்பன ஒரே வகை யானவையாக இருந்த போதிலும் அடிப்படையில் அவற்றை அணுகும் முறையில் இரண்டு கோட்பாடுகளுக்குமிடையே வேறுபாடு காணப் படுகிறது. வேறுபட்ட அணுகுமுறைகளினால் கிடைக்கப்பெற்ற பெறு பேறுகளில் வித்தியாசங்கள் அதிகம் இல்லாது இருக்கலாம். ஆனால் அப்பெறுபேறுகளைப் பெறுவதற்குக் கையாண்ட வழிமுறைகள் வேறுபடவே செய்யும். எனினும் இறைத் தொடர்பு, கடமைக் கோட்பாடு போன்றவற்றிற்கு இஸ்லாம் கொடுக்கும் உயர் அழுத்தம், நிர்ப்பந்தங் களின் காரணமாக, வேண்டாவெறுப்புடன் மனித உரிமைகளை வழங்கிய மேற்கத்திய சட்ட முறைமையைவிட இஸ்லாமியச் சட்ட முறைமையில் மனித உரிமைகள் சிறப்பாக நிலைபெறும் என நம்பலாம்.

அரசைப் பற்றிய இஸ்லாமியக் கோட்பாடு

மனிதர்களிடையே நிறைவேற்றப்பட்ட ஒரு சமுதாய ஒப்பந்தத்தின் அடிப்படையிலேயே ஆட்சியாளர்களின் அதிகாரங்களும் கடமைகளும் நிர்ணயிக்கப்பட்டு இருக்கின்றன என்ற மேற்கத்திய அரசியல் கோட்பாடு இறை மைய அடிப்படையில் சட்டங்களை ஆராய்ந்த இஸ்லாமிய அறிஞர்களுக்கு ஏற்புடையதாக இருக்கவில்லை. மேற்கத்திய சமுதாய ஒப்பந்தக் கோட்பாடுகள் மனிதனுக்கும் மனிதனுக்கும் இடையே ஏற்பட்ட ஒப்பந்தங்களையே சார்ந்திருக்கின்றன. மாறாக இஸ்லாமோ, 'ஒவ்வோர் ஆத்மாவும் இறைவனுடன் ஓர் ஒப்பந்தம் செய்து கொண்டது; இதுவே மனிதனுக்கும் இறைவனுக்குமிடையே ஏற்படும் ஒப்பந்தம்' என்றே விளக்கம் வழங்குகின்றது. இந்த ஒப்பந்தத்திற்குள் அனைத்து ஆத்மாக்களும் அடங்கும். (Al-Attas - *1978*, பக். *70*)

எனவே ஓர் இஸ்லாமியக் குடிமகன் தனது உரிமைகளை ஆட்சியாளர் களிடம் கோருவதில்லை. அவனையும் அவனை ஆட்சி செய்பவனையும் கட்டுப்படுத்தும் ஓர் உயர் சக்தியிடமே அவன் தனது உரிமைகளைக் கோருகின்றான். 'நன்மையை ஏவி, தீமையைத் தடுங்கள்.' (அல்குர்ஆன் 7:157) எனும் குர்ஆனின் கட்டளை ஆள்பவர்களுக்கும் ஆளப்படுபவர் களுக்கும் பொதுவானதாகும். அது இரு சாரார்களையும் கட்டுப்படுத்தும். இரு தரப்பினரும் பொதுவான ஓர் அரசனின் குடிகளே. எனவே உலக

ஆட்சியை வகிக்கும் ஒருவர், அவருக்கு மேலே இருக்கும் ஒரு பேரரசனின் நம்பிக்கையாளராக இருந்து அவனது ஆணைகளை நிறைவேற்றும் ஒரு பிரதிநிதி, என்பதுதான் இஸ்லாமிய நம்பிக்கை.

இறைவன் தன் பிரதிநிதிகளான ஆட்சியாளர்கள் மீது சுமத்தும் கடமைகள் மனம்போன போக்கில் தான்தோன்றித் தனமாக நடத்தப் படும் ஆட்சியை, எதேச்சாதிகார ஆட்சியைத் தடுப்பவை.

(முஸ்லிம்களே!) அல்லாஹ் உங்களுக்குக் கட்டளையிடுகிறான். அமானத்-அடைக்கலப் பொருட்களை அவற்றுக்குரியவர்களிடம் நீங்கள் ஒப்படைத்து விடுங்கள். நீங்கள் மக்களிடையே தீர்ப்பு வழங்கினால் நீதத்துடன் தீர்ப்பு வழங்குங்கள். (குர்ஆன் 4:58)

அல்லாஹ்வின் இந்தக் கட்டளை முழுமையாகச் செயல்படுத்தப்பட வேண்டிய மிக முக்கியமான துறை, அமானிதங்களிலே மிகப்பெரும் அமானிதம் அரசாட்சியே.

ஐரோப்பியத் தத்துவவியலாளர்கள் இறைவனின் நகரம், மனிதனின் நகரம் என முற்றாக வேறுபட்ட இரண்டு இடங்களைச் சித்திரித்தனர். புனித அகஸ்டின் எனும் மதப் பெரியார் இதில் முக்கிய பங்கை வகித்தார். இறைவனின் நகரம் இறைவனால், அவனது சட்டங்களுக்கேற்ப ஆட்சி செய்யப்பட்டது; மனிதனின் நகரமோ, மனிதனது சட்டங்களுக்கேற்ப மனிதனால் ஆளப்பட்டது. இரண்டு சட்டங்களுக்கும் இடையே தகராறு ஏற்பட்டால், இறைவனின் சட்டங்களே நிலைத்து நிற்கும் என்ற போதிலும், வெவ்வேறு நியாயாதிக்கத்திற்குட்பட்ட இரு வேறு சட்டக் கோட்பாடுகள் இருக்கின்றன என்ற கருத்தையே புனித அகஸ்டின் போன்றோர் முன்வைத்தனர்.

இப்பிரச்சினையை இஸ்லாம் வேறு பார்வையில் நோக்கியது. அது இஸ்லாமிய சமூக அமைப்பை அவனியில் உருவாக்கப்படும் இறைவனின் அரசு எனக் கருதியது. இஸ்லாமிய ஒப்பந்தத்தின் அடிப்படையில் இஸ்லாமிய அரசின் பங்கை ஆராய்ந்த ஒரு நவீன கல்வியாளர் பின்வரும் கருத்தை வெளியிட்டுள்ளார்:

இறைவன் தனது அரசை ஆளும் அதே முறையினை இஸ்லாம் பின்பற்று கிறது. இஸ்லாம் அமைக்கும் உலக வாழ்க்கை பிரபஞ்ச ஒழுங்கமைப்பின் ஒரு நகலே; பிரபஞ்ச ஒழுங்கமைப்பே ஓர் அரசியல், சமூக அமைப்பாக உலகில் வெளிப்படுத்தப்படுகிறது. இஸ்லாத்தின் சமூக அமைப்பு மனிதனின் பௌதீக, சட, ஆன்மிக வாழ்வின் அனைத்து அம்சங்களையும் தனி மனிதனுக்கும் மனித சமூகத்திற்கும் நியாயமான முறையில் உள்ளடக்கிக் கொள்கிறது. (Al-Attas, 1978)

அல் அஸ்ஹர் பல்கலைக்கழகத்தைச் சார்ந்த இஸ்லாமிய ஆய்வு அமையம் அரசு பற்றிய இஸ்லாமியக் கோட்பாட்டையும் நவீன

யுகத்தில் அதன் பொருத்தப்பாட்டையும் பற்றி ஆராய்வதற்கு அறிஞர்கள் பலர் கொண்ட ஒரு குழுவை 1981ஆம் ஆண்டில் நியமித்தது. ஷரீஆக் கோட்பாடுகளுக்கேற்ப ஓர் இஸ்லாமிய அரசியல் சட்ட மாதிரியை அமைப்பதே இக்குழுவிற்கு வழங்கப்பட்ட பணியாகும். இவ்வாறு அமைக்கப்பட்ட அரசியல் சட்ட மாதிரி (*Muslim World League Journal*, தொகுதி 9, இலக்கம் 6, ஏப்ரல், *1982*, பக். *31-4*) தனிநபர் உரிமைகளையும் குடியியல் சுதந்திரங்களையும் பிரகடனப்படுத்தியது; நீதி பரிபாலனம் தொடர்பான பல கோட்பாடுகளை அது உள்ளடக்கியுள்ளது; சர்வதேச சாசனங்களிலிருந்து பொருத்தமான பகுதிகளையும் இணைத்துள்ளது. முதன்மை இஸ்லாமிய சமுதாய அடிப்படை விதிகளைப் பற்றிய விளக்கத்திற்கு வாசிக்கவும்: Asad, *1980*.

முறை சார்பின்மை

ஆட்சியாளர்கள் தமது ஆட்சி அலுவல்களில் கடைப்பிடிக்க வேண்டிய நீதமான போக்கைப் பற்றியும், அத்தகைய நீதமான போக்கைக் கடைப்பிடிக்க வேண்டியதன் அவசியத்தைப் பற்றியும் இஸ்லாம் மிக அழுத்தமாக வற்புறுத்தியுள்ள போதிலும், ஒரு சில மேற்கத்திய அறிஞர்கள் இஸ்லாத்தில் மனித உரிமைக் கோட்பாடு என்ற ஒன்று இல்லை என்று வாதிடுவது வியப்புக்குரியதாகும். மேற்கத்தியச் சட்ட முறைமைகளில் காணப்படும் முறைசார் தன்மை இஸ்லாமியச் சட்ட முறைமையில் காணப்படாமை இத்தவறான வாதத்திற்குக் காரணமாக இருக்கலாம். இஸ்லாமியச் சட்ட முறைமை மீது சுமத்தப்படும் இத்தகைய குற்றச்சாட்டுகளுக்கு உதாரணமாக நாம் பின்வரும் விமர்சனத்தைக் காட்டலாம். ‘அரசுக்கு எதிராக குடிமக்களைப் பாதுகாக்க வேண்டும் என்ற நோக்கில் இஸ்லாமியச் சட்டக்கோட்பாடு செயற்படுவதில்லை.’ (Coulson, *1957*, பக். *56*) தனிநபர் உரிமைகளை அரச நிறுவனங்கள் மீறும்போது, அல்லது அவற்றைப் பங்கப்படுத்தும் போது, பாதிக்கப்பட்டவர்களுக்கு சட்டப் பரிகாரம் பெற்றுக்கொடுப்பதற்கு உதவும் டிரோய்ட் அட்மினிஸ்ட்ரடிஃப் போன்ற சட்ட முறைமைகள் இஸ்லாமியச் சட்ட முறையில் இல்லாமை; தனிநபர் சுதந்திரத்தைப் பாதுகாக்கும் ஒரே சாதனம் எனக் கருதப்படும் அதிகாரமும் பூரண சுதந்திரமும் உடைய நீதித்துறை இல்லாமை போன்றவையே இஸ்லாமியச் சட்ட முறைமையில் மனித உரிமைகள் இல்லை என்ற அபவாதம் தோன்றுவதற்குக் காரணமாக இருக்கலாம்.

இஸ்லாமியச் சட்டங்களைச் செயற்படுத்தும் நீதிபதி, தான் வகிக்கும் உயர் பதவியைப் பற்றிய உயர் உணர்வையும் தன் பதவிக்குரிய சம்பிரதாயபூர்வமான பரந்த அதிகாரங்களைப் பற்றிய உணர்வினையும் கொண்டிருப்பதோடு தான் செயற்படுத்தும் சட்டம் ஆட்சித் தலைவரை

விடவும் மேலானது என்பதையும் உணர்ந்தவராகவே இருப்பார். எனவே இஸ்லாமியச் சட்ட முறைமையில் பரிபாலன துறையினரின் அதிகாரத் துஷ்பிரயோகத்திற்கு எதிராக குடிமக்களுக்குச் சட்டப் பரிகாரம் இல்லை என்ற குற்றச்சாட்டு கேள்விக்குரிய ஒன்றே.

சட்டப் பரிகாரம் வழங்கும் முறைசார் வழிமுறைகள் இருப்பின் மாத்திரமே அம்முறையில் சட்டப் பரிகாரம் இருக்கும் என்ற முடிவுக்கு வருவது தவறாகும். சட்டத்தின்முன் எல்லோரும் சமம். சட்டம் நியாய மானதாக இருக்க வேண்டும். ஒப்புரவானதாக இருக்க வேண்டும். அது நீதமாக நிலைநிறுத்தப்பட வேண்டும் என்ற உயர் கோட்பாடுகளைத் தன்னகத்தே கொண்டிருக்கும் இஸ்லாமியச் சட்ட முறைமை போன்ற ஒரு முறையில் சட்டப் பரிகாரம் வழங்கும் நீதிமுறைகள் இருக்கின்றனவா என ஆராய முயல்வதும், அத்தகைய முறைகள் இல்லை என்ற ஒரே காரணத்திற்காக அம்முறைமையில் சட்டப் பரிகாரத்திற்கு வழி இல்லை என்ற முடிவுக்கு வருவதும் நிச்சயமாக பிழையானதே. மனிதர்களின் மேம்பாட்டுக்காக சுதந்திரம், நீதி, வாய்ப்புகள் போன்றவற்றை விசாலப்படுத்துகின்ற சமூக அமைப்பை இஸ்லாம் நிறுவுகின்றது. இந்தக் குறிக்கோள்களை அடைய உதவும் அரசியல், பொருளாதார, கலாசார வழிமுறைகளையும் அது வகுக்கின்றது, என ஓர் அண்மைக் கால அறிஞர் கூறியுள்ளார். (Said, 1978). இஸ்லாமிய மனித உரிமைக் கோட்பாடு மேலைத்தேய மனித உரிமைக் கோட்பாட்டிலிருந்தும் வேறுபட்டது என்ற உண்மையை நாம் ஏற்றுக்கொண்டால் மனித உரிமைகளைப் பற்றி மேலைத்தேய சட்ட அறிஞர்கள் சிந்திக்க ஆரம்பிப் பதற்கு முன்னரே திட்டவட்டமான மனித உரிமைகள் இஸ்லாமிய நாடுகளில் வழக்கில் இருந்தன என்பதை ஏற்கத்தான் வேண்டும்.

மனித உரிமைக் கோட்பாடு மேற்கத்திய நாடுகளில் அறிமுகம் ஆவதற்கு முன்னரே இஸ்லாமிய நாடுகளில் அறிமுகமாகியிருந்தது என்பதை மறுப்பது மட்டுமல்லாது, அது மேற்கத்திய நாடுகளில் மாத்திரம்தான் நிலைபெற்றிருந்தது என வாதிடும் சில மேற்கத்திய மனித உரிமைத் தத்துவவியலாளர்களின் குறுகிய மனப்பான்மையே அந்தக் கோட்பாட்டினைப் பற்றி ஒரு தெளிவின்மை ஏற்பட்டிருப்பதற்குக் காரணமாக இருக்கிறது. மேற்கத்திய நாடுகள் அல்லாத ஏனைய நாடு களில் மனித உரிமைக் கோட்பாடு செயல்படுத்தப்படவில்லை என்பது மட்டுமல்ல, மேற்கத்தியமல்லாத ஏனைய அரசியல் கலாசாரப் பாரம் பரியங்கள் அந்த நாடுகள் எதுவும் அறிந்திருக்கக்கூட இல்லை என்பதே உண்மை என ஓர் அரசியல் அறிஞர் கூறியிருப்பது மேற்கூறப்பட்ட குறுகிய மனப்பான்மைக்கு ஓர் எடுத்துக்காட்டாகும். (Donnelly, 1982). மனித உரிமை என்பது நவீன ஐரோப்பிய நாகரிகத்தின் ஓர் உருவாக்கம்

என்பதே வரலாற்று உண்மை; ஐரோப்பிய நாடுகள் அல்லாத ஏனைய நாடுகள் மனித கண்ணியத்தைப் பற்றி சிந்திக்கும் முறை, அவற்றுக்கும் மனித உரிமைகளுக்கும் எவ்விதத் தொடர்பும் இருக்க முடியாது என்பதை நிரூபிக்கப் போதுமானதாகும் என்றும் டொனெலி குறிப்பிடுகின்றார். மனித உரிமைகள், இறைவனுக்குரிய கடமைகளோடு இணைந்தவை என இஸ்லாமிய மனித உரிமைத் தத்துவவியலாளர்கள் கூறுவது மனித உரிமையைப் பற்றிய சரியான கருத்துக்கு முரணானது எனவும் இவர் கூறுகிறார். ஆனால் டொனெலியின் நிலைப்பாட்டை ஐரோப்பிய அறிஞர்கள் பலர் ஏற்பதில்லை. மார்க்கங்களின் மூலமாகவே மனித உரிமைகளுக்குத் தார்மீக அங்கீகாரமும் அதிகாரங்களும் கிடைக்கின்றன என்பதே பெரும்பான்மையான அறிஞர்களின் முடிவு. எனவே டொனெலி யின் குற்றச்சாட்டு வலுவற்றது என ரென்டெல்ன் (*1985, பக். 527*) என்பவர் கூறுகின்றார். மனித உரிமைகளை ஒரு குறுகிய நோக்கில் டொனெலி அணுகுவதற்கு அவரது கலாசாரப் பக்கச் சார்பே காரண மென்றும் இந்தப் பக்கச் சார்பின் காரணமாகவே அவர் இஸ்லாமிய மனித உரிமைக் கோட்பாட்டை அளவுக்கதிகமாக விமர்சிக்கின்றார் என்றும் பொதுவாக நம்பப்படுகின்றது. மார்க்கங்களின் மூலமாகவே மனித உரிமைகளுக்குத் தார்மீக அங்கீகாரமும் அதிகாரமும் கிடைக் கின்றன என்பதற்கான மேலதிகமான ஆதாரங்கள் ஆர்லின் ஸ்விட்லரின் (1982) ஆய்வில் காணப்படுகின்றன.

மனித உரிமைக் கோட்பாடுகளுக்கான மாற்று வழிமுறைகள்

இஸ்லாத்தில் மனித உரிமைகள் இருக்கின்றன என்ற முடிவை ஒருவர் இரண்டு வழிகளில் அடையலாம்: முதலாவதாக ஆட்சி அல்லது பரிபாலனம் தொடர்பாக ஷரீஆக் கோட்பாடு என்ன கூறுகின்றது என்பதை ஆராய்தல். ஆட்சி அல்லது பரிபாலனம் (சியாஸா) பற்றிய இஸ்லாமிய ஷரீஆக் கோட்பாடுகள் பின்வரும் ஆறு முடிவுகளை அடைய முயல்கின்றன என இப்னு ஃபர்கூன் போன்ற விளக்க உரையாளர்கள் கூறுகின்றனர். (Coulson, *1957, பக். 51*) .

I. உயிருக்குப் பாதுகாப்பு வழங்கல்
II. பரம்பரைக்குப் பாதுகாப்பு வழங்கல்
III. உள்ளத்திற்குப் பாதுகாப்பு வழங்கல்
IV. குண நலன்களுக்குப் பாதுகாப்பு வழங்கல்
V. உடைமைகளுக்குப் பாதுகாப்பு வழங்கல்
VI. ஊழல்களை அகற்றுதல்

இரண்டாவது வழிமுறை - குர்ஆன், ஹதீஸ், இஜ்திஹாத் போன்ற மூலாதாரங்களை ஆராய்ந்து இஸ்லாமியச் சட்டங்களின் அடிப்படை

களை அறிதல். இம்மூலாதாரங்களை ஆராயும் போது பின்வரும் அம்சங்கள் புதைந்து இருப்பதைக் காணலாம் என அப்துல் அஸீஸ் செய்த் போன்றோர் கூறுகின்றனர். *(1979, பக். 63-8)*

1. மனித கண்ணியத்தைப் பற்றிய கோட்பாடுகள்
2. மனித இன ஒருமைப்பாடு
3. சிறுபான்மைப் பாதுகாப்பு
4. பொது நன்மைக்கான கூட்டுப் பொறுப்பு
5. உயிரின் புனிதத்துவம்
6. அறிவு அபிவிருத்தி
7. எதிர்கால சந்ததியினரைப் பற்றிய பொறுப்புகள்

ஓர் அண்மைக்கால அறிஞர் இத்தத்துவங்களிலிருந்து ஊற்றெடுக்கும் உரிமைகளைப் பின்வருமாறு வகைப்படுத்துகின்றார். *(பார்க்க:* R. Hassan, *1982).*

1. பொது உரிமைகள்

அ. உயிர் வாழ்வதற்கான உரிமை (சூரா 6:151; 5:35)
ஆ. கண்ணியத்துக்கான உரிமை (சூரா 17:70)
இ. நீதி பெறும் உரிமை (சூரா 5:9; 16:91; 53:38,39)
ஈ. சுதந்திரத்துக்கான உரிமை (சூரா 4:36; 24:33; 4:92, 42:21; 12:40; 2:256)
உ. அந்தரங்கத்துக்கான உரிமை (சூரா 24:27-28; 33:53; 24:58)
ஊ. அவதூறுகளிலிருந்தும் ஏளனங்களிலிருந்தும் பாதுகாப்புப் பெறுவதற்கான உரிமை (சூரா 49:11-12; 24 - 16-19)
எ. நல்வாழ்வுக்கான உரிமை
ஏ. ஏனைய உரிமைகள்.
எ.கா: வாழ்விடத்திற்கான உரிமை (சூரா 2: 85)
தொழில் உரிமை (சூரா 11:6; 6:156)
அறிவுபெறும் உரிமை இறைவனால் படைக்கப்பட்ட வளங்களை அனுபவிக்கும் உரிமை (சூரா7:32)
புகலிடத்துக்கான உரிமை (சூரா 4:97 - 100)
பயணச் சுதந்திரம் (சூரா 6:15) வேறு பல.

2. ஆண்கள், பெண்கள், குழந்தைகளுக்கான உரிமைகள்.

எ.கா.: பெண்கள், குழந்தைகளுக்கான சிறப்புப் பாதுகாப்புகள்.

அரிஸ்டோட்டலின் தத்துவங்களைவிட பிளேட்டோவின் தத்துவங்கள் தனிநபர்களுக்கு எதிராக ஆட்சியாளர்களுக்கு அதிக உரிமைகளை வழங்கியதனால் மதமும் அரசும் பிளேட்டோவின் தத்துவங்கள் பால் கூடுதலாக சாய்ந்தன. மேற்கத்திய மனித உரிமைக் கோட்பாடுகள் லௌகீகத் தன்மை மிக்கனவாக விளங்குவதற்கு இதுவே காரணம் எனக் கருதப்படுகின்றது. பிளேட்டோவின் தத்துவங்களினால் தாம்

பெற்றிருந்த சட்ட முதன்மையை ஆட்சியாளர்கள் மக்களுக்கு சுயமாக விட்டுக்கொடுக்க விரும்பியிருக்கப் போவதில்லை. அதனைப் பயன் படுத்தி மக்களைத் தம் பிடிக்குள் தொடர்ந்து வைத்துக்கொள்ளவே அவர்கள் விரும்பியிருப்பர். எனவே ஆட்சியாளர்களின் இந்தச் சட்ட முதன்மையை அவர்களின் விருப்பத்துடனேயோ அல்லது விருப்பத் திற்கு மாறாகவோ அவர்களிடமிருந்து பிரித்தெடுத்து அதனை மக்களுக்கு வழங்குவதற்கு ஒரு தத்துவ அடிப்படையை அமைக்கவேண்டியிருந்தது. லொக், ரூஸ்ஸோ, பெய்ன் போன்ற தத்துவ வியலாளர்கள் இந்தத் தத்துவ அடிப்படையை அமைத்துக் கொடுத்தனர். ஆனால் இஸ்லாமியச் சட்டவியலில் மனித உரிமைகளை மூல சமய அமைப்பிலிருந்தோ, அல்லது சட்ட மூலங்களிலிருந்தோ தனியாகப் பிரித்தெடுக்காது, அவற்றுக்குள் வைத்தே இயங்க வைக்கக்கூடிய நிலை இருந்தது. எனவே ஒரு புதிய தத்துவ அமைப்பை உருவாக்கிக் கொள்வதற்கோ, அல்லது உரிமைகளைப் பெற்றுக்கொள்வதற்கு ஒரு லௌகீகப் போராட்டத்தைத் துவக்குவதற்கோ எவ்வித அவசியமும் இருக்கவில்லை.

மேற்கூறப்பட்ட இரண்டு வழிமுறைகளில் எந்த வழிமுறையைப் பின்பற்றி இஸ்லாமியச் சட்டத்தை ஆராய்ந்தாலும், மனித உரிமைகள் என நாம் எவற்றை இன்று கருதுகின்றோமோ, அவற்றுக்கு ஒப்பான உரிமைகள் அதில் இருப்பதைக் காணலாம்.

இஸ்லாமிய அரசர்கள் பலர் இஸ்லாம் வழங்கும் மனித உரிமை களுக்கு மதிப்பளித்து, அவற்றைத் தம் அரசுகளில் செயல்படுத்தினர். இவ்வாறு நடக்காதவர்களும் இருக்கத்தான் செய்தனர். இது ஏனைய அமைப்புகளிலும் காணப்படும் வழக்கே. மனித உரிமைக்ளுக்கு மதிப் பளித்த முஸ்லிம் மன்னர்களுக்கு ஒரு சிறந்த எடுத்துக்காட்டாக நாம் மொகலாயப் பேரரசர் அக்பரைக் காட்டலாம். அவரது ஆட்சியில் நீதி பரிபாலனம் மிக உன்னதமான நிலையில் இருந்தது. சட்டங்களுக்கு ஏற்பவே வழக்குகள் விசாரிக்கப்பட்டன. விளக்கங்கள் பாரபட்சமற்றவை யாக இருந்தன. நீதித் துறை கட்டுப்பாடற்றதாக இயங்கியது. அனைத்து மதங்களும் மதிக்கப்பட்டன. ஜைனர், பார்சிகள், ஹிந்துக்கள், கிறிஸ்தவர்கள் என எல்லா சமயத்தவர்களும் மத வேறுபாடின்றி அக்பரின் ஆட்சியில் பங்கேற்றனர்.

மேற்கூறப்பட்டவை யாவும் இஸ்லாமியச் சட்டம் அதன் அமைப் பிலும் குறிக்கோள்களிலும் கோட்பாடுகளிலும் நவீனமானதாகவே விளங்குகிறது என்பதை உணர்த்துகின்றன. அது அதன் தோற்றத்தின் போது அன்றைய சமூகத்தின் எதிர்பார்ப்புகளுக்குப் பொருத்தமானதாக இருந்ததைப் போலவே இருபதாம் நூற்றாண்டு சமூகத்தின் எதிர்பார்ப்பு களுக்கும் பொருத்தமானதாகவே விளங்குகிறது.

இஸ்லாமிய சர்வதேச மனித உரிமைப் பிரகடனம்

மனித உரிமைகள் பற்றிய இஸ்லாமியச் சட்ட முறைமையின் நிலைப் பாட்டைத் தெளிவுபடுத்துமாறு சமகால சமூக சக்திகள் இஸ்லாமியச் சட்ட வல்லுநர்களை நிர்ப்பந்தப்படுத்தியபோது, இஸ்லாமிய அடிப் படை நம்பிக்கைகளுடனேயோ அல்லது போதனைகளுடனேயோ முரண்பட வேண்டிய அவசியமோ, சிரமப்பட வேண்டிய அவசியமோ அவர்களுக்கு ஏற்படவில்லை. இஸ்லாமிய யுகத்தின் பதினைந்தாவது நூற்றாண்டின் ஆரம்பத்தைக் குறிக்குமுகமாக 1981ஆம் ஆண்டு செப்டம்பர் மாதம் 15ஆம் தேதி பாரிஸ் நகரில் நடைபெற்ற சர்வதேச இஸ்லாமிய மாநாட்டில் மனித உரிமைகள் தொடர்பான இஸ்லாமிய நிலைப்பாடு பற்றிக் கலந்துரையாடப்பட்டது. இதன் விளைவாகத் தோன்றிய சாசனமான சர்வதேச இஸ்லாமிய மனித உரிமைகள் பிரகடனம் ஐரோப்பிய இஸ்லாமிய சபையினால் (4ஆம் பாகம், 1981, பக். 433-4) வெளியிடப்பட்டது. (பின்னிணைப்பு 2) புகழ்பெற்ற இஸ்லாமிய அறிஞர்களும் பல்வேறு நாடுகளிலும் இயங்கிக்கொண்டிருந்த இஸ்லாமிய இயக்கங்களின் பிரதிநிதிகளும் ஒன்றுசேர்ந்து உருவாக்கிய இப்பிரகடனம் தனது முன்னுரையில், இறைச் சட்டங்கள் வகுத்த மனித உரிமைகள் மனித குலத்திற்கு கண்ணியத்தையும் கௌரவத்தையும் வழங்குவதாகவும் அடக்குமுறையையும் அநீதியையும் அகற்றுவதாகவும் பிரகடனப்படுத்துகிறது. இறைவனால் வழங்கப் பட்ட இவ்வுரிமைகளைக் குறைக்க முடியாது, ரத்துச் செய்ய முடியாது, செயல்படுத்தாமல் இருக்க முடியாது என்பதை அழுத்திக் கூறும் இம்முன்னுரை இவ்வுரிமைகள் மீள் ஒப்படைக்கப்படவோ மற்றொருவருக்கு மாற்றப்படவோ முடியாது என்றும் எச்சரிக்கின்றது.

லொக் முன்வைத்த பிறிதொருவருக்கு மாற்றி வழங்க முடியா உரிமைகள் என்பனவும், ஆட்சியாளர்களைக் கட்டுப்படுத்தல் என்ற கருத்தும் குர்ஆன் வழங்கியுள்ள உரிமைகளோடு நன்கு இணங்குகின்றன. நாட்டின் மிக உயர் அதிகாரியை எதிர்க்கவேண்டி ஏற்படும் என்ற போதிலும் சரி, அடக்குமுறையை எதிர்ப்பது ஒரு முஸ்லிமின் தலையாயக் கடமை எனச் சட்டப்பிரிவு (ஷரத்து) 12:இ கூறுகின்றது. சட்டப்பிரிவு 6 அதிகாரத் துஷ்பிரயோகத்திற்கு எதிராக எல்லாக் குடிமக்களுக்கும் பாதுகாப்பு வழங்குகின்றது.

உரிமைப் பிரகடனத்தில் காணப்படும் ஏனைய முக்கியமான சட்டப்பிரிவுகள் பின்வருமாறு: சட்டப்பிரிவு 1. உயிருக்கு உத்தரவாதம்; சட்டப்பிரிவு 2. சுதந்திரமாக வாழும் உரிமை; சட்டப்பிரிவு 3. சமத்துவம் கோரும் உரிமை - பாரபட்ச செயல்பாட்டுக்கு எதிரான தடை; சட்டப்பிரிவு 4. சட்டத்திற்கு இணங்க நடத்தப்பட வேண்டும் என

எதிர்பார்க்கும் உரிமை; சட்டப்பிரிவு 5. பாரபட்சமற்ற வழக்கு விளக்கம். சமூக விடயங்களில் பங்குபற்றுவதும் பொறுப்பேற்பதும் ஒவ்வொரு முஸ்லிமினதும் உரிமை மட்டுமல்ல, கடமையும்கூட என சட்டப்பிரிவு 11 கூறுகின்றது.

முஸ்லிம் நாடுகளில் வாழும் அனைத்து சமய சிறுபான்மையினருக்கும், தமது சொந்த விடயங்களிலும் குடியியல் விடயங்களிலும் தாம் தமது சொந்த சட்டங்களின் அடிப்படையில் நடத்தப்பட வேண்டுமா அல்லது குர்ஆன் சட்டப்படி நடத்தப்பட வேண்டுமா என்பதைத் தீர்மானிக்கும் உரிமை இருக்கிறது என சட்டப்பிரிவு 10 கூறுகிறது. 'மதத்தில் கட்டாயம் இல்லை' எனும் கோட்பாடே முஸ்லிம் அல்லாத சிறுபான்மையினரைப் பொறுத்த வரையில் கடைப்பிடிக்கப்படுகிறது.

இஸ்லாமியக் கோட்பாடுகளிலிருந்து ஊற்றெடுக்கும் சமூக, பொருளாதார உரிமைகள் (சட்டப்பிரிவு 16); தொழிலாளர்களின் கண்ணியத் தையும் அந்தஸ்தையும் பற்றியவை, ஸக்காத் அல்லது ஏழைவரி என்பன பற்றியவை எனப் பல்வேறு வகைப்படும். (சட்டப் பிரிவு 15:ஈ) உற்பத்திச் சாதனங்கள் சமூகத்தின் நன்மைக்காகப் பயன் படுத்தப்பட வேண்டும் என்பதிலும் இஸ்லாம் மிகக் கவனமாக இருந்தது. நிலங்கள் தரிசாக விடப்படுதல், அல்லது பயன் குறைந்த வகைகளில் அவற்றைப் பயன்படுத்தல் போன்றவை சமூகக் குற்றங்களாகவே கருதப்பட்டன. (சட்டப்பிரிவு 15:உ) நாட்டின் பொருளாதார வளங் களுக்கு ஏற்ப உணவு, உடை, உறையுள், கல்வி, மருத்துவவசதிகள் போன்றவற்றை வழங்குதல் அரசின் கடமை எனக் கருதப்பட்டது; இவற்றை அரசு தரவேண்டும் என எதிர்பார்க்கும் உரிமை மக்களுக்கு இருந்தது. (சட்டப்பிரிவு 18)

இந்தப் பிரகடனத்தில் குறிப்பிடப்பட்டுள்ள அத்தனை உரிமை களுக்கும் ஒத்த கடமைகளையும் இப்பிரகடனம் ஏந்தி உள்ளது.

இஸ்லாமியச் சட்டவியல் இன்றைய சர்வதேச சட்டவியலுக்கும் நவீன மனித உரிமைக் கோட்பாடுகளுக்கும் ஒப்பானதாகவே விளங்கு கிறது. இன்றைய தொழில்நுட்ப யுகம் தோற்றுவிக்கும் சிக்கல்கள் மிகு நவீன சட்டப் பிரச்சினைகளுக்கும் பொருத்தமான தீர்வுகளை வழங்கும் துடிப்பும் வேகமும் மிக்க ஒரு சட்டமாக இஸ்லாமியச் சட்டவியல் செயல்படும் ஒரு புதிய யுகம் வெகு விரைவில் தோன்றும் என உறுதி யாகக் கூறலாம்.

இஸ்லாமியச் சட்டங்கள் தவிர்க்க முயலும் கட்டுப்பாடற்ற தனி நலன் மைய நோக்குகளுக்கு வழங்கும் அதீத அழுத்தமே, நவீன மனித உரிமைக் கோட்பாடு, தான் முகங்கொடுக்கும் சில பிரச்சினைகளுக்குப் பொருத்தமான தீர்வுகளை வழங்க முடியாது தத்தளிப்பதற்குக் காரணமாக

இருக்கின்றது. அனைத்து பெறுமானங்களும் சமூக நிலையிலிருந்தே உருவாகின்றன. தனது சுய ஒப்பந்த உரிமைகளை, சொத்துரிமையை, பேச்சுரிமையை, வணிக உரிமையை சமூக நலன்களுக்கு முரண்படும் அளவுக்கு அனுபவிக்க விரும்பும் ஒருவனுக்கு, தனி மனிதனையே மையமாகக் கொண்ட சட்ட முறைகளில் எவ்விதமான கட்டுப்பாடு களும் இல்லாமல் இருக்கலாம். ஆனால் இஸ்லாமியச் சட்ட முறையில் ஒரு தனி நபர், சமூக நலன்களைப் பாதிக்கும் அளவுக்கு தன் உரிமை களை அனுபவிக்க முயல்வாரானால் சட்டம் அவரைச் சாடும்; அது சமூக நலனைத் தூக்கிப் பிடிக்கும். நவீன மனித உரிமைக் கோட்பாட்டில் காணப்படா இப்பண்பு இஸ்லாமியச் சட்டங்களில் ஆழப் பதிந்துள்ளது. தனிமனித நலனைவிட சமூக நலன் கவனத்துக்குரியது எனும் இந்த இஸ்லாமியச் சட்டப் பண்பு பல வகைகளில் ரூஸ்ஸோவின் பொதுத் தீர்மானம் என்ற சட்டக் கோட்பாட்டினை ஒத்து இருக்கின்றது; பெரும் பாலும் இந்த இஸ்லாமியச் சட்டப் பண்பை மாதிரியாகக் கொண்டே ரூஸ்ஸோ தன் பொதுத் தீர்மானக் கோட்பாட்டை அமைத்திருக்கலாம்.

அரச விவகாரங்கள் செயற்படுத்தப்படும் முறை

அடிப்படை இஸ்லாமியக் கருத்துகளைப் பற்றி ஆராய்ந்திருக்கின்ற ஐந்தாம் அத்தியாயத்தில் நாம் ஜனநாயகப் பங்கேற்றல் எனும் கருத்தினைப் பற்றிக் குறிப்பிட்டுள்ளோம். மதீனாவில் அமைந்த முதல் இஸ்லாமிய அரசின் தலைவராக விளங்கிய நபிகள் நாயகம் (ஸல்) பொது விடயங் களைப் பற்றி மக்களிடம் கலந்துரையாடினார்கள் என்பதைப் பல ஹதீஸ்கள் உணர்த்துகின்றன. நபிகளாரின் நிலையும் அதிகாரமும் அசாதாரண மேன்மையுடையனவாக இருந்த போதிலும் அவர்கள் பொது விடயங்களைப் பற்றி மக்களோடு கலந்தாலோசித்தார்கள். இதனால்தான் ஆயிஷா (ரலி) இவ்வாறு அறிவித்துள்ளார்கள்:

> நபிகளாரைப் போல மக்களோடு கலந்துரையாடிய மற்றொருவரை நான் கண்டதில்லை. அபூபக்கரும் உமரும் ஏதாவது ஒரு விடயத்தில் ஒத்த கருத்து கொண்டிருந்தால் நான் அதனை ஒருபோதும் மீற மாட்டேன் என அவர்கள் கூறினார்கள். (காஸி தானாவுல்லா, குர்ஆன் விளக்கவுரை எஸ்.ஆர். ஹஸனால் மேற்கோளாகக் காட்டப்பட்டுள்ளது. 1974, பக். 105)

இத்தகைய கலந்துரையாடல்கள் வரலாற்றில் பதிவு செய்யப் பட்டுள்ளன. நபிகளார் பெரும்பான்மையினரின் முடிவை, அது தமது சுயகருத்துக்கு மாறானதாக இருப்பினும் சரி, ஏற்றுக்கொள்வார்கள். உஹத் போரின்போது மதீனா நகருக்குள் இருந்தே எதிரிகளைச் சமாளிக்க வேண்டும் என்பதே நபிகளின் கருத்தாக இருந்தது. ஆனால் பெரும்பான்மையான நபித்தோழர்கள் நகருக்கு வெளியே எதிரிகளைச்

சந்திப்பதையே விரும்பினர். பெரும்பான்மை முடிவுக்கு மதிப்பளிக்கப் பட்டது. ஆனால் பெரும்பான்மை முடிவாக இருந்தாலும் சரியே, அது வேத வெளிப்பாடுகளுக்கு முரணானதாக இருந்தால், அம்முடிவு ஏற்றுக்கொள்ளப்பட மாட்டாது.

மேற்கூறப்பட்ட கருத்துகள் இஸ்லாமிய ஆட்சி எவ்வாறு நடத்தப் பட வேண்டும் என்பதை மிகத் தெளிவாக எடுத்துக் காட்டுகின்றன எனலாம். ஆட்சியாளரின் அதிகாரம் என்பது இறைவனால் அவரிடம் ஒப்படைக்கப்பட்டுள்ள ஓர் அமானிதமே. அதிகாரத்தை அமானிதமாகப் பெற்றவர் என்ற நிலைப்பாட்டையும் அவர் இறைவனால் வழங்கப் பட்ட சட்டங்களை இறைவனது விருப்பத்திற்கேற்ப செயல்படுத்து கின்றார் என்ற நிலைப்பாட்டையும் தவிர, அதிகாரம் செலுத்த அவருக்கு எந்த உரிமையும் இல்லை. ஆனால் இந்த அமைப்புக்குள் கூட, மக்களை ஒன்று சேர்த்து, கலந்துரையாடல்களில் அவர்களைப் பங்கேற்க வைத்து, அவர்களின் ஆலோசனைகளைப் பெற்றே ஆட்சியாளர் ஆட்சி அலுவல் களை நடத்த வேண்டுமென இஸ்லாம் எதிர்பார்க்கின்றது.

> குர்ஆனும் சுன்னாவும் தீர்ப்புக் கூறாத விடயங்களுக்கு நாம் எப்படி தீர்ப்புக் கூற வேண்டும் என நான் நபிகளிடம் கேட்டேன். உம்மாவின் உள்ளடக்கிய ஷூராக்களை (ஆலோசனைக் குழுக்கள்) ஒன்றுகூட்டி முடிவெடுக்க வேண்டும் என அவர்கள் கூறினார்கள். ஒரு தனி மனிதனின் முடிவின்படி நடப்பதை அவர்கள் தடை செய்தார்கள். (ரூஹுல் மஆனி, தொகுதி XXV பக். 42, S. R. Hassan, 1974, பக். 106)

பக்தி அடிப்படையிலும் குணவொழுக்க அடிப்படையிலும் மனிதர்கள் வேறுபடலாமே தவிர வேறு எந்த வகையிலும் ஒருவர் மற்றவரை விட உயர்ந்தவராக மாட்டார் எனக் கூறும் இஸ்லாமிய சமத்துவக் கோட்பாட்டோடு ஜனநாயகப் பங்கேற்பு எனும் கருத்து மிக அழகாக இணைந்தது. பதவி ஒருவரை ஏனையவர்களைவிட மேம்படுத்தி விடுவதில்லை.

இஸ்லாமிய வரலாறு ஜனநாயகக் கலந்துரையாடல்களுக்குப் பல முன்னுதாரணங்களை வழங்குகிறது. ஹுனைன் போருக்குப் பின் நடந்த ஒரு சம்பவம் குறிப்பிடத்தக்கது. இந்தப் போரில் கைப்பற்றப் பட்ட பொருட்கள் (கனீமத்) இஸ்லாமியர் மத்தியில் பங்கிடப்பட்டன. அதன் பின்னர் தோற்கடிக்கப்பட்ட தாயிப் மக்களின் தூதுக்குழு ஒன்று நபிகள் நாயகத்தைச் சந்தித்து தாம் இஸ்லாத்தைத் தழுவியிருப்பதாகக் கூறியது. தம்மிடமிருந்து கைப்பற்றப்பட்ட பொருட்களைத் தமக்குத் திருப்பித் தருமாறும் அத்தூதுக்குழுவினர் கோரினர். தமக்குக் கனீமத் பங்காக கிடைத்தனவற்றைத் திருப்பிக் கொடுப்பதற்கு சம்மதமா இல்லையா என்பதைப் பற்றி தமக்குள்ளே வாக்கெடுப்பு நடத்தி

முடிவெடுக்குமாறு நபிகளார் அப்பொருட்களைப் பெற்ற முஸ்லிம் களைக் கோரினார்கள். அவ்வாறு அவற்றைத் திருப்பிக் கொடுப்பதற்கு விருப்பமில்லாவிட்டால் எந்த நிர்ப்பந்தமும் இருக்காதென்றும் தாயிப் மக்களுக்கு அரசு நஷ்டஈடு வழங்குமென்றும் நபிகள் நாயகம் (ஸல்) கூறினார்கள்.

மக்களின் பிரதிநிதிகளை உள்ளடக்கிய 'மஜ்லிஸ்' என்பதே இத்தகைய கலந்துரையாடல்கள் நடைபெறும் அமைப்பாக இருந்தது.

ஷூரா, மஜ்லிஸ் இ ஆம், மஜ்லிஸ் இ காஸ் எனும் இரு சபைகளைக் கொண்டதாக இருந்தது - இது நவீன சட்ட மன்றங்களில் காணப்படும் இரு சபை அமைப்புக்கு ஒத்ததாக இருந்தது எனலாம். முதல் சபையில் மக்களின் பொதுப் பிரதிநிதிகள் இடம் பெற்றனர்; இரண்டாம் சபை ஓர் அறிஞர் சபையாக விளங்கியது. ஷூராவின் கருத்துகளுக்குக் கட்டுப் பட்டே ஆட்சியாளர் நடக்கவேண்டி இருந்தது; ஆட்சியாளருக்கு எவ்வித ரத்து அதிகாரமும் இருக்கவில்லை. (Tabari, தொகுதி III; பக். *450;* S. R. Hassan, *1974*, பக். *106*)

தன்னிடம் ஒப்படைக்கப்பட்ட அமானிதத்தை, அதாவது அதிகாரத்தை ஒழுங்காகப் பயன்படுத்தாது, தன் கடமைகளைச் சரியாக செய்யத் தவறிய கலீஃபாவை மக்கள் மன்றத்தின் முன் குற்றஞ்சாட்ட மக்களுக்கு இருந்த உரிமை இஸ்லாமியச் சட்ட முறைமையில் காணப்பட்ட ஒரு சிறப்பு அம்சமாகும். இக்கோட்பாடு பின்னர் லொக்கினால் விரிவாக்கப்பட்டது. இஸ்லாமிய ஆட்சியில் இருந்த இந்த உரிமையை சில விரிவுரையாளர்கள் ஒரு கடமை எனவே கருதியிருக்கின்றனர். அறிஞர்களோடும் மக்களின் பிரதிநிதிகளோடும் கலந்தாலோசிக்காது ஆட்சி செய்யும் ஆட்சித் தலைவனை மக்கள் மன்றத்தின் முன் குற்றஞ் சாட்டுவது சமூகத்தின் கடமை என இவர்கள் வாதிடுகின்றனர். (S. R. Hassan, *1974* பக். *108*)

இஸ்லாமியச் சட்டத்தில் வேறு சில காரணங்களுக்காகவும் ஆட்சி யாளர்களை மக்கள் மன்றின் முன் குற்றஞ்சாட்டலாம். அவற்றுள் ஒன்று ஆணவமாகவும், வேண்டும் என்றும் ஷரீஆச் சட்டங்களை மீறல் ஆகும். சட்டபூர்வமானவற்றைச் செயல்படுத்தாதிருப்பதும் சட்ட விரோதமான வற்றை தடை செய்யாதிருப்பதும் இதில் அடங்கும்.

சமகால மனித உரிமை வளர்ச்சிக்கு இஸ்லாத்தின் பங்களிப்பு

கட்டுப்பாடற்ற தனி நலன் மைய நோக்கினது நவீன செயற்பாடுகள் சூழல் மாசடைதல், சமூகத்திற்கு ஒவ்வா நில பாவனை, பன்னாட்டு வணிக நிறுவனங்களின் சுரண்டல், செய்தி பரிமாற்ற ஏகபோகம் எனப் பல்வேறு உருவங்களைப் பெறுகின்றன. டுனீஷியாவின் தகவல்

அமைச்சராகக் கடமையாற்றிய எம். மஹ்மூதி அவர்கள் 1978ஆம் ஆண்டில் அமைத்த புதிய உலகத் தகவல் ஒழுங்கமைப்பின் நோக்கங்களுக்கு ஏற்ப செய்திப் பரிவர்த்தனை ஏகபோக நிறுவனங்கள் தொடர்பான மனித உரிமைகள் சாசனம் ஒன்று அமைக்கப்பட்டுள்ளது. செய்திப் பரிமாற்றப் பிரச்சினைகள் பற்றிய ஆய்வுக்கான சர்வதேச விசாரணைக் குழுவுக்குச் சமர்ப்பிக்கப்பட்ட இந்த சாசனம் உலகளாவிய ரீதியில் செயற்படும் செய்திப் பரிவர்த்தனை நிறுவனங்கள் அடைந்திருக்கும் ஏகபோக நிலையை வெளிச்சம் போட்டுக் காட்டுகின்றது. வளர்ந்த நாடுகளுக்கும் வளரும் நாடுகளுக்கும் இடையே நடைபெற்று வரும் செய்திப் பரிவர்த்தனைகள் பின்னவற்றின் கலாசார, தார்மீக, அரசியல் பெறுமானங்களைப் பாதிக்காத வகையில் கட்டுப்படுத்தப்படுவதில்லை. இத்தகைய பிரச்சினைகளைச் சமாளிப்பதற்குத் தனி நலன்களையே மையமாகக் கொண்டு செயற்படும் மேற்கத்திய மனித உரிமைக் கோட்பாடு போதுமானதல்ல. யுனெஸ்கோ போன்ற அமைப்புகள் இத்தகைய விடயங்களில் பெரும் அவதானத்தையும் சிரத்தையையும் காட்டுகின்றன. எனினும் இத்தகைய பிரச்சினைகளை எதிர்நோக்கி, அவற்றை முறியடிப்பதாக இருந்தால், மேற்கத்திய நாடுகள் அவற்றின் தனிநலன் மைய அணுகுமுறைகளைக் கைவிட்டு விட்டு இஸ்லாமியச் சட்ட முறைமைகளில் காணப்படும் விரிவான பெறுமானங்களை ஏற்க வேண்டும்.

ஐக்கிய நாடுகள் சபையின் மூன்றாவது குழுவில் (சமூக, மனிதாபி மான, கலாசார விடயங்களுக்கான குழு) சர்வதேச மனித உரிமைப் பிரகடனம் பற்றிய விவாதத்தில் கலந்துகொண்டு உரையாற்றிய சவூதி அரேபியப் பிரதிநிதி மனித உரிமைகள் பற்றிய மேற்கத்திய அணுகு முறைக்கும் இஸ்லாமியச் சட்டவியல் அணுகுமுறைக்கும் இடையே காணப்படும் வேறுபாடுகளை மிகத் தெளிவாக எடுத்துக் காட்டினார். இப்பிரகடனம் மேலைத்தேயக் கலாசார அடிப்படையிலேயே உருவாக்கப் பட்டிருப்பதைச் சுட்டிக் காட்டிய அவர் மேலைத்தேயக் கலாசார நிலைப்பாட்டுக்கும் கீழைத்தேயக் கலாசார நிலைப்பாட்டுக்கும் இடையே கணிசமான வித்தியாசங்கள் இருப்பதையும் சபையினருக்குப் புலப்படுத்தினார். (ஐக்கிய நாடுகள் சபை ஆண்டறிக்கை, 1948-49, பக். 528) எனினும் 'இப்பிரகடனம் கீழைத்தேயக் கலாசாரத்திற்கு முற்றிலும் மாறாக இருக்கின்றது என்று கூறவும் முடியாது' என்ற கருத்தையும் அவர் வெளிப்படுத்தினார்.

இவ்விரண்டு கலாசாரங்களுக்குமிடையே காணப்படும் அணுகு முறை வேறுபாடுகள் பற்றி பொருளாதார, சமூக, கலாசார உரிமைகள் தொடர்பான நகல் சட்டப்பிரிவுகளை ஏற்றுக்கொள்வதற்கு முன்

நடைபெற்ற விவாதங்களிலும் பேசப்பட்டது. ஐக்கிய நாடுகளின் பொதுச் சபையின் ஐந்தாவது அமர்வில் பொருளாதார, சமூக, கலாசார உரிமைகள் நகல் சரத்துக்களில் அத்தகு விதிகள் உடனடியாகச் சேர்த்துக் கொள்ளப்பட வேண்டும் என்ற கோரிக்கை எழுப்பப்பட்டபோது, அமெரிக்கா, பிரிட்டன், கனடா, இஸ்ரேல், நெதர்லாந்து, நியூஸிலாந்து போன்றவை அக்கோரிக்கைக்கு எதிராக வாக்களித்த நாடுகளில் சிலவாகும். இவ்வுரிமைகள் மனித உரிமைத் தொகுதிக்குள் கட்டாயம் இடம்பெற வேண்டியவை என்றும் அவை மனித உரிமைப் பிரகடனத்தில் இணைக்கப்பட வேண்டும் என்றும் எகிப்து, ஆப்கானிஸ்தான், லெபனான் போன்ற நாடுகள் வாதாடின. இவ்வுரிமைகள் இணைக் கப்படாதவரை மனித உரிமைகள் முழுமை அடையாது என்பதும், இவை அடிப்படை மனித உரிமைகளிலிருந்து பிரித்தெடுக்கப்பட முடியாதவை என்பதும் தற்போது ஏற்றுக்கொள்ளப்பட்டிருக்கின்றன என்பதை மனித உரிமை வரலாறு உணர்த்துகிறது.

இன்று அதிகமான அறிஞர்கள் மனித உரிமைகள் யாவற்றிலும் மிக முக்கியமானதாக சுய நிர்ணய உரிமையினையே கருதுகின்றனர். பொருளாதார, சமூக, கலாசார உரிமைகளைவிட முக்கியமானதாக சுயநிர்ணய உரிமை மதிக்கப்படுகிறது. சுய நிர்ணய உரிமை இல்லை எனில் ஏனைய உரிமைகள் பொருளிழந்துவிடும்.

ஐநா சபையின் ஐந்தாவது மன்ற அமர்வுக்குச் சற்று முன், அதாவது 1950ஆம் ஆண்டில், நாடுகளுக்கும் மக்களுக்கும் இருக்கும் சுய நிர்ணய உரிமை பற்றிய பிரச்சினையை மனித உரிமைகளுக்கான விசாரணைக் குழு ஆழமாக ஆராய வேண்டுமென்னும் தீர்மானத்தை சவுதி அரேபிய, ஆப்கானிஸ்தான் பிரதிநிதிகள் மூன்றாம் குழுக் கூட்டத்தில் சமர்ப்பித்தனர். சுய நிர்ணய உரிமை பற்றிய சரத்து ஒன்று பிரகடனத்தில் இணைக்கப்படாவிட்டால், ஏகாதிபத்திய நாடுகளும் ஐநா சபையினால் குறிப்பிட்ட சில நாடுகளின் ஆட்சிப் பொறுப்பைப் பெற்றுள்ள தர்ம கர்த்தா நாடுகளும், தம் பொறுப்பிலும் ஆட்சியிலும் இருக்கும் தேசங் களுக்குச் சமமான உரிமை வழங்குவதை ஒத்திப் போட்டுக்கொண்டே இருக்கும் என்ற கருத்தை சவூதி அரேபியப் பிரதிநிதி மீண்டும் மீண்டும் வற்புறுத்தினார். மேற்கத்திய மனித உரிமைவாதிகள் இவரது கருத்தை உதாசீனப்படுத்தினர் என்பது குறிப்பிடப்பட வேண்டியதாகும்.

சவூதி அரேபியப் பிரதிநிதி அன்று முன்வைத்த கருத்து மனித உரிமை வளர்ச்சியிலே எந்தளவு முக்கியத்துவம் வாய்ந்ததாக இருந்திருக்கிறது என்பதை இன்று நம்மால் உணரக்கூடியதாக இருக்கிறது. இஸ்லாமியச் சட்டவியல் அவர்களது உள்ளங்களிலே ஏற்படுத்தியிருந்த அழுத்தமான பதிவுகளும், மனித உரிமைகள் பற்றி அவர்களது உள்ளங்களிலே

வளர்க்கப்பட்டிருந்த விரிவான பரிமாணங்களுமே சவூதிப் பிரதிநிதியும், ஆப்கானிஸ்தான் பிரதிநிதியும் அன்றே சுய நிர்ணயக் கருத்தை உறுதியாக முன்வைத்ததற்கும், அதன் முக்கியத்துவத்தை மிகத் தெளிவாக விளக்கியதற்கும் காரணங்களாக இருக்கலாம். இறுதியில் சுய நிர்ணய உரிமை இரண்டு சாசனங்களிலும் (குடியியல், அரசியல் உரிமைகள் சாசனம்; பொரு ளாதார, சமூக, கலாசார உரிமைகள் சாசனம்) சேர்க்கப்பட்டன; இவ்வகையில், மூன்றாவது உலக நாடுகள் தமது முயற்சியினால் மனித உரிமைக் கோட்பாட்டை, பாரம்பரிய மேற்கத்திய சார்பு முறைகளுக்கப்பால் கொண்டு சென்றுவிட்டன எனக் கூறலாம்.

மனித உரிமைகள் இன்று கண்டிருக்கின்ற பெரும் வளர்ச்சிக்கு இஸ்லாமிய நாடுகளின் பங்களிப்பும் கணிசமானதாகும். இஸ்லாமியச் சட்டவியலில் மனித உரிமைக் கோட்பாடு இருக்கவில்லை என்று மேற்கத்திய சட்ட அறிஞர்கள் கூறுவது உண்மைக்கு முற்றிலும் மாறானதாகும். இஸ்லாமியச் சட்டத்தின் சமூக மைய நோக்கும், அதன் விசாலமான பரிமாணமும் மனித உரிமைக் கோட்பாட்டை அதன் பாரம்பரிய ஆரம்பத்திலிருந்து வெகு தொலைவுக்குக் கொண்டு சென்றுவிட்டன. (பார்க்க: Tyagi, 1981, பக். 122).

உரிமைகளுக்கு வழங்கப்படும் அழுத்தம், கடமைகளுக்கும் வழங்கப்பட வேண்டும். லௌகீகப் பெறுமானங்களுக்கு வழங்கப்படும் முக்கியத்துவம் குடியியல், அரசியல் உரிமைகளைப் பற்றி மாத்திரம் ஆராயும்போது மறைக்கப்படும் சமூக, கலாசார, மனிதாபிமான பெறுமானங்களுக்கும் வழங்கப்படல் வேண்டும். இங்கே கூறப்படும் அனைத்து எதிர்காலப் பிரச்சினைகளுக்கும் அறிவார்ந்த தீர்வுகள் வழங்குவது இஸ்லாமியச் சட்டவியலுக்குச் சாத்தியமானதே. அண்மைக் காலங்களில் இஸ்லாமிய உலகம் மனித உரிமைகள் தொடர்பான விடயங்களில் பேரார்வம் காட்டுவது, இத்துறைக்குத் தன்னால் பெரும் பங்களிப்புகள் செய்ய முடியும் என்ற நம்பிக்கையினாலேயே. இஸ்லாமும் மனித உரிமைகளும் என்ற தலைப்பில் மாநாடுகள் சர்வதேச அரங்குகளிலே அடிக்கடி நடைபெறுகின்றன. இந்நூலின் இறுதியில் தரப்பட்டுள்ள உசாத்துணைப் பட்டியல் மனித உரிமைகள் தொடர்பாக இஸ்லாமிய அறிஞர்கள் எத்தனை நூல்கள் எழுதியுள்ளனர்; மனித உரிமைகள் தொடர்பாக எத்தனை நூல்கள் இஸ்லாத்தில் வெளிவந்துள்ளன என்பனவற்றை உணர்த்தும்.

8
இஸ்லாமிய சர்வதேச சட்டம்

இஸ்லாமியச் சட்டங்களைப் பற்றிய நல்லறிவும் நல்லுணர்வும் உலக அமைதிக்குப் பெரிதும் உதவும் என்பதை இந்நூல் தொடர்ந்து வலியுறுத்தியுள்ளது. உலக அளவில் வாழும் முஸ்லிம்களின் தொகை விசாலமானதாகும். இந்த விசாலமான மக்கள் கூட்டம் சர்வதேச சட்டங்களைப் பற்றி எத்தகைய கருத்துகளை வளர்த்துக் கொண்டுள்ளது என்பதை விரிவாக அறிந்து வைத்திருத்தல் பயன் மிக்கதாகும்.

அன்றைய, இன்றைய தவறான கருத்துகள்

இஸ்லாமிய சர்வதேச சட்டம் இஸ்லாமியச் சட்டப் பாரம்பரியத்தின் மிக முக்கியமான ஒரு பகுதியாகும். வாழையடி வாழையாக இஸ்லாத்தையும் இஸ்லாமியரையும் பகைமையுடன் நோக்கியோரின் எழுத்தாக்கங்கள் இஸ்லாமியர் அல்லாதோரின் உள்ளங்களில் உருவாக்கியுள்ள தவறான கருத்துகளுக்கு மாறாக சர்வதேச சட்ட நெறி என்பது, இஸ்லாமியச் சட்டத்தில் நன்கு வளர்ச்சியடைந்திருந்த ஒரு துறையாகவே விளங்கியது. இஸ்லாமியச் சட்டங்களின் சர்வதேச முக்கியத்துவத்தை ஆராய முயலும் எந்த ஓர் ஆய்வும் இஸ்லாமிய சர்வதேச சட்டங்களைப் பற்றியும் ஆழமாக அறிய முயலுதல் கட்டாயமாகும்.

முந்திய பந்தியில் காணப்படும் 'வாழையடி வாழையாக இஸ்லாத்தையும் இஸ்லாமியரையும் பகைமையுடன் நோக்கியோரின் எழுத்தாக்கங்கள்' என்பது ஆதாரமற்ற மிகை வர்ணனை அல்ல. அது ஒரு வரலாற்று உண்மையாகும். இஸ்லாமியரின்பால் அத்துணை பகைமையும் வெறுப்பும் காட்டப்பட்டதற்குக் காரணம் காட்டுவதும் கடினமான ஒரு விடயமல்ல. இரண்டு எதிர் அணிகளின் நேரடி மோதலுக்கு உலக வரலாறு வழங்கும் மிகச் சிறந்த உதாரணம் இஸ்லாமிய-கிறிஸ்தவ மோதலே. இதற்கு ஒரு நவீன உவமையாகக் காட்டப்படக்கூடியது மேற்கத்திய உலகுக்கும் கம்யூனிஸ உலகுக்கும் இடையில் நாம் இன்று

காணும் மோதலாகும். இரண்டாம் உலக போருக்குப் பிந்திய காலப் பகுதியில் இவ்விரண்டு அணியினரும் எத்தகைய கடுஞ்சொற்களால் ஒருவரை ஒருவர் தாக்கிக் கொண்டனர் என்பதை நாம் அறிவோம். மேற்கத்திய நாடுகளில் 'கம்யூனிஸ்ட்' என்ற சொல் ஒரு கெட்ட சொல்லாக கருதப்பட்டதைப் போலவே, கம்யூனிஸ நாடுகளில் முதலாளி, பிற்போக்குவாதி போன்ற சொற்கள் கருதப்பட்டன.

இந்தப் பின்னணியில், பத்து நூற்றாண்டுகளாகக் கிறிஸ்தவ உலகு எதிர்நோக்கிய சமய எதிரியும் இஸ்லாமிய உலகே, ராணுவ எதிரியும் இஸ்லாமிய உலகே என்பதை உணர்ந்தோமானால் மேலே காட்டப்பட்ட ஒப்பீடு அர்த்தமுள்ளதாகிறது. பௌத்தம், இந்து மதம், கொன்பூஸியன் கலாச்சாரம் போன்றவை கிறிஸ்தவ உலகிற்கு வெகு சேய்மையில் இருந்தவை; எனவே இவை எதுவும் சமய ரீதியாகவோ, இராணுவ ரீதியாகவோ கிறிஸ்தவத்திற்கு எவ்வித அச்சத்தையும் ஊட்டவில்லை. ஆனால் இஸ்லாமோ பத்து நூற்றாண்டுகளாகக் கிறிஸ்தவ உலகின் வாயிலில் நின்று கிலியை ஏற்படுத்திக்கொண்டே இருந்தது. சில வேளைகளில் அது உள்ளே நுழைவதற்குக் கதவைத் தட்டியது; வேறு சில வேளைகளில் கதவைத் தள்ளிக்கொண்டு உள்ளே சென்றது. இவ்வாறு எப்போதும் கிறிஸ்தவ மதத்தையும் அதன் வலிமையையும் அச்சுறுத்திக்கொண்டே இருந்தது, இஸ்லாம்.

எனவே இந்தப் பத்து நூற்றாண்டுகளிலும் இஸ்லாம் ஒரு நாசகார சக்தி என சித்திரிக்க அவ்வக் காலகட்டங்களில் எவ்வெச் சாதனங்கள் இருந்தனவோ, அத்தனை சாதனங்களையும் கிறிஸ்தவ உலகம் பயன் படுத்தியதில் ஆச்சரியப்படுவதற்கு எதுவுமில்லை. இஸ்லாத்தின் மாண்பினை மாசுபடுத்துவதற்கு, கிறிஸ்தவர்களுக்கு மிக எளிதாகக் கிடைக்கக்கூடிய ஆயுதங்களாக இருந்தவை இரண்டு. ஒன்று பேச்சு; மற்றது எழுத்து. இவ்விரண்டையுமே கிறிஸ்தவர்கள் பெரும் அளவில் பயன்படுத்தினர். எனவே நூற்றாண்டு, நூற்றாண்டாக இஸ்லாத்தைப் பற்றி இல்லாததும் பொல்லாததும் கூறி, அதனைக் கேவலப்படுத்தும் முயற்சிகள் தொடர்ந்தன. தார்மீகப் பெறுமானங்கள், அறிவு முன்னேற்றம், சட்டவாட்சி இவையே இஸ்லாத்தின் நிலைப்பாடாக இருந்தன என்ற போதிலும், அது ஒரு தீய சக்தியாகவே, பண்பாட்டின் எதிரியாகவே, கிறிஸ்தவர்களால் சித்திரிக்கப்பட்டது. முஸ்லிம்கள் தெய்வ நிந்தனை யாளர்களாகக் காட்டப்பட்டனர். பதினாறாம் நூற்றாண்டில் கிறிஸ்தவ உலகம் இஸ்லாத்தை இராணுவ ரீதியான ஓர் ஆபத்து எனக் கருதும் நிலை நீங்கிவிட்டது. எனினும், கிறிஸ்தவத்தின் முன்னேற்றத்திற்கு இஸ்லாமே ஒரு தடையாகத் தொடர்ந்து இருந்தபடியால், கிறிஸ்தவர்கள் இஸ்லாத்தின் மீது காட்டிய எதிர்ப்பை நிறுத்திக்கொள்ளவில்லை.

இஸ்லாத்தையும் இஸ்லாமிய உயர் கொள்கைகளையும் நடுநிலையில் நின்று நல்லுணர்வுடன் ஆராய்ந்த மேற்கத்திய, கிறிஸ்தவ ஆய்வாளர்களின் ஆக்கங்களும் இருக்கத்தான் செய்கின்றன. சென்ற நூற்றாண்டில் தோன்றிய இத்தகைய நூல்களுள் டி. டபிள்யூ. ஆர்னோல்ட் எழுதிய இஸ்லாத்தின் போதனைகள் (Preachings of Islam, 1896) பொஸ்வெர்த் ஸ்மித்தின் முஹம்மதும் முஹம்மதின் போதனைகளும் (Mohamed and Mohamedanism, 1889), டபிள்யூ. ஆர். டபிள்யூ. கார்டினர் எழுதிய பாவம் பற்றிய குர்ஆன் கோட்பாடு, முக்தி பற்றிய குர்ஆன் கோட்பாடு (Quranic Doctrine of Sin, Quranic Doctrine of Salvation, 1913-14) போன்றவை குறிப்பிடத் தக்கவையாகும். மேலே குறிப்பிடப்பட்ட அறிஞர்கள் இஸ்லாமியக் கோட்பாடுகளை நேர்மையாகவும் ஆழமாகவும் ஆராய்ந்த பின்னர், அக்கோட்பாடுகளை விருப்பு வெறுப்பின்றி ஏற்றுக்கொள்ள உணர்வு பூர்வமாகத் தயாராகாத ஓர் உலகத்தின் முன் அவற்றை வைத்தோராவர். ஆனால் இத்தகைய நூல்கள் எண்ணிக்கையில் மிகக் குறைவானவையே. இடையிடையே தான் இத்தகைய நூல்கள் வெளி வந்தன. இஸ்லாத்தைப் பற்றித் துவேஷத்தோடும் பகையுணர்வோடும் எழுதப்பட்ட நூல்களின் எண்ணிக்கைக்கு முன்னால் இத்தகைய நூல்களின் தொகை அற்பமானதே. மலைக்கு முன்னால் வைக்கப்பட்ட கடுகு போன்றதே. எனவே இந்நூல்கள் கிறிஸ்தவர்களின் கவனத்தை அதிகம் ஈர்க்கவில்லை.

இஸ்லாத்தைப் பற்றியும் அதன் நபியைப் பற்றியும் மேற்கத்திய மக்களுக்குச் சரியாகப் புரிந்துகொள்ள முடியாது போனமைக்கு கேம்பிரிட்ஜ் இஸ்லாமிய வரலாறு (Cambridge History of Islam, Holt et al, 1970, பக். 30) பின்வரும் காரணத்தைக் காட்டுகின்றது:

தமது மத்திய கால மூதாதையர்களிடமிருந்து தாம் பெற்றிருந்த இஸ்லாமியப் பகை உணர்வினை முழுமையாக உதறி விடுதல் ஐரோப்பிய மக்களுக்கு எளிதானதாக இருக்கவில்லை. முஸ்லிம்களுக்கெதிராக ஈடுபட்ட சிலுவைப் போர்களினாலும் ஏனைய போர்களினாலும் அவர்கள் மீது கடும் வெறுப்பு கொண்டிருந்த கிறிஸ்தவர்கள் முஸ்லிம்களை, குறிப்பாக முஹம்மதை தீமையின் அவதாரமாகவே கருதினர். தொடர்ந்து வழங்கப்பட்ட இஸ்லாமிய விரோத பிரச்சாரங்களின் தாக்கங்களுக்குள்ளான ஐரோப்பியர்கள் இன்னும் அவ்வெறுப்புணர்வுகளிலிருந்து மீளவில்லை.

இதற்கு ஒப்பான வகையில் இஸ்லாமிய இலக்கியங்களிலும் கிறிஸ்தவத்திற்கு எதிரான பகைமை உணர்வையும் சகிப்புத்தன்மை இன்மையையும் காண்கின்றோம். அண்மைக் காலங்களில் வெளிவந்த சில பாரம்பரிய இஸ்லாமிய எழுத்தாக்கங்கள்கூட பிறமதத்தவர்கள் பால் சகிப்புத்தன்மை காட்டப்படக் கூடாது என வாதிடுகின்றன. இது துரதிர்ஷ்டமான போக்காகும். இஸ்லாமிய உலகில் இருந்து வெளி

வந்துள்ள சில ஆங்கில நூல்கள் உமிழும் மேலைத் தேயத் துவேஷம் குறிப்பிடப்படவேண்டிய ஒன்றாகும். இத்தகைய போக்கு பரஸ்பர விரோத உணர்வுகளையே வளர்க்கும். ஆங்கிலத்தில் எழுதப்பட்ட இஸ்லாமிய நூல்களே இந்தளவு மேற்கத்திய குரோதத்தை வெளிப் படுத்தும்போது, இஸ்லாமிய உலக மொழிகளில் எழுதப்பட்டவை எவ்வளவு குரோதத்தை வெளிப்படுத்துவனவாக இருக்கும் என சிந்திப்பது நியாயமானதே. உலக அமைதிக்கு அவசியமான ஒருமைப்பாடு உருவாவதை மதத் துவேஷம், கலாசாரத் துவேஷம் போன்றவை தடுக்கும் என்பதால் அவை கண்டிக்கப்பட வேண்டும்.

'இஸ்லாத்தில் சர்வதேச சட்டம் என்ற ஒன்று இல்லை; மனித உரிமைக் கோட்பாடு என்பதும் இல்லை; அது உடன்படிக்கைகளுக்கு மதிப்பளிப்பதில்லை; அயல் நாடுகளின் உரிமைகளைப் பற்றிக் கவலைப் படுவதுமில்லை.' இவை இஸ்லாத்தைப் பற்றி மேற்கத்திய அறிஞர்கள் பரப்பியுள்ள தவறான கருத்துகளில் ஒரு சிலவாகும்.

ஐரோப்பியப் பொதுச்சட்டம் வழங்கிய நன்மைகளில் பங்கேற்கும் உரிமை துருக்கிக்கு 1856ஆம் ஆண்டில் தான் பாரிஸ் உடன்படிக்கையின் ஏழாம் பிரிவுக்கிணங்க வழங்கப்பட்டது என்ற உண்மை மேற்கத்திய சர்வதேச சட்டம் கிறிஸ்தவத்தைப் பின்பற்றாத நாடுகளை எந்தளவு அலட்சியப்படுத்தியது என்பதைப் புலப்படுத்துகிறது. ஐரோப்பிய சர்வதேச சட்டத்தையே தனது அயல்நாட்டு உறவுகளைக் கட்டுப் படுத்தும் சட்டமாக துருக்கி ஏற்றுக்கொண்டதால்தான், 1856ஆம் ஆண்டிலாவது அதற்கு இந்த உரிமை வழங்கப்பட்டது என்பதும் நினைவில் நிறுத்தப்பட வேண்டிய உண்மையாகும். ஏனைய இஸ்லாமிய நாடுகள் யாவும், சர்வதேச சட்ட எல்லைக்குள் நுழைவதற்குத் தகுதி யற்றவையாகவே கருதப்பட்டன.

சர்வதேச சட்டங்கள் தொடர்பான பிரச்சினைகளுக்குத் தீர்வு காண்பதற்கு, இஸ்லாமியச் சட்ட வல்லுனர்கள் ஷரீஆவின் ஒரு சிறப்புக் கிளையான 'சியார்' என்பதை வளர்த்தெடுத்தனர். சியார் என்பது ஷரீஆவின் மூலாதாரங்களிலிருந்து ஊற்றெடுத்த ஒரு துணைப்பிரிவே. கிறிஸ்தவத்தைப் போலவே இஸ்லாமும் உலகளாவிய ரீதியில் முழு மனித சமுதாயத்தினைப் பற்றியும் சிந்தித்த ஒரு மதமே. அன்றைய பிற மத நாடுகளையும் நாளைய சகோதர நாடுகள் என்றே கருதிய இஸ்லாம், இஸ்லாத்தை ஏற்றிருக்காத நாடுகளோடு ஏற்படும் தொடர்புகளை ஒழுங்குபடுத்துவதற்கு அமைக்கப்பட்ட சட்டங்களைத் தற்காலிக மானவை என்றே கருதியது. காலப்போக்கில் அவை செம்மைப்படுத்தப் பட வேண்டும் என்பதே எதிர்பார்ப்பாகவிருந்தது. ஆனால் ஆரம்ப கால கட்டங்களின் போதுகூட, பிறமத நாடுகளுடன் உருவான உடன்படிக்கை

களுக்கும், அவ்வுடன்படிக்கைகள் தோற்றுவித்த கடமைகளுக்கும் இஸ்லாம் முழு அங்கீகாரம் வழங்கவே செய்தது. தொடக்கத்தில் சிந்தனைகள் எப்படி இருந்தபோதிலும், காலப்போக்கில், இஸ்லாமிய உலகம் என்பதுகூட ஒன்றுபட்ட ஓர் அரசல்ல; அது மார்க்கம் எனும் ஓர் இழையால் மாத்திரமே இணைக்கப்பட்ட பல தேசிய அரசுகளின் தளர்வான ஒன்றிணைப்பே எனும் உண்மை தெளிவாகி விட்டது. எனவே இஸ்லாமிய உலகம் இஸ்லாத்திற்குப் புறத்தே இருக்கும் நாடுகளுடனும் இணக்கமாக வாழவேண்டும் என்பதும் உணரப்பட்டது. இச்சிந்தனை களின் வளர்ச்சியினால், தேவைகளின் மாற்றங்களுக்கு ஏற்ப, கோட்பாடு களின் மாற்றங்களுக்கேற்ப வளரும் இயல்பை இஸ்லாமிய சர்வதேச சட்டங்கள் பெற்றன. இதனால்தான், இஸ்லாமிய சர்வதேச சட்டத்துறை யில், துறை போன இஸ்லாமிய அறிஞர் என ஏற்றுக்கொள்ளப்படும் மஜீத் கத்தூரி 'சியார் இஸ்லாமியச் சட்ட முறைமையின், நேர்த்தியான, நிரந்தரமான பகுதி' என வர்ணித் துள்ளார். (Khadduri and Liebesny, 1955, P. 349)

முஹம்மது இப்னு ஹஸன் ஷைபானி என்பவர் எட்டாம் நூற் றாண்டின் இறுதியில் எழுதிய 'தேசங்களின் சட்டங்களுக்கு ஓர் அறி முகம்' என்பதே சர்வதேசச் சட்டத்தை ஒரு தனித் தலைப்பாகக் கொண்டு எழுதப்பட்ட முதல் உலக ஆய்வு நூலாகக் கருதப்படுகிறது. இதனை தேசங்களில் இஸ்லாமியச் சட்டம் (தி இஸ்லாமிக் லா ஆஃப் நேஷன்ஸ்) எனும் பெயரில் மஜீத் கத்தூரி ஆங்கிலத்தில் மொழிபெயர்த்துள்ளார். (Khadduri, 1966) இதைவிட ஒரு விரிவான ஆய்வையும் ஷைபானி பின்னர் வெளியிட்டுள்ளார். சர்வதேச சட்டங்களைப் பற்றி ஆய்வுகள் வெளி யிட்ட இஸ்லாமிய அறிஞர் ஷைபானி மாத்திரமல்ல. சர்வதேச சட்டங் களின் வரலாற்றைப் பற்றி எழுதப்பட்டுள்ள அத்தனை மேற்கத்திய நூல்களும் மேலே கூறப்பட்டுள்ள உண்மைகளைப் பொதுவாக மறந்தே விடுகின்றன. (எ.கா: Oppenheim, 1955, பாகம் 1, அத். 1)

இஸ்லாமிய சர்வதேச சட்டத்தின் தன்மை

சர்வதேசச் சட்டம் என்பது இயற்கைச் சட்டங்களிலிருந்தும் வேறுபட்ட ஒரு பிரிவா (இருமைத் தத்துவம் - Dualist View) அல்லது அவை இரண்டும் இரண்டறக் கலந்தவையா (Monist View) என்ற சந்தேகம் மேற்கத்திய சட்ட அறிஞர்களிடையே நிலவும் ஒன்றாகும். எல்லாச் சட்டங்களும் ஒரு சில உயர் விழுமியங்களிலிருந்தே தோன்றுகின்றன என வாதிடும் இயற்கைச் சட்டவாதிகள் அனைத்துச் சட்டங்களும், அவை தேசிய சட்டங்களாக இருந்தால் என்ன, சர்வதேச சட்டங்களாக இருந்தால் என்ன, ஒரே அமைப்பைச் சேர்ந்தனவே என்றே கருதுகின்றனர். மாறாக, சட்டங்கள் யாவும் அரசு அதிகாரங்களிலிருந்தே ஊற்றெடுக்கின்றன

என்று கருதும் ஒருவருக்கு, சர்வதேச சட்ட முறைமை தேசிய சட்டத்தி லிருந்தும் வேறுபட்ட ஓர் அடிப்படையில் தோன்றிய ஒன்றாகவே தோன்றும்.

இஸ்லாமிய சர்வதேச சட்டம் முதல் பிரிவைச் சேர்ந்ததாகும்; அது ஒருமைத் தத்துவத்தை ஏற்றுள்ளது. இஸ்லாமிய சர்வதேச சட்டமும் தேசிய சட்டங்களைப் போலவே, குர்ஆனிலும் சுன்னாவிலுமிருந்தே தோன்றுகின்றது.

> நீங்கள் அல்லாஹ்வின் பெயரால் செய்யும் உடன்படிக்கையை முழுமையாக நிறைவேற்றுங்கள். அல்லாஹ்வைச் சாட்சியாக வைத்துச் சத்தியம் செய்து அதனை உறுதிப்படுத்திய பின்னர், அந்தச் சத்தியத்தை நீங்கள் முறித்து விடாதீர்கள். நிச்சயமாக அல்லாஹ் உங்களுடைய செயலை நன்கறிவான். (மனிதர்களே! உறுதிப்படுத்திய சத்தியத்தை முறித்து) நீங்கள் ஒரு பெண்ணுக்கு ஒப்பாகிவிட வேண்டாம். அவள் மிகக் கஷ்டப்பட்டு நூற்ற நூலைத் தானே (தறித்துத்) துண்டு துண்டாக்கி விடுகிறாள். (அன்றி) ஒரு வகுப்பாரைவிட மற்றொரு வகுப்பார் பலம் வாய்ந்தவர்களாக ஆகவும் உங்கள் சத்தியத்தை உங்களுக்கிடையில் காரணமாக்கி வைத்துக் கொள்ளாதீர்கள். (குர்ஆன் 16:91, 92)

தான் ஒப்பந்தம் செய்துள்ள நாட்டைவிட பலம்வாய்ந்த நாடு, தான் நிறைவேற்ற வேண்டிய ஒப்பந்தக் கடமைகளை நிறைவேற்றாமல் இருப்பது சர்வதேச சட்டங்கள் எதிர்நோக்கும் சிக்கலான பிரச்சினை களில் ஒன்று - இந்தப் பிரச்சினையை மேலே தரப்பட்டுள்ள குர்ஆன் வசனம் ஆராய்கின்றது.

அரசு என்பது ஒரு நம்பிக்கைப் பொறுப்பாளரைப் போன்றதே. இறையாண்மை, முழு அதிகாரம் என்பன கொண்ட ஓர் அமைப்பல்ல அது என்னும் இஸ்லாமியக் கருத்துக்கு இணக்கமானதாகவே மேற்படி குர்ஆன் வசனம் விளங்குகிறது. அனைத்து அதிகாரங்களும் அல்லாஹ் விடம் இருந்தே தோன்றுகின்றன. ஆஸ்டின் போன்ற மேற்கத்திய அறிஞர்கள் அரசு பற்றி வெளியிட்ட 'எதேச்சாதிகார அதிகாரங்கள் மிகு பூரண இறைமைக் கொள்கை', இஸ்லாமிய அரசுக் கோட்பாட்டுக்குச் சற்றும் ஒவ்வாததாகும். அனைத்து தேசங்களினது அதிகாரங்களும் அல்லாஹ் என்ற ஒரே மூலத்திலிருந்து தோன்றுபவையே. தேசிய சட்டமுறைமையினதும், சர்வதேச சட்ட முறைமையினதும் சட்ட தார்மீக அடிப்படைகளும் ஒன்றே. எனவே தேசிய சட்டங்களுக்கும் சர்வதேச சட்டங்களுக்குமிடையே மேற்கத்திய அறிஞர்கள் பலர் காணும் இருமைக்கு இஸ்லாத்தில் இடம் இல்லை.

> மேற்கிலோ, கிழக்கிலோ உங்கள் முகங்களை நீங்கள் திருப்புவது மட்டும் நன்மை செய்ததாக ஆகிவிடமாட்டாது... வாக்குறுதி செய்த சமயத்தில் தங்களுடைய வாக்குறுதிகளை சரிவர நிறைவேற்றுபவர்களே உண்மையானவர்கள்; பயபக்தி யுடையவர்கள். (குர்ஆன் 2:177)

எனும் திருக்குர்ஆனின் இரண்டாம் அத்தியாயத்தின் நூற்றி எழுபத்தேழாவது வசனம் உடன்படிக்கைகளின் புனிதத்துவத்தைக் கோடிட்டுக் காட்டுகின்றது.

குர்ஆனைப் போலவே சுன்னா என்றழைக்கப்படும் நபிகள் நாயகத்தின் சொல், செயல், பழக்கவழக்கங்கள் போன்றவையும் இஸ்லாமிய சர்வதேச சட்டங்களின் அடிப்படையாகவிருக்கின்றன. மதீனாவின் முதல் இஸ்லாமிய ஆட்சித் தலைவர் என்ற முறையில் நபிகள் நாயகம் (ஸல்) அயல் நாட்டுத் தூதுக் குழுவினர்களை வரவேற்றார்கள். இஸ்லாமிய அரசு சார்பாக தூதுக்குழுக்களை வெளிநாடுகளுக்கு அனுப்பவும் செய்தார்கள். மக்கா நகரத்தாருக்குத் தனது நாட்டில் வணிகத்தில் ஈடுபடும் உரிமை வழங்கியிருந்த அபீஸினிய மன்னர் இஸ்லாமிய அரசுடன் தொடர்பு பூண்டிருந்த ஒரு வெளிநாட்டு ஆட்சியாளர் ஆவார். நபிகள் நாயகத்தினால் அங்கீகரிக்கப்பட்டிருந்த பல சர்வதேச சாசனங்கள் கோவை செய்யப்பட்டு ஆய்வுகளுக்குள்ளாக்கப்பட்டுள்ளன. (பார்க்க: Hamidullah *1956*) இஸ்லாமிய அரசு மதீனாவில் நிறுவப்படுவதற்கு முன்னரே நபிகள் நாயகம் (ஸல்) மதீனாவைச் சேர்ந்த சில கோத்திரத்தார்களுடன் ஓர் உடன்படிக்கை செய்துள்ளார்கள். கி. பி. 622ஆம் ஆண்டில் செய்யப்பட்ட இவ்வுடன்படிக்கை இரண்டாவது அகபா உடன்படிக்கை என்றழைக்கப்படுகின்றது.

நபிகள் நாயகத்தின் இத்தகைய செயற்பாடுகளுக்கு மேலதிகமாக உடன்படிக்கைகளின் கட்டுப்படுத்தும் தன்மை, அயல் நாடுகளையும் அவற்றின் கடமைகளையும் அங்கீகரித்தல், அயல்நாட்டுத் தூதுவர்களுக்கு வழங்கப்பட வேண்டிய பாதுகாப்பு போன்றவை பற்றி நபிகள் (ஸல்) மொழிந்த கூற்றுகளும், வழங்கிய விளக்கங்களும் பாதுகாக்கப்பட்டுள்ளன.

ஏனைய இஸ்லாமியச் சட்டங்களைப் போலவே இஸ்லாமிய சர்வதேச சட்டங்களுக்கும் மூன்றாவது மூலாதாரமாக இருப்பது இஜ்திஹாத் ஆகும். இதனைப் பற்றி இந்நூலில் முன்னமேயே போதிய அளவு விளக்கப் பட்டுள்ளது. நான்காவது மூலாதாரம் இஜ்மா எனப்படும் 'ஏகோபித்த' முடிவுகளாகும். மேலே குறிப்பிடப்பட்டுள்ள மூலாதாரங்களின் பெரும் பங்களிப்புகளினால் இஸ்லாமிய சர்வதேச சட்டம் துரித வளர்ச்சியைக் கண்டது. இஸ்லாம் அறிமுகப்படுத்தப்பட்டு இரண்டு நூற்றாண்டுகள் கழிவதற்கு முன்னரே இஸ்லாமிய சர்வதேச சட்டங்கள் பற்றி எத்தனையோ விளக்கவுரைகள் தோன்றிவிட்டன. நூற்றுக் கணக்கான விரிவுரையாளர்கள் சட்டங்களைப் பற்றி விளக்கவுரைகள் வழங்கிக் கொண்டிருந்தனர்.

இத்தகைய விரிவுரையாளர்களில் ஹனபி மத்ஹபின் இமாம் அபூஹனீபா (699-767), இஸ்லாமிய சர்வதேச சட்டத்தின் பிதா எனப்

போற்றப்படும் அஷ்ஷைபானி (749-805), ஷாபி மத்ஹபை அமைத்த சட்ட மேதை இமாம் ஷாபிஈ (767-820) போன்றோர் மிக முக்கியமானோர் ஆவர்.

இஸ்லாமிய சர்வதேச சட்டத்தினைப் பற்றி எழுதப்பட்ட முதல் ஆழமான ஆய்வாக அஷ்ஷைபானி அவர்களின் ஆக்கமே கருதப் படுகின்றது. இமாம் ஷாபிஈ அவர்களால் இயற்றப்பட்ட கிதாபுல் உம்ம் எனும் நூலிலும் இஸ்லாமிய சர்வதேச சட்டக் கோட்பாடுகள் பல விரிவாக ஆராயப்பட்டுள்ளன. மேற்கத்திய சர்வதேச சட்டம் என்ற ஒன்று உருவாவதற்கு எட்டு நூற்றாண்டுகளுக்கு முன்னரே மேற்குறிப் பிடப்பட்ட இரண்டு இஸ்லாமிய நூல்களும் வெளிவந்துவிட்டன என்பது கவனத்திற்குரியதாகும். நவீன சர்வதேச சட்டத்தின் பிதா எனப் போற்றப்படும் குரோட்டியஸ், தெ ஜூர் பெலி அக் பச்சீஸ் எனும் தனது சர்வதேச சட்ட ஆய்வு நூலை 1625ஆம் ஆண்டில்தான் வெளியிட்டார். நாடுகள் தாம் ஒப்பமிட்ட உடன்படிக்கைகளை மதிக்கும், அவற்றின் சரத்துகளை நிறைவேற்றும் என்ற பலமான எதிர்பார்ப்பை அடித்தள மாய்க் கொண்டே சர்வதேச சட்டம் எனும் கட்டிடத்தை குரோட்டியஸ் எழுப்பினார். இதே எதிர்பார்புதான் இஸ்லாமிய சர்வதேச சட்டத்தின் அடித்தளமாக அதன் தோற்றத்திலிருந்து இருந்து வந்திருக்கிறது.

முஸ்லிம்கள் உடன்படிக்கைகளை மிகக் கண்ணியமான முறை யில் நிறைவேற்ற வேண்டும் என்பதே நபிகளாரின் எதிர்பார்ப்பாக இருந்தது. 622ஆம் ஆண்டில் நிறுவப்பட்ட இஸ்லாமிய அரசு, அதற்குப் பல ஆண்டுகளுக்கு முன்னரே, மக்கா குடிமக்களுக்கும் அபீஸீனிய மன்னருக்குமிடையே அமைக்கப்பட்டிருந்த ஓர் உடன்படிக்கைக்குத் தொடர்ந்து மதிப்பளித்தது. நாட்டின் ஓர் அரசாங்கம் ஒப்பமிட்ட உடன்படிக்கைக்கு அவ்வரசாங்கத்திற்குப் பின்வரும் அரசாங்கமும் மதிப்பளிக்க வேண்டும் என்ற கோட்பாட்டுக்கு இணக்கமானதாகவே இது விளங்குகிறது. (Rhyne, 1971, பக். 24)

இஸ்லாமியச் சட்டத்தில் மனித இன ஒருமைப்பாடு

உலகளாவிய மனித இன சகோதரத்துவத்தை இஸ்லாம் இடையறாது வற்புறுத்திக்கொண்டே வந்திருக்கின்றது. தேசங்களின் அடிப்படை யிலே, இனங்களின் அடிப்படையிலே, நிற அடிப்படையிலே மனித இனத்தை நோக்காது, மனித இனம் முழுவதும் ஒன்றே எனக் கருதிய இஸ்லாமிய பிரபஞ்சத்துவக் கோட்பாட்டைப் பற்றி ஐந்தாம் அத்தியாயத்தில் குறிப்பிடப்பட்டுள்ளது. 'வெள்ளை நிறத்தவர்கள் கரிய நிறத்தவர்களைவிட மேம்பட்டவர்களல்லர்; அரேபியர், அரேபியர் அல்லாதாரைவிட மேம்பட்டவர்களல்லர்; எல்லோரும் சகோதரர்களே;

எல்லோரும் ஆதமின் வழித்தோன்றல்களே' - இதுவே நபிகள் நாயகத்தின் இறுதிப் பேருரையின் அடிநாதமாக விளங்கியது.

எனவே மனித இனம் முழுவதும் ஒரு சமூகமே. 'மனித இனம் முழுவதும், ஒரே தாய், தந்தையரிடம் இருந்து தோன்றியதே. நான்தான் உங்கள் இறைவன்; நானே உங்களுக்கு உணவளிப்பவன். எனவே என்னையே வணங்குங்கள்' எனக் குர்ஆன் போதிக்கின்றது. மற்றும் ஓர் இடத்தில் *நம்பிக்கையாளர்களே! நீங்கள் யாவரும் ஒரே சமுதாயத்தைச் சேர்ந்தவர்கள் தாம்* என்று திருமறை நினைவூட்டுகின்றது. (21:92)

வேறு பல இறைவசனங்களும் இதே உண்மையை வலியுறுத்துகின்றன:

> மனிதர்களே! நிச்சயமாக நாம் உங்களை ஓர் ஆண், ஒரு பெண்ணிலிருந்துதான் படைத்தோம். பின்னர், ஒருவர் மற்றவரை அறிந்துகொள்ளும் பொருட்டு, உங்களைக் கிளைகளாகவும் கோத்திரங்களாகவும் ஆக்கினோம். அன்றேல், உங்களில் ஒருவர் மற்றவரைவிட மேலென்று பெருமை பாராட்டிக் கொள்வதற்கில்லை (குர்ஆன் 49:13)

'பிரபஞ்சம் முழுவதுமே அல்லாஹ்வின் குடும்பம்தான்' என்று கூறுகின்றது ஒரு ஹதீஸ்.

இஸ்லாம் எந்த ஒரு கோத்திரத்தினது தேவைகளுக்கும் முன்னுரிமை வழங்குவதில்லை. எனவே எந்த ஒரு கூட்டத்திற்கும் மற்றொன்றின் மீது ஆக்கிரமிப்பு நடத்துவதற்கு உரிமையில்லை. 'ஆக்கிரமிப்பில் அவனது கூட்டத்தாரோடு சேர்ந்து கொண்டவன் எங்களைச் சார்ந்தவனல்லன்; கொடுமை இழைத்த மற்றவர்களின் உதவியை நாடுபவன் எங்களைச் சார்ந்தவனல்லன்; அநீதி செய்து கொண்டிருக்கும் தன் கூட்டத்தின் உதவிக்காகச் சென்று அதில் மரணிப்பவனும் எங்களைச் சேர்ந்த வனல்லன்' எனும் ஹதீஸ் இதனையே கூறுகின்றது. *(பார்க்க:* Ibrahim, *1984, பக். 129-30)*

ஒரு சீப்பின் பற்கள் ஒரேமாதிரி இருப்பது போல மனிதர்களும் ஒரே வகையினர்தான். இஸ்லாம் மனிதர்களை தேச அடிப்படையிலோ, கோத்திர அடிப்படையிலோ நோக்குவதில்லை; அது மனிதனை மனித சமூகத்தைச் சேர்ந்தவன் என்றே நோக்குகின்றது. இக்கோட்பாட்டோடு இணைந்ததுவே, அனைத்து தேசியங்களும் இறைவனுக்குக் கட்டுப் பட்டவையே எனும் கோட்பாடு. நாடுகளை ஆள்பவர்கள் யாவரும் இறைவனின் பிரதிநிதிகளே ஒழிய சுய அதிகாரம் உடையோர் அல்லர். எனவே எந்த ஓர் ஆட்சியாளனும் தன்னுடைய நாட்டைத் தனிப்படுத்திக் கொள்ளவோ ஏனைய நாடுகளிலிருந்து முற்றாக பிரித்துக்கொள்ளவோ அதிகாரம் உடையவன் அல்லன். மனித சமூகத்தின் நலன்களுக் கெதிராகவோ அல்லது அவற்றைப் பொருட்படுத்தாமலோ செயற்பட எந்த ஒரு நாட்டுக்கும் உரிமை கிடையாது.

இஸ்லாமிய சர்வதேச சட்டத்தின் உள்ளடக்கம்

இஸ்லாமிய சர்வதேச சட்டங்கள் உள்ளடக்கும் அம்சங்கள் பலவாகும். போர்களைப் பற்றிய சட்டங்கள், சமாதானத்தைப் பற்றிய சட்டங்கள், மனித உரிமைகள் பற்றிய சட்டங்கள், மனிதாபிமான சட்டங்கள் என்பன அவற்றுள் சிலவாகும். இங்கே அவ்வம்சங்களில் சில ஆராயப்படும்.

போர்க் கைதிகள் பற்றிய சட்டங்கள் குடிமக்களின் பாதுகாப்பு, பொர் செயற்பாடுகளையும் அதற்கான பதிலடிகளையும் பற்றிய வரையறைகள், புகலிடம், மன்னிப்பு, பாதுகாப்பு நடவடிக்கை, இராஜதந்திர சட்ட விலக்களிப்பு, சமாதானப் பேச்சு போன்ற அம்சங்களில் இஸ்லாமிய சர்வதேச சட்டத்தின் பங்களிப்புகள் கணிசமானவையாகும். (Rhyne, *1971*, பக். *23-4*)

அ. போர்ச் சட்டங்கள்

குடிமக்கள், யுத்தங்களில் போர்வீரர்களாகப் பணிபுரியாதோர், போர்க் கைதிகள் எனும் மூன்று வகுப்பினர்களுக்கும் போர்க் காலங்களின் போது, இயன்றளவு பாதுகாப்பு வழங்க நவீன மனிதாபிமான சட்டங்கள் முயல்கின்றன. பத்தொன்பதாம் நூற்றாண்டிலே ஐரோப்பிய சர்வதேச சட்டத்தில் இத்தகைய சிந்தனையின் தோற்றத்தை சட்ட அறிஞர்கள் இனங் கண்டனர். குடிமக்களுக்கு மாத்திரமன்றி, இராணுவத்தினர் உட்பட அனைவருக்கும் பெரும் அழிவுகளை ஏற்படுத்தக்கூடிய கொடூரமான ஆயுதங்களின் பயன்பாட்டைத் தடைசெய்யும் உடன்படிக்கைகள் பல நாடுகளிடையேயும் உருவாகின என்பதை வரலாறு உணர்த்துகிறது. இரண்டாம் உலகப் போருக்குப் பிந்திய ஆண்டுகளிலே இச்சிந்தனை தீவிரம் அடைந்தது.

பல நூற்றாண்டுகளுக்கு முன்னரே இஸ்லாமிய சர்வதேச சட்டம் போர் எதிரிகள் தொடர்பாக சில கோட்பாடுகளை உருவாக்கியது. இத்தகைய சட்டங்களை அமைத்தபோது, இஸ்லாமிய சர்வதேச சட்டம் ஒரு புதிய சட்டக் களத்தையே உருவாக்கியது என்பது கவனத்திற்குரியது. தமது விரோதிகளோடும் நியாயமாகவும் பெருந்தன்மையாகவும் நடக்கும் பண்பு பல பண்பாடுகளிலும் காணப்படும் ஒன்றே. எனினும் இத்தகைய பண்புகளை ஒன்றிணைத்து அவற்றுக்கு ஒழுங்கான வடிவம் கொடுத்து, அவற்றை சர்வதேச சட்டங்களாக உருவாக்கிய பெருமை இஸ்லாமிய சட்ட அறிஞர்களுக்கே உரியது. (Al-Ghunaimi, *1968*, பக். *85* - இந்த அத்தியாயத்தில் தரப்பட்டுள்ள அதிகமான தகவல்கள் அல் குனைமி யின் ஆய்விலிருந்து பெறப்பட்டவையே).

இஸ்லாமிய சர்வதேச சட்டம் போர்களின் போது தடை செய்த சில செயல்கள் வருமாறு:

அ. குரூரமான வழிகளில் கொல்லுதல்
ஆ. போரில் நேரடியாக ஈடுபடாதோரைக் கொல்லுதல்
இ. போர்க் கைதிகளைக் கொல்லுதல்
ஈ. மனிதர்களின்-விலங்குகளின் உடல் உறுப்புகளைச் சிதைத்தல்
உ. அவசியமில்லாது பயிர்களை நாசம் செய்தல்; மரங்களை அழித்தல்
ஊ. பெண் கைதிகளை சோரத்துக்கும் உடலுறவுக்கும் உட்படுத்துதல்
எ. தூதுவர்களைக் கொல்லுதல் (பதில் தாக்குதல்களின் ஊடாக இருந்தாலும் சரியே)
ஏ. தோற்கடிக்கப்பட்ட நாட்டு மக்களைப் படுகொலை செய்தல்
ஒ. நச்சாயுதங்களைப் பயன்படுத்துதல். (S. R. Hassan, *1974*, பக். *173*).

இஸ்லாமிய சர்வதேச சட்டத்தில் போர்கள் தொடர்பாக காணப்படும் சில கோட்பாடுகள் ஜெனிவா ஒப்பந்தத்தின் மூலம் சர்வதேச சட்டங்களாகியிருக்கின்றன. சில இன்னும் எந்தவொரு சர்வதேச சாசனத்திலும் இடம்பெற்றதில்லை. இஸ்லாமியச் சட்டம் தரும் இக்கோட்பாடுகள் ஆதாரபூர்வமான நூல்களிலிருந்தும் குர்ஆனில் இருந்தும் திரட்டப் பட்டவையாகும்.

(i) **போர்க் கைதிகள்.** போர்க் கைதிகள் பற்றிக் குர்ஆன் பின்வருமாறு கூறுகின்றது:

> எதிரிகள் அடக்கப்பட்டு, கைப்பற்றப்பட்ட பின்னர் அவர்களுக்குப் பதிலாக யாதொரு ஈடு பெற்றேனும் அல்லது ஈடின்றி அவர்கள்மீது கருணையாகவேனும் விட்டுவிடுங்கள். (குர்ஆன் 47:4)

ஒரு கைதி அல்லது கைதி நிலையில் இருப்பவர் கொல்லப்படக்கூடாது; மாறாக அவர்மீது கருணை காட்டப்பட வேண்டும். பத்ர் போரின்போது, தமது தரப்பினருக்கு நபிகள் நாயகம் (ஸல்) விடுத்த கட்டளைகளில் ஒன்று, 'கைதிகளை நியாயமாக நடத்த வேண்டுமென்ற கட்டளைக்கு அடிபணியுங்கள்' என்பதாகும். பத்ர் போரின் முடிவிலே அப்பாஸ் அவர்கள் போதுமான அளவு உடைகள் அற்ற நிலையில் கைதியாகக் கொண்டுவரப்பட்டபோது, அவருக்கு உடைகள் வழங்குமாறு நபிகள் நாயகம் (ஸல்) பணித்தார்கள். (ஸஹீஹ் புகாரி, *52: 142*) இதிலிருந்து போர்க் கைதிகளுக்குத் தேவைப்படுமானால் ஆடைகளும் வழங்கப்பட வேண்டும் எனும் விதி பெறப்படுகிறது. குர்ஆன் கூறும் கட்டளைப் படியே கைதிகளுக்கு உணவளிக்கப்பட வேண்டும். *அல்லாஹ்வின் மீது உள்ள அன்புக்காக ஏழைகளுக்கும் அனாதைகளுக்கும் சிறைப்பட்டோருக்கும் உணவளியுங்கள்* எனக் கூறும் திருக்குர்ஆன்,

> நாம் உங்களுக்கு ஆகாரமளிப்பதெல்லாம், அல்லாஹ்வின் முகத்தை நாடியே யன்றி, உங்களிடம் நாம் யாதொரு கூலியையோ அல்லது நீங்கள் எமக்கு நன்றி செலுத்துவதையோ கருதவில்லை' எனவும் கூறுகின்றது. (குர்ஆன் 76:8)

தன்னைக் கைதுசெய்து இருப்பவர்களுக்கு எதிராகப் போரிட்டவர் என்ற ஒரே காரணத்திற்காக மட்டும் ஒரு கைதி தண்டிக்கப்பட முடியாது. ஆனால் போரின் போது அவர் அசாதாரணமான குற்றம் எதுவும் செய்திருந்தால், அதற்காக அவர் தண்டிக்கப்படலாம். (S. R. Hassan, *1974*, பக். *177; Ibrahim, 1984*, பக். *134*).

ஒரு போர்க் கைதி மீது காட்டப்படவேண்டிய அக்கறை இத்தோடு முடிவதில்லை. அவரினால் ஏற்படும் பராமரிப்புச் செலவினங்களை அவர்மீது சுமத்தக்கூடாது. அச்செலவினங்களை அவரிடமிருந்து வசூலிக்க முயலக் கூடாது. அவரைக் கைது செய்த அரசே அச்செலவு களை ஏற்கவேண்டும். கைதிகளின் கண்ணியம் பேணப்படல் வேண்டும். ஒரே குடும்பத்தினர் பிரிக்கப்படக் கூடாது. கைதிகள் கோரினால், இறுதி விருப்பாவணங்கள் எழுதுவதற்கு அவர்களுக்கு வசதிகள் செய்து கொடுக்கப்பட வேண்டும். அவ்வாறு இறுதி விருப்பாவணங்கள் எழுதப் பட்டால், அவற்றை உரியவர்களிடம் சேர்ப்பதற்குத் தேவையான வழிமுறைகள் கைப்பற்றிய அரசினால் மேற்கொள்ளப்பட வேண்டும். (S. R. Hassan, *1974*, பக். *177*) நபிகள் நாயகத்தின் பின்னர் ஆட்சிப் பொறுப்பை ஏற்ற முதலாம் கலீஃபா அபூபக்கர் (ரலி) போர்க் களத்தி லிருந்து வெற்றியோடும் போர்க் கைதிகளோடும் திரும்பிய தம் போர்வீரர்களுக்கு விடுத்த ஒரே வேண்டுகோள் 'போர்க் கைதிகளைக் கருணையோடு பராமரியுங்கள்' என்பதே (Nussbaum, *1954*, பக். *52*).

போரின் முடிவிலே, இரு சாரார்களாலும் ஏற்றுக்கொள்ளப்பட்ட ஒரு தொகையை ஈடாகப் பெற்றுக்கொண்டோ, அல்லது எதுவும் பெறாமலோ கைதிகள் விடுதலை செய்யப்பட வேண்டும் என்பதே இஸ்லாத்தின் நிலைப்பாடாக இருந்தது. நபிகள் நாயகம் (ஸல்) போர்க் கைதிகள் சிலரை எவ்வித ஈடும் பெற்றுக்கொள்ளாமலே விடுதலை செய்திருக்கின்றார்கள். முஸ்லிம் சிறார்களுக்கு எழுத, வாசிக்கக் கற்றுக்கொடுக்க வேண்டும் போன்ற நிபந்தனைகளின் அடிப்படையில் சில கைதிகளை விடுவித்துள்ளனர். ஈடு பெற்றுக்கொண்டு சிலருக்கு விடுதலை வழங்கியுள்ளார்கள். (Ibrahim, *1984*, பக். *135*) குர்ஆனின் எந்த ஒரு வசனமும் போர்க் கைதிகளை அடிமைகளாக்கிக் கொள்ளலாம் எனக் கூறவில்லை.

ஈடு பெற்றுக்கொண்டு போர்க் கைதிகளை விடுதலை செய்யும் வழக்கமே அதிகமாக நடைமுறையில் இருந்தது. (Nussbaum *1954*, பக். *52*) சில முக்கியமான உடன்படிக்கைகளின் கருப் பொருளாக இந்த ஈடு விளங்கியுள்ளது; எ.கா: ஹாரூன் அல் ரஷீதுக்கும் சக்கரவர்த்தி நிஸ்போரஸுக்கும் இடையே நடந்த ஒப்பந்தம். இஸ்லாமியரின் ஈடு பெறும் பழக்கவழக்கங்களின் செல்வாக்கு ஸ்பானியக் கிறிஸ்தவர்

களிடம் படிந்திருந்ததை வரலாறு புலப்படுத்துகிறது. (Nussbaum, *1954, பக். 318*).

(ii) **போரில் ஈடுபடாதோர்.** பெண்களையும் குழந்தைகளையும் கொல்லுவதை நபிகள் நாயகம் (ஸல்) தடை செய்துள்ளார்கள். 'முதியவர்களையோ, பெண்களையோ, குழந்தைகளையோ கொல்ல வேண்டாம்' எனக் கூறுகின்றது ஒரு ஹதீஸ். *(சுனன் அபூதாவூத், பார்க்க:* A.H. Siddiqui, *1976, பக். 946;* M.M. Khan, *பக். 159)* 'மடங்களில் வாழும் குருமார்களைக் கொல்ல வேண்டாம்' என்று மொழிகின்றது மற்றொன்று. *(இப்னு ஹன்பல், முஸ்னத்)*

போரில் நேரடியாக ஈடுபடாத வணிகர்கள், வியாபாரிகள், ஒப்பந்ததாரிகள் போன்றோரும் பாதுகாக்கப்பட்டனர்.

ஏற்கெனவே குறிப்பிடப்பட்டுள்ள கலீஃபா அபூபக்கரின் பிரகடனம், பெண்களையும், குழந்தைகளையும், முதியவர்களையும் தாக்குவதையும், எதிரிகளின் உணவுப் பொருட்களிலிருந்து தம்முடைய தேவைக்கு மேலதிகமாக எதையும் எடுப்பதையும் தடுத்தது. (Nussbaum *1954, பக். 52*) போர்க்களங்களில் கைப்பற்றப்பட்ட பொருள்கள் அரசிடம் ஒப்படைக்கப்பட வேண்டும். அரசு அதில் ஐந்தில் ஒரு பகுதியை கருவூலத்தில் ஒப்படைத்துவிட்டு, மிகுதியை உரியவர்கள் மத்தியில் பகிர்ந்து கொடுக்க வேண்டும் என்பதே இஸ்லாமியச் சட்டமாக இருந்தது. கிறிஸ்தவ உலகுக்குள்ளும் நுழைந்த இச்சட்டத்தினை, பத்தாம் அல்பொன்ஸோ எனும் மன்னர், தான் எழுதிய *சியட்டா பார்டிடாஸ்* எனும் நூலில் நன்கு விளக்கியுள்ளார். இந்நூலைப் பற்றிய விளக்கம் பின்னர் தரப்படும். (Nussbaum, *1954, பக். 52*)

(iii) **போர்க்களத்தில் பின்பற்றவேண்டிய நடைமுறைகள்.** எதிரிகளைக் குரூரமாகக் கொல்லுதல் இஸ்லாத்தில் தடைசெய்யப்பட்டுள்ளதைப் போலவே, எதிரிகளின் உடல் உறுப்புகளைச் சிதைப்பதும் அவர்களின் இறந்த உடல்களைச் சின்னாபின்னப்படுத்தலும் தடைசெய்யப்பட்டுள்ளன. 'உம்மீது வைக்கப்பட்டுள்ள நம்பிக்கையை மீறிவிடாதீர்கள்; துரோகம் இழைக்காதீர்கள்; யாரையும் ஊனமாக்கவோ, சிறார்களையும் குழந்தைகளையும் கொல்லவோ வேண்டாம்' - இவை ஒரு படையெடுப்பின்போது தளபதி அப்துர் ரஹ்மான் இப்னு அவ்ப் அவர்களுக்கு நபிகளார் வழங்கிய எச்சரிக்கைகள்.

கலீஃபாக்கள் தமது தளபதிகளுக்கு அறிவுறுத்தல்கள் வழங்கும் போது, கண்ணியமான போர் முறைகள் பின்பற்றப்பட வேண்டியதன் அவசியத்தை பெரும்பாலும் வற்புறுத்தினர். 'நான் உமக்கு பத்து ஆணைகளை இடுகின்றேன். அவற்றை நினைவில் நிறுத்திக் கொள்ளவும். கையாடாதீர்; ஏமாற்றாதீர்; நம்பிக்கையை உடைக்காதீர்...' இவை

தமது தளபதி உஸாமாவுக்கு, கலீஃபா அபூபக்கர் வழங்கிய கட்டளை களாகும். (Ibrahim *1984*, பக். *133*)

இஸ்லாம் வகுத்த இவ்வுயர் கோட்பாடுகள் போர் முனையிலே செயல்வடிவம் பெற்றதைப் பெருவியப்புடன் வெளிப்படுத்துகின்றன, சிலுவைப் போர் யுக ஐரோப்பிய இலக்கியங்கள். ஜெர்மனிய படை ஒன்றினைத் தோற்கடித்த பின்னர் அப்படைக்கு உணவு வழங்கி உதவிய சுல்தான் அல்மாலிக் அல் காமில் அவர்களின் செயலை ஒலிவிரஸ் ஸ்கோலாஸ்டிகஸ் எனும் எழுத்தாளர் வியப்புடன் பின்வருமாறு வர்ணிக்கின்றார்:

இத்தகைய நன்மையும், நட்பும், கருணையும் இறைவனிடமிருந்தே வருகின்றன என்பதை யார்தான் சந்தேகிக்க முடியும். எந்த மக்களின் தாய், தந்தையர், பிள்ளைகள், சகோதர, சகோதரிகள் வேதனையால் துடிதுடிக்க எங்களால் கொல்லப்பட்டார்களோ, எந்த மக்களின் நிலபுலன்களை நாம் சூறையாடினோமோ, எந்த மக்களை அவர்களின் இல்லங்களிலிருந்து நாம் விரட்டியடித்தோமோ, அதே மக்கள், நாம் பசியால் வாடி வதங்கி அவர்களது கரங்களுக்குள் சிக்குண்டபோது, எங்கள் மீது இரக்கத்தையும் பாசத்தையும் பொழிவார்கள் என யாரால் தான் எதிர்பார்க்க முடியும்? (Heer, *1968*, பக். *144*)

ஆக்ரோஷமான கடும் போர்களுக்கு மத்தியிலும் கிறிஸ்தவ மடாலயங் களும் ஆசிரமங்களும் கிறிஸ்தவர்களுக்கும் முஸ்லிம்களுக்கும் புகலிடங் களாக விளங்கின என்ற உண்மையும் வரலாறுகளில் பதிவு செய்யப் பட்டுள்ளது. (Heer, *1968*, பக். *145*)

சிலுவை யுத்தங்களின் போது எதிரெதிர் அணிகளில் நின்று போராடிய இரு சாராரும் வெளிப்படுத்திய கண்ணியமான குண நலன்களை, புகழ்பூத்த பொதுச் சர்வதேச சட்ட வரலாற்று அறிஞரான பேராசிரியர் ஆர்த்தர் நுஸ்போம் பின்வருமாறு பாராட்டுகின்றார்:

இரு சாரார்களையும் ஒப்புநோக்கும் போது, முஸ்லிம்களே மேம்பட்டவர் களாக இருந்தனர் என்பதே ஏற்றுக்கொள்ளப்படும் கருத்தாகும். தாம் தாம் ஆக்கிரமிப்பாளர்கள் என்ற போதிலும், முஸ்லிம்கள் கடவுளை நிராகரிப்பவர்கள் என்றும், அவர்களுடன் கண்ணியமாக நடக்கவேண்டிய அவசியமில்லை என்றும் கருதிய கிறிஸ்தவ சிலுவை வீரர்கள் கண்ணியக் குறைவாகவே நடந்துகொண்டனர். சிலுவைப் போரில் பங்கேற்ற இரு அணிகளினதும் செயற்பாடுகளை ஒப்புநோக்கி எடை போட்ட ஆங்கிலேய வரலாற்றாசிரியரான லேன் பூலே பண்பாட்டுக் குணநலன்கள் கிறிஸ்தவர் களைவிட முஸ்லிம்களிடம் கூடுதலாகக் காணப்பட்டன எனும் கருத்தை வெளியிட்டுள்ளார். (Nussbaum, *1954*, பக். *54*; Lane-Poole, *Saladin and the fall of Kingdom of Jerusalem, 1926*, பக். *307*)

(IV) **எதிரிகளின் பிரதேசங்களும் உடைமைகளும்.** இயற்கைத் தாவரங்கள், உணவுப் பயிர்கள், கால்நடைகள் போன்றவற்றின்

பாதுகாப்புத் தொடர்பாக இஸ்லாமியப் போர்ச் சட்ட விதிகள் காட்டும் பெரும் அக்கறையை இவை தொடர்பான இஸ்லாமிய இலக்கியங்கள் தெளிவாக உணர்த்துகின்றன.

பூமியிலிருந்து விஷமம் செய்து, விவசாயத்தையும் கால்நடைகளையும் அழித்துவிட முயலும் மனிதர்களை இறைமறை வன்மையாகக் கண்டிக்கின்றது. (குர்ஆன் 2: 205)

'பெண்களை, குழந்தைகளை, முதியவர்களைக் கொல்லாதீர்கள்' என்ற கட்டளைகளை வழங்கியுள்ளதைப் போலவே பேரீத்தம் பழ மரங்களை வெட்ட வேண்டாம்; அவற்றுக்குத் தீயிட வேண்டாம்; பழ மரங்களை வெட்ட வேண்டாம்; உணவுக்காகவேயன்றி ஆடு, மாடு, ஒட்டகம் போன்ற கால்நடைகளைக் கொல்ல வேண்டாம் எனவும் கலீஃபா அபூபக்கர் (ரலி) அவர்கள் உஸாமாவுக்கு ஆணைகள் இட்டுள்ளார்கள்.

மந்தைகளையும் தேன் கூடுகளையும் அழிப்பதை இஸ்லாமியப் போர்ச் சட்டங்கள் தடை செய்கின்றன என இமாம் மாலிக் தனது முவத்தாவில் கூறியுள்ளார்கள். எதிரிகளின் மிருகங்களைக் கொல்லாம லிருப்பது அவர்களின் வலிமையைக் கூட்டும் என்ற பயம் இருந்தாலே தவிர, அவற்றைக் கொல்லக் கூடாது என்பதே இமாம் ஷாபிஈயின் முடிவாக இருக்கிறது. இமாம் அபூஹனீபா போன்றோர் இவற்றுக்கு மாறான கருத்துகளைக் கொண்டிருந்தனர் என்பது உண்மையே. எது எப்படி இருப்பினும் அன்றைய சமகால போர்ச் சட்டங்கள் அனுமதித்திருந்த அழிவுகளின் அளவைக் குறைப்பனவாகவே இஸ்லாமியப் போர்ச் சட்டங்கள் விளங்கின என்பது மறுக்க முடியாத உண்மையாகும். (Singh, 1973, பக். 217)

(V) **போர் ஆயுதங்கள்.** போர்களில் விஷம் ஓர் ஆயுதமாகப் பயன் படுத்தப்படுவதை இஸ்லாமியச் சட்டம் கட்டுப்படுத்தவே முயலு கின்றது. வாள், வேல், அம்பு போன்ற ஆயுதங்களின் முனைகளில் விஷம் தடவப்படுவதை இஸ்லாமியச் சட்டம் தடைசெய்கின்றது. மாலிக் மத்ஹப் சட்ட அறிஞர் கலீல், விஷமூட்டப்பட்ட அம்புகளைப் பயன் படுத்துவதைக் குறைத்துக்கொள்ளுமாறு அறிவுறுத்தியுள்ளார். ஆனால் ஹில்லி எனும் சட்ட அறிஞரோ போரில் விஷம் எவ்வகையில் பயன் படுத்தப்படுவதையும் முற்றாகத் தடுத்துள்ளார். (Singh, 1973, பக். 216)

போர்களில் எந்தளவு பலாத்காரம் பயன்படுத்தப்படலாம் என்பதைப் பற்றி இஸ்லாமியச் சட்டங்கள் எவ்விதமான வரையறைகளும் விதித்தில்லை என்றே கூற வேண்டும். பாபர் சக்கரவர்த்தி முதன் முதலாக பீரங்கிகளைப் பயன்படுத்திய போது இஸ்லாமியச் சட்ட அறிஞர்கள் எவ்விதமான எதிர்ப்பையும் காட்டவில்லை என்பது அவதானத்திற் குரியது. (Singh, 1973, பக். 217)

(VI) ***எதிரிகள்பால் காட்டப்படவேண்டிய இரக்கம்.*** தேவை இன்றி பகைவர்களை வரம்புமீறி கொன்று குவித்தலை இஸ்லாம் தடை செய்துள்ளது. தம்மிடம் தஞ்சம் கோரும் எதிரிகளுக்கு உரிய பாதுகாப்பு வழங்கப்பட வேண்டுமென்று குர்ஆன் இஸ்லாமியர்களுக்கு கட்டளை இடுகின்றது.

> நபியே! இணை வைத்து வணங்குவோரில் எவனும் உம்மிடம் பாதுகாப்பைக் கோரினால், அல்லாஹ்வுடைய வசனங்களை அவன் செவியுறும் வகையில் அவனுக்கு அபயமளியும். அவன் அதனைச் செவியுற்றும் நம்பிக்கை கொள்ளா விட்டால், அவனை அவனுக்கு அபயமளிக்கும் வேறு இடத்திற்கு அனுப்பி வைப்பீராக. (குர்ஆன் 9:6)

எதிரிகள் அபயம் கோரினால் அபயமளிக்கலாம்; அவர்கள் அதனைக் கோராதபோதும் அதனை வழங்கலாம். கஅபாவிலும் அபூ சுப்யான் இல்லத்திலும் தஞ்சம் புகுவோர்களுக்கும், தத்தம் வீட்டு வாசல்களை மூடிவிட்டு உள்ளேயே முடங்கிக் கிடப்பவர்களுக்கும், தமது ஆயுதங் களைத் துறந்தவர்களுக்கும் அபயம் அளிக்கப்படுமென்று மக்கா வெற்றிக்கு முன்னர் நபிகள் நாயகம் (ஸல்) செய்த பிரகடனம் ஒரு பொது அறிவிப்பின் ஊடாக அபயம் வழங்கப்படுவதற்கு ஒரு சிறந்த உதாரணமாகும்.

பாதுகாப்புக் கோரும் உரிமை போர் வீரர்களுக்கு இருப்பதைப் போலவே, பெண்கள், நோயாளர்கள், அடிமைகள், குருடர்கள் போன்றோருக்கும் இருக்கின்றது. (பார்க்க: Ibrahim, *1984)*

நவீன சர்வதேச சட்டம் இன்று கூடுதலாக அக்கறை காட்டும் அணு வாயுதங்கள், இரசாயனப் போர் முறைகள், பயிரினங்கள் அழிக்கப் படல் எனும் பின்னணியில் நோக்கும் போது இது தொடர்பில் இஸ்லாமியப் பாரம்பரியம் பெரும் முக்கியத்துவம் பெறுகின்றது. நவீன மனிதாபிமானச் சட்டங்களை மேலும் வளர்ப்பதற்கு இவை பெரிதும் உதவலாம்.

(VII) ***உடன்படிக்கைகள்.*** போர்களோடு தொடர்புடைய உடன்படிக்கைச் சட்டங்கள், உடன்படிக்கைகள் என்ற பொதுத் தலைப்பின் கீழ் பின்னர் ஆராயப்படும்.

ஆ. சமாதான காலத்துக்குரிய சட்டங்கள்

(i) ***அடிமைத்துவம்.*** இஸ்லாமிய நூல்களில் நாம் அடிமைகளைப் பற்றிப் படித்துள்ளோம். அவற்றில் கூறப்படும் சில சம்பவங்கள், தரப்படும் சில விளக்கங்கள் மானுட கண்ணியத்தைக் குறைப்பனவாக, மனிதா பிமானமற்றவையாகத் தென்படுகின்றன என்பது உண்மை. இஸ்லாமிய நாடுகள்ல் அடிமைகள் எவ்விதமான உரிமைகளும் அற்றவர்களாகவே

வாழ்ந்தனர் என்ற எண்ணத்தை அவை ஏற்படுத்துகின்றன என்பதை மறுக்க முடியாது. ஆனால் கிரேக்கத்திலும் உரோமிலும் அடிமைகள் நடத்தப்பட்ட கொடூரமான முறைகளோடு, நவீன அமெரிக்காவிலே அடிமைகள் நடத்தப்பட்ட மனிதாபிமானமற்ற முறைகளோடு, நாம் ஒருபோதும் இஸ்லாமியச் சட்டத்தின் அடிமைத்துவ நிலையை ஒப்பிட முடியாது. இஸ்லாமிய அடிமைத்துவம் ஒருபோதும் மனித கண்ணியத்தை அந்தளவு குறைத்ததில்லை. உணவு, உடை, உறையுள் போன்றவற்றில் எசமானர்களுக்கும் அடிமைகளுக்குமிடையே வேறு பாடுகள் காணப்படக்கூடாது என்பதே இறைத்தூதரின் கட்டளையாக இருந்தது. 'நீங்கள் எதை உண்கிறீர்களோ, அதனையே உங்களது அடிமைகளுக்கும் வழங்குங்கள்; நீங்கள் எதனை அணிகின்றீர்களோ அதனையே அவர்களுக்கும் அணியக் கொடுங்கள்; உங்களால் மன்னிக்க முடியாத குற்றத்தினை அவர்கள் செய்தால், உங்கள் சேவையிலிருந்து அவர்களை அகற்றி விடுங்கள். அவர்கள் இறைவனின் ஊழியர்கள்; அவர்கள் கடுமையாகத் தண்டிக்கப்படக்கூடாது.' நபிகள் நாயகத்தின் இறுதிப் பேருரையின் போது வழங்கப்பட்ட இவ்வறிவுறுத்தல்கள், இஸ்லாத்தில் அடிமைகளின் நிலை எந்தளவு உயர்வானதாக இருக்க வேண்டுமென்பதை உணர்த்துகின்றன.

போர்க் கைதிகள் பரிமாற்றம் தொடர்பாக மரபுகளோ, சம்பிரதாயங் களோ, ஒப்பந்தங்களோ வளர்ந்திராத அன்றைய காலகட்டத்தில், போரிலே கைப்பற்றப்பட்டவன் அவனைக் கைப்பற்றியவனுக்குக் கீழ்ப்படிந்து நடக்க வேண்டுமென்ற கோட்பாட்டினை இஸ்லாம் ஏற்றது. அரபியில் இஸ்திகாக் என அழைக்கப்பட்ட இந்நிலை, பரிந்துரை செய்யப்பட்டதாகவோ அல்லது கட்டாயமானதாகவோ இருக்கவில்லை. தேவைக்காக அனுமதிக்கப்பட்டதாகவே இருந்த இக்கோட்பாடு உரிமை யற்ற நிலைக்கு முற்றிலும் மாறானதாகவே இருந்தது.

எசமானனின் கொடுமை, அவனது இரக்கமற்ற போக்கு, பராமரிப்புக் குறைகள் போன்ற காரணங்களைக் காட்டி நீதிமன்றங்களூடாக அடிமைகள் தங்கள் விடுதலையைப் பெற்றுக்கொள்ளக்கூடிய நிலை இஸ்லாமியச் சட்டத்தில் இருந்தது. அவர்களுக்குச் சொத்துரிமைகூட இருந்தது. நியாயமான, மனிதாபிமான கோட்பாடுகளுக்கு முரண்படாத சேவைகளை மாத்திரமே ஒரு எசமானன் தன் அடிமைகளிடமிருந்து எதிர்பார்கலாம்; எந்த ஓர் அடிமையிடமிருந்தும் பலவந்தமாக வேலை வாங்கும் உரிமை எசமானனுக்கு இருக்கவில்லை. (S. R. Hassan, *1974*, பக். *179*) கிரேக்க, உரோம எசமானர்களுக்கோ, அல்லது அமெரிக்க எசமானர்களுக்கோ தத்தம் அடிமைகள் மீதிருந்த கட்டுப்பாடற்ற அதிகாரத்திற்குச் சிறிதேனும் ஒப்பானதாக இஸ்லாமிய எசமானர்களின்

அதிகாரம் இருக்கவில்லை. அந்நாடுகளில் போலன்றி, இஸ்லாமிய நாடுகளிலே அடிமைகள் மீது எசமானர்களுக்கு இருந்த ஆதிக்கம் அரசின் கட்டுப்பாட்டுக்குள் இருந்தது. மேலும் குற்றவியல் சட்டங்களைப் பொறுத்தவரையில் அடிமைகளுக்கும், ஏனைய குடிமக்களுக்குத் தரப் பட்டிருந்த அதே உரிமைகள் வழங்கப்பட்டிருந்தன. ஒரு குடிமகனைக் கொன்றவனுக்கு மரண தண்டனை வழங்கப்பட்டதைப் போலவே, ஓர் அடிமையைக் கொன்றவனுக்கும் அதே தண்டனைதான் விதிக்கப் பட்டது. (Razi, பக். 158)

போரில் எதிரிகளால் பிடிக்கப்பட்டு கைதியாவதன் மூலமே ஒருவன் அடிமையாகலாம். எனவே போர்க் கைதிகள் தொடர்பான இஸ்லாமிய சர்வதேச சட்டங்கள் அடிமைகளுக்கும் பொருந்துவனவாகவே விளங்கின. அடிமைத்துவத்தின் நீடிப்புக்கு உதவும் ஒரு மனிதன், மானுட இனத்தி லிருந்து விலக்கப்பட்டவனாவான் என்பது நபிகளாரின் தீர்ப்பு. அந்தளவு இஸ்லாம் அடிமைத்துவத்தை எதிர்த்தது; வெறுத்தது. (S. A. Ali, 1917, பக். 30-1)

(ii) **சர்வதேச வணிகச் சட்டம்.** இஸ்லாமிய உலகில் ஏற்பட்ட பெரும் வணிக வளர்ச்சியைப் பற்றியும் வாய்மை எனும் அடிப்படைத் தத்துவத்தின் பின்னணியில் வளர்ந்த வர்த்தகச் சட்டத் தத்துவங்களைப் பற்றியும் வேறோர் இடத்தில் குறிப்பிடப்பட்டுள்ளது. நாடுகளுக்கிடை யிலான சர்வதேச வணிக ஒப்பந்தங்கள், தனிப்பட்ட வணிகர்களுக் கிடையிலான சர்வதேச வணிக ஒப்பந்தங்கள், வெளிநாடுகளில் வணிகர்களுக்கு வழங்கப்பட வேண்டிய பாதுகாப்பு போன்றவை மேற்குறிப்பிடப்பட்ட வணிக ஒழுங்குகளுக்குள் அடங்கும்.

இரண்டு நாடுகளுக்கிடையே போர் மேகங்கள் சூழ்ந்திருக்கின்றன என்பதற்காக அந்நாடுகளுக்கிடையே நடைபெறும் வணிகமும் துண் டிக்கப்பட வேண்டும் என்பது நியதியல்ல. இத்தகைய சூழ்நிலை நிலவும் போது எத்தகைய பொருட்களின் வணிகம் அனுமதிக்கப்பட வேண்டும்; எத்தகைய பொருட்களின் வணிகம் நிறுத்தப்பட வேண்டும் என்பதனைச் சம்பந்தப்பட்ட அரசுகளே நிர்ணயித்துக் கொள்ளலாம். மக்காவுக்கும் மதீனாவுக்கும் இடையே பகைமை நிலவிய ஒரு கால கட்டத்திலே கூட, நபிகள் நாயகம் (ஸல்) மக்காவுக்குப் பேரீத்தம் பழங்களை அனுப்பி அதற்குப் பகரமாக அங்கிருந்து தோல்களைப் பெற்றுக் கொண்டமை, போர்ச் சூழ்நிலை நிலவும் போதும் அந்நாடு களிடையே வர்த்தகம் தொடரலாம் என்பதற்கு ஓர் எடுத்துக்காட்டாகும். ஓர் அயல்நாட்டு மனிதரிடம் கடன்பட்டிருக்கும் ஒரு முஸ்லிம், அந்த அயல்நாட்டார் நாடுகடத்தப்பட்டு அந்த முஸ்லிம் வாழும் நாட்டின் எதிரியாக மாறிவிடினும், தான் அவரிடமிருந்து பெற்ற கடனை

அம்முஸ்லிம் கொடுத்தே ஆக வேண்டும் என்பது ஹதீஸ். 'போர், கடன்களை அழிப்பதில்லை' என்பது நபிமொழி. *(பார்க்க: S. R. Hassan, 1974, பக். 172)*

(iii) **உடன்படிக்கைகள் பற்றிய சட்டங்கள்.** ஒரு முஸ்லிம் தான் உடன்பட்டு ஏற்கும் ஒப்பந்தங்களின் நிபந்தனைகளுக்கு மதிப்பளித்து, அவற்றை வாய்மையுணர்வுடன் செயற்படுத்த வேண்டும் எனும் இஸ்லாமிய அடிப்படைத் தத்துவத்தினை அடித்தளமாகக் கொண்டு, இஸ்லாமிய சர்வதேச சட்ட அறிஞர்கள் நாடுகளுக்கிடையே அமையும் உடன்படிக்கைகளைப் பேணவேண்டிய முறையைப் பற்றிய சட்டத் தொகுதி ஒன்றை உருவாக்கினர். இஸ்லாமிய அரசின் சார்பாக நபிகள் நாயகம் (ஸல்) அமைத்துக்கொண்ட உடன்படிக்கைகளின் சாயல்களை நாம் இஸ்லாமிய சர்வதேச சட்டங்களில் காண்கின்றோம். எனவே இஸ்லாமிய சர்வதேச சட்டத் தொகுதி குர்ஆன், சுன்னா அடிப்படைகளில் வளர்ந்த ஒன்று என்றே கூறலாம்.

இஸ்லாமிய சர்வதேச சட்டங்களைப் பற்றிய தனது ஆய்வில் அஷ்ஷைபானி உடன்படிக்கை நிபந்தனைகளுக்குப் பொருள் காண கையாளவேண்டிய விதிகளை விளக்கியுள்ளார். இதில் அவர் வெளிப்படையான நிபந்தனைகளுக்குப் பொருள்காண கையாள வேண்டிய விதிமுறைகளையும் உட்கிடையான நிபந்தனைகளுக்குப் பொருள் காண கையாளவேண்டிய விதிமுறைகளையும் வெவ்வேறாக ஆராய்ந்துள்ளார். நவீன உடன்படிக்கைகளின் அடிப்படை அம்சங்களான பரஸ்பர சம்மதத்தோடு உடன்படிக்கைகளில் மாற்றங்கள் செய்தல், உடன்படிக்கையின் மூல விடயத்தில் பெரும் மாற்றங்கள் ஏற்படுவதனால் அவ்வுடன்படிக்கையை நிறைவேற்ற முடியாத நிலை ஏற்படல், உடன்படிக்கையாளர்களில் ஒருசாரார் அவ்வுடன்படிக்கை இதன் பின்னர் தம்மைக் கட்டுப்படுத்தாது எனப் பிரகடனப்படுத்துதல் போன்ற விடயங்கள் குர்ஆனினதும் சுன்னாவினதும் வெளிச்சங்களில் ஆராயப்பட்டுள்ளன. தமக்குப் பாதகமான நிபந்தனைகளை மீறக்கூடிய அளவிற்கு பலம் பெருகிய பின்னர்கூட, அவற்றுக்குக் கண்ணியம் கொடுக்க வேண்டும், அவற்றை மீறாது நடக்க வேண்டும் என்பதற்கு நபிகள் நாயகம் (ஸல்) மக்காவாசிகளோடு செய்திருந்த ஹுதைபிய்யா உடன்படிக்கை ஒரு சிறந்த உதாரணமாகும். மக்காவுக்கு வரும் முஸ்லிம்கள் மூன்று நாட்களுக்குள் அங்கிருந்து வெளியேறிவிட வேண்டும் என்பது இவ்வுடன்படிக்கையின் ஒரு நிபந்தனையாகும். இந்த நிபந்தனையை மீறக்கூடிய அளவுக்கு முஸ்லிம்களின் ஆள்பலமும் படைப்பலமும் பெருகிய பின்னரும்கூட முஸ்லிம்கள் இந்நிபந்தனையை மீறாதே இருந்தனர் என்பது கவனத்திற்குரியது.

சட்ட விவரங்களுக்கு மேலதிகமாக, இஸ்லாமிய நாடுகளில் உடன்படிக்கைகள் செயற்படுத்தப்பட்ட முறைகளைப் பற்றிய தகவல்களும் அறிஞர்களால் பாதுகாக்கப்பட்டுள்ளன. உஸ்மானியப் பேரரசுக்கும் கிறிஸ்தவ நாடுகளுக்குமிடையே அமைந்த உடன்படிக்கைகள் (பேரரசர் சுலைமானுக்கும் பிரான்சிய அரசரான முதலாம் பிரான்சிஸ் என்பவருக்குமிடையில் 1535ஆம் ஆண்டில் நடைபெற்ற உடன்படிக்கை போன்றவை) இஸ்லாமிய நாடுகளுக்கிடையே ஏற்பட்ட ஒப்பந்தங்கள், இஸ்லாமிய அரசர்களுக்கும் ஐரோப்பிய ஆட்சியாளர்களுக்குமிடையே கைச்சாத்திடப்பட்ட வணிக ஒப்பந்தங்கள், மொகலாயப் பேரரசர்களுக்கும் இஸ்லாத்தைத் தழுவாத இந்திய அரசர்களுக்கும் இடையே நடைபெற்ற உடன்படிக்கைகள் போன்றவை சில உதாரணங்களாகும். பெருமளவிலான போர்க் கைதிகள் பரிமாற்றம், மீட்புத் தொகை பெற்று போர்க் கைதிகளை விடுதலை செய்தல் போன்றவை தொடர்பான உடன்படிக்கைகளுக்கு ஒரு சிறந்த உதாரணம் பாக்தாத் கலீஃபா ஹாரூன் அல் ரஷீதுக்கும் பேரரசர் நிஸ்போரஸுக்கும் இடையே 804ஆம் ஆண்டில் நடைபெற்ற ஒப்பந்தமாகும். (Nussbaum, 1954, பக். 47)

16ஆம் நூற்றாண்டில் இந்தியாவில் ஆட்சி செய்த இரு இஸ்லாமிய மன்னர்களான பேரரசர் ஹுமாயூனுக்கும் குஜராத் சுல்தான் பகதூர் ஷாவுக்கும் இடையே பரிமாறிக் கொள்ளப்பட்ட கடிதங்கள் பாதுகாக்கப்பட்டிருக்கின்றன. இவற்றில் ஒரு கடிதத்தில் 'உண்மை விசுவாசிகளே! உங்களின் வாக்குறுதிகளை நிறைவேற்றுங்கள்; வாக்குறுதிகளை நிறைவேற்றல் ஈமானை வெளிப்படுத்தும் அழகிய முறைகளில் ஒன்றாகும்' என்ற குர்ஆன் வசனத்தை மீறி நீங்கள் நடப்பீர்கள் என்று நான் ஒருபோதும் கருதியதில்லை' என பகதூர் ஷா மீது குற்றம் சுமத்தியுள்ளார் ஹுமாயூன். (Singh, 1973, பக். 176)

உடன்படிக்கைகளை எந்த முறையில் நிறைவேற்றுகின்றோம் என்பதைவிட எந்தளவு வாய்மையுணர்வுடன் அவற்றைச் செயற்படுத்துகின்றோம் என்பதே முக்கியமானதாகும். பிற மதத்தவர்களுடன் கூட ஒப்பந்தங்களை,

அதன் தவணைவரையில் யாதொரு குறைவுமின்றிப் பூர்த்தியாக்கி வையுங்கள். (குர்ஆன் (9:4) என்பதும்,

செய்த சத்தியத்தை மீற வேண்டாம். (குர்ஆன் 16:93) என்பதும்,

குர்ஆன் கட்டளைகள். கலீஃபா அபூபக்கர் (ரழி) தம் படையினருக்கு விடுத்த பிரகடனம் ஒன்று பின்வருமாறு அமைந்திருந்தது:

உங்கள் எதிரிகளோடு நீங்கள் செய்துகொள்ளும் உடன்படிக்கைகளில் நம்பிக்கை மோசத்திற்கோ, பொய்மைக்கோ இடங்கொடாதீர்கள்; உங்களுடைய வார்த்தைகளையும் வாக்குறுதிகளையும் பேணுங்கள்; உங்கள் மேன்மையான குணங்களை வெளிப்படுத்துங்கள். (Nussbaum, 1954, பக். 53)

சமய காரணங்களுக்காகவோ, வேறு காரணங்களுக்காகவோ, உடன்படிக்கைகளின் நிபந்தனைகளை மீறும் உரிமையை எந்த ஓர் இஸ்லாமியக் கோட்பாடும் வழங்குவதில்லை என நுஸ்போம் கூறுவது சரியே.

ஆட்சித் தலைவரால் அல்லாது அவரது பிரதிநிதி ஒருவரால் ஒப்பமிடப்பட்ட ஓர் உடன்படிக்கை குறிப்பிட்ட ஆட்சித் தலைவரால் மீள் உறுதி செய்யப்பட வேண்டும். இதற்கு உதாரணமாக பதினாறாம் நூற்றாண்டில் பாரசீக மன்னருக்கும் மொகலாய மன்னர் பாபருக்கும் இடையே நடந்த உடன்படிக்கையைக் காட்டலாம். பாபரின் பிரதிநிதி யான வாயிஸ் மிர்ஸாவினால் கைச்சாத்திடப்பட்ட இவ்வுடன்படிக்கை யின் நோக்கம், சமர்கந்தை வெல்லுவதற்கு பாபருக்கு பாரசீக மன்னரின் படையுதவியை உடனடியாகப் பெற்றுக்கொடுப்பதாகவே இருந்தது. எனினும் இவ்வுடன்படிக்கையில் தான் கைச்சாத்திட்டு அதனை மீள் உறுதி செய்த பின்னரே பாபர் பாரசீக மன்னரின் உதவியைக் கோரினார். (Singh, 1973, பக். 188-189) மூன்று, நான்கு நாடுகள் ஒன்றிணைந்து அமைத்த பன்னாட்டு உடன்படிக்கைகளையும் இஸ்லாமிய வரலாறு கண்டுள்ளது. பொதுவாக இராணுவத் தேவைகளைப் பூர்த்தி செய்வதற் காகவும் ஒன்றிணைந்து செயற்படுவதற்காகவும் இத்தகைய உடன் படிக்கைகள் செய்யப்பட்டன. (Singh, 1973, பக். 199)

பிரதேசங்களை எல்லைமாற்றிக் கொள்ளுதல் தொடர்பான உடன் படிக்கைகள், அரசியல் உறவுகளை ஏற்படுத்தும் உடன்படிக்கைகள், எதிரிகளின் எல்லைகளுக்குள் பயணம் செய்கையில் பாதுகாப்பு வழங்குவதைப் பற்றிய உடன்படிக்கைகள், ஆக்கிரமிப்புகளைத் தடுக்கும் உடன்படிக்கைகள், இராணுவ உதவி தொடர்பான உடன்படிக்கைகள் எனப் பல்வேறு வகையான இஸ்லாமிய உடன்படிக்கைகள் இனங் காணப்பட்டுள்ளன. (Singh, 1973, பக். 178-87)

(iv) **இராஜதந்திரிகளுக்கு வழங்கப்பட வேண்டிய பாதுகாப்பு.** தூதுவர்களுக்கும் அயல் நாட்டினருக்கும் தம் பிரதேசங்களினூடாகப் பயணம் செய்வதற்குத் தேவையான பாதுகாப்பை வழங்குதல் இஸ்லாமிய அரசுகள் தொடக்க காலத்திலிருந்தே பின்பற்றிய ஒரு வழக்கமாகும்; இது 'அமான்' என்றழைக்கப்பட்டது. இவ்வழக்கம் உரோம் போன்ற தொன்மை மிகு பண்பாடுகளில் காணப்பட்ட ஒன்றே. ஆனால் இஸ்லாம் இதனை வளர்த்தெடுத்து, சர்வதேச சட்டத் துறையின் ஒரு முக்கிய கோட்பாடாக மாற்றியது.

அயல்நாட்டுத் தூதுவர்கள்பால் கண்ணியமும் அக்கறையும் காட்டுவது இஸ்லாமியப் பாரம்பரியம். அபிஸீனியாவிலிருந்து வந்த தூதுவர்களை நபிகள் நாயகம் (ஸல்) மிகக் கௌரவமாக வரவேற்று உபசரித்தார்கள்.

அவர்களுக்கு முழுமையான பாதுகாப்பும் வழங்கினார்கள். அயல் நாட்டுத் தூதுவர்கள் மதீனா வந்ததும் உயர் அந்தஸ்துப் பெற்ற ஒருவரால் அவர்கள் வரவேற்கப்பட்டு கௌரவிக்கப்பட்டனர். அதன் பின்னரே அவர்கள் நபிகள் நாயகத்திடம் அழைத்துச் செல்லப்பட்டனர். நபிகளாரும், பின்னர் கலீஃபாக்களும் அயல்நாட்டுத் தூதுவர்களை, அவர்களைக் கௌரவிக்கும் பொருட்டு சிறப்பு அங்கிகளை அணிந்து, கண்ணியத்துடன் வரவேற்றனர். நபிகள் நாயகம் (ஸல்) பொதுவாக மதீனாப் பள்ளிவாசலின் ஒரு குறிப்பிட்ட இடத்தில் இருந்தே தூதுவர் களை வரவேற்கும் பழக்கத்தினைக் கொண்டிருந்தார். இதனால் இவ்விடம் இன்றும் 'தூதுக் குழுக்களின் தூண்' என்றே அழைக்கப் படுகிறது. தூதுவர்களுக்கு அன்பளிப்புகள் வழங்கும் பழக்கமும் வழக்கிலிருந்தது. இவ்விடயத்தைப் பற்றி அக்காலத்திலேயே இப்னு அல்பரா என்பவர் ஓர் ஆய்வை எழுதியிருந்தமை இவ்வம்சத்திற்கு இஸ்லாம் எவ்வளவு முக்கியத்துவம் வழங்கியது என்பதை உணர்த்து கிறது. (பார்க்க: S. R. Hassan, *1974*, பக். *164*) சமகாலத்தில் வாழ்ந்து, தத்தம் மக்களின் அன்பையும் அபிமானத்தையும் பெற்று, இன்றும் தம் மக்களால் நினைவில் இருத்திப் போற்றப்படுகின்ற, சார்லமேனும் ஹாரூன் அல் ரஷீதும் பரஸ்பரம் பரிமாறிக்கொண்ட தூதுக் குழுக்கள் பற்றியும் அன்பளிப்புகள் பற்றியும் வரலாற்று மாணவர்கள் அறிந்திருப்பர்.

இஸ்லாமிய அரசு, அதன் தோற்றத்திலிருந்தே அயல் நாடுகளோடு ராஜதந்திர உறவுகளை அமைத்துக்கொள்ள ஆரம்பித்தது. நபிகள் நாயகத்தின் காலத்தில் இவ்வுறவு, சமயச் சார்பு கூடியதாகவே விளங்கியது. ஆனால் காலப்போக்கில் அரசியல் அம்சங்கள் அதிக முக்கியத்துவம் பெற்றன. உமையா, அப்பாஸியக் கிலாஃபத்துகள் பைசாந்தியப் பேரரசுடன் சமாதான உடன்படிக்கைகள் செய்தல், வரி செலுத்துதல், கைதிகள் பரிமாற்றம், ஈட்டுத்தொகை செலுத்தி போர்க் கைதிகளை விடுதலை செய்தல் எனப் பல்வேறுபட்ட விடயங்களைப் பற்றி இடையறாது ராஜதந்திர உறவு அடிப்படையில் பேச்சு நடத்திக் கொண்டே இருந்தன என்பது எவரும் அறிந்ததே. (Khadduri and Liebesny, *1955*, பக். *371*)

நபிகள் நாயகம் (ஸல்) காட்டிய முன்மாதிரிகளைப் பின்பற்றியே இஸ்லாமிய அரசு தனது ராஜதந்திர உறவுகளை அமைத்துக் கொண்டது. உதாரணமாக அயல்நாட்டுத் தூதுவர்களுக்கு ராஜதந்திரப் பாதுகாப்பு வழங்குவது தொடர்பான வழிமுறைகளுக்கு 'போலி நபி' முஸைலமா, நபிகள் நாயகத்துடன் பேச்சு நடாத்துவதற்கு அனுப்பிய இரு தூதுவர் களுக்கும், நாயகம் (ஸல்) வழங்கிய பாதுகாப்பே முன்மாதிரியாகக் கொள்ளப்பட்டது. இந்த வழிமுறைக்கு முரணாக நடந்த பல முஸ்லிம்

அரசர்களை இஸ்லாமிய வரலாறு சுட்டிக்காட்டுகின்றது என்ற போதிலும், இஸ்லாமியச் சட்டத்தில் பொதுவாக அயல்நாட்டுத் தூதுவர்களுக்கும் தூதுக் குழுக்களுக்கும் உயர் பாதுகாப்பு வழங்கப் பட்டது என்பது ஏற்றுக்கொள்ளப்பட வேண்டிய ஒன்றே. (Khadduri and Liebesny, *1955*, பக். *371*)

(v) **இஸ்லாமிய நாடுகளில் வாழ்ந்த அயல்நாட்டினரும் பிறமதத்தவர் களும் நடத்தப்பட்ட முறை.** இவ்விடயம் இந்நூலின் ஐந்தாம் அத் தியாயத்தில் ஆராயப்பட்டுள்ளது.

(vi) **புகலிடம்.** தன்னிடம் சரணடைந்து, தஞ்சம் கோரும் வெளிநாட்டு அரசியல் அகதிகளுக்குப் புகலிடம் கொடுக்கும் உரிமை அனைத்து அரசு களுக்கும் இருக்கிறது என்பது இஸ்லாமிய சர்வதேச சட்ட சித்தாந்தத் தினாலும் சம்பிரதாயங்களினாலும் அங்கீகரிக்கப்பட்ட ஒன்றாகும். எந்த நாட்டிடமிருந்து தஞ்சங்கோரப்பட்டதோ, அந்த நாடு இவ்வுரிமையை வெறுப்புக் கண்களோடுதான் நோக்கியிருக்கும்.

மொகலாயப் பேரரசர் ஹுமாயூனின் பீஹார் ஆளுநராகப் பணி யாற்றிய முஹம்மது ஸமான் மிர்ஸாவுக்கு, குஜ்ராத் மன்னர் பகதூர் ஷா அடைக்கலம் வழங்கியமை அரசியல் புகலிடம் வழங்குதலுக்கு ஒரு சிறந்த உதாரணமாகும். மொகலாயச் சிறையிலிருந்து தப்பி ஓடி, பகதூர் ஷாவிடம் தஞ்சம் அடைந்த மிர்ஸாவைத் தன்னிடம் ஒப்படைக்குமாறு ஹுமாயூன் வேண்டியபோது பகதூர் ஷா மறுத்ததனால் இரு அரசு களிடையேயும் அதுவரை நிலவிய சுமுக உறவில் விரிசல் ஏற்பட்டது. இரு மன்னர்களிடையும் நடந்த கடிதப் போக்குவரத்து இவ்விரிசலை விரிவுபடுத்த, இறுதியில் நிரந்தரப் பகைமை உருவானது. (பார்க்க: Haig, *1928*, தொகுதி IV, பக். *28:* Singh, *1973*, பக். *200-206*) பகதூர் ஷா ஹுமாயூனுக்கு எழுதிய ஒரு கடிதம் வாக்குறுதிகளை மீறுபவர்களால் மிர்ஸா அனுபவித்த கொடுமைகளை நினைவுபடுத்தியதோடு, 'துயரில் அல்லலுறும் உன் சகோதரனுக்கு உதவிக்கரம் நீட்டு' எனும் நபிமொழி யினைத் தான் கடைப்பிடிக்க வேண்டும் என்பதையும் எடுத்துரைத்தது. (Singh, *1973*, பக். *204*)

(vii) **அங்கீகாரம்.** இஸ்லாமிய அரசுக்கும் பிறமத உலகுக்கும் (தாருல் ஹர்ப்) இடையே இடையறாப் போர் நிலைமையே நிலவியது எனப் பொதுவாக நம்பப்பட்டபோதிலும், யதார்த்த நிலை மாறானதாகவே விளங்கியது. இஸ்லாமிய ஆட்சியாளர்கள் பொதுவாக ஏனைய அரசு களை அங்கீகரித்து ஏற்றுக்கொள்ளும் கொள்கையினையே பின்பற்றினர்.

இஸ்லாமியப் பகுதிகள் அனைத்தும் ஒரே அரசுக்குள் அடங்க வேண்டும் என எதிர்பார்ப்பது யதார்த்தமானதல்ல என்பதை உணர்ந்தவுடன் கலீஃபா, தாருல் இஸ்லாம் உலகில் இருந்த ஏனைய இஸ்லாமிய

நாடுகளுக்கு அங்கீகாரம் வழங்கினார். இவ்வடிப்படையில் மத்திய ஆசியாவிலும் இந்தியாவிலும் பல இஸ்லாமிய அரசுகள் கலீஃபாக் களினால் அங்கீகரிக்கப்பட்டன. இவ்வாறே மொகலாயப் பேரரசர் களும் இந்தியாவிலும் வெளியேயும் பல இஸ்லாமிய அரசுகளை அங்கீகரித்தனர்.

கலீஃபாக்களும், மொகலாயச் சக்கரவர்த்திகளும் ஏனைய இஸ்லாமிய அரசர்களும் ஐரோப்பியக் கண்டத்திலும் மத்திய ஆசியாவிலும், இந்தியா விலுமிருந்த பிறமத நாடுகளோடு தூதுவர்களைப் பரிமாறிக் கொண்டு, ராஜதந்திர உறவுகளை வளர்த்தமை, அரசுகளை அங்கீகரித்ததைவிட முக்கியத்துவம் வாய்ந்ததாகும். இஸ்லாமிய அரசுகளின் நடவடிக்கைகள் அரசுகளுக்கு அங்கீகாரம் வழங்கல் எனும் கோட்பாட்டினை ஒழுங்கு படுத்தி, அதனை இஸ்லாமிய சர்வதேச சட்டம் என்ற அந்தஸ்திற்கு உயர்த்தின. (Singh, *1973*, பக். *121-130*) உஸ்மானியச் சக்கரவர்த்தி சுலைமானுக்கும் பிரான்ஸ் நாட்டின் அதிபதி முதலாம் பிரான்ஸிஸ் மன்னருக்குமிடையே நிகழ்ந்த ஒப்பந்தம் பிறமத நாடொன்றுக்கு ஓர் இஸ்லாமிய அரசு வழங்கிய வெளிப்படையான அங்கீகாரத்திற்கு ஒரு நல்ல உதாரணமாகும். இவ்விரு அரசுகளுக்குமிடையே செல்லுபடியான, நிச்சயமான அமைதி நிலவவேண்டும் எனவும், உஸ்மானியப் பேரரசின் குடிமக்களுக்குப் பிரான்சிலும், பிரான்ஸிய குடிமக்களுக்கு உஸ்மானியப் பேரரசிலும் சில குறிப்பிட்ட பரஸ்பர உரிமைகள் வழங்கப்பட வேண்டுமென்றும் கூறிய இவ்வுடன்படிக்கையின் முதலாம் நிபந்தனை இஸ்லாமிய அரசுகள் பிறமத அரசுகளை அங்கீகரிப்பதில்லை என்ற தப்பான கருத்துக்கு முற்றுப்புள்ளி வைத்தது.

தனியார் சர்வதேச சட்டங்கள்

இஸ்லாமிய உலகின் தொடக்க நூற்றாண்டு காலத்திலிருந்தே தனியார் சர்வதேச சட்டங்களில் பல செயல்படுத்தப்பட்டன. அதே நேரத்தில் இவை பல்வேறு வகையான விமர்சனங்களுக்கும் உள்ளாக்கப்பட்டன. இஸ்லாமியப் பேரரசின் எல்லைகள் விரிவடைய, பெருந்தொகையான பிறமத மக்கள் அதன் ஆட்சிக்குள் வந்ததன் இயற்கையான விளைவே இது.

சட்ட முரண்பாட்டுப் பிரச்சினைகள் முஸ்லிம்களுக்கும் முஸ்லிம் அல்லாதோருக்கும் இடையில் ஏற்படலாம். இஸ்லாமியரல்லாத இரண்டு வேறு மதத்தினருக்கிடையில் ஏற்படலாம். அல்லது வெவ்வேறு மத்ஹபுகளைச் சார்ந்த முஸ்லிம்களுக்கிடையில் ஏற்படலாம். இவை யாவும் சட்டக் கலந்துரையாடல்களைத் தோற்றுவிக்கும் விடயங் களாகவே இருந்தன. இவ்விவாதங்களின் விளைவாகத் தோன்றிய முடிவுகள் இப்போதும் சிறந்த முன்மாதிரிகளாகத் திகழ்கின்றன.

உதாரணமாக மரணசாசனம் எழுதாது மரணித்த ஒருவரின் சொத்துகள் அவரது சமய விதிகளுக்கு அமையவே பிரிக்கப்படும். ஆனால் அவ்வாறு பிரிக்கப்படுவது இஸ்லாமிய விதிகளுக்கு முரண்படாத வகையிலும் இருக்க வேண்டும். ஒருவர் தனது உடைமைகளில் மூன்றில் ஒரு பங்குக்கு மேல் நேரடி வாரிசுகள் அல்லாதோருக்கு வழங்க முடியாது என்பது இஸ்லாமியச் சட்டம். (Khadduri and Liebesny, *1955*, பக். *339*) ஓர் உயிலின் நோக்கு இஸ்லாமியச் சட்டங்களுக்கு விரோதமானதாக இருப்பின், அவ்வுயில் சட்டப்படி முற்றிலும் செல்லாததாகும் (Null & Void). ஆனால் அதேவேளை, உயிலின் நோக்கம் இஸ்லாமியச் சட்டத்திற்கு முரண்படாது இருந்தும், உயில் எழுதியவரின் சமய சட்டத்திற்கு முரணாக அமைந்திருந்தால், அவ்வுயில் செல்லுபடியாகாது.

ஒப்பந்தங்கள், வருமானங்கள், குடும்ப உறவுகள், பிள்ளைகள் யாருடைய பாதுகாப்பில் இருக்க வேண்டும், சட்ட நடைமுறைகள், நியாயாதிக்கம், மதமாற்றம், இஸ்லாமிய உலகிலிருந்து அவ்வுலகிற்கு விரோதமான நாட்டைச் சேர்ந்த தனது தாய்நாட்டுக்குத் திரும்பும் அயல் நாட்டவர்கள் பற்றியவை எனப் பல்வேறு விடயங்களைப் பற்றியும் விரிவான விதிகள் உருவாக்கப்பட்டன. இவை யாவும் ஒன்றுசேர, ஒரு பெரும் தனியார் சர்வதேச சட்டத் தொகுப்புத் தோன்றியது.

துருக்கி, இந்தியா போன்ற நாடுகளில் இஸ்லாமிய ஆட்சி, பிற மதத்தவர்களின் பாரம்பரிய சட்டங்களையும் நீதிமன்றங்களையும் பாதுகாத்தது. இந்தியாவில் ஹிந்து மதச் சட்டங்களையும், உஸ்மானியப் பேரரசில் கிரேக்க வைதீக சமயச் சட்டங்களையும், எகிப்தில் கிறிஸ்தவ சமயச் சட்டங்களையும் இஸ்லாமியர் பாதுகாத்தனர். மேலே குறிப்பிடப் பட்ட ஹிந்துக்களுக்கும், கிரேக்க வைதீகக் கிறிஸ்தவர்களுக்கும், கிறிஸ்தவர்களுக்கும் முறையே இந்தியாவிலும், உஸ்மானியப் பேரரசிலும், எகிப்திலும் தத்தம் ஆட்கள் தொடர்பான சட்டங்களுக் கேற்ப தமது பிரச்சினைகளைத் தீர்த்துக் கொள்ளும் நல்வாய்ப்பு கிட்டிற்று. கொன்ஸ்டான்டிநோபல் நகரம் இஸ்லாமியர்களின் கரங்களில் வீழ்ந்த வேளை, வெற்றி வீரரான மன்னர் இரண்டாம் முஹம்மத், கிரேக்கக் கிறிஸ்தவர்களின் பிரதிநிதிகளையும், ஆர்மீனிய கிறிஸ்தவர் களின் பிரதிநிதிகளையும் யூதர்களின் பிரதிநிதிகளையும் ஒன்றுகூட்டி, அம்மூன்று கூட்டத்தினர்களும் தத்தம் சமய சட்டங்களுக்கமையவும், தத்தம் சமயக் குருமார்களின் தலைமைத்துவத்தின் கீழும் கொன்ஸ்டான்டி நோபிலில் தொடர்ந்து வாழலாம் என உறுதிமொழி வழங்கியமை இஸ்லாமியச் சட்டம் காட்டிய சமய சகிப்புத் தன்மைக்கு ஓர் ஒப்பற்ற உதாரணம் எனப் பொதுச் சர்வதேச சட்ட வரலாற்றாசிரியரான ஆர்த்தர் நுஸ்போம் குறிப்பிடுகின்றார். கொன்ஸ்டான்டிநோபில்

இஸ்லாமியரின் ஆதிக்கத் துக்குள் வருவதற்கு ஒரு சில நாள்களுக்கு முன்னர் கிரேக்க வைதீகக் கிறிஸ்தவ பிரதம மதகுரு மரணித்ததால் ஏற்பட்ட வெற்றிடத்தை நிரப்புவதற்கு மன்னர் முஹம்மத் காட்டிய அக்கறையும், அப்பதவிக்கு நியமிக்கப்பட்டவருக்கு அவர் அளித்த கௌரவமும் வரலாற்றாசிரியர்களால் குறிப்பிடப்பட்டுள்ளன (Nussbaum, 1954, பக். 52). முஸ்லிம்கள் கொன்ஸ்டான்டிநோபிலைக் கைப்பற்றியது தொடர்பாக வழக்கில் இருக்கும் கற்பனைக் கதைகளுக்கு எத்துணை மாறாக இருக்கின்றன உண்மைகள்.

இஸ்லாமிய அரசின் தொடக்க நூற்றாண்டுகளில் தனியார் சர்வதேச சட்டங்கள் எந்த நிலையில் இருந்தன என்பதைச் சரியாக உணர்வதற்கு மேலும் பல ஆய்வுகள் செய்யப்படல் வேண்டும். சுக்ரி கர்தாஹி (Choucri Cardahi,1937) அவர்களின் ஆய்வு இத்துறையில் செய்யப்பட்ட ஒரு முன்னோடி ஆய்வாகும். இதே அறிஞர் எழுதிய சட்ட முரண்பாடுகள் *Khadduri and Liebesny* (1955, பக். 334) என்போர் பதிப்பித்த ஒரு தொகுப்பில் வெளிவந்துள்ளது. தனியார் சர்வதேச சட்டத்தை நன்கு அறிய விரும்புவோர்களுக்கு இக்கட்டுரை பெரும் பயனுடையதாகும்.

ஜிஹாத் – இஸ்லாமியச் சட்டங்களும் சர்வதேசியமும்

சர்வதேச உறவுகள் தொடர்பான இஸ்லாமியச் சட்டத்தைப் பற்றிப் பல தவறான கருத்துகள் தோன்றுவதற்கு, இஸ்லாமிய எண்ணக் கருவான ஜிஹாத் அல்லது புனிதப் போரைப் பற்றிய தெளிவற்ற சிந்தனைகளே காரணங்களாக இருக்கின்றன. எனவே இவ்வெண்ணக் கருவைப் பற்றிய ஒரு விளக்கம் அவசியமாகின்றது.

இஸ்லாமியரின் ஆதிக்கத்துக்குள் இருந்த இஸ்லாமியப் பிரதேசங் களையும் ஏனைய பிரதேசங்களையும் குறிக்க *தாருல் இஸ்லாம்* எனும் அடைமொழி பயன்படுத்தப்பட்டது. தாருல் இஸ்லாம் எனும் வரை யறைக்குள் அடங்காத பிரதேசங்கள் அனைத்தும் மொத்தமாக *தாருல் ஹர்ப்* என அழைக்கப்பட்டன. குறிப்பிட்ட ஒரு சட்ட முறைமை நடைமுறையிலிருப்பதையும், விரிந்து பரந்த எல்லைகளுக்குள்ளே அது வழங்கும் பாதுகாப்பையும் பெக்ஸ் ரோமானா, பெக்ஸ் பிரிட்டானிக்கா எனும் அடைமொழிகள் குறித்ததைப் போலவே, பெக்ஸ் இஸ்லாமிக்கா எனும் அடைமொழி தாருல் இஸ்லாம் எனும் பிரதேசத்திற்குள் நிலவிய அமைதியையும் பாதுகாப்பையும் குறித்தது.

தாருல் இஸ்லாம், தாருல் ஹர்ப் எனும் உலகை எவ்வாறு நோக்கியது என்பது பற்றி ஏராளமான கருத்துகள் வெளியிடப்பட்டுள்ளன. இன்று நிலவும் அதே கருத்துகள்தான் இஸ்லாத்தின் ஆரம்ப காலத்திலும் நிலவின என்பதே பொதுக் கருத்தாக இருக்கிறது.

பிறமதத்தவர்களை இஸ்லாத்துக்குள் இழுத்தெடுக்க முயலும் நோக்கு இஸ்லாத்தின் ஆரம்ப காலத்தில் ஆழமாகப் பதிந்திருந்ததால், தாருல் ஹர்புடன் போர்கள் தோன்றக்கூடிய சூழ்நிலை எப்போதும் நடைமுறையாகவே இருந்தது எனக் கூறலாம். ஆனால் இத்தகைய நோக்கு இஸ்லாத்திற்கு மாத்திரம் உரித்தானதல்ல.

விவிலிய நூலின் பழைய ஏற்பாட்டில் மோஸேஸுக்கு உரிமைப் படுத்தப்பட்டுள்ள, முதல் ஐந்தேட்டுத் தொகுதியுள், ஐந்தாவது ஏட்டுப் பிரிவு பின்வருமாறு கூறுகிறது *(20:10-18):*

நீர் ஒரு நகரத்திற்கெதிராகப் போர்புரிவதற்கு அதன் அருகில் வந்தால், முதலில் சமாதானத்தைப் பிரகடனம் செய்யவும். அந்நகரமும், பதிலுக்குச் சமாதானத்தைப் பிரகடனம் செய்து, உமக்கு நகரத்தைத் திறந்துவிட்டால், அந்நகரத்திலுள்ள அனைவரும் உமக்கு வரி செலுத்தும் உமது ஆட்சிக்குட் பட்டோராவார். அவர்கள் அவ்வாறு நடந்துகொள்ளுதல் வேண்டும். ஆனால், அவர்கள் சமாதானப் பிரகடனம் செய்யாது, உமக்கெதிராகப் போர்ப் பிரகடனம் செய்தால், நீர் அந்நகரத்தினை முற்றுகையிடுதல் தகும். அதனைத் தொடர்ந்து இறைவன், அந்நகரத்தை உன் கைகளுக்குத் தந்ததும், அங்குள்ள ஒவ்வோர் ஆணையும் உமது வாளினால் தாக்குக. எனினும், அந்நகரத்திலுள்ள பெண்கள், குழந்தைகள், கால் நடைகள், ஏனைய பொருட்கள் அனைத்தையும் நீர் எடுத்துக் கொள்க. அவ்வாறு இறைவன் உமக்குத் தந்த எதிரிகளின் பொருட்கள் அனைத்தையும் நீங்கள் உண்ணலாம். இவ்வாறே இந்நாடுகளைச் சேராத தூர இடங்களிலுள்ள நகரங்களுக்கும் இது பொருந்தும். ஆனால், இறைவன் இவர்களுக்கு வாரிசாகக் கொடுத்த நகரங்களில் உள்ள எதனை யும் விட்டுவைக்க வேண்டாம். அவற்றையெல்லாம் அழித்துவிடவும். அவர்கள் ஹிட்டைட்ஸ், அமோரைட்ஸ், கனனைட்ஸ், பெரிசைட்ஸ் மற்றும் ஜெபுஸைட்ஸ் என்போராகும். இறைவனால் விலக்கப்பட்டவற்றை, அவர்கள் செய்தது போன்று நீரும் பாவங்கள் செய்வதற்கு அவர்கள் உமக்குக் கற்பிப்பதில் இருந்து தப்பிப்பதற்காக அவ்வாறு செய்யவும்.

ஆனால் இத்தகைய போர்களுக்கு இஸ்லாம் பல நிபந்தனைகளை விதித்துள்ளது.

போர்கள் நடந்துகொண்டிருக்கும் போதுகூட, பிற மதத்தவர்களின் உரிமைகளைக் கவனத்திற்கொண்டே முஸ்லிம்கள் தமது நடவடிக்கை களை மேற்கொள்ள வேண்டும் என்பது போர் பற்றிய இஸ்லாமிய சட்டத்தின் முதலாவது நிபந்தனையாகும். இங்கே கருத்திற்கொள்ளப் படவேண்டியவை போர்வீரர்களின் உரிமைகள் மாத்திரமன்று; குடிமக்களின் உரிமைகளும் கவனத்தில் கொள்ளப்பட வேண்டும்.

இரண்டாவதாக, சமாதானம் நிலவும் காலத்தில், பிறமத அரசின் சட்டம், அதிகாரப் பீடங்கள் அனைத்துக்கும் அங்கீகாரம் வழங்கப்பட வேண்டும் என்பது இஸ்லாத்தின் எதிர்பார்ப்பாக இருந்தது.

மூன்றாவதாக, ஒரு முஸ்லிம் பிற மத நாடொன்றுக்குச் சென்றால், அல்லது அங்கு வாழ்ந்தால், அவர் அந்நாட்டு ஆட்சியாளர்களுக்கு மதிப்பளிக்க வேண்டும்; அந்நாட்டுச் சட்டங்களுக்குக் கீழ்ப்படிய வேண்டும். ஆனால் அந்நாட்டுச் சட்டம் இஸ்லாமியச் சட்டத்திற்கு முரண்படுமேயானால், அவர் தனது மார்க்கச் சட்டத்தையே பின்பற்ற வேண்டும்.

நான்காவதாக, கொள்கையளவில் இஸ்லாமிய அரசுகளுக்கும் பிறமத அரசுகளுக்குமிடையில் முரண்பாடுகள் இருக்கின்றன என்பதற்காக, இஸ்லாமிய அரசுகள் வெளிப்படையான போர் நடவடிக்கைகளில் ஈடுபட வேண்டும் என்ற அவசியம் இல்லை. அவற்றை அங்கீகரிக்காது, தம் விரோதத்தைக் காட்டலாம். ஆனால் பிறமத அரசுகளோடு உடன்படிக்கைகள் செய்வதற்கும், பேச்சு வார்த்தைகள் நடத்துவதற்கும் இஸ்லாம் அனுமதி வழங்கியிருப்பதால், பிறமத நாடொன்றை அங்கீகரிக்க மறுப்பதுகூட அளவுக்கு மீறிய செயலாக விளங்கலாம். நவீன சர்வதேச சமூகம், சட்ட அங்கீகாரத்தை ஒரு நாட்டுக்கு வழங்காத போதிலும், யதார்த்தத்தை ஏற்றுக்கொள்ள வேண்டும் என்ற அடிப்படையில் அவ்வரசின் இருப்பை ஏற்றுக்கொள்ளும் நிலைப்பாட்டுக்கு நாம் இந்நிலையை ஒப்பிடலாம்.

ஐந்தாவதாக, இஸ்லாமிய விழுமியங்கள் தாருல் ஹர்ப் பிரதேசங்களில் நிலைபெற ஜிஹாத் எனும் அமைப்பு உதவும் என்பதை இஸ்லாம் ஏற்றுக்கொள்கின்றது. ஆனால் ஜிஹாத் எனும் கோட்பாடு போர்களின் மூலம் பிறமத மக்களைத் தம்பால் ஈர்ப்பதை மாத்திரம் குறிக்கவில்லை; வாதங்களாலும் பிரச்சாரத்தினாலும் அவர்களைத் தம்பால் ஈர்ப்பதும் ஜிஹாதே. எனவே ஜிஹாத் என்பது பிரச்சாரம் மூலமாகவும் நடைபெறலாம்.

> நபியே! நீர் மனிதர்களை விவேகத்துடனும், அழகான நல்லுபதேசத்தைக் கொண்டுமே உம் இறைவனின் வழியின் பால் அழைப்பீராக! அன்றி, அவர்களுடன் தர்க்கிக்க நேரிட்டால், நீர் கண்ணியமான, அழகான முறையில் தர்க்கம் செய்வீராக! (குர்ஆன் 6:125)

இது திருக்குர்ஆன் முஸ்லிம்களுக்கு இட்டுள்ள கட்டளையாகும்.

ஆறாவதாக, போர்களைப் பொறுத்தவரையில் நபிகள் நாயகம் (ஸல்) கடைப்பிடித்த கொள்கைகள், வழக்கங்கள் பாதுகாப்பை நோக்காகக் கொண்டிருந்தனவே தவிர ஆக்கிரமிப்பை நோக்காகக் கொண்டிருக்கவில்லை என்ற வாதம் சில இஸ்லாமிய அறிஞர்களால் முன்வைக்கப்பட்டுள்ளது. ஜிஹாத் என்றால் ஆக்கிரமிப்பு என தொடக்க கால இஸ்லாமியச் சட்ட அறிஞர்கள் முன்வைத்த கருத்துக்கு ஹதீஸ்களில் போதிய ஆதாரங்கள் இல்லை என்பதே இவர்களது கருத்தாகும். (இவ்வாதம் பற்றி மேலும் அறிய பார்க்க: *அல்-குனைமி, 1968, பக். 180-3*)

பல ஆண்டுகளாக மக்கா நகர் வாழ் மக்களாலும் மற்றைய பிரதேசத்து மக்களாலும் நபிகள் நாயகமும் அவருடைய தோழர்களும் பல வகைகளிலும் துன்புறுத்தப்பட்டனர். இத்தகைய சந்தர்ப்பங்களில் நபிகள் நாயகம் (ஸல்) எதிர்த்துப் போராடியுள்ளார்கள். ஆனால் இப்போராட்டங்கள் யாவும் இஸ்லாமிய சமூகத்தினைப் பாதுகாப்பதற் காகவும் ஆக்கிரமிப்புக்கு எதிராகவுமே இருந்தன என்பதை வரலாற்றுப் பதிவுகள் உணர்த்துகின்றன என்பதே இவர்களது கருத்தாகும். நபிகள் நாயகம் (ஸல்) ஈடுபட்ட வெளிநாட்டுப் போர்கள் இரண்டு மாத்திரமே. ஒன்று, தாம் அனுப்பிய தூதுவரைப் படுகொலை செய்த புஸ்ரா நகர் மக்களைத் தண்டிப்பதற்காகத் தொடுக்கப்பட்ட போர்; மற்றது இஸ்லாமிய அரசைத் தாக்குவதற்குத் தயாராகிக் கொண்டிருந்த பைசாந்தியப் பேரரசின் முயற்சிகளைக் குலைப்பதற்காக தபூக் பகுதியை நோக்கி அனுப்பப்பட்ட இஸ்லாமியப் படையெடுப்பு. (Singh, *1973*, பக். *90-1*)

ஏழாவதாக, ஷாபிஈ மத்ஹபைச் சார்ந்த அறிஞர்கள் சிலர் *தாருல் இஸ்லாம்*, *தாருல் ஹர்ப்* என்ற பிரிவை ஏற்கவில்லை. இந்த இரண்டுக்கும் இடைப்பட்ட ஒரு மூன்றாவது பிரிவையும் அவர்கள் இனங்கண்டனர். இப்பிரிவை அவர்கள் *தாருல் சுல்ஹ்* (சமாதான அடிப்படையில் ஒழுங்கு செய்யப்பட்ட பிரதேசங்கள்) அல்லது *தாருல் அஹ்த்* (உடன்படிக்கை களால் ஒழுங்குசெய்யப்பட்ட பிரதேசங்கள்) என அழைத்தனர். (பார்க்க: Majid Khadduri, *1965*, பக். *27*) (இப்பகுதியில் தரப்பட்டுள்ள அனேகமான விவரங்கள் மேற்குறிப்பிடப்பட்ட கட்டுரையிலிருந்து பெறப்பட்ட வையே; எனவே இக்கட்டுரையாளருக்கு இந்நூலாசிரியர் நன்றிக் கடன்பட்டிருக்கின்றார்.) இஸ்லாமிய அரசுகளோடு உடன்பாடுகள் செய்துள்ள பிறமத அரசுகளுக்கு இக்கோட்பாடு வரையறைக்குட்பட்ட அங்கீகாரத்தை வழங்கியது.

எட்டாவதாக, இக்கோட்பாட்டை வரலாற்று அடிப்படையில் ஆராய்வது முக்கியமானதாகும். ஓர் இயக்கத்தின் அல்லது ஒரு சிந்தனை ஓட்டத்தின் வளர்ச்சியின் ஆரம்பக் கட்டங்களிலே அதன் வளர்ச்சி முடிவற்றதாக இருக்கும் என்ற நம்பிக்கை ஏற்படுவது இயல்பு. கி.பி. *750*ஆம் ஆண்டுக்கும், *900*ஆம் ஆண்டுக்கும் இடைப்பட்ட காலப்பகுதி யில் இஸ்லாமியர் தமது பேரரசின் வளர்ச்சியில் இத்தகைய நம்பிக்கை யையே கொண்டிருந்தனர். இஸ்லாமியப் பேரரசின் ஒற்றுமையான, ஒன்றுபடுத்தப்பட்ட தொடர்ச்சியான வளர்ச்சி, இவ்வளர்ச்சி முடிவே அற்றதாக இருக்கும் என்ற எண்ணத்தை அதற்கு ஊட்டியது. எனினும் இந்நம்பிக்கையில் ஏற்பட்ட முதல் விரிசலுக்கு இஸ்லாமியரே காரண மாக இருந்தனர். பத்தாம் நூற்றாண்டின் தொடக்கத்திலிருந்து ஏறத்தாழ *1500*ஆம் ஆண்டு வரை, இஸ்லாமியப் பேரரசுக்குட்பட்டிருந்த

பல பகுதிகள் மத்திய கட்டுப்பாட்டிலிருந்து விலக ஆரம்பித்ததே இவ்விரிசல் ஆகும். ஒரே இஸ்லாமிய அரசு என்ற கோட்பாடு குலைந்தது; ஒன்றுக்கு மேற்பட்ட நாடுகளை உடையதாக இஸ்லாமிய உலகு பிரிந்தது. உரோம சாம்ராஜ்யத்தைப் போலவே, இஸ்லாமியப் பேரரசும் இரண்டு, மூன்று பேரரசுகளாகப் பிரிவுண்டது; காலப்போக்கில் இந்தப் பேரரசுகள் பல சிறிய நாடுகளாக உடைந்தன. இஸ்லாமியர்கள் அனைவரும் ஒரே குடையின் கீழ் வாழவேண்டும் என்பது நடைமுறைச் சாத்தியமானதாக இருக்கவில்லை; 'ஏசுவின் அதிகாரத்துக்குள் ஒரே உலகம்' அமைக்கப்படும் என சில கிறிஸ்தவ மதச் சபைகள் நம்புவது எந்தளவு நடைமுறைக்கு ஒவ்வாததோ, அதே அளவுக்கு நடைமுறை சாத்தியமற்றதே உலக முஸ்லிம்கள் அனைவரையும் ஒரே ஆட்சிக்குள் வைத்திருக்கலாம் என்ற நம்பிக்கையும். இரண்டும் ஆதர்சங்களாக விளங்கக்கூடிய நம்பிக்கைகள் மாத்திரமே.

புவியியல், அரசியல் யதார்த்தங்கள் இஸ்லாமிய அரசுகள் பிறமத அரசுகளோடு இணைந்து வாழ்வதை அவசியமாக்கிய போது, இடையறா ஜிஹாத் - இடையறாது பிறமத அரசுகளோடு போராடுவது என்பது காலத்துக்கு ஒவ்வாத ஒரு கோட்பாடாக மாறியது. பிறமத அரசுகளை நடைமுறை ரீதியாகவும், சட்ட ரீதியாகவும் அங்கீகரிப்பதும், அவற்றோடு உடன்படிக்கைகள் செய்துகொள்வதும் காலத்தின் கட்டாயமாகியது. பிறமத நாடுகள் இஸ்லாத்தின் மீது ஏற்படுத்திய தாக்கங்கள், இஸ்லாமிய உலகு துண்டாடப்பட்டமை போன்ற காரணிகள், இஸ்லாமியர் மத்தியில் சர்வதேச உறவுகளைப் பற்றி புதிய சிந்தனைகளை உருவாக்கின. உறவுகள் பகையின் அடிப்படையில் அல்லாது நட்பின் அடிப்படையில் உருவாகின. இரண்டு வேறுபட்ட இஸ்லாமிய அரசுகளை எவ்வாறு சர்வ தேச சட்டங்கள் ஒன்றிணைத்தனவோ, அவ்வாறே அவை இஸ்லாமிய அரசுகளையும் பிறமத அரசுகளையும் ஒன்றிணைத்தன. 1535ஆம் ஆண்டில் பேரரசர் சுலைமானுக்கும் பிரான்சிய மன்னருக்கு மிடையே உருவான உடன்படிக்கை பிறமதத்தினர்களோடு சமரசமாக வாழ்வது முடியாத ஒன்றல்ல என்பதை உணர்த்திற்று. ஏனைய உலக நாடுகளோடு ஒன்றிணைந்து இஸ்லாமிய உலகு செயலாற்றுவது, ஏனைய நாடுகளால் அங்கீகரிக்கப்பட்டுள்ள பொதுவான சர்வதேச சட்டக் கோட்பாடுகளையே இஸ்லாமிய உலகும் ஏற்றிருப்பது, சமாதானத்தையே தம் இலட்சியமாக எல்லா நாடுகளும் பிரகடனப் படுத்தியிருப்பது போன்றவை நாடுகளிடையே சமரச மனப்பான்மையை உறுதிப்படுத்துகின்றன.

எனவே இன்று ஜிஹாத் என்ற எண்ணக்கருவைப் பற்றிப் பேசுவதாக இருந்தால், மேலே குறிப்பிடப்பட்ட வரையறைகள் யாவும் கவனத்திற்கு எடுக்கப்பட வேண்டும். சிலுவைப் போர்களின்போது இஸ்லாமியர்

களுக்கு எதிராகப் போரிடுவது 'நியாய யுத்தமாக'க் கருதப்பட்டதைப் போல, இன்று இஸ்லாமியர்களுக்கெதிராகப் போரிடுவதை 'நியாய யுத்தம்' என்ற எண்ணக்கருவினால் நியாயப்படுத்த முடியாது. இது காலத்துக்கு ஒவ்வாத வாதமாக இருக்கும். இன்று நிலைமைகள் மாறிவிட்டன. இன்று இஸ்லாமிய நாடுகள் சர்வதேச அடிப்படையிலே உலக சமாதானத்திற்காகவும், இஸ்லாம் வலியுறுத்தும் பாரபட்ச மின்மை, நேர்மை போன்ற தார்மீக நெறிகளின் வளர்ச்சிக்காகவும் தம்மை அர்ப்பணித்துள்ளன.

மானுட சுதந்திரத்திற்கு உதவும் ஒரு தற்பாதுகாப்புக் கொள்கை என்ற ரீதியில் ஜிஹாத் என்ற கோட்பாடு இன்றைய உலகுக்குப் பொருந்து கிறது. நவீன சர்வதேச சட்டத்துறை அங்கீகரிக்கும் சுய நிர்ணயம் எனும் அடிப்படையில் வெளிநாட்டு ஆக்கிரமிப்பாளர்களின் ஆட்சிகளைத் தம் நாட்டிலிருந்து விரட்டுவதற்கு ஜிஹாத் எனும் இந்தக் கோட்பாடு பயன் படுத்தப்படலாம். இவ்வடிப்படையிலேயே இன்று ஆப்கானிஸ்தானின் ஜிஹாத் எனும் கோட்பாடு விடுதலை இயக்கத்தினரால் கையாளப்படு கின்றது. முஜாஹித்தீன் என்ற பதம் ஜிஹாத் எனும் எண்ணக் கருவினைத் தன்னுள் கொண்டுள்ளது.

அன்று இஸ்லாமிய உலகு கடைப்பிடித்த கொள்கையின் மூலக் கல்லாக விளங்கிய ஜிஹாத் எனும் கோட்பாடு, நவீன இஸ்லாமிய உலகிலே தன் முக்கியத்துவத்தைப் பெரிதும் இழந்துவிட்டது என்றே கூற வேண்டும். முதலாம் உலகப் போர் இந்தக் கூற்றுக்குச் சான்று பகர்கின்றது. இந்தப் போரின்போது உஸ்மானியப் பேரரசின் சக்கர வர்த்தி தன்னுடைய தலைமையின்கீழ் ஜிஹாதில் ஈடுபடுமாறு எல்லா முஸ்லிம்களுக்கும் அழைப்பு விடுத்தார். பிரெஞ்சு ஆப்பிரிக்காவில் வாழ்ந்த முஸ்லிம்களோ, ரஷ்யாவில் வாழ்ந்த முஸ்லிம்களோ, இந்திய முஸ்லிம்களோ துருக்கிய சுல்தானின் அழைப்பை ஏற்கவில்லை; அவர்கள் அவ்வழைப்பை உதாசீனப்படுத்தினர். உஸ்மானியப் பேரரசின் கீழ் வாழ்ந்த அரேபிய முஸ்லிம்களும், ஏனைய முஸ்லிம்களும் கூட, தமது சுல்தானின் ஜிஹாத் அழைப்பைப் புறக்கணிக்கவே செய்தனர். சுல்தானுக்கு ஆதரவாகப் போராடவேண்டிய இவர்கள், மாறாக பிற மதத்தவர்களோடு சேர்ந்து துருக்கிய மன்னருக்கு எதிராக ஆயுதம் ஏந்தினர் என்பது நினைவில் நிறுத்தவேண்டிய உண்மையாகும்.

சர்வதேச சட்டங்கள்: மேற்குலகும் இஸ்லாமும்

இஸ்லாமிய சர்வதேச சட்டங்களின் செல்வாக்கு பெருமளவில் பதிந்துள்ள சில சட்டப் பிரிவுகளைப் பற்றி ஏற்கெனவே விளக்கங்கள் தரப்பட்டுள்ளன. இவ்வம்சங்கள் தொடர்பாகப் பல சட்டத் தத்துவங்

களை இஸ்லாமியச் சட்ட அறிஞர்கள் உருவாக்கியிருந்தனர். இஸ்லாமிய உலகிலே ஏற்பட்ட இச்சட்ட வளர்ச்சி, பதினேழாம் நூற்றாண்டிலிருந்து மேற்கத்திய நாடுகளிலே ஆரம்பமான சர்வதேச சட்ட மறுமலர்ச்சி யோடு தொடர்புடையதா, தொடர்பற்றதா என்ற வினா எழும்பத்தான் செய்கிறது. வேறு சொற்களில் கூறுவதாக இருந்தால், மேற்கத்திய சர்வதேச சட்ட மறுமலர்ச்சி சுயமாகத் தோன்றிய ஒன்றா அல்லது இஸ்லாமியச் சட்ட அறிவுப் பெட்டகங்களிலிருந்து கடனாகப் பெறப் பட்ட சட்ட அறிவின் தாக்கத்தினால் உந்தப்பட்ட ஒன்றா என்பதே எழும் கேள்வி.

அ. சில பொதுவான குறிப்புகள்

மேற்கத்திய சர்வதேச சட்டங்களைப் பற்றிய எந்த ஓர் ஆய்வும், மேலை நாடுகளே சர்வதேச சட்டங்கள் என்ற ஒரு பிரிவை உருவாக்கின; சர்வதேச சட்டங்கள் என்பதே மேற்கத்திய நாடுகளின் ஒரு படைப்பே என்ற கருதுகோள்களின் அடிப்படையிலேயே நடை பெறுகின்றன. ஆனால் இந்த நம்பிக்கை ஆதாரமற்றது, தவறானது என்பதைக் கீழ்வரும் உண்மைகள் உணர்த்துகின்றன. முதலாவதாக, இஸ்லாமியச் சட்ட அறிஞர்கள் சர்வதேச சட்டங்கள் தொடர்பாக ஏற்கெனவே தரமான பல நூல்களை எழுதியிருந்தனர் என்பது மறுக்கமுடியாத ஓர் உண்மை. இரண்டாவதாக, பதினோறாம் நூற்றாண்டிலிருந்து தத்துவம், விஞ்ஞானம் போன்ற பல துறைகள் தொடர்பான அறிவு இஸ்லாமிய உலகிலிருந்து மேலை நாடுகளுக்குப் பரவியது என்பதிலும் எவ்வித சந்தேகமும் இல்லை. மூன்றாவதாக, பதினேழாம் நூற்றாண்டில் குரோட்டியஸினால் உருவாக்கப்பட்ட *பெக்டா சன்ட் செர்வன்டா* (*Pacta Sunt Servanda* - உடன்படிக்கைகளை மிகக் கண்ணியமான முறையில் நிறைவேற்ற வேண்டும்) என்பதே மேலைநாட்டு சர்வதேச சட்டத்தின் அடிப்படை விதியாக விளங்கியது. குர்ஆனியக் கட்டளைகளிலிருந்தும் நபிகளாரின் சுன்னாவிலிருந்தும் பெறப்பட்ட இந்தக் கோட்பாடே இஸ்லாமிய சர்வதேச சட்டங்களினதும் அடிப்படையாக இருந்தது.

நான்காவதாக சிலுவை போர்க் காலங்களிலிருந்து பல நூற்றாண்டு களாக, போர்கள் நடந்த காலங்களிலும், சமாதானம் நிலவிய காலங் களிலும் கிறிஸ்தவ, இஸ்லாமிய நாகரிகங்களுக்கிடையே நெருங்கிய தொடர்புகள் இருந்தன. சிலுவைப் போர் வீரர்கள் சலாஹுத்தீன் போன்ற மன்னர்களைக் கண்டனர்; அவர்கள் சர்வதேச சட்டக் கோட்பாடுகளைச் செயற்படுத்துவதைக் கண்டனர்; முஸ்லிம்களுக்கும் கிறிஸ்தவர்களுக்கும் இடையில் தற்காலிக சமாதானங்கள் ஏற்பட்டதைக் கண்டனர். இத்தகைய சமாதானங்களின் போது இரு அணிகளையும் சார்ந்த தலைவர்கள்

ஒன்றாக விருந்துண்பதையும் கண்டனர். இவ்வாறே இஸ்லாமிய நாடு களோடு ஏற்பட்ட வணிகத் தொடர்புகளினால், மேலை நாடுகள் சர்வதேச வர்த்தகம் தொடர்பான இஸ்லாமிய எண்ணக்கருக்களை உள்வாங்கின. இவ்வுள்வாங்கலின் காரணமாக மேற்கத்திய வர்த்தகச் சட்ட வளர்ச்சி யிலும் தாக்கங்கள் ஏற்பட்டன. இந்தப் பின்புலத்திலிருந்து ஆராயும் போது, இஸ்லாமியச் சட்ட அறிஞர்களினால் உருவாக்கப்பட்ட சர்வ தேச சட்டங்களைப் பற்றி மேற்கத்திய உலகம் எதனையும் அறியாமலே இருந்திருக்கும் என நம்புவது யதார்த்தமானதாக இருக்காது.

ஐந்தாவதாக, மேற்கத்திய சர்வதேச சட்டங்களின் வளர்ச்சிக்கும், முன்னேற்றத்திற்கும், விரிவாக்கத்திற்கும் ஐரோப்பிய சட்ட அறிஞர் களின் சுய அறிவும் சுய முயற்சியுமே அடிப்படைக் காரணங்களாக இருந்தன என்பது மறுக்க முடியாத உண்மை என்றபோதிலும், இவற்றிற்கு இஸ்லாமியச் சட்ட அறிஞர்களின் பங்களிப்பும் ஓரளவுக்கு உதவிற்று என்பதும் ஏற்றுக்கொள்ளப்பட வேண்டியதே. அன்று ஐரோப்பிய அறிவுத் துறையின் வளர்ச்சிக்கு உதவக்கூடிய நிலையில் இருந்த ஒரே ஓர் அமைப்பு - இஸ்லாமிய உலகு மாத்திரமே. இஸ்லாமிய உலகும் தேவைப்பட்ட உதவியை வழங்கியே இருக்கும். மேலைத் தேயப் பொதுச் சட்ட எண்ணக்கருக்களின் வளர்ச்சிக்கும் இஸ்லாமியச் சட்ட முறைமை உதவியிருக்கும். அவ்வாறே சில சிறப்பு சட்டக் கருத்து களையும் மேற்கு, இஸ்லாமிய உலகில் இருந்து பெற்றிருக்கும். உலகம் முழுவதற்குமே பொதுவான, உலகம் முழுவதற்குமே பொருந்தக்கூடிய சர்வதேச உறவு முறைகளை இனங்காண முயன்ற மேலைத்தேய சட்டத் தத்துவவியலாளர்கள் தம் அருகே இருந்த இஸ்லாமிய உலகின் உதவியைப் பெறத் தயங்கி இருக்க மாட்டார்கள்.

ஆறாவதாக, பிரமிப்பை ஊட்டும் அறிவார்ந்த ஓர் அறிவியல் கலாசார மறுமலர்ச்சியை ஐரோப்பாவில் தோற்றுவித்து, அதனூடாக உலக முதன்மையை மேற்குக்குப் பெற்றுக்கொடுத்த ஐரோப்பிய அறிஞர்கள், அறிவைத் தேடுவதில் ஒருபோதும் குறுகிய மனப்பான்மை உடையவர்களாக விளங்கவில்லை. முழு உலகினையுமே தமது அறிவுக் கூடமாகக் கருதிய இவ்வறிஞர்கள் தொன்மை மிகு கிரேக்க, உரோம நாகரிகங்களிலிருந்தே கடன் வாங்கி, தமது அறிவு, கலாசார சட்டப் பாரம்பரியங்களை உருவாக்கினர். கிரேக்க, உரோம சட்டப் பாரம்பரியம், தனியார் சட்டங்களைப் பற்றி விளக்கினவே தவிர, அவை சர்வதேச சட்டங்கள் பற்றி மௌனம்தான் சாதித்தன. உடன்படிக்கைகளுக்கு எவ்வாறு கட்டுப்படுவது, பொருள் கோடல் செய்வது, போரிடும் அணி களின் கடமைகள் யாவை, போரில் நேரடியாக ஈடுபடாதவர்களின் உரிமைகள் யாவை, எதிரிகளின் உடைமைகள் தொடர்பான விதிகள்

யாவை என்பன பற்றி கிரேக்க, உரோம அறிவுப் பாரம்பரியங்கள் எவ்வித ஆய்வுகளையும் தம்மகத்தே கொண்டிருக்கவில்லை. இத்துறைகள் தொடர்பான ஆய்வு நூல்கள் இஸ்லாமிய அறிவுலகில் மாத்திரமே இருந்தன.

ஏழாவதாக, பதினைந்தாம், பதினாறாம் நூற்றாண்டுகளில், அறிஞர்களின், குறிப்பாக ஸ்பெயினிய, இத்தாலிய அறிஞர்களின் முக்கியமான இலக்கியக் கருவிகளில் ஒன்றாக விளங்கியது அரபு மொழி அறிவாகும். எனவே மேலைத்தேய சர்வதேச சட்ட அறிவு வளர்ச்சிக்கான விதைகள் தூவப்பட்டுக்கொண்டிருந்த காலகட்டத்தில், இஸ்லாமியச் சட்ட நூல்கள் ஐரோப்பிய அறிஞர்களது கவனத்திற்கு வராமல் இருந்திருக்காது.

சர்வதேச நீதிமன்ற நியதிச் சட்டத்தின் 38(1:ஆ)ஆம் பிரிவு (உறுப்புரை) சர்வதேச நீதிமன்றம் 'நாகரிகமடைந்த சமூகங்களால் அங்கீகரிக்கப் பட்ட பொதுச் சட்டக் கோட்பாடுகளைச் செயற்படுத்த வேண்டும்' எனக் கூறுகின்றது. இன்று ஐக்கிய நாட்டுச் சபையில் அங்கத்துவம் வகிக்கும் இஸ்லாமிய நாடுகளின் தொகை கணிசமானதால், இஸ்லாமிய சர்வதேச சட்டங்களை இவ்வுலக நீதிமன்றம் செயற்படுத்தத்தான் வேண்டிவரும். அப்போது அவை சமகால சர்வதேச சட்டங்களில் பெரும் தாக்கங்களை ஏற்படுத்தும்.

ஆ. குரோட்டியஸ் மீதான தாக்கம்

சர்வதேசச் சட்டங்களின் தந்தையென, அவற்றை உருவாக்கியவரென குரோட்டியஸ் கருதப்படுவதனால், பின்வரும் குறிப்புகள் அவதானத் திற்குரியவையாகும். இவை எதுவும் முடிந்த முடிபுகள் அல்ல; தனித் தனியாக நோக்கும்போது, இவை முக்கியத்துவம் அற்றவையாகவும் புலப்படலாம். ஆனால் இவை அனைத்தையும் ஒன்றிணைத்துப் பார்க்கும் போது, இவை ஆய்வுகளுக்கு உட்படுத்த வேண்டிய அம்சங்கள் என்ற எண்ணம் நிச்சயமாகத் தோன்றும்.

(i) இயன்றளவுக்கு மனித வரலாற்றை முழுமையாகக் கற்று, நாடுகள் ஒன்றிணைந்து ஒற்றுமையாக வாழ, மானுட சமுதாயம் பின்பற்ற வேண்டிய விதிமுறைகளை அதிலிருந்து பிரித்தெடுப்பதையே தன் ஆய்வின் நோக்காகக் கொண்டிருந்தார் குரோடியஸ். இந்தக் குறிக் கோளுடன் உலக வரலாற்றை மிக விரிவாகவும் ஆழமாகவும் ஆராய்ந்த குரோட்டியஸ் நிச்சயமாக இஸ்லாமிய வரலாற்றின்பால் கவனம் செலுத்தாமல் இருந்திருக்க முடியாது. கிறிஸ்தவ நாடுகள் வெளிப் படுத்திய போர்ப் பண்பாடுகளைவிட பிறமதத்தவர்கள் காட்டிய பண்பாட்டு அம்சங்கள் உயர்ந்தவையாக இருந்தன என்ற ஒப்பீட்டு விமர்சனத்தையும் குரோட்டியஸ் செய்துள்ளார்.

(ii) அவருக்கு முன் வாழ்ந்த ஸ்பானிய சட்ட அறிஞர்களின் கருத்துகளும் எழுத்தாக்கங்களும் நிச்சயமாக குரோட்டியஸின் சிந்தனைகளில் தாக்கங்களை ஏற்படுத்தியிருக்கும். ஆனால் அத்தாக்கங்கள் எத்தகையவைகளாக, எந்த அளவில் இருந்திருக்கும் என்பனவற்றைப் பற்றி எதுவும் உறுதியாகக் கூற முடியாது. இஸ்லாமிய அறிஞர்களின் செல்வாக்கு ஸ்பானிய அறிஞர்களின் மீது படிந்திருக்குமேயானால், இஸ்லாமிய சட்ட அறிஞர்களின் சிந்தனைத் தாக்கம் ஸ்பானிய அறிஞர்கள் ஊடாக குரோட்டியஸ் மீது படிந்திருக்கும் என்று ஊகிப்பதற்கு இடம் இருக்கிறது. இவ்வம்சம் இதுவரை ஆழமான ஆய்வுக்கு உட்படுத்தப்படவில்லை.

(iii) இஸ்லாமியப் பொதுச் சர்வதேச சட்டங்களில் ஒருசிலவற்றைப் பற்றியாவது குரோட்டியஸ் அறிந்தே இருந்தார் என்று கூறுவதற்கு ஆதாரங்கள் சில இருக்கின்றன. போரில் கைப்பற்றப்பட்ட கைதிகளையும் பொருட்களையும் சமாதான உடன்படிக்கை செய்த பின்னர் உரிய நாட்டுக்குத் திருப்பி ஒப்படைக்கும் போது, எந்த நிலையில் கைதிகள் கைப்பற்றப்பட்டனரோ, எந்த நிலையில் பொருட்கள் கைப்பற்றப்பட்டனவோ, அதே நிலையில் அவர்களையும் அவற்றையும் ஒப்படைத்தல் வேண்டும் என்ற சர்வதேச சட்டக் கோட்பாட்டைக் குறிக்கும் போஸ்ட்லிமினியம் எனும் எண்ணக்கரு குரோட்டியஸ் எழுதிய நூலின் பத்தாம் அத்தியாயம் மூன்றாம் நிபந்தனையில் குறிப்பிடப்பட்டுள்ளது. இவ்வெண்ணக்கரு இஸ்லாமிய சர்வதேச சட்டங்களில் குறிப்பிடப் பட்டுள்ள ஒன்றாகும்.

(iv) கிறிஸ்தவத் திருச்சபையின் ஆன்மிக ஆதிக்கம் உடைந்திருந்த படியால், எதிர்கால உலக அமைப்புக்கான ஒரு லௌகீக அடிப்படையை குரோட்டியஸ் தேடிக்கொண்டிருந்தார். உலகம் முழுவதற்கும் பொதுமையான ஒரு கோட்பாட்டின் தேடுதலில் ஈடுபட்டிருந்த இவர் நன்கு வளர்ந்திருந்த ஒரு சட்டவியலை உருவாக்கிய இஸ்லாமியக் கலாசாரம் வழங்கிய அறிவுரைகளையும் சிந்தனைகளையும் படிக்காது இருந்திருப்பாரா?

(v) கிரேக்கர்களோ, உரோமர்களோ ஒழுங்கான, பொதுவான ஒரு சர்வதேச சட்ட முறைமையினை உருவாக்கவில்லை. மத்தியகாலக் கிறிஸ்தவத் திருச்சபையும் இத்துறையில் பெரும் அளவில் எதனையும் சாதித்துவிடவில்லை. பல்வேறு நாடுகளில் தோன்றிய சிந்தனைகளையும், அனுபவங்களையும் அடிப்படையாக வைத்து, ஒரு சர்வதேச சட்ட முறைமையை உருவாக்க முயன்ற குரோட்டியஸ், அத்தகைய ஒரு சர்வதேச சட்ட முறைமையினைத் தன்னகத்தே கொண்டிருந்த ஒரே சட்ட முறையான இஸ்லாமியச் சட்ட முறைமையைப் பற்றி அறிவதில் அக்கறை செலுத்தாது இருந்திருக்க முடியாது.

(vi) இரு வெவ்வேறு பண்பாடுகள் ஒன்றின் மேல் ஒன்று தாக்கங்களை ஏற்படுத்துவதற்கு அல்லது செல்வாக்கைச் செலுத்துவதற்கு மொழி ஒரு தடையாக இருந்திருக்கலாம். ஆனால், ஐரோப்பியக் கலாசாரத்தை இஸ்லாமிய அறிவு பண்படுத்திய கால கட்டத்திற்கு மிக அண்மிய காலப்பகுதியில் வாழ்ந்தவர் குரோட்டியஸ். இவரது சமகால ஐரோப்பிய அறிஞர்கள் பலர், குறிப்பாக ஸ்பானிய அறிஞர்கள், அரபு மொழியில் தேர்ச்சியும் பாண்டித்யமும் பெற்றிருந்தனர். குரோட்டியஸின் தாய் நாடான நெதர்லாந்து, ஸ்பானியாவின் கலாசாரத் தாக்கத்திற்குட்பட்ட ஒரு நாடாகத் திகழ்ந்தது. குரோட்டியஸின் மறைவுக்குப் பின்னரே நெதர்லாந்து, ஸ்பானியாவின் கலாசாரச் செல்வாக்கிலிருந்து விடுபட்டது. இன்று நெதர்லாந்தில் வசிக்கும் ஒருவருக்கு ஸ்பானிய நூல்கள் கிடைப்பது சிரமமானதாக இருக்கலாம். அதற்காக குரோட்டியஸின் காலத்திலும் இந்நிலைதான் நிலவிற்று என்று கருத முடியாது.

(vii) லுவஸ்டின் கோட்டைச் சிறையில் இருந்து தப்பிய குரோட்டியஸ், பிரான்ஸ் சென்று, தன் நண்பரான ஹென்றி தெ மேம் என்பவரின் மாளிகையில் தங்கி *தெ ஜுர் பெலி அக் பச்சீஸ்* எனும் தனது ஆய்வு நூல் தொடர்பான இறுதி வேலைகளைச் செய்து முடித்தார். குரோட்டியஸ் இங்கு தங்கியிருந்த போது, தெ தவ் எனும் அவரது மற்றும் ஒரு நண்பர், தனது தந்தை அமைத்திருந்த 'மிகச் சிறந்த ஒரு நூல் நிலையத்திலிருந்து' நூல்களைப் பெற்றுக்கொள்ளும் வாய்ப்பினை அவருக்குப் பெற்றுக் கொடுத்தார் (*என்சைக்ளோபீடியா பிரிட்டானிகா,* 1947 பதிப்பு, தொகுதி: 10, பக். 908). 1600களின் ஆரம்பத்தில் பிரான்சில் 'மிகச் சிறந்த நூல் நிலையம்' எனக் கருதப்பட்ட நூல்நிலையமொன்று, அரேபிய மொழி நூல்களோ, இஸ்லாமிய நாகரிகம் பற்றிய நூல்களோ இல்லாத ஒன்றாக இருந்திருக்க முடியாது. குரோடியஸுக்கு அரபு மொழி தெரியா திருந்தாலும், பிரான்ஸில் ஒரு மொழிபெயர்ப்பாளரின் சேவையைப் பெற்றுக்கொள்வது கடினமான ஒன்றாக இருந்திருக்காது.

(viii) கிறிஸ்தவத் தத்துவங்களை நியாயப்படுத்திய அறிஞர்களைப் பற்றி குரோட்டியஸ் எழுதியுள்ளார். இத்தத்துவங்களை அவரும் நியாயப் படுத்தியுள்ளார். 1627ஆம் ஆண்டில் அவர் எழுதிய *தெ வெரிதாதே ரெலிஜ்யோனி கிறிஸ்டியானே* எனும் நூல் (*தெ ஜுர் பெலி அக் பச்சீஸ்* வெளிவந்து இரண்டு ஆண்டுகளுக்குப் பின் இது வெளிவந்தது) 18ஆம் நூற்றாண்டின் இறுதிவரையில் புரடஸ்தாந்தியக் கிறிஸ்தவக் கல்லூரி களில் ஒரு தரமான கையேடாகப் பயன்படுத்தப்பட்டது. இது ஒரு பிரச்சார நூலாக, குறிப்பாக அரேபிய உலகினரைத் தம்பால் கவர எழுதப்பட்ட ஒரு பிரச்சார நூலாகவே விளங்கியது. தத்துவவியலாளர் லொக்கின் ஆசிரியரும் அரபு மொழி அறிஞருமான பொகொக் 1660ஆம்

ஆண்டளவில் இதனை அரபியில் மொழிபெயர்த்தது இதனை உணர்த்து கிறது. எனவே அரேபிய உலகம் குரோட்டியஸுக்கு மிகச் சேய்மை யான ஒன்றாக இருக்கவில்லை.

(ix) மற்றுமொரு வகையிலும் அரபுலகு நெதர்லாந்துக்கு அண்மித் திருந்தது. போர்ச்சுக்கீசியர்களை (போர்த்துக்கேயர்களை) தவிர தம்மை எதிர்க்கத் துணிவார் யாருமிலர் என்ற இறுமாப்போடு அரேபியர் நாவாய் ஓட்டிய கீழைத்தேயக் கடல்களிலே, அப்போது ஒல்லாந்தரின் (டச்சுக்காரர்களின்) கப்பல்களும் ஓட ஆரம்பித்திருந்தன. இவர்களின் கப்பல்கள் கிழக்கிந்திய இஸ்லாமியத் தீவுகள் வரை சென்றன. மலாக்கா நீரிணையில் நடந்த ஒரு கடற்போரில் கைப்பற்றிய ஒரு போர்த்துக்கேயக் கப்பலை ஒல்லாந்தர் (டச்சுக்காரர்கள்) தம்மிடமே வைத்துக்கொள்ள விரும்பினர். இதைப் பற்றி போர்த்துக்கேயரிடம் தன் சார்பாக வாதாட டச்சு கிழக்கிந்திய வர்த்தகக் கம்பெனி குரோட்டியஸைத் தன் வழக் கறிஞராக நியமித்துக்கொண்டது. இந்த வழக்கே குரோட்டியஸை சர்வதேச சட்டத்திற்குள் ஈர்த்தது எனலாம். கீழைத்தேயக் கடல்களின் தனி உரிமை தம்முடையதே என வாதாடிய போர்த்துக்கேயர்களுக்கு, அவர்களது வாதம் தவறானது என்பதை நிரூபிப்பதே குரோட்டியஸின் பொறுப்பாக இருந்தது. எனவே நிச்சயமாக, போர்த்துக்கேயர் கோரிய கீழைத்தேய கடல் நியாயாதிக்கத்திற்கு *(மேர் கிளாசம்)* எதிரான வாதங்கள் அவரின் அவதானத்தைக் கவராது இருந்திருக்க மாட்டா. அரேபியர் களின் கடலியல் சட்டங்கள் போர்த்துக் கேயர்களின் வாதங்களை மறுப்பவையாக விளங்கியவை என்பதால், அவை குரோட்டியஸின் கவனத்தை ஈர்த்திருக்கும் என நம்புவதற்கு இடமுண்டு.

(x) கீழைத்தேய இஸ்லாமிய ஆட்சியாளர்களோடு மாத்திரந்தான் ஒல்லாந்தருக்குத் தொடர்புகள் இருந்தன என்று சொல்லுவதற்கில்லை. பாய்மரக் கப்பல்கள் பயன்படுத்தப்பட்ட காலம் அது; கரைகளை ஒட்டியே கப்பல்கள் போகவேண்டிய நிர்ப்பந்தம். எனவே கிழக்குக்குச் சென்ற ஒல்லாந்தர் ஆபிரிக்கக் கரைகளில் அமைந்திருந்த அரேபியக் குடியேற்றங்களோடு தொடர்புகள் வைத்துக்கொள்வது கட்டாயமான தாகவே இருந்தது. கீழைத்தேயக் கடல்களிலே, ஒல்லாந்தரின் போட்டி யாளர்களாக விளங்கிய போர்த்துக்கேயர் ஆபிரிக்கக் கரைகளில் வாழ்ந்த அரேபியர்களோடும், கறுப்பு ஆபிரிக்க ஆட்சியாளர்களோடும் ராஜதந்திர உறவுகளை ஏற்படுத்தியிருந்தனர். எ.கா: பெனின், பகோன்கோ போன்ற நாட்டு மன்னர்களோடு கொண்டிருந்த உறவுகள். (Sanders, 1979, பக். 57) கிழக்கிந்தியக் கம்பனியின் ஆலோசகராக இருந்து குரோட்டியஸ், டச்சு கிழக்கிந்திய வர்த்தக சங்கத்தின் நலன்களை விருத்தி செய்வதற்கு கையாளவேண்டிய ராஜதந்திர உபாயங்களை அறியாதிருந்திருப்பாரா?

எனவே ஆபிரிக்கக் கரையோர அரேபியர்களுடன் தொடர்புகள் கொள்ளாதுதான் இருந்திருப்பாரா?

(xi) மக்காவாசிகளின் துன்புறுத்தல்களைத் தாங்கிக்கொள்ள முடியாத முஸ்லிம்கள் சிலர், எத்தியோப்பியா சென்று, கிறிஸ்தவரான அந்நாட்டு மன்னரிடம் அடைக்கலம் பெற்றனர். இஸ்லாத்தின் முதல் ஹிஜ்ரத் என அழைக்கப்படும் இச்சம்பவம் இஸ்லாமிய அரசு தோன்றுவதற்கு முன் நடந்த ஒன்றாகும். கிறிஸ்தவர்களுக்கும் இஸ்லாமியர்களுக்கும் இடையே ஏற்பட்ட இந்த ராஜதந்திரத் தொடர்பு பல நூற்றாண்டுகள் நீடித்தது. இஸ்லாமிய அரசு பிறமத நாடுகளோடு இடையறாது போராடிக் கொண்டே இருக்க வேண்டும் என்ற ஜிஹாத் கோட்பாடு ஒரு குறுகிய காலப்பகுதியில் கோலோச்சிய போதிலும், இணக்க உறவுகள் வெகுவிரைவில் மீண்டும் நிலைபெற்றுவிட்டன. இஸ்லாமிய அரசு, அனைத்து மதத்தவர்களுடனும் இணக்கமாக வாழவேண்டும் எனும் கோட்பாடு செல்வாக்குப் பெற்றது. (பார்க்க: Khadduri, 1965, பக். 33) ஜிஹாத் எனும் போராட்டத்தைக் கைவிட்டுவிட்டு, இஸ்லாமிய ஆட்சி யாளர்கள் பிறமத நாடுகளுடன் சமாதான உடன்படிக்கைகள் செய்து கொண்டனர். உடன்படிக்கைகள் பத்து ஆண்டுகளுக்கு மேல் நீடிக்கக் கூடாது என்பது குர்ஆன் சட்டம். ஆனால் இஸ்லாமியர் பிறமத நாடு களுடன் அமைத்துக் கொண்ட சில உடன்படிக்கைகள் இப்பத்தாண்டு எல்லையைக் கடந்தனவாக இருந்தன. இஸ்லாமிய அரசுகளும் கிறிஸ்தவ அரசுகளும் நல்லிணக்க சகவாழ்வு வாழ ஆரம்பித்தன. பனிப்போராகத் தொடங்கிய இவ்வுறவு (குவர்ரா ஃபிரியா) நாளடைவில் பரஸ்பர நல்லெண்ணமும் சமத்துவமும் மிக்க ஓர் உன்னத உறவாக மலர்ந்தது எனப் பதின்மூன்றாம் நூற்றாண்டில் வாழ்ந்த டோன் மேனுவல் (Don Manuel) எனும் ஸ்பானிய எழுத்தாளர் ஒருவர் வர்ணித்துள்ளார். 1535ஆம் ஆண்டில் மாமன்னர் சுலைமானுக்கும் பிரான்ஸிய மன்னருக்கும் இடையே முகிழ்த்த உடன்படிக்கை இந்த உறவில் ஒரு மைல்கல்லாகும். சமாதானத்தையும் பரஸ்பர கண்ணியத்தையும் நல்லெண்ணத்தையும் உறுதிபடுத்திய இவ்வுடன்படிக்கையின் முதல் பதினைந்து நிபந்தனை களும் இவ்வுடன்படிக்கையை அங்கீகரித்து ஏற்றுக்கொள்ளும் அனைத்து கிறிஸ்தவ அரசர்களுக்கும் இஸ்லாமிய அரசின் நட்பை உறுதிப்படுத்து கிறது. (Khadduri: *Proctor*, 1965, பக். 34) குரோஸியஸ் சர்வதேச மயமாக்க விழைந்த, சமாதானத்தையும், ஒப்பந்தங்கள் கண்ணியமாக நிறை வேற்றப்பட வேண்டுமென்ற கோட்பாட்டையும் இது தெளிவாக ஏற்கின்றது. இது தொடர்பான இஸ்லாத்தின் அடிப்படைப் போதனை களில் ஒன்றான இஸ்லாமிய அறிவியல், குரோஸியஸின் தத்துவத்தின் மையத்திற்கு மிக நெருக்கமானதாகும். அவரது பரந்த அறிவில் இதனை உணர்ந்திருக்க முடியாமல் போயிருக்குமா?

(xii) *அன்னால்ஸ்* எனும் தொகுப்பில் காணப்படும் 'கிழக்கிந்திய தீவுகளில் ஒல்லாந்தரின் ஆதிக்க வளர்ச்சி' எனும் ஆழமான ஆய்வுக் கட்டுரை ஒன்றை எழுதியிருந்த குரோட்டியஸை, இந்திய விவகாரங் களில் நிறை அறிவு பெற்றிருந்த ஒரு நிபுணரென டச்சு அதிகாரத்துவம் கருதியது. போர்த்துக்கேய போர்க் கப்பல் வழக்கிற்காக சர்வதேச சட்டங் களைப் பற்றி கற்க ஆரம்பித்த இவர் *தெ ஜுர் பிரேடே* எனும் நூலையும் எழுதியிருந்தார். கீழைத்தேயக் கடல்களில் தமது பரஸ்பர வணிக உரிமை களை வரையறை செய்துகொள்வதற்காக ஆங்கிலேய கிழக்கிந்திய வர்த்தகச் சங்கமும் டச்சு கிழக்கிந்திய வர்த்தகச் சங்கமும் 1613ஆம் ஆண்டில் லண்டன் நகரில் நடத்திய பேச்சுகளில் டச்சுச் சங்கத்தைப் பிரதிநிதித்துவப்படுத்துவதற்கு குரோட்டியஸையே நெதர்லாந்தின் 'ஸ்டேட்ஸ் ஜெனரல்' எனும் நாடாளுமன்றம் நியமித்தது. இந்நியமனம் ஒல்லாந்து (டச்சு) மக்கள் குரோட்டியஸ் பெற்றிருந்த கீழைத்தேய அறிவுக்காக அவருக்கு வழங்கிய கௌரவமாகும். மலாயத் தீவுக் கூட்டங்களின் இஸ்லாமிய சுல்தான்களோடு செய்திருந்த உடன் படிக்கைகள் மூலம் பெற்றிருந்த உரிமைகளின் அடிப்படையிலேயே லண்டன் பேச்சுகளில் டச்சுக்காரர்கள் தம் வாதத்தைக் கட்டி எழுப்ப விரும்பினர். எனவே இப்பேச்சுகளில் பங்கேற்கவிருந்த குரோட்டியஸ் இஸ்லாமிய சர்வதேச சட்டங்களையும் உடன்படிக்கைகளையும் பற்றி எழுதப்பட்டிருந்த நூல்கள் பலவற்றை வாசித்து இருப்பார் என்று நினைப்பது தவறாகாது. எ.கா: இப்பேச்சுகளில் பலமுறை கூறப்பட்ட ஒரு விடயம் ஒல்லாந்தருக்கும் (டச்சுக்காரர்களுக்கும்) சுல்தானுக்கும் நடைபெற்றிருந்த ஓர் உடன்படிக்கையாகும். ஆங்கிலேய மன்னர் ஜேம்ஸின் அரசவையில் ஒரு நீண்ட சொற்பொழிவின் ஊடாக கீழைத் தேயக் கடல்களைப் பொறுத்தவரையில் டச்சுக்காரர்களின் நிலைப்பாடு என்ன என்பதை விளக்கியவர் குரோட்டியஸே. (டச்சு கிழக்கிந்திய வர்த்தகச் சங்கத்தின் பிரதிநிதியாக குரோட்டியஸ் இங்கிலாந்து சென்றதைப் பற்றி மேலதிகமாக அறிய பார்க்க: Clarke, 1935)

இத்தகைய பேச்சுகளிலே இஸ்லாமிய சர்வதேச சட்டங்கள் மற்றுமொரு வகையிலும் முக்கியத்துவம் பெறுகின்றன. மொகலாயப் பேரரசர்கள் போன்ற படை வலிமை மிக்க இஸ்லாமிய ஆட்சியாளர்கள் வெளிநாட்டினர்களோடு வணிகம் தொடர்பான உடன்படிக்கைகள் செய்வதற்கு விருப்பம் காட்டவில்லை. இஸ்லாமியச் சட்ட முறைமை யில் உடன்படிக்கை ஒன்றின் அத்தனை நிபந்தனைகளும் கட்டாயம் நிறைவேற்றப்பட வேண்டியவையாகும். எனவே வெளிநாட்டினர் களோடு உடன்படிக்கைகள் செய்துகொள்வது தம் கைகளுக்கு விலங்கிட்டுக் கொள்வதற்குச் சமமாகும் எனக் கருதிய இவ்வரசர்கள் உடன்படிக்கைகளுக்குப் பதிலாக, தேவைகள் தோன்றும் போது,

'ஃபிர்மான் (Firman) எனப்பட்ட அரச ஆணைகள் மூலம் பொருத்தமான வணிக உரிமைகளை வழங்கினர். ஃபிர்மான்கள் தேவைகளைப் பூர்த்தி செய்தன; அதேவேளையில் அரசர்களின் சுதந்திரத்தையும் அவை பாதுகாத்தன. நடைமுறைப்படுத்தப்பட்ட இத்தகைய நுணுக்கமான சட்ட முறைமையினைப் பற்றி குரோட்டியஸோ, ஏனைய சட்ட அறிஞர்களோ உணராதிருந்திருக்கப்போவதில்லை.

(xiii) கீழைத்தேய நாடுகளில் டச்சுக்காரர்கள் கடைப்பிடிக்க வேண்டிய கொள்கைகள் பற்றிய விளக்கங்களை, கீழைத்தேய கடற் தளபதி அட்மிரல் கோர்னலிஸ் மேடலீஃப் த ஜோங்க்கு குரோட்டியஸ் கடிதங்கள் வடிவத்தில் வழங்கிக் கொண்டே இருந்தார். (Clark, *1935*, பக். *61*) கீழைத் தேய நாடுகளில் பின்பற்றவேண்டிய கொள்கைகள் யாவை, குறிப்பாக இஸ்லாமிய மன்னர்களுடன் எவ்வாறு நடந்துகொள்ள வேண்டும், அவர் களுடனான உடன்படிக்கைகளை எவ்வாறு நிறைவேற்ற வேண்டும் என்பனவற்றைப் பற்றி எல்லாம் அறிவுறுத்தல்கள் வழங்குவதாக இருந்தால், ஓரளவுக்காவது இஸ்லாமியச் சட்டத்தைப் பற்றி அறிய குரோட்டியஸ் முயன்றிருக்க வேண்டும் என்று நினைப்பது நியாயமானதே.

(xiv) லண்டன் பேச்சுகளுக்காக குரோட்டியஸ் தயாரித்த ஆவணங்கள், வாசனைத் திரவியங்கள் தொடர்பாக ஒல்லாந்தர்களுக்கும் முஸ்லிம் சுல்தான்களுக்கும் இடையே நிகழ்ந்திருந்த உடன்படிக்கைகள் யாவும் இயல்பான ஒப்புரவிற்கும் சர்வதேச சட்டங்களுக்கும் உட்பட்ட வையே என்பதை வலியுறுத்தின. (Clark, *1935*, பக். 77) தமக்கு விருப்ப மான முறைகளில் உடன்படிக்கைகள் செய்துகொள்ளும் உரிமையை இயற்கை நீதி மக்களுக்குக் கொடுத்திருக்கிறது என்றும் அவ்வாறு சுய விருப்பத்துடன் கைச்சாத்திட்ட பிறகு அம்மக்கள் அவ்வுடன்படிக்கை களை மீறக் கூடாது என்றும் அவர் வாதிட்டார். இந்தியர்கள் தம்முடைய சுய விருப்பத்தின்படியே தத்தம் நாட்டு வணிகத் தனி உரிமையை ஒல்லாந்தருக்கு வழங்க இணக்கம் தெரிவித்திருந்ததால் அவர்கள் அவ்வாக்குறுதிகளை மீறக்கூடாது. அதற்குக் கட்டுப்பட வேண்டும் என்பதே குரோட்டியஸின் நிலைப்பாடாக இருந்தது. ஒப்பந்தங்களை மீறக்கூடாது என்பது இஸ்லாமியச் சட்டத்தின் அடிப்படைகளில் ஒன்று என்பதை குரோட்டியஸ் நிச்சயமாக சம்பந்தப்பட்ட வர்களின் கவனத் திற்குக் கொண்டுவந்திருப்பார். வணிகம், வணிக உடன்படிக்கைகள் போன்றவை தொடர்பாக ஐரோப்பிய நாடுகளின் உரிமைகள் யாவை என்பவையே லண்டன் பேச்சுகளின்போது எழுந்த அடிப்படைக் கேள்விகளாக இருந்தன. (Clark, *1935*, பக். *81*) ஒல்லாந்தர் கீழைத்தேய நாடுகளோடு செய்திருந்த உடன்படிக்கைகள் சட்டபூர்வமானவையல்ல என்பதே ஆங்கிலேயர்களின் எண்ணமாக இருந்தது. (Rubin, *1968*, பக். *120*)

(xv) கிறிஸ்தவ நாடுகளுக்கும் பிற மத நாடுகளுக்கும் இடையே அமைந்த உடன்படிக்கைகள், வணிக ஒழுங்கமைப்புகள் எந்தளவு சட்ட பூர்வமானவை, எந்தளவு ஏற்புடைத்தானவை என்ற கேள்வி இவ்வுடன் படிக்கைகள் செய்யப்பட்ட காலத்திலும் தோன்றின; பின்னரும் எழுந்தன. ஜென்ட்லி, (Gentili, 1933, பக். 314), வாட்டல், (Vattel, 1916, பக். 122) போன்றோர் இவை சட்டபூர்வமானவை எனக் கருதி, ஆனால் இவை நாடுகளின் சட்டங்களை மாற்ற முயல்கின்றன எனக் கருதிய ரோபர்ட் வார்ட் இவை சட்டபூர்வமானவையல்ல என்றே வாதிட்டார். (பார்க்க:Singh, 1973, பக். 115-16) இத்தகைய உடன்படிக்கைகள் சட்டபூர்வமானவை; ஏற்புடைத் தானவை என்ற தனது வாதத்திற்கு ஆதாரங்கள் தேடி ஸ்பெயினிய அறிஞர்களின் நூல்களைக் குரோட்டியஸ் ஆராய்ந்திருப்பார். அதே வேளை கிறிஸ்தவர்கள் அல்லாதோர் இத்தகைய உடன்படிக்கைகளை எவ்வாறு நோக்கினர் என்பதை அறிவதற்கு அவர் இஸ்லாமிய சட்டங்களையும் அலசியிருப்பார்.

ஐரோப்பிய ஆட்சியாளர்களுக்கும் இஸ்லாமிய மன்னர்களுக்குமிடையிலான சமரசப் பேச்சுகள் பதினைந்தாம் நூற்றாண்டிலேயே தொடங்கி விட்டன. இங்கிலாந்து அரசி முதலாம் எலிஸபெத் எழுதிய 'யாராலும் தோற்கடிக்கப்படவே முடியாத மாமன்னர் எகபாரின் (அக்பர்) சமூகத்திற்கு' என்று மொகலாய மன்னர் அக்பரை விளிக்கும் கடிதம் ஓர் உதாரணம். இந்தியா வரும் பிரித்தானிய குடிமக்களை அன்போடு வரவேற்குமாறும் அவர்களுக்கு வணிக சிறப்புரிமைகள் வழங்குமாறும் அக்பரைக் கோருகின்றது இம்மடல். (Singh, 1973, பக். 115) அக்பரின் மறைவைப் பற்றி அறியாத நிலையில் இங்கிலாந்து மன்னர் ஜேம்ஸ், அவருக்கு அனுப்பிய மடல் மற்றுமோர் உதாரணம். (Dodwell, 1929, பக். 77) குரோட்டியஸின் வாழ்நாளின் போதே நடைபெற்றுக் கொண்டிருந்த இத்தகைய சமரசப் பேச்சுகளில் பங்குபற்றியவர்களுக்கு இஸ்லாமியச் சட்ட அறிவு ஓரளவுக்கேனும் அவசியப்பட்டிருக்கும். இப்பேச்சுகளில் தீவிரமாக ஈடுபட்டவர்களில் ஒருவர் குரோட்டியஸ் என்பது நினைவில் நிறுத்தப்பட வேண்டிய உண்மையாகும்.

(xvi) குரோட்டியஸ் மீது தம் செல்வாக்கைப் பதித்தவர்களுள் ஒருவர், அவருக்கு முன் வாழ்ந்து மடிந்தவரும், டொமினிக்கன் சபை மதகுருவுமான விக்டோரியா எனும் ஸ்பானியர் ஆவார். அண்மையில் மறுபதிப்பு கண்ட இவரது நூலொன்றுக்கு எழுதப்பட்ட முன்னுரை அவருக்கு முன் வாழ்ந்து, சர்வதேச சட்டங்களைப் பற்றி எழுதிய பல ஸ்பானிய அறிஞர்களின் பெயர்களைக் குறிப்பிடுகின்றது. இவர்களின் தாக்கங்கள் விக்டோரியாவின் ஆக்கங்களில் பதிந்திருக்கலாம். இவ்வாறு பெயர் குறிப்பிடப்பட்டுள்ளவர்களில் ஒருவர் கஸ்டீல் அரசரான பத்தாம்

அல்பொன்ஸோ ஆவார். இவர் 1263ஆம் ஆண்டில் எழுதிய *லஸ் சியதெ பார்திதா* எனும் நூல் ஒரு சிறந்த சட்ட விஞ்ஞான நூலாகக் கருதப் படுகின்றது. இந்நூலில் ஆசிரியர் ஆராய்ந்துள்ள விடயங்கள் பரந்து பட்டவையாகும். அதேவேளையில் இவர் முன்வைத்துள்ள பல சிந்தனைகள் காலத்திற்கு முந்தியவையாகவும் விளங்குகின்றன. (Nys, *1964*, பக். 62) இந்நூலின் புதிய பதிப்புக்கு எழுதிய முன்னுரையில் நிஸ் பின்வருமாறு குறிப்பிட்டுள்ளார்: 'இந்த நூல் சமயச் சட்டங்கள், குற்றவியல் சட்டங்கள், அரசியல், சட்டவாக்கம், சட்ட நடைமுறைகள் என்பன பற்றி ஆராய்கின்றது. போர்ச் சட்டங்கள் தொடர்பான விதி முறைகள் இதில் விளக்கப்பட்டுள்ளன. இதன் இரண்டாவது பிரிவின் சில அத்தியாயங்கள் இராணுவ அமைப்பு முறைகளைப் பற்றியும் போர்கள் தொடர்பான விடயங்கள் பற்றியும் ஆராய்கின்றன. போர் களைப் பற்றித் தரப்பட்டுள்ள தகவல்களில் கணிசமானவை செவில் நகரைச் சார்ந்த புனித இசிடோர் எழுதிய *டிமோலோஜிய* எனும் நூலிலிருந்து பெறப்பட்டவையாகும்... இதில் தரப்பட்டுள்ள பல விடயங்களில் முஸ்லிம்களது சட்டங்களின் செல்வாக்கு மிக அழுத்த மாகப் பதிந்துள்ளது. கடல் தொடர்பான சட்டங்களும் இதில் ஆராயப் பட்டுள்ளன.'

போர்களின் போது எதிரிகளிடமிருந்து கைப்பற்றப்பட்ட பொருள்கள், அரசிடம் ஒப்படைக்கப்பட வேண்டுமென்றும், அரசு அவற்றில் ஐந்தில் ஒரு பங்கை கருவூலத்தில் ஒப்படைத்துவிட்டு, மிகுதியை உரியவர்கள் மத்தியில் பிரித்துக் கொடுக்க வேண்டுமென்றும் இந்நூல் கூறும் சட்டம் இஸ்லாமியச் சட்டத்திலிருந்து பெறப்பட்டது என்பது தெளிவாகும். (Nussbaum, *1954*, பக். 52)

(xvii) போர்ச் சட்டங்கள் பற்றி எழுதியவரும், கிறிஸ்தவ உலகில் வளர்ச்சியுறா நிலையில் இருந்த போர்ச் சட்டங்களுக்கு உருவம் கொடுத்து அவற்றை வளர்த்தவருமான டொமினிக்கன் சபை மதகுரு தோமஸ் அகுயினாஸ் குறிப்பிடத்தக்க ஓர் அறிஞராவார். சட்டரீதியான போர் முறைகள் பற்றிய இவரது கருத்துகள் மேற்கத்திய சர்வதேச சட்ட வளர்ச்சியில் பெரும் தாக்கங்களை ஏற்படுத்தியுள்ளன. ஏற்கெனவே குறிப்பிடப்பட்டுள்ள விக்டோரியாவின் சிந்தனைகளில் அகுயினாஸ் அவர்களின் செல்வாக்குக் கணிசமானதாகக் காணப்படுகிறது என்பது பொதுவாக ஏற்றுக்கொள்ளப்படும் முடிவாகும். அரேபிய அறிஞர்களின் எழுத்தாக்கங்களோடு, குறிப்பாக அவிரோஸின் எழுத்தாக்கங்களோடு தாமஸ் அகுயினாஸ் மிக நெருக்கமான தொடர்பு கொண்டிருந்தவர் என்பதும், அவர் எழுதிய *சும்மா தியோலோஜிகா* எனும் நூலில் அவிரோஸின் செல்வாக்கும் தாக்கமும் வெகு ஆழமாகப் பதிந்திருக்

கின்றன என்பதும் இந்நூலின் வேறோர் இடத்தில் குறிப்பிடப் பட்டுள்ளது. அகுயினாஸ் சட்ட ரீதியான போர் முறைகளைப் பற்றிய தனது கொள்கைகளை வகுத்த வேளையிலே, அவிரோஸ் போன்ற இஸ்லாமிய அறிஞர்களின் எழுத்துகள் ஊடாக, இஸ்லாமியப் போர்ச் சட்டங்களைப் பற்றிய தெளிவான ஞானத்தைப் பெற்றவராகவே இருந்திருப்பார். எனவே அவர் வகுத்த போர்ச் சட்டங்களில் ஒரு சில அம்சங்களாவது, அவர் இஸ்லாமியப் போர்ச் சட்டங்களை உள்வாங்கி யிருந்ததன் வெளிப்பாடுகளாக இருக்கலாம் என நினைப்பதற்கு இடமுண்டு. அவ்வாறே, அகுயினாஸ் பெற்றிருந்த இஸ்லாமியச் சட்ட அறிவின் தாக்கம் விக்டோரியாவின் சிந்தனைகளிலும் பாதிப்புகளை ஏற்படுத்தியிருக்கும் என்றும், அவரினூடாக குரோட்டியஸின் சிந்தனை களிலும் பாதிப்புகளை ஏற்படுத்தியிருக்கும் என்றும் நம்புவதற்கு இடமுண்டு. குரோட்டியஸின் நூல்களில் தாமஸ் அகுயினாஸின் எழுத்துகள் பற்றி நேரடிக் குறிப்புகள் காணப்படுகின்றன. *(எ.கா: De Jure Praedae, அத்தியாயம் 7:33)*

(xviii) போர்கள் தொடர்பான சட்டங்கள் பற்றி குரோட்டியஸ் எழுது வதற்கு முன்னர் அவ்விடயத்தைப் பற்றி விக்டோரியா மாத்திரந்தான் எழுதியிருந்தார் என்று எண்ணுவது பிழையாகும். சுஆரெஸ், அயலா, மன்னர் அல்பொன்ஸோ உட்பட பல ஸ்பானிய இறையியல் அறிஞர்கள் இவ்விடயத்தினைப் பற்றி எழுதி இருந்தனர். இஸ்லாமியக் கலாசாரம் ஸ்பெயினில் வேரூன்றி கிளை விட்டிருந்த காலகட்டத்தில் வாழ்ந்த இவர்கள் இஸ்லாமியச் சட்டங்களைப் பற்றி எதுவுமே அறிந்திருக்க மாட்டார்கள் என்றோ, அவற்றின் செல்வாக்குக்குச் சிறிதேனும் உட்பட்டிருக்க மாட்டார்கள் என்றோ எண்ணுவது அறிவுடைமை யாகாது. உதாரணமாக, சுஆரெஸ், ஸ்பெயினில் இஸ்லாமியரின் கடைசி அரணாக விளங்கிய கிரனடாவில், **1548**ஆம் ஆண்டில் பிறந்தார். அவரின் பிறப்புக்கு ஏறத்தாழ ஐம்பது ஆண்டுகளுக்கு முன்னரே கிரனடாக் கோட்டையிலே பறந்த இஸ்லாமியக் கொடி கீழே இறக்கப் பட்டது. **1612**ஆம் ஆண்டில் சுஆரெஸ் வெளியிட்ட *தெ லெஜிபஸ்* எனும் நூலை குரோட்டியஸ் படித்துள்ளார் என்று நம்புவதற்கும், சுஆரெஸின் கருத்துகளின் தாக்கங்களுக்கு உள்ளாகியிருந்தார் என்று கருதுவதற்கும் இடம் உண்டு. குரோட்டியஸின் ஆக்கங்களில் எந்தளவு சுஆரெஸ்ஸின் தாக்கங்கள் படிந்திருக்கிறது என்பதை அறிய வாசிக்கவும் Scott, *1939*, பக். *17-21*. சர்வதேச சட்டங்களுக்கான அமெரிக்க நிறுவனம் எனும் ஓர் உயர் கல்விபீடத்தின் முன்னாள் தலைவரான ஸ்கொட் பின்வருமாறு கூறுகின்றார்:

> அவரின் நோக்கங்கள் எவையாக இருப்பினும், மிகப் பெரும் டச்சுச் சட்ட அறிஞரான குரோட்டியஸ், தெ லெஜிபஸ் எனும் நூலைப் படித்திருப்பார்;

இல்லாவிடில் அவர் அந்நூலின் பெயரைத் தனது புத்தகத்தில் குறிப்பிட்டிருக்க மாட்டார். சுஆரெஸ் எழுதிய நூலின் பெயரை குரோட்டியஸ் தனது நூலில் குறிப்பிட்டிருப்பதாலும், இவ்விருவருக்குமிடையே இருக்கும் சிந்தனை ஒற்றுமையின் காரணத்தினாலும், இயற்கை நீதியைப் பற்றியும் சர்வதேச சட்டங்களைப் பற்றியும் சுஆரெஸ் மிக அழகாகவும் ஆழமாகவும் எழுதியிருந்த நூலை வாசிக்காது, குரோட்டியஸ் போரையும் சமாதானத்தையும் பற்றிய சட்டங்கள் எனும் தன் ஆய்வு நூலை எழுதியிருப்பார் என்று நம்புவது விவேகமானதல்ல என்றே கூற வேண்டும். (Scott, *1939, பக். 20-21)*

(xix) *மத்திய கால ஐரோப்பிய நூல் நிலையங்கள் பலவற்றில் சட்டங்கள் தொடர்பான அரேபிய ஆய்வுகள் பல பாதுகாக்கப்பட்டிருந்தன. 'சட்டங்கள் ஊடாக உலக சமாதானம்' எனும் அமைப்பின் தலைவரான சார்லஸ் எஸ். ரைன் சர்வதேச சட்டங்கள் பற்றி தான் எழுதிய ஆய்வில் மேற்கூறப்பட்ட கருத்தை உறுதிப்படுத்துவதோடு சர்வதேச சட்ட வளர்ச்சிக்கு இஸ்லாமியச் சட்டம் வழங்கியுள்ள பெரும் பங்களிப்பு களையும் பதிவுசெய்துள்ளார். ஸ்பெயினிலும் இத்தாலியிலும் எவ்வெப் பகுதிகளில் இஸ்லாமியச் சட்டங்களின் செல்வாக்கு மிக ஆழமாகவும் பரவலாகவும் காணப்பட்டதோ அப்பகுதிகளில் இருந்தே விக்டோரியா, அயலா, ஜென்டிலி போன்ற மேலைநாட்டு அறிஞர்கள் தோன்றினர் என்றும், மார்ட்டின் லூதர் போன்ற இறையியல் அறிஞர்களும் அரபு மொழியைக் கற்றிருந்தனரென்றும், கிறிஸ்தவர்களால் காட்டு மிராண்டிகள் என இழிவாக வர்ணிக்கப்பட்ட இஸ்லாமியரின் போர்ச் சட்டங்கள் பலவற்றை அவை மனிதாபிமானமிக்கவையாக விளங்கிய படியால், குரோட்டியஸ் அங்கீகரித்திருந்தார் என்றும் ரைன் மேலும் கூறுகின்றார். தனக்கு முன் வாழ்ந்த ஸ்பானிய அறிஞர்களின் எழுத் தாக்கங்களை சுஆரெஸ் தனது நூல்களில் நன்கு பயன்படுத்தியுள்ளார். இவரது நூல்களில் அல்பொன்ஸோ மன்னர் எழுதிய Las Siete Partidas பற்றிய குறிப்புகள் பல காணப்படுகின்றன என்பதும், ஏற்கெனவே கூறி யிருப்பது போல, இந்நூலில் இஸ்லாமியச் சட்டங்களின் செல்வாக்கு மிக அழுத்தமாகப் படிந்திருக்கிறது என்பதும் அவதானத்திற்குரியவையாகும்.*

மேலைநாட்டு அறிஞர்களின் நூல்களில் பழைய, புதிய ஆகமங்கள் பற்றி, கிரேக்க, உரோம போர்கள் பற்றி, கிரேக்க, உரோம, யூத எழுத்தாக்கங்கள் பற்றி ஏராளமான குறிப்புகள் காணப்படும் பொழுது, இஸ்லாமியச் சட்டங்களைப் பற்றியோ, சட்ட நூல்களைப் பற்றியோ மாத்திரம் குறிப்புகள் அதிகம் இல்லாமலிருப்பது ஏன் என்ற கேள்வி எழத்தான் செய்கின்றது.

இவ்வினாவுக்குப் பதிலளிப்பது கடினமான ஒன்றல்ல. இந்நூல்களை எழுதியவர்கள் தம் மதத்தில் தீவிர பற்று வைத்திருந்த கிறிஸ்தவர்கள்; பலத்த கிறிஸ்தவ சூழலிலே வாழ்ந்தவர்கள். இத்தகைய நிலையில்

இருந்த அவர்கள் தாம் எழுதிய நூல்களிலே இஸ்லாமிய நூல்களை ஆதார மாகக் காட்டி இருக்க முடியுமா? அப்படி அவை காட்டப்பட்டிருந்தால் கிறிஸ்தவ உலகம் அவற்றை ஆதாரங்களாகத் தான் அங்கீகரித்திருக்குமா? மாறாக, நம்பிக்கையின்மையே ஏற்பட்டிருக்கும். கிறிஸ்தவ மதத்திற்கு முரணானவை என அந்நூல்கள் உதாசீனப்படுத்தப்பட்டிருக்கும். இஸ்லாமிய அரேபியக் கலாசாரத்திலிருந்து விலகி, விலகிச் சென்ற கிறிஸ்தவ உலகில் அங்கீகாரம் பெற விரும்பிய கிறிஸ்தவ அறிஞர்கள் இஸ்லாமிய, அரேபிய நூல்களைப் பற்றியோ, அறிஞர்களைப் பற்றியோ குறிப்பிடாததில் ஆச்சரியப்படுவதற்கு எதுவுமில்லை.

அரேபிய இஸ்லாமிய நூல்களைப் பற்றிய நேரடியான குறிப்புகள் எவையும் மேலைநாட்டு நூல்களில் காணப்படுவது குறைவே என்ற போதிலும், இஸ்லாமியச் சட்டக் கோட்பாடுகள் கிறிஸ்தவ உலகினால் உள்வாங்கப்பட்டன; அவை மேற்கத்திய சிந்தனைகள், கோட்பாடு களோடு ஒன்றிணைக்கவும்பட்டன. கிறிஸ்தவ ஐரோப்பிய நூல்களில் காணப்படும் அக ஆதாரங்கள், இஸ்லாமியச் செல்வாக்கைச் சுட்டிக் காட்டுகின்றன. இவ்வக ஆதாரங்களை அடிப்படையாகக் கொண்டு ஆய்வுகள் நடத்தினால் புதிய உண்மைகள் பல வெளிப்படலாம்.

இஸ்லாமும் சமகால உலக அமைப்பும்

சமகால உலக அமைப்பில், இஸ்லாமிய உலகத்தின் நிலையினைப் பற்றியும், அதன் கண்ணோட்டத்தைப் பற்றியும் தோன்றியுள்ள தப்பான கருத்துகளை இனங்காட்டி, இஸ்லாமியக் கண்ணோட்டத்தைப் பற்றிய ஒரு சரியான, நியாயமான விளக்கத்தைத் தருவதே இப்பிரிவின் நோக்கமாகும். இஸ்லாம் பிறமத நாடுகளை எதிரிகளாகவே கருதுகின்றது. அவற்றைப் பகைமை உணர்வுடனேயே நோக்குகின்றது என்ற எண்ணம் மேலை நாடுகளில் நிலைபெற்றுள்ள போதிலும், அது தவறானது என்றும், மாறாக பிறமத நாடுகளுடன் நட்போடு, இணக்கமான வாழ்வை மேற்கொள்வதையே இஸ்லாம் விரும்புகின்றது என்பதை உணர்த்துவதுமே இப்பிரிவின் குறிக்கோளாக இருக்கும். இந்தக் கருத்துக்கு ஆதாரமாக இந்நூலாசிரியர், ஐக்கிய நாடுகள் சபையின் சட்ட ஆலோசகரும், அலெக்சாண்டிரியாப் பல்கலைக்கழகத்தின் பொதுச் சர்வதேச சட்டப் பேராசிரியருமான டாக்டர் முஹம்மது தலாத் அல் குனைமியின் ஆய்வு ஒன்றில் தரப்பட்டுள்ள சில வாதங்களை முன் வைக்கின்றார். பின்வரும் விடயங்களைப் பற்றி பேராசிரியர் குனைமி வழங்கும் கருத்துகள் ஏற்புடையன என்பதே இந்நூலாசிரியரின் கருத்தாகும். இஸ்லாம் வழங்கும் சர்வதேசக் கண்ணோட்டத்தைப் பற்றி மேலை நாடுகள் பொதுவாக இரண்டு தவறான கருத்துகளைக்

கொண்டிருக்கின்றன; அவை:

அ. பல்வேறு நாடுகளின் சுதந்திரமான இறையாண்மையின் அடிப் படையில் உருவாக்கப்படும் அமைதியும் ஒழுங்கும் இஸ்லாத்தின் கண்ணோட்டத்திற்கு முரணானவையாகும்.

ஆ. ஒரு தனி இஸ்லாமிய உலகமே இஸ்லாம் முன்வைக்கும் குறிக்கோளாகும். (S. R. Hassan, *1974*, பக். *186-188*)

மேலே தரப்பட்டுள்ள இரண்டு விடயங்களையும் ஆராய்ந்து சரியான முடிவெடுக்க நாம் பின்வரும் அம்சங்களைச் சிந்தனைக்கு எடுக்க வேண்டும்:

i. உலக சமூக அமைப்பு பல்வேறுபட்ட தேசியங்களை, நாடுகளைக் கொண்டதாக இருக்கலாம் என்ற நிலைப்பாட்டை இஸ்லாம் அங்கிகரிக்கிறது

மனித குலம் பல தேசியங்க்ளாக, பல நாடுகளாகப் பிரிந்து வாழ வேண்டுமென்பதே அல்லாஹ்வின் ஏற்பாடு என்பதை திருமறை வசனங்கள் பல உணர்த்தி நிற்கின்றன.

> உம் இறைவன் எண்ணியிருந்தால், மனிதர்கள் யாவரையும் ஒரே சமூகத்தினராக ஆக்கியிருப்பான். (அவ்வாறு நாடவில்லை) அவர்கள் தங்களுக்குள்ளே மாறுபட்டுக் கொண்டே இருப்பார்கள். (குர்ஆன் 11:118)
>
> அல்லாஹ் நாடியிருந்தால், அவர்களை (ஒரே மார்க்கத்தைப் பின்பற்றும்) ஒரே சமுதாயத்தினராக்கி இருப்பான். (குர்ஆன் 42:8)

இவ்விரு திருக்குர்ஆன் வசனங்களின் அடிப்படையிலும், வேறு சில வசனங்களின் அடிப்படையிலும், மனிதகுலம் வேறுபட்ட அரசியல் குழுக்களாகப் பிரிந்து இருப்பதையே அல்லாஹ் விரும்புகின்றான் என்ற வாதத்தைப் பேராசிரியர் குனைமி முன்வைக்கிறார். (Al-Ghunaimi, *1968*, பக். *195*)

ii. இஸ்லாமிய சர்வதேச சட்டத்தின் தோற்றம்

பிறமத நாடுகளைப் பகை நாடுகளாகவே கருத வேண்டும்; அவற்றோடு எப்போதும் பகைமை உணர்வையே காட்ட வேண்டும் என்பதே இஸ்லாத்தின் நிலைப்பாடாக இருந்திருந்தால், இஸ்லாமிய சர்வதேச சட்டம் என்ற ஒன்று வளர்ந்திருக்கப்போவதில்லை. அப்படி ஒன்று வளரவேண்டிய அவசியமும் ஏற்பட்டிருக்காது. அமைதி நிலவும் காலங்களில் மாத்திரமின்றி, போர்க் காலங்களில்கூட பிறமதத்தவர்களின் உரிமைகளைப் பாதுகாக்க, எத்தகைய நுணுக்கமான விதிமுறைகளை இஸ்லாம் உருவாக்கியிருந்தது என்பதை நாம் இவ்வத்தியாயத்தில் அவதானித்தோம். நபிகள் நாயகத்தின் வழிமுறைகளும் இதையே உணர்த்துகின்றன. நபிகள் நாயகம் (ஸல்) பிறமத நாடுகளை அங்கீகரித் தார்கள்; அவற்றுடன் நட்புறவு பாராட்டினார்கள். எ.கா: அபிஸீனியா.

பிறமத நாடுகளோடு உடன்படிக்கைகள் செய்தமையும் அவற்றைக் கண்ணியமாகப் பேணியமையும் பிறமத நாடுகளுக்கு இஸ்லாம் வழங்கிய அங்கீகாரத்தையே உணர்த்துகின்றன.

iii. மக்கள் சமமானவர்கள், நாடுகளும் சமமானவை எனும் கோட்பாடு

இஸ்லாமியப் போதனைகள் அனைத்திலும் சமத்துவக் கோட்பாடு இழையோடிக்கொண்டிருப்பதைக் காணலாம். 'அரேபியர் அரேபியர் அல்லாதோரைவிட மேலானவர்கள் அல்லர்; வெள்ளை நிறத்தவர்கள் கரிய நிறத்தவர்களைவிட மேம்பட்டவர்களல்லர்' என நபிகளார் (ஸல்) தமது இறுதியுரையின் போது பகர்ந்தார்கள். குர்ஆனும் மீண்டும் மீண்டும் மனித சமத்துவத்தை வலியுறுத்திக்கொண்டே இருக்கிறது. பிறப்போ, இனமோ ஒரு மனிதனுக்கு மீயுயர் தன்மையை வழங்கு வதில்லை; ஒழுக்கமே ஒரு மனிதனுக்கு அத்தன்மையை வழங்கு கின்றது என்பதே திருமறையின் அடிநாதமாக விளங்குகிறது.

> ஓ! மனிதர்களே! நிச்சய மாக நாம் உங்களை ஓர் ஆண், ஒரு பெண்ணிலிருந்துதான் படைத்தோம். பின்னர் ஒருவர் மற்றவரை அறிந்துகொள்ளும் பொருட்டு, உங்களைக் கிளைகளாகவும், கோத்திரங்களாகவும் ஆக்கினோம். உங்களில் எவன் பயபக்தி உடையவனாக இருக்கின்றானோ, அவன்தான் அல்லாஹ்விடத்தில் நிச்சயமாக மிகக் கண்ணியவான்' என்பது திருமறை பிரகடனம். (குர்ஆன் 49:13)

மனித சமத்துவத்தைப் பற்றிப் பின்வரும் வசனம் மேலும் அழுத் தமாக எடுத்துரைக்கின்றது:

> ... நாம் அல்லாஹ்வைத் தவிர வேறொன்றையும் வணங்கோம்; நாம் அவனுக்கு யாதொன்றையும் இணையாக்கோம். நம்மில் எவரும், அல்லாஹ்வையன்றி எவரையும் ஆண்டவனாக எடுத்துக்கொள்ளோம். (குர்ஆன் 3:64)

iv. சமாதானமே சர்வதேச உறவுகளின் அடிப்படை

ஒழுங்கான, பாரபட்சமற்ற, நியாயமான நடத்தையின் முக்கியத் துவத்தை இஸ்லாம் மிக அழுத்தமாக வலியுறுத்துகிறது. 'மனிதர் ஒருவரை ஒருவர் அறிந்துகொள்ள வேண்டும்' என்பதற்காகவே மனித சமூகம் கிளைகளாகவும், கோத்திரங்களாகவும் பிரிக்கப்பட்டது என்பதை விளக்கும் குர்ஆன் வசனம் ஏற்கெனவே சுட்டிக்காட்டப்பட்டுள்ளது. இவ்வாறு ஏற்படும் உறவு சமத்துவத்தின் அடிப்படையில் ஏற்படும் உறவாகும். ஆதிக்கத்தையும் அடி பணிதலையும் அடிப்படைகளாகக் கொண்ட உறவல்ல. ஒரு நாடு மற்றுமொரு நாட்டை அடக்கி ஆள்வதை இஸ்லாம் விரும்பவில்லை. அரசியல் ஆதிக்கம், (பார்க்க: பிர்அவ்ன் இஸ்ரவேலர்களைத் துன்புறுத்தி ஆண்டதைக் கண்டிக்கும் குர்ஆன் வசனங்கள் (குர்ஆன் 10: 91-93) பொருளாதார ஆதிக்கம் (பார்க்க: செல்வத்துடன் இணைந்து வரும் சமூகக் கடமைகள் பற்றி இந்நூலில் தரப்பட்டுள்ள விளக்கம்) ஆகிய இரண்டையும் இஸ்லாம் வெறுத்து

ஒதுக்குகின்றது. இத்தகைய ஆதிக்க ஆசைகளே, போர்களுக்கு வித்திடுகின்றன என அது நம்புகின்றது. ‘ஒருவரை ஒருவர் அறிதல்’ எனும் எண்ணக்கரு ஒருவரை ஒருவர் அடக்கியாள வேண்டும் எனும் சிந்தனையைத் தோற்றுவிக்கும் ஒன்றல்ல. நாடுகளிடையே அமைதியும் சமாதானமும் நிலைநாட்டப்பட வேண்டும். அவற்றுக்கிடையே நல்லுறவுகள் வளர்க்கப்பட வேண்டும். சர்வதேச ஒத்துழைப்பு ஊக்குவிக்கப்பட வேண்டும் என ஐக்கிய நாடுகள் சபை பிரகடனப்படுத்தியுள்ள குறிக்கோள்களுக்கு இணக்கமானதாகவே அது இருக்கின்றது.

v. மார்க்கத்தில் பலவந்தம் இருக்கக்கூடாது எனும் கட்டளை

மார்க்கத்தில் பலவந்தமில்லை என குர்ஆன் வலியுறுத்துகிறது. ‘திம்மிகள்’ எனும் ஒழுங்குமுறையின்கீழ் இஸ்லாமிய அரசின் கீழ் பிறமதங்களைச் சார்ந்தவர்களிடம் எந்தளவு சமய சகிப்புத்தன்மை காட்டப்பட்டது என்பதை ஏற்கெனவே நாம் அறிந்துள்ளோம். இஸ்லாமிய அரசில் வாழ்ந்த பிறமதத்தோர், அவர்கள் வறியவர்களாய் இருந்தால், ஸகாத்தில்கூடப் பங்கு பெறுவதற்கு உரிமையுடையோராய் இருந்தனர்.

கிறிஸ்தவத்தைப் போலவே இஸ்லாத்திலும் மனிதனின் சுய விருப்பம் மிக முக்கியமான ஒரு கோட்பாடாக இருந்தது. ‘நபியே! நீர் மனிதர்களை நளினமாகவும், அழகான நல்லுபதேசத்தைக் கொண்டுமே உம் இறைவனின் வழியின்பால் அழைப்பீராக! அன்றி அவர்களுடன் தர்க்கிக்க நேரிட்டால், நீர் கண்ணியமான, அழகான முறையில் தர்க்கம் செய்வீராக!’ இதுவே இஸ்லாத்தை வளர்ப்பதற்கு அல்லாஹ் தனது தூதருக்குக் காட்டிய வழிமுறையாகும். தான் எந்த முறையில் வாழ வேண்டும் என்பதைத் தீர்மானிப்பது தனிநபரின் உரிமையும் பொறுப்புமாகும். கிறிஸ்தவர்கள் மத்தியிலும் சரி, இஸ்லாமியர்கள் மத்தியிலும் சரி, மத ஆர்வம் எனும் நிலையைத் தாண்டி, மதவெறி எனும் எல்லையை நோக்கி நகர்வோர் ஒருசிலர் இருக்கத்தான் செய்வர். இத்தகையோர் தமது அதீத சமயப் பற்றினால், தாம் தம் சமயத்திற்கு உதவுகின்றோம் என்ற தப்பான எண்ணத்தில், வன்முறை வழிகளைக் கையாண்டு ஏனையோரைத் தம் மதத்தின்பால் இழுக்க முயல்வார். இது கிறிஸ்தவ நாடுகளிலும் நடந்தது; இஸ்லாமிய நாடுகளிலும் நடந்தது. இத்தகைய பலவந்தமான வழிமுறைகள் இவ்விரு சமயக் கோட்பாடுகளுக்கும் முரணானவையே.

vi. ஏனைய மதங்களின் கண்ணியத்தை அங்கீகரித்தல்

இஸ்லாம் பிற மதங்களைப் பகைமை உணர்வோடு நோக்கும் ஒரு மதமல்ல என்ற உண்மை இந்நூலின் பல இடங்களில் மிக விரிவாக,

மிகத்தெளிவாக விளக்கப்பட்டுள்ளது. மாறாக, மார்க்கத்தில் பலவந்தம் இருக்கக்கூடாது எனக் குர்ஆன் மிகக் கண்டிப்பாகக் கூறுகின்றது (2:256). ஈஸா (அலை) அவர்களின் கிறிஸ்தவ மதத்திற்கும் மூஸா (அலை) அவர்களின் தௌராத்திற்கும் கண்ணியம் வழங்குவது ஒரு முஸ்லிமின் கடமை எனும் இஸ்லாத்தின் கட்டளை யூத உலகும் கிறிஸ்தவ உலகும் பொதுவாக, விரிவாக அறியாத ஒன்றே. இந்த விடயம் குர்ஆனில் பல இடங்களில் மிகத் தெளிவாகக் கூறப்பட்டுள்ளது. பின்வரும் வசனம் இதற்கு ஒரு சிறந்த சான்றாகும்.

முன்பிருந்த நபிமார்களின் அடிச்சுவடுகளிலேயே, மர்யமுடைய மகன் ஈஸாவையும் நாம் அனுப்பி வைத்தோம். அவர், தன் முன் இருந்த தவ்ராத்தை உண்மையாக்கி வைப்பவராக இருந்தார். அன்றி அவருக்கு இன்ஜீல் எனும் வேதத்தையும் நாம் அருளினோம். அதிலும் நேர்வழியும் பிரகாசமும் இருக்கின்றன. அது, தன் முன்னுள்ள தவ்ராத்தை உண்மையாக்கி வைக்கின்றது. பயபக்தியுடையோருக்கு அது ஒரு நேர்வழிகாட்டி யாகவும் நல்லுபதேசமாகவும் இருக்கின்றது. (குர்ஆன் 5:46; மேலும் பார்க்க: 2:136)

நஜ்ரான் கிறிஸ்தவர்களின் (ஒரு பைசாந்திய கிறிஸ்தவப் பிரிவு) அறுபது பிரதிநிதிகளை நபிகள் நாயகம் (ஸல்) பெரும் மரியாதையோடு வரவேற்றார்கள். மதீனா மஸ்ஜிதுன் நபவீயில் வரவேற்கப்பட்ட இவர்களுக்கு, தமது வணக்க வழிபாடுகளை, அப்பள்ளி வாசலிலேயே செய்துகொள்வதற்கு அனுமதி வழங்கப்பட்டது. இதன் பின்னர் இப்பிரதிநிதிகளுக்கும் இஸ்லாமிய அரசுக்கும் இடையே நடந்த உடன்படிக்கை, நஜ்ரான் கிறிஸ்தவர்களுக்கும், அவர்களது உடைமைகளுக்கும், வணக்கத்தலங்களுக்கும் முழுமையான பாதுகாப்பை உறுதிப்படுத்தியது. இந்த உத்தரவாதத்திற்குப் பகரமாக நஜ்ரான் கிறிஸ்தவர்கள் வழங்கவேண்டியிருந்தது ஒரு விசேஷ வரி மாத்திரமே. (Ling, 1983, பக். 324-5) பிஷப்மார்கள், குருமார்களின் பாதுகாப்புக்கும் உத்தரவாதம் வழங்கிய இவ்வுடன்படிக்கை, இஸ்லாமிய அரசுகளுக்கும் அவ்வரசுகளுக்குக்கீழ் வாழ்ந்த கிறிஸ்தவர்களுக்குமிடையே பின்னர் ஏற்பட்ட அத்தனை உடன்படிக்கைகளுக்கும் ஒரு முன்மாதிரியாக விளங்கியது எனலாம். அரேபியத் தீபகற்பம் எங்கும் இஸ்லாம் பரவிக் கொண்டிருந்த காலகட்டத்தில் நபிகளாரின் இல்லத்தில் ஒரு கிறிஸ்தவ அடிமை வாழ்ந்திருக்கின்றார். அவ்வாறே உமர் (ரலி) அவர்களின் இல்லத்திலும் ஒரு கிறிஸ்தவ அடிமை வாழ்ந்துள்ளார். அவர் இஸ்லாத்தில் இணைய வேண்டும் என்று உமர் (ரலி) விரும்பியபோதும், அவ்வடிமை இஸ்லாத்தில் இணையவில்லை என்பதும், அப்படியிருந்தும் அவரால் உமரின் இல்லத்தில் வாழ முடிந்தது என்பதும் சிந்தையில் கொள்ளப்பட வேண்டிய உண்மைகளாகும். (A. Iqbal, 1981, பக். 71)

vii. போரைப் பற்றிய கண்ணோட்டம்

ஜிஹாத் கோட்பாட்டைப் பற்றித் தோன்றியுள்ள தவறான கருத்துகளைப் பற்றி ஏற்கெனவே நாம் ஆராய்ந்துள்ளோம். நவீன உலக அமைப்புக்கு அவசியமானவையாக விளங்கும் சமாதானம், ஆக்கிரமிப்பு போன்ற அம்சங்களும் ஜிஹாத் கோட்பாட்டோடு தொடர்பானவையே. திருக்குர்ஆனின் இருபத்து இரண்டாவது அத்தியாயம் பின்வருமாறு கூறுகின்றது:

> நிராகரிப்போரால் அநியாயத்திற்குள்ளானவர்களுக்கு அவர்களை எதிர்த்துப் போர் செய்ய அனுமதியளிக்கப்பட்டுவிட்டது. நிச்சயமாக அல்லாஹ், இவர்களுக்கு உதவிசெய்யப் பேராற்றலுடையோனாக இருக்கின்றான். இவர்கள் எத்தகையோரென்றால், நியாயமின்றித் தங்கள் வீடுகளிலிருந்து துரத்தப்பட்டார்கள். எங்களுடைய இறைவன் அல்லாஹ் ஒருவன்தான் என்று கூறியதுதான் இவர்கள் செய்த குற்றம். மனிதர்களில் அக்கிரமம் செய்யும் சிலரை, சிலரைக்கொண்டு அல்லாஹ் தடுக்காதிருந்தால், கிறிஸ்தவர்களின் ஆலயங்களும் அவர்களுடைய மடங்களும், யூதர்களுடைய ஆலயங்களும், அல்லாஹ்வுடைய திருப்பெயர் அதிகமாக நினைவுகூறப்படும் மஸ்ஜித்களும் அழிக்கப்பட்டே போயிருக்கும். அல்லாஹ்வுக்கு எவன் உதவி செய்கிறானோ அவனுக்கு, நிச்சயமாக அல்லாஹ்வும் உதவி செய்கிறான். நிச்சயமாக அல்லாஹ் மிக்க வலிமையுள்ளவனும், யாவரையும் மிகைத்தோனுமாக இருக்கிறான். (குர்ஆன் 22:39-40)

பாதுகாப்பிற்காக, குறிப்பாக சமயத்தின் பாதுகாப்பிற்காகப் போராடுவதற்கு இஸ்லாம் அனுமதி அளித்து உள்ளது என்பதை மேலே தரப்பட்டுள்ள இறைவசனங்கள் உணர்த்துகின்றன. ஆனால் சுய புகழுக்காகவோ, அதிகார மேம்பாட்டுக்காகவோ, நாடுகளைப் பிடிப்பதற்காகவோ போரிடுவதற்கு இஸ்லாம் அனுமதி வழங்கவில்லை. துன்புறுத்தல்களிலிருந்து மதத்தைப் பாதுகாப்பதற்காகப் போராடுவது ஒரு மனிதனின் கடமை என்றே கருதப்படுகிறது. மதத்தின் பாதுகாப்பிற்காகப் போராடுபவனுக்கு இறைவன் உதவுவான் என்பது நம்பிக்கை. மேலே தரப்பட்டுள்ள குர்ஆன் வசனங்களில் யூத மதம், கிறிஸ்தவம் போன்ற மக்களின் வழிபாட்டுத் தலங்கள் குறிப்பிடப்பட்டிருப்பது அவதானத்திற்குரியதாகும். இதைவிட முக்கியமானது இவ்வணக்கத் தலங்கள் குறிப்பிடப்பட்டுள்ள வரிசை முறையாகும் - பள்ளிவாசல் என்பது கடைசியிலேயே வருகின்றது.

தனிப்பட்ட இஸ்லாமிய ஆட்சியாளர்கள் என்ன செய்துள்ள போதிலும், ஆக்கிரமிப்புப் போர்கள் இஸ்லாத்தில் அனுமதிக்கப் படாதவையே.

ஐநா சாசனத்தில் வரையறுக்கப்படாத சொல்லான ஆக்கிரமிப்பு என்பது சர்வதேச சட்டத் துறைச் சொல்லாட்சியில் இடம்பெற்றுள்ள ஒரு புதிய சொல்லாகும். 1974ஆம் ஆண்டு டிசம்பர் மாதம் 14ஆம் தேதி

ஐக்கிய நாடுகள் சபையில் நிறைவேற்றப்பட்ட ஆக்கிரமிப்பு என்ற சொல்லுக்கு வரைவிலக்கணம் கூறும் தீர்மானம், நீண்டகாலமாக வரையறை செய்ய முடியாதிருந்த ஒரு சொல்லுக்குப் பொருள் காண முயன்ற ஒரு காலதாமதமான முயற்சியாகும். ஆக்கிரமிப்பு என்பது ஒரு நாடு தனது இராணுவத்தை, மற்றொரு நாட்டின் இறையாண்மையைச் சிதைப்பதற்கு, அதன் பிரதேச முழுமைக்குக் கேடு விளைவிப்பதற்கு, அதன் அரசியல் சுதந்திரத்தைப் பங்கப்படுத்துவதற்குப் பயன்படுத்துதல் அல்லது வேறு ஏதாவது வகையில் ஐக்கிய நாடுகள் சபை சாசனத்தின் முதலாம் உறுப்புரைக்கு (சட்டப்பிரிவுக்கு) எதிராக நடத்தல் என்ற வரையறையை ஐக்கிய நாடுகள் சபை ஏற்றுள்ளது. இச்சபை சாசனத்தின் ஐந்தாம் உறுப்புரை ஆக்கிரமிப்பு என்பதை, சர்வதேச சமாதானத்திற்கு எதிரான ஒரு குற்றச்செயல் என வர்ணிப்பதோடு, எந்த ஒரு காரணமும் ஓர் ஆக்கிரமிப்பை நியாயப்படுத்தாது எனவும் கூறுகின்றது. ஆக்கிரமிப்பு என்றால் என்ன என்பதைப் பற்றிய இஸ்லாமியச் சிந்தனை இந்த வரையறையைவிட ஒருபடி மேலே சென்றது; அது இராணுவ ஆக்கிர மிப்போடு, இலட்சிய வாத ஆக்கிரமிப்பையும் கருத்தில்கொள்கிறது. இத்தகைய அனைத்து ஆக்கிரமிப்புகளுக்கும் எதிராகக் குரல் கொடுக்கும் பல வசனங்கள் குர்ஆனில் காணப்படுகின்றன. எனவே இஸ்லாமிய அரசு ஒன்றிற்கு எதிராக மற்றுமோர் அரசு இலட்சியவாத ஆக்கிரமிப்பை மேற்கொண்டால்கூட, அதனை எதிர்த்து, இஸ்லாமிய இலட்சியங் களைப் பாதுகாப்பது ஓர் இஸ்லாமிய அரசின் கடமையாகும்.

பலாத்கார நடவடிக்கைகள் எதுவுமின்றியே, அடாவடித்தனமான செயல்கள் எதுவுமின்றியே, ஆக்கிரமிப்புகள் ஏற்படலாம் என்ற கருத்தை நவீன சர்வதேச சட்டங்கள் ஏற்றுக்கொள்கின்றன. ஒரு நாடு மற்றொரு நாட்டின் பாதுகாப்பை, பொருளாதார, பிரச்சாரப் போர்கள் போன்ற மறைமுகமான முறைகள் மூலமும் சிதைக்க முற்படலாம். இத்தகைய சந்தர்ப்பங்களில் பாதிப்புகளுக்குள்ளாகும் நாட்டுக்கு, தனக்கு எதிரான ஆக்கிரமிப்பை எதிர்க்கும் உரிமை முழுமையாக இருக்கின்றது. சர்வதேச சட்டத்தில் புதிதாக உருவாகி இருக்கும் இக்கோட்பாடு, ஏக காலத்தில் நன்மை பயக்கக் கூடியதாகவும், ஆபத்துகளை ஏற்படுத்தக்கூடியதாகவும் விளங்குகின்றது. உலக நாடுகளின் அனுபவங்கள் யாவற்றையும் ஒன்று சேர்த்து, அவற்றை ஆராய்ந்து, இக்கோட்பாடு மேலும் வளர்க்கப்பட வேண்டும்; செம்மைப்படுத்தப்பட வேண்டும். இக்கோட்பாட்டின் வளர்ச்சிக்கு இஸ்லாமிய எழுத் தாக்கங்கள் பெரும் பங்களிப்புகளை வழங்கும். *(பார்க்க:* Al-Ghunaimi, *1968, பக். 209)*

மேலே கூறப்பட்டுள்ள கருத்துகள், இஸ்லாம், அது உருவாக்கி யுள்ள பாரம்பரியங்களாலும், அது ஏற்றுள்ள இலட்சியங்களாலும்,

ஏனைய உலக நாடுகளோடு நல்லுறவை வளர்த்து, நல்லிணக்கத்துடன் வாழ்வதைத் தன் இயல்பாகக் கொண்டுள்ளது என்பதை உணர்த்தும். இஸ்லாமியப் பாரம்பரியங்கள் நாடுகளிடையே நல்லிணக்கம் தோன்று வதற்கும், வளர்வதற்கும் பெரிதும் உதவும். இஸ்லாமிய நாடுகளில் பல ஐக்கிய நாடுகள் சபையின் இலட்சியங்களைச் சுயமாக ஏற்று, அவற்றை வளர்க்க உதவுவோம் என வாக்குறுதி அளித்திருப்பது, அவை தம்முடைய இலட்சியங்களை, சிந்தனைகளை ஏனைய நாடுகள் மீது திணிக்க முயல்வதில்லை; மாறாக மற்ற நாடுகளோடு இணங்கி வாழவே அவாவுகின்றன என்பதை உறுதிப்படுத்துகின்றது.

9

இஸ்லாமியமல்லா நாடுகளில் இஸ்லாமியச் சட்டவியலின் பெறுமதி

இஸ்லாமியர் அல்லாதோரின் பார்வைக்கு எளிதில் கிடைக்காத இஸ்லாமியச் சட்டவியலின் சில முக்கியமான அம்சங்களை அவர்களின் பார்வைக்கு வைப்பது இவ்வாய்வின் முக்கியமான நோக்கங்களில் ஒன்றாகும். பிறமத நாடுகளில் இதுவரை இஸ்லாம் அதற்குப் பாதகமான முறையிலேயே அறிமுகப்படுத்தப்பட்டுள்ளது. நேர்மையான முறையில் அது அறிமுகப்படுத்தப்பட்டதில்லை என்றே கூற வேண்டும். பாமர மக்கள் மத்தியில் மட்டுமல்லாது, கற்றோர் மத்தியில்கூட இஸ்லாத்தைப் பற்றிய ஒரு தெளிவான விளக்கம் இல்லாமை கவலைக்குரியதே. இஸ்லாம் தொடர்பான விடயங்கள் பற்றி எழுதுகின்ற, பேசுகின்ற சராசரிப் பிறமத ஊடகவியலாளர்களின் பார்வையில் எந்தளவு, தேசிய, கலாசாரப் பக்கச்சார்பு காணப்படுகின்றதோ, அதே அளவு பக்கச்சார்பு இவ்விடயங்களைப் பற்றி எழுதியுள்ள பிறமத அறிஞர்களின் கண்ணோட்டங்களிலும் காணப்படுகின்றது என்றே கூற வேண்டியுள்ளது.

தோமஸ் கார்லைல் 1841ஆம் ஆண்டில், தான் எழுதிய *நாயகர்களும் நாயகர் வணக்கமும் (ஹீரோஸ் அண்ட் ஹீரோ வொர்ஸிப்)* எனும் நூலில், நபிகள் நாயகத்தின் வாழ்வையும் பணிவையும் மேற்கத்திய இலக்கியம் அதுவரை நோக்காத கண்ணோட்டத்தில் நோக்கி ஒரு புதிய போக்கை ஆரம்பிக்க முயன்றார். இஸ்லாத்தின்பால் ஆங்கில இலக்கியம் காட்டிய வெளிப்படையான பகைமையே கார்லைல் இந்த முயற்சியில் ஈடுபட்டதற்குக் காரணமாக இருந்திருக்கலாம். சிலுவைப் போர்களின் போது தோன்றிய இஸ்லாமிய விரோத உணர்வு, உஸ்மானியப் பேரரசின் ஆட்சிக்காலத்தில் வலுப்பெற்றது. கார்லைலின் காலத்திலும் தெளிவாகத் தென்பட்ட இஸ்லாமிய வெறுப்பு உணர்வு அவருக்கு அடுத்த நூற்றாண்டிலும் தொடர்ந்தது. இன்றைய மேற்கத்திய உலக இலக்கியத்தில்கூட இவ்விரோத உணர்ச்சி காணப்படுகின்றது என்றே கூற வேண்டும். கொலம்பியாப் பல்கலைக் கழகத்தில் ஆங்கில இலக்கியத் துறைப் பேராசிரியராகப் பணிபுரிந்த எட்வர்ட் செய்த் மேற்கத்திய

அறிஞர்கள் மூலமாகவும், வெகுமக்கள் தொடர்பூடகங்கள் மூலமாகவும் எவ்வாறு இஸ்லாமியக் கோட்பாடுகளும் தத்துவங்களும் உருமாற்றப் பட்டு, சிதைக்கப்பட்டு வந்துள்ளன என்பதை மிக விவரமாக விளக்கி யுள்ளார் (Said, 1978). மேலை நாட்டு இலக்கியத்தின் ஊடாக நபிகள் நாயகத்தையும் இஸ்லாத்தையும் காணமுயலும் ஒருவர் நபிகளாரையும், இஸ்லாத்தையும் உருக்குலைந்த பிம்பங்களாகவே அதில் காண்பர் எனக் குறிப்பிட்டுள்ள பேராசிரியர் நோர்மன் டேனியல் அதனை 'சிலுவைப் போர்கள் வழங்கிய பரம்பரைச் சொத்து' எனவும் வர்ணித்துள்ளார்.

மேலே தரப்பட்டுள்ள தகவல்கள் இஸ்லாமியரல்லாதோரைப் பொறுத்தவரையில் சட்ட அறிஞர்களாயினும் சரி, பாமர மக்களாயினும் சரி எவ்வெவ் வகைகளில் முக்கியத்துவம் பெறுகின்றன என்பதைப் பற்றிய ஒரு சிறு விளக்கம் கீழே தரப்படுகிறது:

கருத்துகள் பற்றிய வரலாற்றறிவு

அனைத்து முதன்மையான கலாசார, தத்துவ, சமய முறைமைகளும் ஏனைய துறைகளின் வளர்ச்சிக்கு அவற்றின் பங்களிப்புகளை வழங்கி யுள்ளன. எந்த ஒரு முறைமையும் சுயமாகத் தோன்றி வளர்ச்சியடைவ தில்லை. ஒரு பக்கம் நாம் பொது மனிதத்துவம் எனும் இலட்சியத்தை நோக்கி நடைபோடுகின்றோம். மறுபக்கம் நவீன தொழில்நுட்ப வளர்ச்சிகள் உலகத்தைச் சுருங்க வைக்கின்றன. இவை இரண்டும் ஒன்று சேர நாம் ஒரு பொது உலகமெனும் கிராமத்தின் குடிமக்கள் என்பதை உணர்கின்றோம்.

இத்தகையதோர் அமைப்பில், எந்த ஒரு முறைமையும் உலக அறிவெல்லாம் தன்னகத்தே தங்கி இருக்கிறது என்று எண்ணுவதோ, தானே சிந்தனைகள் அத்தனைக்கும் பிறப்பிடம் என்று கருதுவதோ முற்றிலும் தவறானதே. இஸ்லாமியச் சிந்தனைகளின் வரலாறு வளமிக்கது; அவ்வாறே மேற்குலக வரலாறும் வளமிக்கதே. இத்தகைய வளமிக்க இரு வேறுபட்ட முறைமைகளுக்கிடையே பரஸ்பர கருத்துப் பரிமாற்றம் ஏற்படுவதை அறியாமை, பாரபட்சமான கண்ணோட்டம் எனும் கண்ணுக்குப் புலப்படாத தடைகள் தடுக்கின்றன. இஸ்லாமியச் சிந்தனை அறிவு எனும் முழுமையின், ஒரு பகுதியான சட்டவியல் மேம்பாட்டையும் அவை கொண்டிருக்கும் வளங்களையும் மாத்திரம் மேற்கத்திய மக்களுக்கு எடுத்துக்காட்டினால்கூட, இஸ்லாமிய அறிவின் கருவூலங்களைத் தேடிப் படிக்காது விட்டதனால் தாம் எவ்வளவு பெரும் இழப்புகளுக்குள்ளாகி இருக்கின்றோம் என்பதை அவர்கள் உணர்ந்து கொள்வர்.

இவ்வுணர்வின் வளர்ச்சி தற்போது நிலவும் தடைகளை அகற்றினால், இஸ்லாமியப் பண்பாட்டின் செழுமைகளை மேற்கு உலக மக்கள் உணர, மேற்கத்திய கலாசாரத்தின் மேம்பாடுகளை இஸ்லாமியர் உணர்வர். தமது மக்கள் மத்தியிலே உருவாகி வளர்ந்த சுய சிந்தனைகள் எனத் தாம் இதுவரை நம்பி வந்தவை, பிறரிடமிருந்து பெறப்பட்டவை என்பதை மக்கள் உணரக்கூடிய வாய்ப்புகள் ஏற்படலாம்; அல்லது பிற பண்பாட்டுக் கருத்துகளும் தமது மக்களின் சிந்தனை வளர்ச்சிக்கு உதவியுள்ளன என்பதை அறிந்து கொள்ளலாம். சட்டம், தத்துவம் போன்ற துறைகள் இதற்குப் போதுமான சான்றுகளை வழங்கும்.

இத்தகைய எண்ணங்கள் இருசாரார்களுக்குமிடையே புரிந்துணர்வை வளர்க்கும்; புரிந்துணர்வு இவர்களுக்கிடையே நிலவும் இறுக்கத்தைத் தளர்த்தும்; இறுக்கங்கள் தளரும் போது, உலக அமைதி உருவாகும். இன்றைய உலக அமைப்பில் இஸ்லாமிய உலகு பெற்றிருக்கும் அந்தஸ்தின் காரணமாக, இஸ்லாமிய உலகைப் பற்றி ஏனையோர் புரிந்து கொள்வதும், ஏனையோரின் பண்பாட்டுச் சிறப்புகளை இஸ்லாமியர் அறிந்துகொள்வதும் அவசியமானவையாகும்.

ஒப்புநோக்குச் சட்டம்

ஒப்புநோக்குச் சட்டப் படிப்புகள் வெவ்வேறு பண்பாட்டு முறைகளில் காணப்படும் சட்ட விதிகளை அறிந்துகொள்வதற்கு உதவும் அதே வேளை, அவற்றில் கையாளப்படும் வெவ்வேறு விதமான சட்ட வழிமுறைகளைப் பற்றி அறியவும் உதவும். ஒரே சட்ட முறைக்குள் தன்னை முடக்கிக்கொள்ளும் ஒரு சட்ட ஆய்வாளன் தான் எதிர்நோக்கும் சட்டப் பிரச்சினைகளுக்குத் தீர்வு காண ஒரே வகையான, மாறாத வழிமுறைகளையே கையாளுவான். ஒரு சட்டப் பிரச்சினைக்குத் தீர்வுகாண முயலும் ஒருவன், தனது கலாசார சட்ட வழிமுறைகளை மாத்திரந்தான் கடைப்பிடிப்போம் என்று எண்ணாது, வேறு கலாசார, வரலாற்று வழிமுறைகளைக் கையாண்டு தீர்வுகாண முயலும்போது, சிலவேளைகளில் புதிய விளக்கங்கள் தோன்றலாம். புதிய விளக்கங்கள் புதிய தீர்வுகளுக்கு வழிவகுக்கலாம். பொதுச் சட்டத்தின் முற்தீர்ப்பு முறை, இஸ்லாமியச் சட்ட முறையில் நிலவுகின்ற ஒப்பீட்டு முறை களாலும், தர்க்க ரீதியாக சிந்தித்து அனுமானங்களைப் பெற்றுக் கொள்ளும் முறையினாலும் பயன்கள் பல பெறலாம். சட்டத்தின் இறுதி நோக்கு என்ன எனும் தத்துவத்தில் காணப்படும் கருத்து வேறுபாடுகள், சிலவேளை, இஸ்லாமிய அறிஞர்களின் சிந்தனைகளை ஆராய்வதால் தீர்க்கப்படலாம். கோட்பாடுகள் பற்றிய சட்டவியல் ஆய்வுகள் கூர்மை யடையலாம். தனிமனித நலன்களுக்கும் சமூக நலன்களுக்குமிடையே காணப்படும் முரண்பாடுகள் தீர்க்கப்படலாம்.

நடைமுறை இராஜதந்திரம்

எதிர்காலங்களில், உலகெங்கும் பரவியிருக்கும் இஸ்லாமிய நாடுகளோடு போர், சமாதானம், வணிக ஒப்பந்தம் போன்ற பல்வேறு விடயங்களைப் பற்றி பேச்சுகளில் ஈடுபட வேண்டிய அவசியம் இஸ்லாமியமல்லாத நாடுகளுக்கு அதிகரிக்கலாம். இத்தகைய பேச்சுகளை வெற்றிகரமாக நடத்துவதற்கு இஸ்லாமியரின் மனோ பாவங்கள், கலாசாரம், வரலாறு போன்றவற்றைப் பற்றிய தெளிவான அறிவு அவசியமாகும்.

மேலைத்தேய மக்களுக்கு இஸ்லாமியச் சிந்தனைகள், வரலாறு போன்றவை தொடர்பான தெளிவான ஞானம் இல்லாத காரணத்தால் ஏற்பட்ட ஒரு தாக்கத்தை சில ஆண்டுகளுக்கு முன்னர் உலகை அச்சுறுத்திய ஈரான் பணயக் கைதிகள் விவகாரத்தின் போது உலகம் உணர்ந்தது. சர்வதேச சமூகங்களால் ஏற்றுக்கொள்ளப்படும் இராஜதந்திர சட்டவிலக்களிப்புக் கோரும் உரிமையின் அடிப்படையிலேயே ஐக்கிய அமெரிக்கா, பணயக் கைதிகளாகத் தடுத்து வைக்கப்பட்டிருந்த தனது இராஜதந்திரிகளுக்காக குரல் எழுப்பியது. தனது வாதத்திற்கு வலுவூட்ட அது மேற்கத்திய சர்வதேச சட்ட நூல்கள் பலவற்றிலிருந்து ஆதாரங்கள் காட்டியது. அயல்நாட்டு தூதுக் குழுக்களும் இராஜதந்திரிகளும் எவ்வாறு நடத்தப்பட வேண்டும் என்பதைப் பற்றி இஸ்லாமிய நூல்கள் பல மிக விரிவாக எடுத்துரைக்கின்றன. இவ்விவகாரத்தின் போது, இந்நூலாசிரியர் அறிந்த வரையில், இஸ்லாமிய நூல் ஒன்றேனும் ஆதாரமாகக் காட்டப்படவில்லை. இத்தகைய நூல்கள் இஸ்லாமியர் மத்தியில் இருக்கின்றன என்பதைத் தாம் அறிந்திருப்பதாகக்கூட மேற்கு நாடுகள் காட்டிக்கொள்ளவில்லை. தமது நாட்டு இராஜ தந்திரிகளைப் பணயக் கைதிகளாகத் தடுத்து வைத்திருப்பது இராஜதந்திர சட்ட விலக்களிப்புக் கோட்பாட்டுக்கு முரணானது எனக் கோஷம் எழுப்பிய அமெரிக்கர்கள் தமது வாதங்களுக்கு ஆதாரமாக இஸ்லாமியச் சட்ட நூல்களையும் காட்டியிருந்தால் மூன்று நற்பயன்கள் ஏற்பட்டிருக்கலாம். முதலாவதாக, அமெரிக்கர் முன்வைத்த வாதத்தை மறுப்பது ஈரானியர் களுக்குக் கடினமானதாக இருந்திருக்கும். இரண்டாவதாக, இஸ்லாமியக் கோட்பாடுகளை, அதன் கலாசார விழுமியங்களை அமெரிக்கர்கள் உணர்ந்திருக்கின்றனர் என்ற எண்ணத்தை இது ஏற்படுத்தி இருக்கும். மூன்றாவது, இதனால் ஏற்படும் நல்லெண்ணம் ஈரானியரின் சிந்தனைப் போக்கில் தேவையான மாற்றங்களை ஏற்படுத்தி சுமுகமான பேச்சு களுக்கு உகந்த ஒரு பொதுவான புரிந்துணர்வு கொண்ட மனோநிலையை உருவாக்கியிருக்கும்.

இன்று நடைமுறைப்படுத்தப்படும் சர்வதேச சட்டங்கள் தொடர்பான விதிகளில் அதிகமானவை, பத்தொன்பதாம் நூற்றாண்டில் உலக

முதன்மை பெற்றிருந்த இங்கிலாந்து, அமெரிக்கா, பிரான்ஸ் போன்ற மேற்கத்திய நாடுகளால் அவர்களது பண்பாடுகளுக்கேற்ப, அவர்களது நலன்களுக்கு முன்னுரிமை வழங்கி அமைக்கப்பட்டவை என்ற கருத்தே உலக மக்கள் பெரும்பான்மையோரின் உள்ளங்களில் வெகு ஆழமாகப் பதிந்திருக்கிறது என்ற உண்மையை ஏனையோர், குறிப்பாக மேனாட்டோர் உணர்ந்திருக்கின்றனர் எனக் கூற முடியாது. மேற்கத்திய சர்வதேச சட்டங்களைச் சந்தேகக் கண்களோடு நோக்குபவர்களுக்கு அச்சட்ட முறைமையில் இருக்கும் அத்தனை சட்டவிதிகளும் தவறானவையாகவே விளங்கும். எனவே இன்றைய சர்வதேச சட்டங்களை வலுப்படுத்தவும், அவற்றை ஏற்புடையதாக ஆக்குவதற்கும், உலகக் கலாசாரப் பாரம்பரியங்களைப் பிரதிபலிப்பனவாக அவை மாற்றியமைக்கப்பட வேண்டும்.

மேலே குறிப்பிடப்பட்ட பணயக் கைதிகள் விவகாரத்தின் போது, இப்பிரச்சினை தொடர்பான இஸ்லாமியச் சட்டங்களை ஆராய வேண்டும் என்ற ஆலோசனையை அமெரிக்க அதிகாரப் பீடத்திற்கு இந்நூலாசிரியர் வழங்கினார். இவ்வாலோசனையை அமெரிக்க அதிகாரப்பீடம், இவ்விவகாரம் தொடர்பாக தான் நியமித்திருந்த சிறப்புக் குழுவின் பரிசீலனைக்குச் சமர்ப்பித்த போதிலும், தனது ஆலோசனையின் அடிப்படையில் நடவடிக்கைகள் ஏதாவது எடுக்கப்பட்டனவா இல்லையா என்பதைப் பற்றி எதுவும் இவ்வாசிரியருக்குத் தெரியாது. தான் வழங்கிய ஆலோசனை தொடர்பாக உரிய அதிகாரிகளிடமிருந்து அவருக்கு எவ்விதமான தகவல்களும் கிடைக்கவில்லை. தனது ஆலோசனையின் முக்கியத்துவத்தை உரியவர்கள் உணராததால் அல்லது இவ்விவகாரத்திற்குப் பொறுப்பாக நியமிக்கப்பட்டிருந்தவர்களின் நிபுணத்துவக் குறைவினால் அது நிராகரிக்கப்பட்டிருக்க வேண்டும் என்பதே ஆசிரியரின் ஊகமாகும்.

இஸ்லாத்தைப் பின்பற்றாத உலகம் இஸ்லாமியச் சிந்தனைகளைப் புறக்கணிப்பது இந்த மட்டத்தில் மட்டுமல்ல, எல்லா மட்டங்களிலும் நடைபெறத்தான் செய்கின்றது. ஆனால் இழப்பு இஸ்லாமியர்களுக் கல்ல; இஸ்லாமியச் சிந்தனைகளை உதாசீனப்படுத்தியவர்களுக்கே.

இஸ்லாமிய உலகின் வளர்ந்துவரும் செல்வாக்கு

இன்று உலகில் காணப்படும் சுதந்திர இஸ்லாமிய நாடுகளின் தொகை பெரியது. ஐக்கிய நாடுகள் சபையில் அங்கத்துவம் வகிக்கும் நாடுகளில் கணிசமானவை இப்பிரிவைச் சார்ந்தவையாகும். இஸ்லாமிய நாடுகளில் எழுபது கோடி முஸ்லிம்களும் ஏனைய நாடுகளில் முப்பது கோடி முஸ்லிம்களும் வாழ்கின்றனர். எனவே உலக முஸ்லிம் மக்கள்

தொகை நூறு கோடியாகும். இது உலக மொத்த மக்கள்தொகையின் நான்கில் ஒரு பகுதியாகும். இருபத்தெட்டு நாடுகளில் முஸ்லிம்களின் மக்கள்தொகை அவ்வந்நாட்டு மொத்த மக்கள்தொகையில் எண்பத்தைந்து வீதத்திற்கும் அதிகமாகும். அறுபத்தொன்பது நாடுகளில் கணிசமான அளவு முஸ்லிம்கள் வாழ்கின்றனர்.

பெரும் பொருளாதார பலத்தோடு திகழும் இவ்விஸ்லாமிய நாடுகளின் செல்வாக்கு, சர்வதேச அரங்கிலே நாளுக்கு நாள் அதிகரித்துக்கொண்டே செல்வதனால், இஸ்லாமியர்களும் இஸ்லாமியச் சிந்தனைகளும் முக்கிய பங்கு வகிக்காத எந்த ஓர் உலக அமைப்பையும் நிறுவுவது அசாத்திய மானது என்றே இன்று கருதப்படுகின்றது.

உலக நாடுகளுக்கிடையே, உலக மக்களுக்கிடையே புரிந்துணர்வு விரைவில் நிலைபெற வேண்டுமானால், கிறிஸ்தவம், பௌத்தம், இஸ்லாம் ஆகிய மதங்களைப் பற்றிய தெளிவு, மாந்தரிடையே ஏற்படுவது அவசியமாகும். உலகின் முதன்மையான மதங்களில் இஸ்லாத்தைப் போல திரித்துக் கூறப்பட்டுள்ள மதம் வேறொன்று இல்லை என்ற படியால், ஏனைய மதங்களைவிட இஸ்லாத்தைப் பற்றிய ஒரு புரிந்துணர்வு ஏற்படுவது அத்தியாவசியமாகின்றது.

1956ஆம் ஆண்டில், மேற்கத்திய வல்லரசுகளின் கூட்டு வலிமைக்கு எதிராக, ஓர் ஒற்றை இஸ்லாமிய நாடு பெரும் சீற்றத்தோடு கிளம்பியதால் ஏற்பட்ட சூயஸ் கால்வாய்ப் பிரச்சினை, ஐரோப்பிய நாடுகள் இஸ்லாமிய உலகின் சக்தியை அதுவரை உணர்ந்திருக்கவில்லை என்பதைத் தெளிவாகப் புலப்படுத்தியது. இப்பிரச்சினை வெடித்த போது மேற்கத்திய நாடுகள் வெளிப்படுத்திய பேரதிர்ச்சி, புதிதாக உருவாகிக்கொண்டிருந்த ஒரு சக்தியைப் பற்றி, அவை கிஞ்சித்தேனும் அறிந்திருக்கவில்லை என்பதையே புலப்படுத்தின. இருபதாம் நூற்றாண்டின் வைகறையில், ரஷ்யப் படைகளை அழித்தொழித்து, இனிமேலும் மேற்கத்திய ஆதிக்கத்தைச் சகித்துக்கொள்ள ஆசியா தயாராக இல்லை என்பதை ஜப்பான் தெட்டத்தெளிவாக உணர்த்திய போது, ஐரோப்பா எங்கிலும் சிதறி ஓடிய அதிர்ச்சி அலைகளுக்கு ஒத்தனவாகவே சூயஸ் கால்வாய்ப் பிரச்சினை எழுப்பிய அலைகள் விளங்கின. உலகின் மிகப்பெரும் வல்லரசின் துணையோடு ஈரானை ஆண்ட ஷா மன்னர் அந்நாட்டை விட்டு விரட்டப்பட்டது இஸ்லாமிய சக்தி பீரிட்டுக் கிளம்பிய இரண்டாவது சந்தர்ப்பமாகும். இஸ்லாம் அதன் அடிமட்ட நிலையில் வெளிப்படுத்திய மாபெரும் வலிமை எதிர்பார்த்திராத ஒன்றாகும்.

இஸ்லாமிய நாடுகளுக்குள்ளும் இஸ்லாத்தின் வேகம் கூடிக்கொண்டு தான் இருக்கிறது. தேர்தல் பிரச்சாரம் ஒன்றின் போது, 'இஸ்லாம்

இன்றேல், பாகிஸ்தான் ஒரு மணல் வீட்டினைப் போல் உதிர்ந்து விடும்' பாகிஸ்தான் ஜனாதிபதி ஜியாவுல் ஹக் குறிப்பிட்டது நினைவில் நிறுத்தப்பட வேண்டியதாகும். அதே ஜனாதிபதியிடம் 'உங்கள் தேர்தல் விஞ்ஞாபனம் என்ன?' என்ற வினா எழுப்பப்பட்டபோது, அவர் அளித்த பதில் 'எனது தேர்தல் அறிக்கை, குர்ஆனாகும்' என்பதே (டைம் சஞ்சிகை, டிசம்பர் 31, 1984, பக். 11). இஸ்லாமிய சட்டங்களைப் பற்றிய அடிப்படை அறிவேனும் இல்லாது, பாகிஸ்தானுடன் வர்த்தக உறவுகள் வைத்துக்கொள்ளவோ, நவீன பாகிஸ்தானைப் புரிந்து கொள்ளவோ, அதனோடு செம்மையான இராஜதந்திர உறவுகளை வளர்த்துக்கொள்ளவோ முடியாது. பாகிஸ்தானில் மாத்திரந்தான் இந்நிலை என்று இல்லை. உலகின் எந்த ஓர் இஸ்லாமிய நாட்டை எடுத்துக்கொண்டாலும் இதே நிலையைத்தான் காண்போம்.

மேற்கு சஹாராவிலிருந்து இந்தோனேசியா, புருணை எனத் தொடரும் ஒரு நீண்ட நிலப்பரப்பில், இஸ்லாமிய அரசுகள் புரட்சிகர இஸ்லாமிய ஆட்சி, பாரம்பரிய இஸ்லாமிய ஆட்சி, இராணுவ இஸ்லாமிய ஆட்சி, தேசிய இஸ்லாமிய ஆட்சி, சமதர்ம இஸ்லாமிய ஆட்சி - எனப் பல வடிவங்களில் காணப்படுகின்றன. இவை யாவும் புத்தூக்கமும் புத்துணர்ச்சியும் பெற்றுள்ள ஒரு சக்திக்குக் கட்டியம் கூறுகின்றன. இச்சக்தியை உலகம் புறக்கணிக்க முடியாது. இப்புதிய சக்தியை உலகம் புரிந்துகொள்ள வேண்டும்.

சர்வதேச மனித உரிமை எனும் எண்ணக்கருவின் சிதைவைத் தடுத்தல்

ஐக்கிய நாடுகள் அமைப்பின் அனைத்துலக மனித உரிமைப் பிரகடனமும் அதனைத் தொடர்ந்து வெளியான ஆவணங்களும் ஒன்றிணைந்து, உலகளாவிய ரீதியில் செயல்படுத்தப்படக்கூடிய சர்வதேச சட்டக் கோட்பாட்டுத் தொகுதி ஒன்றை உருவாக்கிக் கொண்டிருந்த அதே வேளையில், அவ்வாறு உருவாக்கப்பட்டுக் கொண்டிருக்கும் விழுமியங்கள் மேற்கத்திய சிந்தனைகளை மாத்திரம் ஒட்டியே உருவாக்கப் படுகின்றன என்றும், ஐக்கிய நாடுகள் பிரகடனம் தயாரிக்கப்பட்ட போதுகூட, மேற்கத்திய பாரம்பரியங்கள் கவனத்திற்கு எடுக்கப் பட்டனவே ஒழிய, ஏனைய பாரம்பரியங்கள், குறிப்பாக இஸ்லாமியப் பாரம்பரியங்கள் கவனத்திற்கு எடுக்கப்படவில்லை என்றும் எதிர்ப்புகள் தோன்றின. இஸ்லாமியச் செல்வாக்கு ஓங்கி வளரும் இன்றைய உலகில், இஸ்லாமிய நோக்குகளுக்கும் சிந்தனைகளுக்கும் போதிய அளவு முக்கியத்துவம் வழங்கப்படாவிட்டால், ஐக்கிய நாடுகளின் பிரகடனமும், மனித உரிமைக் கோட்பாடும் கடும் எதிர்ப்புக்கு முகம்

கொடுக்கவேண்டிய நிர்ப்பந்தம் ஏற்படலாம். இவை பாதுகாப்போடு வளர்க்கப்பட வேண்டுமானால், இஸ்லாமியச் சட்டப் பாரம்பரியங் களைப் பற்றிய கூடுதலான ஒரு புரிந்துணர்வு முக்கியமானதாகும்.

பரஸ்பர மதிப்பையும் புரிந்துணர்வையும் ஏற்படுத்துதல்

இஸ்லாமியச் சட்டங்களை ஆழமாக ஆராயாது, அவற்றின் மீது கண்டனக் கணைகளை எறியும் வழக்கம் இன்றும் இருக்கிறது. அதைப் போலவே அறியாமையினால் இச்சட்டங்களில் குறை காணும் பழக்கமும் இன்னும் தொடரத்தான் செய்கின்றது. இஸ்லாமியச் சட்ட முறைமைகளுக்கு நேரடியாகப் பொருள் காண முயலாது, ஏனைய விடயங்களையும் தொடர்புபடுத்தி, விமர்சிப்பது எந்தளவு நியாயமற்றது எனப் பல அறிஞர்கள் இன்று கருதுகின்றனர். பரந்த மனதுடன் இஸ்லாமியச் சட்டங்களை ஆராய்வோர், அச்சட்டங்களின் மேன்மையை உணர்வர்; இப்புரிந்துணர்வு இஸ்லாமியச் சட்டங்களின்பால் நல்லெண்ணத்தை ஏற்படுத்தும். பிற கலாசாரத்தினர் தம் சட்டங்களை மதிக்கின்றனர் என்பதை அறியும்போது, இஸ்லாமியரும் மற்றவர்களின் சட்டங்களைப் படிப்பர்; அதனை மதிப்பர். அவற்றில் உள்ள நல்ல அம்சங்களை உள்வாங்கி, தமது நம்பிக்கைகளுக்கும் பண்பாட்டுக்கும் ஏற்ற முறையில் அவற்றைத் தமது சட்டங்களோடு இணைத்துக்கொள்வர். இன்று உலகளாவிய வகையில் ஏற்றுக்கொள்ளப்பட்டிருக்கும் தண்டனை முறைகளை ஏற்றுக்கொள்வதில் இஸ்லாமியச் சட்ட முறைமையும் விருப்பம் காட்டலாம். இன்னும் ஒருசில இஸ்லாமிய நாடுகளில் குற்ற வாளிகளின் கைகளை வெட்டுதல் போன்ற தண்டனைகள் வழக்கத்தில் இருக்கின்றன என்றபோதிலும், பெரும்பாலான இஸ்லாமிய நாடுகள் இத்தகைய தண்டனை முறைகளைக் கைவிட்டுவிட்டன என்பதைச் சட்ட உலகம் அறியும். இஸ்லாமியத் தண்டனை முறைகளை, குற்றமும் பரிகாரமும் தொடர்பான நவீன சிந்தனைகளின் அடிப்படைகளில் மீளாய்வு செய்து, அவற்றை மென்மைப்படுத்த வேண்டும் என்ற கருத்து இப்போது மேலோங்கிக்கொண்டிருக்கிறது. (பார்க்க: *The effects of Islamic Legislation on Crime Prevention in Saudi Arabia*, 1976ஆம் ஆண்டு அக்டோபர் மாதம் 9-13 நாள்களில் ரியாத் நகரில் நடைபெற்ற மாநாட்டு அறிக்கை ஐநா சபையின் சமூகப் பாதுகாப்பு ஆராய்ச்சி நிறுவனத்துடன் இணைந்து, சவூதி அரேபிய உள்நாட்டு அமைச்சு வெளியிட்டது.)

இஸ்லாமிய சமூகத்தின் அத்தனை அம்சங்களையும் 'ஷரீஆ' சட்டங்கள் கட்டுப்படுத்தும் என்பதை இஸ்லாமியச் சட்ட வல்லுநர்கள் ஏற்றுக்கொள்கின்றனர் என்றபோதிலும், பல இஸ்லாமிய நாடுகள் பல்வேறுபட்ட லௌகீக சட்டங்களைத் தத்தமது சட்ட முறைகளுக்குள்

இணைத்துள்ளன என்பதை மறுக்க முடியாது. சில இஸ்லாமிய நாடுகள் வேறு நாடுகளின் அரசியல் அமைப்புகள், நிர்வாகச் சட்டங்கள் போன்ற வற்றில் இருந்தும் சில அம்சங்களை உள்வாங்கியுள்ளன. தண்டனைச் சட்டங்கள் தொடர்பாக இத்தகைய உள்வாங்கல்கள் கூடுதலாக நடை பெற்றுள்ளன எனக் கூறலாம். (Williams, 1963, பக். 79)

இஸ்லாமியக் கலாசாரத்தின் மீது சுமத்தப்பட்டுக் கொண்டிருந்த நியாயமற்ற விமர்சனங்களே, இதுவரை இஸ்லாமிய சமூகங்கள் ஏனைய கலாசாரங்களிலிருந்து எந்த அம்சங்களையும் பெரிய அளவில் உள்வாங்கிக்கொள்வதற்குத் தயங்கியமைக்குக் காரணமாயிருந்திருக் கலாம். இந்நிலைப்பாட்டில் மாற்றம் ஏற்படலாம் என்ற நம்பிக்கை இப்போது தோன்றியிருக்கின்றது.

மனித உரிமை வளர்ச்சிக்கு வழங்கப்படக்கூடிய பங்களிப்புகள்

மனித உரிமைகள் மட்டத்தில், மானிட வரலாற்றில் முன்னெப்போதும் கண்டிராத வகையில், ஒரே உலகம் என்ற இலக்கை நோக்கி நாம் நடை போட்டுக்கொண்டு இருக்கின்றோம். கண்ணியமாக வாழ ஒவ்வொரு மனிதனுக்கும் இருக்கும் உரிமைகள் தொடர்பாக பொதுவான இலக்கு களை உருவாக்கும் முயற்சிக்கு, 1948ஆம் ஆண்டில் வெளியிடப்பட்ட சர்வதேச மனித உரிமைப் பிரகடனம் வழங்கிய பங்களிப்பு பெரும் தாகும். அவ்வாண்டிற்குப் பின்னர் பிரகடனப்படுத்தப்பட்ட மனித உரிமை சாசனங்களும் முந்தியதோடு சேர, இன்று செயற்பாட்டில் இருக்கும் மனித உரிமைகள் கணிசமானவை என்றே கூற வேண்டும்.

இந்த மனித உரிமைத் தொகுப்பு தொடர்ந்து வளர்ந்து கொண்டே இருப்பது அவசியமானதாகும். இஸ்லாத்தில் காணப்படும் மனித உரிமை பாரம்பரியத்தைப்பற்றி இதுவரையில் கூறப்பட்டவை, அம்முறைமை மனித உரிமை வளர்ச்சிக்கு மேலும் பல புதிய சிந்தனைகளை வழங்கக் கூடிய அளவிற்கு வளமிக்கது என்பதை உணர்த்தப் போதுமானவை யாகும். மேற்கத்திய சர்வதேச சட்டங்கள் மிக அண்மைக் காலத்தில் அங்கீகரித்த சமூக, கலாசார, பொருளாதார உரிமைகளைப் பல நூற்றாண்டுகளுக்கு முன்னரே செயல்படுத்திய ஒரு சட்ட முறைமை, வளமிக்க ஒன்றாகத்தானே இருக்க வேண்டும்.

1983ஆம் ஆண்டில் நடைபெற்ற தென்கிழக்காசிய பசிபிக் பிரதேசங் களுக்குப் பொறுப்பான இஸ்லாமிய தஃவா மன்றத்தின் இரண்டாவது பொதுச்சபையில், உரையாற்றிய மலேசியப் பிரதமர் மஹாதிர் முஹம்மது மேலே கூறப்பட்ட கருத்தையே பின்வரும் சொற்களால் விளக்கினார்:

இஸ்லாமிய உலகின் வளம், மேன்மை, அதன் சமய, கலாசார, இலட்சியவாதப் பாரம்பரியங்களிலேயே தங்கியுள்ளது. நீதி, நியாயம் கோலோச்சும் ஓர் உலக

அமைப்பை நிறுவுவதற்கு அவசியமான காரணிகளான நியாய மாதிரிகள், மனித சகோதரத்துவம் போன்றவற்றின் அடிப்படையிலே இன்றைய மனிதன் எதிர்நோக்கும் பிரச்சினைகளுக்குத் தீர்வு காண இஸ்லாம் புதிய அணுகுமுறைகளை முன்வைக்கலாம். (Arabia: The Islamic World Renew, ஆகஸ்ட் 1983, பக். 29)

குர்ஆனை அடிப்படையாகக்கொண்டு அமைந்துள்ள இஸ்லாமியச் சட்டவியலும் குர்ஆனைப் போலவே, தொட்டிலிலிருந்து அடக்கம் வரை மனிதனின் முழு வாழ்க்கையையும் உள்ளடக்குகின்றது. குர்ஆன் மேலும் சற்றுத் தொலைவு செல்கின்றது எனலாம்; அது விந்து நிலையிலிருந்து இறுதிநாள் வரை மனிதனின் வாழ்வை விளக்குகின்றது. அல்லாஹ்வினால் முஹம்மது நபி (ஸல்) அவர்களுக்கு வெளியாக்கப்பட்ட முதல் குர்ஆன் வசனம்:

> நபியே! யாவையும் படைத்த உமதிறைவனின் திரு நாமத்தால் நீர் ஓதுவீராக! அவனே மனிதனை இரத்தக்கட்டியிலிருந்து படைத்தான். நபியே! பின்னும் நீர் ஓதும்; உமதிறைவன் மாபெரும் கொடையாளி. அவன்தான் எழுதுகோலைக் கொண்டு எழுதக் கற்றுக் கொடுத்தான். அன்றி அதன்மூலம் மனிதன் அறியாத வற்றையெல்லாம் அவனுக்குக் கற்றுக் கொடுக்கின்றான். (குர்ஆன்: 96)

எனக் கூற, இறுதியாக இறங்கிய வசனமோ

> தவிர ஒரு நாளைப்பற்றிப் பயப்படுங்கள். அந்நாளில் (கடன் வாங்கியவர்களும் கொடுத்தவர்களும் ஆகிய) நீங்கள் அனைவரும் அல்லாஹ்விடம் கொண்டு வரப்படுவீர்கள். ஒவ்வோர் ஆன்மாவுக்கும் அது செய்த வினைகளுக்குப் பூரணமாகக் கூலி கொடுக்கப்பெறும். அன்றி அவை அநியாயம் செய்யப்படா. (குர்ஆன் 11:281)

என இறுதிநாளைப் பற்றி மிகப் பொருத்தமாக மனிதனுக்கு நினைவூட்டுகின்றது.

இக்கால அளவு, மனிதனது முழு வாழ்வையும் உள்ளடக்குகின்றது. இம்முழுமையைக் கருத்தில்கொண்டே ஒரு மனிதனின் வெற்றி, தோல்வி மதிப்பிடப்படுகின்றது. எத்தனையோ கோடி மக்களுக்கு, எத்தனையோ நூற்றாண்டுகளாக வாழ்க்கை நெறிகளை வழங்கிவரும் இறைச் சட்டங்கள், வாழ்வின் அத்தனை அம்சங்களிலும் மனிதன் எட்டவேண்டிய தார்மீக நெறியின் தரங்களை வகுத்துள்ளன.

இஸ்லாமியச் சட்டங்கள், சர்வதேச நீதிப் பாரம்பரியத்தில் ஒரு முக்கிய பகுதியாகும். எனவே அனைத்துச் சட்ட அறிஞர்களுக்கும் இஸ்லாமிய சட்டங்களைப் பற்றிய ஓர் அடிப்படை அறிவாவது இருப்பது அவசியமாகும். இச்சட்டங்களைப் பற்றிய அடிப்படை அறிவாவது இல்லாத எந்த ஓர் அரசியல் தலைவருக்கும், தான் சர்வதேச அரசியல் நிலையை அறிந்திருப்பதாகப் பீற்றிக்கொள்ள முடியாது.

பின்னிணைப்பு 1

ஆவணங்கள்

வாசகர்களுக்கு இஸ்லாமியச் சட்டத்துறை இலக்கியத்தின் வாசனையை உணர்த்தவேண்டும் என்பதற்காக, பரந்துபட்ட இஸ்லாமியச் சட்ட இலக்கியத் தொகுப்புகளிலிருந்து சேகரித்த ஒருசில ஆவணங்கள் இங்கே மீள்பிரசுரம் செய்யப்படுகின்றன. தேவை கருதி சுருக்கமான மாதிரிகளே தெரிந்தெடுக்கப்பட்டுள்ளன; ஆகவே தெரிந்தெடுப்பு அனைத்துவித சட்டத்துறை இலக்கிய வகைகளையும் தழுவுவதாக இல்லை.

குர்ஆன்: இஸ்லாத்தின் மூலக் கோட்பாடு

இஸ்லாத்தின் புனித நூலும் அதன் சட்டத்துறை அமைப்பின் அடித்தள முமான குர்ஆன் முடிவிலா சட்டவியல் விளக்கமளிப்பிற்கு உட்படுத்தப் பட்டுள்ளது.

குர்ஆனில் வெவ்வேறு அளவு கொண்ட 114 அத்தியாயங்கள்– சூராக்கள் உள்ளன. அவற்றில் 6360 ஆயத்துகள் – வசனங்கள் அடங்கி யுள்ளன. (சூரா மற்றும் ஆயத்தை கொண்டே மேற்கோள்கள் சுட்டப் படுகின்றன. எ.கா: 2:185). நபிகளார் ஓதிக்காட்டிய பத்திகள் அவரது சமகாலத்திலேயே பலரால் முழுமையாக மனனம் செய்யப்பட்டன. அன்று முதல் இன்று வரை பல்லாயிரக்கணக்கான முஸ்லிம்கள் இப்பழக்கத்தைத் தொடர்ந்து செய்துவருகின்றனர்.

குர்ஆனின் கூற்றில், அது 'மனிதனுக்கான வழிகாட்டுதலும் அவ்வழிகாட்டுதலுக்கான தெளிவுற்ற ஆதாரங்களுமாகும்: மேலும், அது சரியானதை தவறானதிலிருந்து பிரித்துக்காட்டும் உரைகல்லாகும்' (2:185).

சூரா 2, பசுமாடு
மதீனா 286 வசனங்கள்

அன்பாளனும் அருளாளனுமாகிய அல்லாஹ்வின் பெயரால், தங்கள் பொருட்களை இரவிலும் பகலிலும், வெளிப்படையாகவும்

மறைமுகமாகவும் தர்மம் செய்பவர்களுக்கு உரிய நற்கூலி அவர்களின் இறைவனிடம் உண்டு: அவர்கள் எவ்வித அச்சத்திற்கும் ஆளாக மாட்டார்கள்; கவலைக் குள்ளாகவும் மாட்டார்கள்...

இறைநம்பிக்கையாளர்களே! நீங்கள் உண்மையில் இறைநம்பிக்கை கொண்டவர்களாயின், இறைவனை அஞ்சிக்கொள்ளுங்கள்; மீதமுள்ள உங்கள் வட்டித்தொகையை விட்டுவிடுங்கள்...

தவறிழைக்காதீர்கள்; உங்களுக்கும் தவறிழைக்கப்படாது.

கடனைத் திருப்பிச்செலுத்துவதில் ஒருவருக்கு சிரமம் ஏற்பட்டால், அவருக்கு அது எளிதாகும்வரை தவணை அளியுங்கள். எனினும், நீங்கள் அறிந்தவர்களாயின், அதை தர்மமாக வழங்கிவிடுவது உங்களுக்கு அதிக நன்மையான செயல்.

நீங்கள் இறைவனிடம் மீளும் நாளைக் குறித்து அஞ்சிக் கொள்ளுங்கள். அப்போது, ஒவ்வொரு ஆன்மாவுக்கும் அதன் தகுதிக்குரிய கூலி வழங்கப்படும். யாதொருவருக்கும் அநீதி இழைக்கப்படாது.

இறைநம்பிக்கை கொண்டோரே! ஒரு குறிப்பிட்ட தவணைக் கான கடனில் நீங்கள் ஈடுபட்டால், அதை எழுதிவையுங்கள். எழுத்தர் அதை தங்களுக்கிடையே வாய்மையுடன் பதியட்டும். எழுத்தர், இறைவன் அவருக்குக் கற்றுத்தந்ததைப் போன்று, அதைப் பதிந்துவைக்க மறுக்க வேண்டாம்; ஆம், அவர் அதைப் பதிந்து வைக்கட்டும். மற்றும் அதற்கான விதிகளைக் கடனாளர் வாய்மொழி யட்டும். அவர் தமது அதிபதியான அல்லாஹ்வை அஞ்சி (இதைச் செய்யட்டும்). அதிலிருந்து எள்ளளவும் குறைத்துவிட வேண்டாம். எனினும், கடனாளர் புத்திசுவாதீனம் அற்றவராகவோ அல்லது பலவீனராகவோ இருந்து, கடன் வாசகங்களைத் தாமே சொல்ல இயலாதவராயின், அவருக்காக அவரது தோழர் நியாயமான முறை யில் அதைச் சொல்லட்டும்; மேலும், இதற்கு சாட்சியாக உங்களது மக்களிலிருந்து இருவரை அழையுங்கள்... அந்த சாட்சிகள், அழைப்பாணை விடுக்கப்படும் போதெல்லாம் வந்து சாட்சிசொல்ல மறுக்கவேண்டாம் (ரோட்வெல், 1943, பக்.51, 369-70).

அரஃபாத் மைதானத்தில் முஹம்மது நபிகள் ஆற்றிய இறுதிப் பேருரை
மிகச் சின்னஞ்சிறு வித்தியாசங்கள் உடைய வெவ்வேறு கூற்றுகளில் உள்ள, முஹம்மது நபிகளாரின் இந்தப் பேருரை அவரது வாழ்நாட் போதனைகளின் கருச்சாரமாக உள்ளது. அனைத்துவித வர்க்க, இன, நிற வேறுபாடுகளையும் அகற்றிவிடுவதாக அமைந்துள்ள இந்தப் பேருரை, உலகின் மிகச் சிறந்த மனித உரிமை ஆவணங்களுள் ஒன்றாகும்.

மக்களே! எனது வார்த்தைகளைக் கேளுங்கள். இந்த ஆண்டிற்குப் பின் மீண்டும் ஒருமுறை நான் உங்கள் முன் இவ்விடத்தில் நிற்கும் பாக்கியம் எனக்கு அருளப்படுமா என்பது தெரியவில்லை.

எல்லோருக்கும் இந்த நாளும் இந்த மாதமும் எப்படிப் புனித மானவையோ அதே போல உங்களுக்கிடையில் உங்கள் உயிரும் உடமையும் புனிதமானவை, களங்கப்படுத்தக் கூடாதவை. இது, நீங்கள் இறைவன் முன் வந்துநிற்கும் வரை விதிக்கப்பட்டிருக்கிறது. மேலும், உங்கள் இறைவன் முன் நீங்கள் வந்துநிற்கும் போது, அவன் உங்கள் செயல்கள் குறித்து கணக்குக் கேட்பவனாக இருக்கின்றான் என்பதை நினைவில் நிறுத்திக்கொள்ளுங்கள்.

மக்களே! உங்கள் மனைவியர் மீது உங்களுக்கு உரிமைகள் உள்ளன; உங்கள் மீதும் அவர்களுக்கு உரிமைகள் உள்ளன. உங்கள் மனைவியரை அன்போடும் பண்போடும் நடத்துங்கள்; நிச்சயமாக நாம் அவர்களை அல்லாஹ்வின் உத்தரவாதத்தின் பேரிலேயே எடுத்துள்ளோம்.

வட்டி தடைசெய்யப்பட்டுவிட்டது. கடனாளி, தான் வாங்கிய முதலைத் திருப்பியளிப்பார்; இவ்வழக்கம், எனது மாமனும் அப்துல் முத்தலிபின் மகனுமான அப்பாஸின் கடன்கள் விஷயத்திலிருந்து தொடங்கிவைக்கப்படும்.

பழங்கால குலப் பெருமைகளை எனது காலின் கீழ்போட்டு மிதிக் கிறேன். அரபியர் அரபியல்லாதவரை விடவும், அரபியல்லாதவர் அரபியரை விடவும் மேன்மையானவரல்லர். அனைவரும் ஆதமின் குழந்தைகள்; ஆதமோ, மண்ணில் இருந்தே படைக்கப்பட்டவர்.*

மக்களே! என் சொற்களை செவிமடுத்து என்னைப் புரிந்து கொள்ளுங்கள். முஸ்லிம்கள் எல்லோரும் ஒருவருக்கொருவர் சகோதரர்கள் ஆவர் என்பதை அறிந்துகொள்ளுங்கள். ஆம், நீங்கள் ஒரே சகோதரத்துவக் குழுமத்தைச் சேர்ந்தவர்கள். ஒருவருக்குச் சொந்தமான பொருள் அவரது சகோதரனுக்கு ஆகுமானதல்ல, அவரால் அது விரும்பி வழங்கப்பட்டாலொழிய. அநீதி இழைப்பதி லிருந்து உங்களைக் காத்துக்கொள்ளுங்கள். மேலும், உங்களது அடிமைகள் விஷயத்தில் எச்சரிக்கையாய் இருங்கள்! நீங்கள்

* இப்பதிப்பிலிருந்து சற்று வேறுபட்டதொரு பதிப்பான 'அக்பர்' (1966) இல் இவ்வாறு உள்ளது: நீங்கள் எல்லோரும் ஆதமிலிருந்தே தோன்றியுள்ளீர்கள். ஆதமோ, மண்ணிலிருந்தே படைக்கப் பட்டார். நிச்சயமாக அரபியர் அரபியல்லாதவரை விடவும், அரபியல்லாதவர் அரபியரை விடவும் மேன்மையானவர் இல்லை. வெள்ளையர் கருத்தவரை விடவும், கருத்தவர் வெள்ளையரை விடவும் மேன்மையானவர் இல்லை: மேன்மை என்பது மார்க்கப்பற்றில் இருந்தே வருகிறது. அதிக இறையச்சம் கொண்டவரே உங்களில் மிக்க மேன்மை யானவர். (மக்களே! ஆக,) நான் தெளிவுபட உரைத்திருக்கிறேனா?

உண்ணுவது போன்ற உணவையே அவர்களுக்கும் அளியுங்கள். நீங்கள் உடுப்பதைப் போன்ற உடையையே அவர்களுக்கும் வழங்குங்கள்.

மன்னிக்க மனம் இசையாததொரு தவற்றை அவர்கள் செய்து விட்டால் அவர்களிடமிருந்து பிரிந்துவிடுங்கள். ஆம், அவர்களும் இறைவனின் அடியார்களே என்பதால், அவர்களைக் கொடுமைப் படுத்தலாகாது.

மேன்மையான இரு விஷயங்களை நான் உங்களுக்கு விட்டுச் செல்கிறேன். அவற்றை நீங்கள் பற்றிப் பிடித்திருக்கும் வரை வழி தவறமாட்டீர்கள். அவை: ஒன்று, அல்லாஹ்வின் வேதம்; மற்றது, அவனது திருத்தூதரின் மொழியும் வழியும். இங்கு இருப்போர், இங்கு இல்லாதவரிடம் இச்சேதியைக் கூறட்டும். இதன் மூலம், இதை(நேரடியாகக்) கேட்பவரை விட கேட்கப்படுபவர் அதிக நன்மைகள் பெற்றுக்கொள்ளக்கூடும். இங்கு ஒன்றுகூடியிருப்பவர் களே! எனது தூதுச்செய்தியை நான் எடுத்துரைத்துவிட்டேனா? எனது வாக்கை நிறைவேற்றிவிட்டேனா?

'ஆம், நிச்சயமாக நீங்கள் நிறைவேற்றிவிட்டீர்கள்' என ஒன்று திரண்டிருந்த கூட்டம் ஒருமித்த குரலில் ஓங்கி பதிலொலித்தது.

நபிகளாரின் முகத்தில் ஒரு மின்னல் பளிச்சிட்டது. நன்றிப் பெருக்கில் நிரம்பிய கண்ணீர்க் கண்களுடன் விண்ணை நோக்கி தமது நடுநடுங்கிய கைகளை ஏந்தி மும்முறை இவ்வாறு கூறினார்கள்:

'இறைவா! நீ இதற்கு சாட்சியாய் இருப்பாயாக என உன்னிடம் இறைஞ்சுகிறேன்.'

(இந்த மொழிபெயர்ப்பின் மூலப் பதிப்பு எஸ்.ஏ. கான், 1960. இந்தப் பேருரை, சின்னஞ்சிறு வித்தியாசங்கள் உடைய வெவ்வேறு கூற்று களில் நிலவுவதாக சுருக்கமான இஸ்லாமியக் கலைக்களஞ்சியம் – சோர்ட்டர் என்சைக்ளோபீடியா ஆஃப் இஸ்லாம் – கூறுகிறது.)

ஹதீஸ் அல்லது நபிமொழிகள்

அல் புஹாரி: உயில்கள்

நபிகளாரின் வாழ்வியல் தொடர்பான அறிவிப்புகள், குர்ஆனுக்கு அடுத்தபடியாக வரும் இஸ்லாமியச் சட்ட மூல ஆதாரம் ஆகும். இந்த நபிமொழிகளின் தொகுப்புகளை அறிஞர்கள் - குறிப்பாக, அவருடைய இறப்பிற்குப் பிந்தைய இரண்டாவது, மூன்றாவது நூற்றாண்டுகளி லிருந்து - திரட்டி ஆக்கம் செய்தனர். 13000 நபர்களுக்கும் மேற்பட்டவர் களின் வாசகங்கள் பதியப்பட்டன. மேலும், ஆதார சங்கிலித் தொடருக்

காக ஆயிரக்கணக்கான அறிவிப்பாளர்களின் வாழ்வை சோதித்தறிய வேண்டிய தேவை ஏற்பட்டது. இந்த நபிமொழித் தொகுப்புகளுள் ஆறு நூல்கள் மிக நம்பத்தகுந்தவையாகக் கருதப்படுகின்றன. அவற்றில் தலையாயது, அல் புஹாரியின் ஆக்கம்.

(அல் புஹாரி, 'உயில்', பாடம் III, பகுதி.2) சஅது கூறுகிறார்: நான் நோயுற்றிருந்தேன். என்னைக் காண நபிகளார் வந்தார். நான் அவரிடம், 'இறைவனின் தூதரே, நான் இறக்கும் முன் வீட்டை அடைந்துவிட வேண்டும் என இறைவனிடம் பிரார்த்தியுங்கள்' என்றேன். அதற்கு நபியவர்கள், 'நீர் மனிதர்களிடையே பயன் தருபவராக இருக்கவேண்டும் என்பதற்காக ஒருவேளை இறைவன் உமக்கு குணமளிக்கக்கூடும் என்றார். (தொடர்ந்து) நான் கூறிய தாவது, 'நான் ஓர் உயில் வழங்க நாடுகிறேன். எனக்கு ஒரேயொரு மகள் மட்டும் இருக்கிறாள். ஆகவே எனது தோட்டத்தில் பாதியை இறைவழியில் செலவிட நாடுகிறேன்'. இதற்கு நபியவர்கள், 'பாதி என்பது மிக அதிகம்' என்றார். 'அப்போ, மூன்றில் ஒரு பங்கு?' என வினவினேன்.'சரி, மூன்றில் ஒரு பங்கு (வழங்கிக்கொள்ளுங்கள்); ஆனால், அதுவும் கூட அதிகம்தான்' என்றார். அது முதல் மக்கள் தங்கள் சொத்துகளில் (அதிகபட்சம்) மூன்றில் ஒரு பங்கு வரை உயில் வழங்கினர்; இவ்வாறு வழங்குவது அனுமதிக்கப்பட்டுள்ளது.

(அல் புஹாரி, பாடம் X) 'ஒருவர் தனது உறவினர் ஒருவருக்கு ஒரு சொத்தை விளம்புவார் அல்லது வாரிசுடைமையாக்குவார் எனில்' எனும் திருமறை வசனத்தில் 'உறவினர்' என்பதை எவ்வாறு விளக்குவது? அனஸ் பதித்துள்ள கூற்றின் படி, ஸாபித் அறிவிக் கிறார்: நபிகளார் அபூ தல்ஹாவிடம் இவ்வாறு கூறினார்கள்: 'அந்த நிலத்தை உமது உறவினர்களுள் வறியவர்களின் நலனுக்காக தர்மம் வழங்கிவிடு' அபூ தல்ஹாவும் அதே போல் (அந் நிலத்தை) ஹஸன் மற்றும் உபைய்யிப்னு கஅபிற்கு வழங்கிவிட்டார். அல்-அன்சாரி கூறுகிறார்: ஸாபித்திற்குக் கூறப்பட்ட மேற்கூறியது போன்றதொரு வாக்கை அனஸிடமிருந்து சுமாமா செவியுற்றதாகவும், சுமாமாவிட மிருந்து தான் செவியுற்றதாகவும் எனது தந்தை கூறினார். அதில் நபியவர்கள், 'தங்கள் குடும்பத்திலுள்ள ஏழை எளியோருக்கு தர்மம் வழங்கிவிடுங்கள் ' எனக் கூறினார்.

(அல் புஹாரி, பாடம் XXII) இப்னு உமர் அறிவிப்பதாவது: இறைத்தூதரின் வாழ்நாளில் உமர் அவர்கள் ஸம்ஹ் என்றழைக்கப் படும் - ஒரு பனந்தோப்பு அடங்கிய - தனது சொத்து ஒன்றை தர்மமளித்தார். (இது தொடர்பான நிகழ்வில்) உமர் கூறியதாவது, 'இறைத்தூதர் அவர்களே, எனக்கு மதிப்பற்றதாக விளங்கும் சொத்து

ஒன்று என்னிடம் உள்ளது; அதை தர்மம் செய்யப் போகிறேன்'. இதற்கு நபியவர்கள், 'அதை தர்மமளித்துவிடு, ஆனால் (அதன் பிறகு) அது ஒருபோதும் விற்கப்படாது அல்லது தர்மமளிக்கப் படாது அல்லது வாரிசுகளுக்கிடையில் சொத்துப் பங்கீடு செய்யப் படாது; மாறாக, அதன் கனிகள் (மக்களுக்காகப்) பயன்படுத்தப் படும் என்பதை உறுதிசெய்ய ஏற்பாடு செய்' என பதிலுரைத்தார். ஆக, உமர் தனது சொத்தை தர்மமாக வழங்கிவிட்டு, அதன் பொறுப் பாளர் தன்னை வளப்படுத்திக்கொள்ளும் பொருட்டு அதிலிருந்து தனக்கோ தனது நண்பர் ஒருவருக்கோ சட்டவிரோதமாக ஒரு சிறிய வாழ்வாதாரத் தொகையைக்கூட எடுத்துக்கொள்ளக் கூடாது' (அசல் தேவையை எடுத்துக்கொள்ளலாம்) என நிபந்தனை விதித்திருந்தார். (நைஸ், 1964, பக்.47-8, பிரெஞ்சிலிருந்து மொழி பெயர்க்கப்பட்டது, இடம்பெற்றுள்ள நூல், ஃபிரெடரிக் பெல்டியர், *லீ லிவ்ரெ டெஸ் டெஸ்டமென்ஸ் டூ சஹீஹ் டீ எல்-புஹாரி* (அல்ஜீர்ஸ்: ஜோர்தான், 1909)).

ஒரு நீதிபதிக்கு கலீஃபா வழங்கிய வழிகாட்டுதல் கட்டளைகள்

முந்தைய தீர்ப்புகளையே கறாராகச் சார்ந்திருப்பதன் விளைவாக உருவாகும் நெகிழ்வற்றத் தன்மையிலிருந்து பெரும்பாலும் சுதந்திரமாக இருக்கும் விதத்தில் இஸ்லாமியத் தீர்ப்புச் செயல்பாட்டுக் கோட்பாடு அமைந்திருந்தது.

'இனி, சட்டத் தீர்வுறுதிக்கான உரிமை ஒரு (நிபந்தனையற்ற) கட்டாயக் கடமையும், பின்பற்றப்படும் சுன்னாவும் ஆகும். (இஸ்லாத் திற்கு முன் வெவ்வேறு கோத்திரத்தைச் சேர்ந்த மனிதர்களுக்கு இடையிலான பிணக்குகளின் தீர்வு, போர் அல்லது பழிதீர்ப்பின் அடிப்படையில் அமைந்திருந்தது. அல்லது, கலந்துபேசி ஒப்பந்தம் செய்யப்படுதல் மற்றும் ஈட்டுத்தொகை செலுத்துதல் மூலம் தீர்க்கப் பட்டது; நீதம், அநீதம் என்பதெல்லாம் கருதப்படவில்லை. ஒரே கோத்திரத்தைச் சேர்ந்தவர்களுக்கு இடையிலான பிணக்கில் கோத்திரத் தலைவரே முடிவு செய்வார். அதில், பழிதீர்த்தல் அல்லது நஷ்டஈடு செலுத்துதலே விதிமுறையாக இருந்தது. ஆக, பஞ்சாயத்தும் தலை யீடும்தான் நிலவியிருந்தன; சட்டத் தீர்வுறுதியும், அனைவருக்கும் ஒரே சட்டம் எனும் முறையும் நடைமுறையில் இருக்கவில்லை. இவ்வாறிருக்க, இஸ்லாம் ஒருங்கமைந்த சட்டமுறையை நிறுவியது, அதனால் தீர்வுறுதி அவசியமானது).

(நீதத்தை நிலைநாட்ட) நீங்கள் சந்தேகிக்கும் எவ்வொரு வழக்கையும் விசாரணை செய்யுங்கள். ஏனெனில், செயலாக்கம்

(நிவாரணம்) இல்லாத நீதி பயனற்றது.

உமது சொல்லிலும் (செயலிலும்) தீர்ப்பிலும் உம்மிடம் வரும் தரப்பினருக்கிடையே சமன் செய்யுங்கள் (சமதர்மம் காட்டுங்கள்).

மேன்மக்கள் (அதாவது, பலமானோர்) உமது சாதகத்தின் பால் ஆதரவு வைக்கவும், ஏழைகள் (அதாவது, பலவீனர்) உமது நீதி பரிபாலனத்தின் மீது நம்பிக்கை இழக்கவும் உமது தீர்ப்பு (மற்றும், உமது மனப்பான்மையும் போக்கும் என்ற பொருளும் அடங்கும்) காரணமாகிவிட வேண்டாம். நிரூபிக்கும் பொறுப்பு பழிசுமத்துவோர் மீதே உள்ளது. மேலும், குற்றம் மறுப்பவரை சத்தியப்பிரமாணம் எடுக்குமாறு கோரவேண்டும். முஸ்லிம்களிடையே சமரச முயற்சி விரும்பத்தக்கது. (அதாவது, வழக்காடுவதற்குப் பதிலாக விரும்பத் தக்கதொரு மாற்றுவழி). ஆனால், தடுக்கப்பட்ட ஒன்றை சட்டப்பூர்வ மானதாக ஆக்குவதோ, அல்லது சட்டப்பூர்வமான ஒன்றை தடை செய்வதோ குறித்து இருதரப்பினரிடையே கருத்தொற்றுமை நிலவும் சூழலில் இதற்கு அனுமதியில்லை. ஒருவர் சந்தேகத்திற்குரிய ஓர் உரிமையை தனக்குரியதாகக் கொண்டாடினாலும் கூட, அதை அவர் நிரூபித்துவிட்டால், அவ்வுரிமையை (அவருக்கு) வழங்கிவிடுங்கள். (அதாவது, நிரூபிக்கப்பட்ட அந்த உரிமைகோரலின் நியாய வாதங் களை நீங்கள் சந்தேகித்தாலும் கூட). ஆனால், அவரால் நிரூபிக்க இயலாதபோது, அவருக்கு எதிராகத் தீர்ப்பு செய்யுங்கள் (அதாவது, பொய்யுரிமை கோருபவருக்கு தண்டனையளிக்கும் சாத்தியம்). ஏனெனில், (இவ்விரு சூழலிலும்) இதுவே உம்மால் செய்ய இயலும் மிகச் சிறந்த செயல். (அதாவது, ஒரு நீதிபதியின் தார்மீக சந்தேகங்கள் எதுவாயினும் அவர் ஒரு நிரூபிக்கப்பட்ட உரிமைகோரலுக்கு சாதக மாகவே தீர்ப்பளித்தல் வேண்டும். அதே வேளை, குற்றமற்றவரை அவதூறிலிருந்து பாதுகாக்கவும், நீதிபரிபாலனத்தின் நியாய, நேர்மை குணத்தைக் காக்கவும், பொய்யுரிமைக் கோரலை அவர் தோண்டித் துருவி சோதித்தல் அவசியம். முடிவு எவ்விதமாக அமைந்தாலும், ஒரு நீதிபதியின் முழுமுயற்சியே அவரால் செய்யப்படும் இயன்ற செயல். அவர் தன்னையே மென்மேலும் வருத்திக்கொள்ளக்கூடாது).

நீங்கள் ஒரு தீர்ப்பை வழங்கிய சிறிது காலத்தில், அது அநீதியானது என அறிவீரெனில், அதை மறுபரிசீலனை செய்யத் தயங்காதீர் - அது மிகவும் பழமையாகி, எவரும் மாற்றவியலாத நிலையை அடைந்து விட்டாலொழிய. (அதாவது, குறிப்பாக, புதிய நிலைமைகள் மாற்றமுடியாத அளவு ஊன்றி நிலைபெற்றுவிட்ட பின் தீர்ப்புகளை மறுபரிசீலனை செய்வதற்கு ஒரு முற்றுப்புள்ளி வைக்கப்பட்டு விடுகிறது. மேலும், இதன் விளைவாக, இவற்றின் மறுபரிசீலனை

பிறருக்குக் கூடுதல் தீங்கை ஏற்படுத்தக்கூடும். இது சமநீதியின் ஓர் அடிப்படைக் கோட்பாடு). (அநீதத்) தீர்ப்புகளை மறுபரிசீலனை செய்வது அநீதி காப்பதை விட மேலானது.

முஸ்லிம்கள் (தங்களுக்கிடையே) ஒருவருக்கொருவர் சாட்சி யாளர்கள் (அதாவது, எல்லா முஸ்லிம்களும் சாட்சிசொல்லத் தகுதி யானவர்கள்). இதற்கு விதிவிலக்கு: பொய்யர்கள் என நன்கறியப் பட்டவர்கள்; மற்றும், ஓர் ஹத்திற்காக (குர்ஆனில் விதிக்கப்பட்டுள்ள ஏழு பெருங்குற்றங்களில் ஏதாவது ஒன்று) தண்டனை அளிக்கப் பட்டவர்; அல்லது பதவி, அதிகாரத்தின் பால் உள்ளவர்கள் (அதாவது பதவி, அதிகாரம் கொண்டோரை சாட்சி சொல்வதி லிருந்து விலக்கி வைத்தல்). எல்லாம் வல்ல அல்லாஹ் மட்டுமே நமது உள்ளங்கள் ஒவ்வொன்றையும் அறிந்தவன். எனவே, ஆதாரத்தின் அடிப்படை யிலேயே நாம் தீர்ப்பளிக்க (அல்லது தண்டனையளிக்க) இயலும்.

உம் முன் கொண்டுவரப்படும் ஒரு வழக்கு விஷயத்தில், திருக் குர்ஆன் அல்லது சுன்னாவில் தெளிவுறக் கூறப்பட்ட பொருத்தமான தொரு விதியைக் காணமுடியாதபோது, நீங்கள் அறிவைக் கொண்டு தீர்வைத் தேடலாம்; ஆழ்ந்து சிந்தித்துப் பார்க்கலாம் (அறிவார்ந்த முறையில் யோசனை செய்யலாம்); குர்ஆன் அல்லது சுன்னாவி லுள்ள ஒரு விதிக்கு ஒப்புமை காண முயற்சி செய்யலாம்; மற்றும், ஞானவான்களின் ஆக்கங்களைப் படித்து, பின் அவற்றுக்கேற்ப உமது தீர்ப்பை வழங்கலாம். கோபம், கவலை, சலிப்பு, கடும் வெறுப்பு, அருவருப்பு முதலியவற்றிலிருந்து எச்சரிக்கையாய் இருந்துகொள்ளுங்கள். மேலும், எவருக்கும் சாதக, பாதகம் காட்ட வேண்டாம். அது உமது கூட்டாளியாக (நண்பனாக) இருந்தாலும்சரி.

நியாயத் தீர்ப்புக்கு இறைவனின் நற்கூலி கிடைக்கும்; நல்ல தீர்ப்புக்கு மக்களின் பாராட்டு கிடைக்கும். ஒருவர் இறைபக்தி (பயபக்தி) கொண்டு, தனது நலனுக்குப் பாதகமாயிருப்பினும் நியாயத்தைக் கடைப்பிடிப்பாராயின், அவருக்கு இறைவன் பாது காப்பளிப்பான் (அதாவது, நரகத்திலிருந்து பாதுகாப்பு அளித்து சுவர்க்கத்தைக் கூலியாகக் கொடுப்பான்). எவர் நடிக்கிறாரோ, அவரை இறைவன் தண்டிப்பான் (அதாவது, இது நயவஞ்சகத்திற்கும், மேற்கூறிய கடமைகளை நிறைவேற்றுவது போல நடிப்பதற்கும் எதிரான எச்சரிக்கை). இறைவன் இறைநம்பிக்கையாளர்களிடம் இருந்து நல்லதை மட்டுமே ஏற்றுக்கொள்கிறான் (அதாவது, 'நல்லது' மட்டுமே கணக்கில் எடுக்கப்படும். மேலும், 'நல்லதை' நடித்து நிகழ்த்திக்காட்ட இயலாது; அதை அசலில் செய்யவேண்டும்.

என்றாலும், 'செய்தல்' என்பது மிகச்சிறந்த முனைப்பிலேயே அடங்கி யுள்ளது; அதன் விளைவில் இருக்கவேண்டிய அவசியமில்லை).

இறைவன் வளத்தின் மூலமாகவும் (பொருளாதார, ஆன்மிக ஆகிய இருவகை வளங்களும்) கருணை மூலமாகவும் (இதில் மன்னிப்பும் அடங்கும்) கூலி வழங்குகிறான். உங்கள் மீது நல்லருளும் நல்லமைதி யும் உண்டாகட்டும்! (பாஸ்ஸியோனி, 1982, பக். 31-2).

பின்னிணைப்பு 2

இஸ்லாமிய சர்வதேச மனித உரிமைப் பிரகடனம்

இஸ்லாமியக் கவுன்சில்
19 செப்டம்பர் 1981

அறிமுகம்

அச்சம், அடக்குமுறை, சுரண்டல் மற்றும் உரிமை மறுப்பிலிருந்து சுதந்திரமானதொரு சூழலில் மக்கள் வாழவும், வளர்ந்து முன்னேறி செழிக்கவும் ஏதுவான ஒரு 'நியாய உலக ஒழுங்கமைப்பை' நாடும் தொன்றுதொட்ட மனித வேட்கை பெரும்பாலும் நிறைவேறாமலே உள்ளது எனும் நிலையில்;

மிக அபரிமிதமான பொருள் ஆதார வடிவில் பிரதிபலிக்கும், மனிதகுலத்திற்கான இறைக் கருணை வீண்விரயம் செய்யப்பட்டுக் கொண்டிருக்கிறது; அல்லது, அநியாயமாகவோ அநீதியாகவோ அது புவியில் வசிப்போருக்குச் சென்றடையாமல் தடுக்கப்பட்டுக் கொண்டிருக்கிறது எனும் நிலையில்;

அல்லாஹ், திருக்குர்ஆனிலும் தனது அருட்தூதர் முஹம்மதின் சுன்னாவிலும் உள்ள தனது மறைவெளிப்பாடுகளின் மூலம் மனித குலத்திற்கு ஒரு நிரந்தரமான சட்ட மற்றும் ஒழுக்கநெறிக் கட்டமைப்பை வழங்கியுள்ளான் - அக்கட்டமைப்பிற்குள் மனித நிறுவன முறைகளையும் உறவுகளையும் நிறுவி சீர்படுத்திக் கொள்வதற்காக எனும் நிலையில்;

இறைச்சட்டம் பிறப்பித்த மனித உரிமைகள் மனித குலத்திற்கு கண்ணியம் மற்றும் மரியாதையை வழங்கும் நோக்கில் உள்ளன; மேலும் அடக்குமுறை, அநீதி யாவற்றையும் அகற்றும் விதத்தில் வடிவமைக்கப்பட்டுள்ளன எனும் நிலையில்;

இந்த உரிமைகள் - தெய்வீக மூல ஆதாரம் மற்றும் அங்கீகாரம் கொண்டுள்ளதன் தன்மையால் - அவற்றை வெட்டிச் சுருக்கவோ, ரத்து செய்யவோ, அல்லது அதிகாரத்தில் உள்ளோராலும் குழுவினராலும்

இன்ன பிற நிறுவனமுறைகளாலும் அலட்சியப்படுத்தவோ, சரண் படுத்தவோ, அந்நியப்படுத்தவோ இயலாது எனும் நிலையில்;

பின்வருமாறு நம்பிக்கை கொண்டிருக்கும் முஸ்லிம்களாகிய நாங்கள்,

அ. அன்பாளனும், அருளாளனும், படைத்தோனும், பரிபாலிப் போனும், அதிபதியும், மனித குலத்தின் பிரத்யேக வழிகாட்டி யும், அனைத்துவித சட்டத்தின் மூல ஆதாரமுமான இறைவன் மீதும்;

ஆ. இறை நாட்டத்தை பூமியில் நிறைவேற்றுவதற்காகப் படைக்கப் பட்டுள்ள மனிதனின் இறைப் பிரதிநிதித்துவத்தின் (*கிலாஃபத்*) மீதும்;

இ. இறைத்தூதர்கள் கொண்டுவந்த இறை வழிகாட்டுதலின் ஞானம் மீதும்; இத்தூதர்களின் திருப்பணி, முஹம்மது நபியால் (அவர் மீது சாந்தி உண்டாகட்டும்) முழு மனித குலத்திற்கு எடுத்துரைக்கப் பட்ட இறைத்தூதுச் செய்தியில் பூரணமடைந்து முற்றுப்பெற்று விட்டது என்பதன் மீதும்;

ஈ. இறைவன் புறமிருந்து வந்த மறைவெளிப்பாட்டின் ஒளியின்றி, பகுத்தறிவினால் சுயமாக மனிதகுல விவகாரங்களுக்கு ஒரு நிச்சய மான வழிகாட்டியாக இருக்கவியலாது; மனித ஆன்மாவிற்கு ஊட்டமளிக்கவும் இயலாது என்பதன் மீதும்; இஸ்லாத்தின் போதனைகளான, இறைவழிகாட்டுதலின் - அதன் இறுதிப் பரிபக்குவ வடிவில் - கருவான உட்பொதிவை (quintessence) உருப்படுத்தி இருக்கிறது என்பதை அறிந்துகொண்டிருப்பதால், மனிதனுக்கு இறைவன் அருளியுள்ள உயர்வான அந்தஸ்தை யும் கண்ணியத்தையும் அவனுக்கு நினைவூட்டக் கடமைப் பட்டுள்ளதை உணர்ந்துள்ளோம் என்ற விஷயத்திலும்;

உ. மனித குலத்தார் யாவரையும் இஸ்லாத்தின் செய்தியை நோக்கி அழைப்புவிடுப்பதன் மீதும்;

ஊ. இறைவனுடன் எங்களுக்கு ஆதிமுதல் உள்ள ஒப்பந்தத்தின் விதிகளினால், எங்கள் கடமைகளும் பொறுப்புகளும் உரிமை களை விட முன்-அந்தஸ்துப் பெற்றுள்ளமையிலும்; நாங்கள் ஒவ்வொருவரும் இஸ்லாத்தின் நற்போதனைகளை சொல், செயல் மற்றும், நிச்சயமாக, சகலவித பண்பான வழிமுறை களிலும் பரப்பக் கடமைப்பட்டுள்ளோம் என்பதிலும்; மேலும், இப்போதனைகளை எங்கள் தனிமனித வாழ்வில் மட்டுமல்லாது, சூழவுள்ள சமூகத்திலும் செயல்படுத்தக் கடமைப்பட்டுள்ளோம் என்பதிலும்;

எ. ஓர் இஸ்லாமிய ஒழுங்கமைப்பை நிறுவுவதன் கடமைப்பாட்டின் மீதும்; அவ்வமைப்பில்,

i. எல்லா மனிதர்களும் சமமாக இருப்பார்கள்; இனம், நிறம், பால்வேற்றுமை, தோற்றம் அல்லது மொழியின் காரணமாக எவரும் சிறப்புத் தகுதி பெறமாட்டார்கள்; அல்லது பாதகம், பாகுபாடு ஆகியனவால் துன்புறமாட்டார்கள்;

ii. அனைத்து மனிதர்களும் சுதந்திரமாகப் பிறப்பார்கள்;

iii. அடிமைத்தனமும் வேலைத் திணிப்பும் அருவருப்பென ஒதுக்கப்படும்;

iv. சமுதாய வாழ்வின் முழுமைக்கும் குடும்பத்தை அடித்தளமாகக் கருதி அந்நிறுவனமுறையை பேணிப் பாதுகாத்து மதிப்பளிக்கும் வகையில் நிலைமைகள் உருவாக்கப்படும்;

v. ஆளுபவர்களும் ஆளப்படுபவர்களும் ஒரே விதமாக சட்டத்திற்கு உட்படுத்தப்படுவார்கள் மற்றும் அதன் முன் சமமாகக் கருதப்படுவார்கள்;

vi. சட்டத்திற்கு ஒப்ப அமைந்துள்ள கட்டளைகளுக்கு மட்டுமே கீழ்ப்படிதல் உரித்தாகும்;

vii. அனைத்து உலகியல் அதிகார பலமும் புனிதப் பொறுப்புடமையாகக் கருதப்படும் - அவை, சட்டம் விதித்துள்ள வரம்பிற்குட்பட்டு மட்டும்; சட்டத்தினால் அங்கீகரிக்கப்பட்ட விதத்திலும்; சட்டத்தினால் நிர்ணயிக்கப்பட்ட முன்னுரிமைகளுக்கு உரிய மதிப்பளித்தும் பிரயோகிக்கப்பட வேண்டியவை;

viii. அனைத்துப் பொருளாதார வளங்களும், மனித குலத்திற்கு அருளப்பட்ட இறை அருட்கொடைகளாகக் கருதி பேணப்படும்; அவற்றை - குர்ஆன், சுன்னாவில் வரையறுக்கப்பட்டுள்ள விதிகள், விழுமானங்களின் பிரகாரம் எல்லோரும் அனுபவிப்பார்கள்;

ix. ஒரு முடிவு எடுப்பதற்குத் தகுதிபடைத்த இறைநம்பிக்கையாளர்களுக்கு இடையில் நிகழும் பரஸ்பர கலந்தாலோசனையின் மூலமே அனைத்து பொது விவகாரங்களும் தீர்மானிக்கப்படும்; நடத்தப்படும்; மேலும், அவற்றை நிர்வகித்து நடத்துவதற்கான அதிகாரம் பிரயோகிக்கப்படும்; மேற்கூறிய கலந்தாலோசிப்பு, சட்டத்துடனும் பொதுநலனுடனும் இணங்கியிருக்கும்;

x. ஒவ்வொருவரும் அவரவர் திறனுக்கேற்ப கடமைகளைச் செய்வார்கள், மேலும், தத்தமது செயல்களுக்கு - தனி செயல்

வீதத்தில் - பொறுப்புடையவர்கள்;

xi. ஒவ்வொருவருக்கும் - அவரவரின் உரிமைகள் மறுக்கப்படும் அல்லது பறிக்கப்படும்போது, சட்டத்தின் பிரகாரம் பொருத்த மான நிவாரண நடவடிக்கைகள் எடுக்க உறுதியளிக்கப்படும்;

xii. சட்டத்தில் உறுதியளிக்கப்பட்ட உரிமைகள் எவருக்கும் மறுக்கப்படாது - சட்ட அதிகாரத்தினாலும், அது அனுமதித்த அளவிலும் தவிர;

xiii. சமுதாயம் முழுவதற்கும் எதிராகவோ, அல்லது அதன் அங்கத்தார் ஒருவருக்கு எதிராகவோ குற்றம் புரியும் எவர் மீதும் சட்ட நடவடிக்கை எடுக்கச்செய்யும் உரிமை ஒவ்வொரு தனிமனிதனுக்கும் உண்டு;

xiv. அ. எல்லாவித சுரண்டல்,அநீதி, அடக்குமுறையிலிருந்தும் மனித குலத்திற்கு விடுதலை பெற்றுத்தருவதற்காகவும்;
ஆ. சட்டத்தினால் முன்வைக்கப்பட்டுள்ள விதிகளின்படி; அங்கீகாரம் தரப்பட்டுள்ள முறைகளினால்; விதிக்கப்பட்டுள்ள வரம்புகளுக்கு உட்பட்டு ஒவ்வொருவருக்கும் பாதுகாப்பு, கண்ணியம் மற்றும் சுதந்திரத்தை உறுதிப்படுத்தவும்

எல்லாவித முயற்சிகளும் எடுக்கப்படும்; (என்பவற்றின் மீதும் நம்பிக்கை கொண்டுள்ளதால்),

இவ்விடம், அல்லாஹ்வின் அடியார்கள் மற்றும் உலகளாவிய இஸ்லாமிய சகோதரத்துவக் குழுமத்தின் உறுப்பினர்கள் எனும் வகையில், இஸ்லாமிய யுகத்தின் பதினைந்தாம் நூற்றாண்டின் துவக்கத்தில், இஸ்லாத்தினால் ஏவப்பட்டவை என நாங்கள் கருதும், கீழ்க்கண்ட மீறவியலாத மற்றும் பிரிக்கவியலாத மனித உரிமைகளைத் தூக்கிப்பிடிப்பதில் எங்கள் பற்றுறுதியை உறுதி செய்கிறோம்.

I. உயிர் வாழ்வதற்கான உரிமை

அ. மனித உயிர் புனிதமானது மற்றும் களங்கப்படுத்த வியலாதது. அதைப் பாதுகாக்க எல்லாவித முயற்சிகளும் எடுக்கப்படும். குறிப்பாக, எவரும் காயம் அல்லது மரண அபாயத்திற்கு ஆளாக்கப்படமாட்டார், சட்ட அதிகாரத்திற்கு உட்பட்டே தவிர.

ஆ. உயிர்வாழும்போது போன்றே, இறந்த பின்பும் ஒருவரது உடலின் புனிதத்துவம் களங்கப்படுத்தவியலாதது. இறந்தவரின் உடல் உரிய கவனமெடுத்து கையாளப்படுவதை உறுதிசெய்வது இறைநம்பிக்கையாளரின் கடமை.

II. சுதந்திரத்திற்கான உரிமை

அ. மனிதன் சுதந்திரமானவனாகப் பிறக்கிறான். சுதந்திர வேட்கைக்கான அவனது உரிமைக்கு எவ்வகையிலும் பங்கம் விளைவிக்கப்படாது, சட்ட அதிகாரத்திற்கு உட்பட்டும் அதன் உரிய முறை வாயிலாகவும் தவிர.

ஆ. ஒவ்வொரு மனிதனுக்கும் ஒவ்வொரு மக்களுக்கும் சுதந்திரத்திற்கான அந்நியப்படுத்தவியலாத உரிமை உண்டு, அதன் அனைத்து வடிவங்களிலும் - உடற்-பொருள், பண்பாட்டு, பொருளாதார மற்றும் அரசியல். மேலும், அவர்கள் இந்த உரிமையின் மீறுதல், மறுத்தல், ரத்துசெய்தல் ஆகியவற்றுக்கு எதிராக, கிடைக்கப்பெறும் சகலவழிகளிலும் போராடுவதற்கு உரிமை பெற்றுள்ளனர்.

III. சமத்துவத்திற்கான உரிமை, அனுமதியற்ற வேற்றுமைக்கான தடை

அ. அனைவரும் சட்டத்தின் முன் சமமானவர்கள்; சமவாய்ப்பு மற்றும் சமமான சட்டத்தின் பாதுகாப்புப் பெறுவதற்கு உரிமை கொண்டுள்ளனர்.

ஆ. அனைவரும் சமமான பணிக்கு சமமான ஊதியம் பெற உரிமை கொண்டுள்ளனர்.

இ. எந்த ஒரு மனிதரும் பணி வாய்ப்பு மறுக்கப்படவோ; அல்லது எவ்வகையிலும் வேற்றுமை, பாரபட்சம் காட்டப்படவோ; அல்லது மதநம்பிக்கை, நிறம், இனம், தோற்றம், பால், மொழி ஆகியன காரணமாக கூடுதல் உடற்-பொருள் ஆபத்துக்கு ஆளாக்கப்படவோ மாட்டார்.

IV. நீதி பெறுவதற்கான உரிமை

அ. சட்டத்தின் பிரகாரம் - சட்டத்தின் பிரகாரம் மட்டுமே - நடத்தப்படுவதற்கான உரிமை ஒவ்வொருவருக்கும் உண்டு.

ஆ. அநீதியைக் கண்டனம் செய்யும் உரிமை மட்டுமல்ல, கடமையும் கூட ஒவ்வொருவருக்கும் உண்டு; அதே போல, உரிய காரண மற்ற தனிமனிதக் காயமோ, இழப்போ குறித்த விஷயத்தில், சட்டம் வழங்கும் நிவாரணத்தைப் பெறுவதற்கான; மேலும், பொதுத்துறை அதிகாரிகளுடனோ, வேறொரு நபருடனோ ஏற்படும் பிணக்கில், ஒருவர் மீது வலிந்து சுமத்தப்படும் ஒரு குற்றச்சாட்டுக்கு எதிராக தற்காப்பு செய்ய ஒரு சுதந்திரமான நீதித் தீர்ப்பாயத்திற்கு முன் நியாயமான சட்ட தீர்வுறுதிக்கான உரிமை

மட்டுமல்லாது, கடமையும் கூட ஒவ்வொருவருக்கும் உண்டு.

இ. பிறிதொரு நபரின் மற்றும், பொதுவாக, சமூகத்தின் உரிமைகளைத் தற்காப்பது ஒவ்வொருவரின் உரிமையும் கடமையும் ஆகும் *(ஹிஸ்பா)*.

ஈ. தனிமனித மற்றும் பொதுமக்களின் உரிமைகளைத் தற்காக்க நாடும் பொழுது, எந்த ஒருவருக்கும் பாரபட்சம் காட்டப்படலாகாது.

உ. சட்டத்திற்குப் புறம்பான ஓர் உத்தரவிற்கு – அது எவரால் அளிக்கப் பட்டிருந்தாலும் சரியே – கீழ்ப்படிய மறுப்பது ஒவ்வொரு முஸ்லிமின் உரிமையும் கடமையும் ஆகும்.

V. ***நியாய வழக்கு விசாரணைக்கான உரிமை***

அ. எந்த ஒரு மனிதரும், ஒரு குற்றத்தைச் செய்தவர் எனத் தீர்ப்பளித்து தண்டனை வழங்கப்படமாட்டார் - ஒரு சுதந்திரமான நீதித்துறைத் தீர்ப்பாயத்திற்கு முன் அவரது குற்றம் நிரூபிக்கப்பட்டால் ஒழிய.

ஆ. எந்த ஒரு மனிதரும் 'குற்றவாளி' எனத் தீர்ப்பளிக்கப்பட மாட்டார். ஒரு நியாயமான வழக்குவிசாரணைக்குப் பிறகும், மற்றும் அவரது தற்காப்புக்காக நியாயமான வாய்ப்பு வழங்கப் பட்டதற்குப் பிறகும் தான் இதைச் செய்ய இயலும்.

இ. சட்டத்தின் பிரகாரமே தண்டனை விதிக்கப்படும். அதுவும் குற்றத்தின் தீயவிளைவுகளின் விகிதத்தைப் பொறுத்தும், அது இழைக்கப்பட்ட சந்தர்ப்ப சூழ்நிலையை உரிய விதத்தில் கருத்தில் கொண்டும்தான் இது செய்யப்படும்.

ஈ. எந்த ஒரு செயலும் ஒரு சட்டக் குற்றமாகக் கருதப்படாது, அது சட்டத்தின் தெளிவான சொற்களில் அத்தகையதென குறிப்பிடப் பட்டு இருந்தாலொழிய.

உ. ஒவ்வொரு தனிமனிதரும் தனது செயலுக்குத் தானே பொறுப் பானவர். ஒரு சட்டக் குற்றத்திற்கான பொறுப்பை, குற்றம் சுமத்தப்பட்டவரின் சார்பில் - வழக்கில் உள்ள சட்டக் குற்றத்தை இழைப்பதில் நேரடியாகவோ மறைமுகமாகவோ ஈடுபடாத - அவரது குடும்பத்தின் அல்லது குழுவின் பிற உறுப்பினர்கள் மீது நீட்டிக்க இயலாது.

VI. **அதிகார துஷ்பிரயோகத்திலிருந்து பாதுகாத்துக் கொள்வதற்கான உரிமை**

அரச முகவாண்மை அமைப்புகளினால் கொடுமை இழைக்கப்படுவதற்கு எதிராகப் பாதுகாத்துக் கொள்வதற்கான உரிமை ஒவ்வொருவருக்கும்

உண்டு. தனக்காக வாதிட்டு நிரூபிக்கவேண்டிய கடமை அவருக்கு இல்லை. இதற்கு விதிவிலக்கு: தன் மீது சுமத்தப்பட்ட குற்றச்சாட்டு களுக்கு எதிராக தற்காப்பு செய்வதற்காகவும்; மேலும், ஒரு சட்டக் குற்றத்தில் அவர் ஈடுபட்டிருக்கலாம் என நியாயமாக சந்தேகம் எழுப்பக் கூடிய தொரு சூழ்நிலையிலும்.

VII. **சித்ரவதையிலிருந்து பாதுகாத்துக் கொள்வதற்கான உரிமை**

எந்த ஒரு மனிதரும் உள ரீதியாகவோ, உடல் ரீதியாகவோ சித்ரவதைக்கு ஆளாக்கப்பட மாட்டார்; அல்லது இழிவுபடுத்தப்பட மாட்டார்; அல்லது தனக்கோ, தன்னுடன் உறவுடைய ஒருவருக்கோ, தனக்கு உற்ற நெருங்கியவராகக் கருதும் ஒருவருக்கோ வதை செய்யப்போவதாக அச்சுறுத்தப்பட மாட்டார்; அல்லது, குற்றம் இழைத்ததாக நிர்ப்பந்தத்தின் பேரில் ஒப்புக்கொள்ள வைக்கப்பட மாட்டார்; அல்லது, தனது நலன்களுக்குத் தீங்கு விளைவிக்கும் ஒரு செயல் புரிய இணங்குமாறு பலவந்தப்படுத்தப்பட மாட்டார்.

VIII. **மதிப்பு, மரியாதை மற்றும் கண்ணியத்தைக் காப்பதற்கான உரிமை**

ஒவ்வொரு மனிதருக்கும் - அவதூறுப் பிரச்சாரங்களிருந்தும், அடிப்படை யற்ற குற்றச்சாட்டுகளிலிருந்தும், மதிப்புக்கெடுக்கும் மற்றும் அச்சுறுத்தும் நோக்கில் செய்யப்படும் முயற்சிகளிலிருந்தும் தனது மதிப்பு, மரியாதை யையும் கண்ணியத்தையும் காப்பதற்கான உரிமை உண்டு.

IX. **புகலிட உரிமை**

அ. கொடுமை அல்லது ஒடுக்குமுறைக்கு உள்ளான ஒவ்வொரு வருக்கும் தஞ்சம் மற்றும் புகலிடம் தேடும் உரிமை உண்டு. இன, மத, நிற, பால் வேற்றுமைக்கும் அப்பாற்பட்டு ஒவ்வொரு மனிதருக்கும் இவ்வுரிமை உத்திரவாதமளிக்கப்படுகிறது.

ஆ. மக்காவில் உள்ள அல் மஸ்ஜித் அல் ஹராம் (அல்லாஹ்வின் திரு இல்லம்) அனைத்து முஸ்லிம்களுக்கும் பாதுகாப்பானதொரு புகலிடம் (சரணாலயம்).

X. **சிறுபான்மையினர் உரிமைகள்**

அ. 'மதநம்பிக்கையில் கட்டாயம் இல்லை' எனும் குர்ஆனியக் கோட்பாட்டின் பிரகாரமே முஸ்லிமல்லாத சிறுபான்மையினரின் மத உரிமை அமையும்.

ஆ. ஒரு முஸ்லிம் நாட்டில் உள்ள மதச் சிறுபான்மையினர் தங்களின் குடிமை மற்றும் தனிமனித விவகாரங்களைப் பொறுத்து,

இஸ்லாமியச் சட்டத்திற்கோ அல்லது தங்களது சொந்த சட்டங்களுக்கோ கட்டுப்படுவதற்குரிய தேர்வுரிமை கொண்டுள்ளனர்.

XI. **பொது விவகாரங்களைச் செயல்படுத்துதல் மற்றும் நிர்வகித்தலில் பங்கெடுப்பதற்கான உரிமையும் கடமையும்**

அ. சட்டத்திற்கு உட்பட்டு, சமூகத்தில் (உம்மா) உள்ள ஒவ்வொரு தனிமனிதரும் பொது அலுவலகப் பதவி வகிக்க உரிமை பெற்றுள்ளார்.

ஆ. சுதந்திரமான கலந்தாலோசிப்பு (ஷூரா) நிகழ்வுமுறையே அரசுக்கும் மக்களுக்கும் இடையிலான நிர்வாகத் தொடர்பின் அடிப்படையாகும். இந்தக் கோட்பாட்டிற்கு ஏற்ப ஆட்சியாளர்களைத் தேர்ந்தெடுப்பதற்கும் நீக்குவதற்குமான உரிமை மக்களுக்கு உண்டு.

XII. **நம்பிக்கை, கருத்து மற்றும் பேச்சுச் சுதந்திரம்**

அ. ஒவ்வொரு மனிதருக்கும், தனது கருத்துகள் மற்றும் நம்பிக்கைகளை வெளிப்படுத்தும் உரிமை உண்டு. சட்டம் விதிக்கும் வரம்புகளுக்கு உட்பட்டிருக்கும் வரை இது பொருந்தும். எனினும், பொய்யுரையைப் பரப்புவதற்கோ, அல்லது ஒழுக்கக் கட்டுப்பாட்டை மீறும் அறிக்கைகளை சுற்றுக்கு விடுவதற்கோ, அல்லது பிறர் மீது அவதூறு, மறைமுகச் சாடல், பெயர்கெடுக்கும் பழி சுமத்தல் முதலியவற்றில் ஈடுபடுவதற்கோ எவருக்கும் எவ்வித உரிமையும் இல்லை.

ஆ. அறிவுதேடும் முனைப்பும் சத்தியத்தைத் தேடுதலும் ஒவ்வொரு முஸ்லிமிற்கும் உரிமை மட்டுமல்ல, கடமையும் கூட.

இ. ஒடுக்குமுறைக்கு எதிராகப் போராடுவதும் கண்டனம் வெளிப்படுத்துவதும் (சட்டத்தினால் வகுக்கப்பட்ட வரம்புகளுக்குள்) ஒவ்வொரு முஸ்லிமின் உரிமையும் கடமையும் ஆகும், அது அரசாங்கத்தின் உச்ச அதிகாரத்தில் இருப்பவரை எதிர்த்துக் கேள்வி எழுப்புவதாயினும் சரி.

ஈ. தகவல் பரப்புவதற்குத் தடைகள் ஏதும் இருக்கலாகாது. அது சமுதாயம் அல்லது அரசின் பாதுகாப்பிற்கு ஊறு விளைவிக்காததாகவும், சட்டம் விதித்த வரம்புகளுக்கு உட்பட்டதாகவும் இருப்பது அவசியம்.

உ. எந்த ஒரு மனிதரும் பிறர் மதநம்பிக்கைகள் மீது வெறுப்பை வெளிப்படுத்துவதோ, ஏளனம் செய்வதோ, அல்லது அவற்றிற்கு

எதிராக பொதுமக்களின் விரோதத்தைத் தூண்டுவதோ கூடாது. பிற மத உணர்வுகளை மதிப்பது முஸ்லிம்கள் அனைவரின் மீதும் கட்டாயக் கடமை.

XIII. மதச்சுதந்திர உரிமை

ஒவ்வொரு மனிதருக்கும், தனது மதநம்பிக்கைகளுக்கு ஏற்ற மனசாட்சி மற்றும் வழிபாட்டுச் சுதந்திரத்திற்கான உரிமை உண்டு.

XIV. சுதந்திரமாக ஒன்றுகூடுதலுக்கான உரிமை

அ. ஒவ்வொருவரும் தனது சமூகத்தின் சமய, சமுதாய, பண்பாட்டு, அரசியல் வாழ்வில் தனிமனிதராகவும் கூட்டாகவும் பங்கெடுக்க உரிமை பெற்றுள்ளார்; மேலும், நல்லதை (மஅரூஃப்) ஏவுவதற்கும், தீயதை (முன்கர்) தடுப்பதற்கும் தேவையான நிறுவன முறைகளையும் அமைப்புகளையும் நிறுவுவதற்கான உரிமையும் பெற்றுள்ளார்.

ஆ. ஒவ்வொருவரும், இந்த உரிமைகளைப் பெற்று அனுபவிப்பதை சாத்தியமாக்கும் நிறுவனமுறைகளை உருவாக்குவதற்குப் பாடுபட உரிமை பெற்றுள்ளார். சமூக உறுப்பினர்களின் முழு ஆளுமை வளர்ச்சிக்கு உகந்த நிலைமைகளை நிறுவுவது சமூகத்தின் கூட்டுக் கடமையாகும்.

XV. பொருளாதார ஒழுங்கமைப்பும் அதிலிருந்து பிறக்கும் உரிமைகளும்

அ. அனைவரும், தங்கள் பொருளீட்டு முயற்சியில், இயற்கை மற்றும் அதன் அனைத்து வளங்கள் அளிக்கும் முழுப் பயன்களையும் பெறத் தகுதியுரிமை பெற்றுள்ளனர்.

ஆ. எல்லா மனிதர்களும், சட்டத்திற்கு ஏற்ப, தங்கள் வாழ்வாதாரத்தை ஈட்ட உரிமையுடையவர்கள்.

இ. ஒவ்வொருவரும் தனிமனிதராகவோ அல்லது பிறருடன் கூட்டு சேர்ந்தோ சொந்தமாக சொத்து வைத்திருப்பதற்கு தகுதியுரிமை பெற்றிருக்கின்றனர். பொதுநலன் கருதி சில குறிப்பிட்ட பொருளாதார வளங்களை அரசு உடமையாக்குவது சட்டப் பூர்வமானது.

ஈ. வசதிபடைத்தோரின் செல்வத்தில், சட்டத்தில் குறிப்பிட்டதொரு பங்கைப் பெற்றுக்கொள்ளும் உரிமை ஏழைகளுக்கு உண்டு. இது, சட்டத்திற்கு ஏற்ப விதித்து வசூலிக்கப்படும் ஸகாத்தினால் நிர்ணயிக்கப்படும்.

உ. உற்பத்திக்கான பொருட்கள் அனைத்தும், சமூகம் (உம்மா) முழுமையின் நலனுக்காகவும் உரிய வழிகளில் பயன்படுத்தப்படும்; அலட்சியப்படுத்தவோ, துஷ்பிரயோகம் செய்யப்படவோ கூடாது.

ஊ. சமநிலைப் பொருளாதாரத்தை உருவாக்கி வளர்ப்பதை ஊக்குவிக்கவும், சமுதாயத்தை சுரண்டலிலிருந்து பாதுகாக்கவும் இஸ்லாமியச் சட்டம் ஏகபோக வணிக உரிமைகளையும், நியாயமற்ற வணிகக் கட்டுப்பாட்டு முறைகளையும், வட்டியையும், ஒப்பந்தம் செய்வதில் பலப்பிரயோகத்தையும், தவறான எதிர்பார்ப்பை உருவாக்கும் விளம்பரங்களைப் பிரசுரிப்பதையும் தடைசெய்கிறது.

எ. சமூக *(உம்மா)* நலனுக்கு இடையூறு விளைவிக்காதவரை, மற்றும் இஸ்லாமியச் சட்டங்கள், விழுமியங்களை மீறாதவரை, எல்லாவிதப் பொருளாதாரச் செயல்பாடுகளும் அனுமதிக்கப் பட்டுள்ளன.

XVI. சொத்துப் பாதுகாப்பிற்கான உரிமை

எந்த ஒரு சொத்தும் பறிமுதல் செய்யப்படாது, பொது நலனிற்காக தவிர. அதுவும்கூட, நியாயமாகவும் போதுமான அளவும் இழப்பீடு வழங்கப்பட்ட பிறகே செய்யப்படும்.

XVII. ஊழியர்களின் அந்தஸ்தும் கண்ணியமும்

இஸ்லாம், வேலைபார்ப்பதற்கும் வேலைக்காரர்களுக்கும் மதிப்பளிக்கிறது. மேலும், வேலைக்காரர்களை நீதியுடன் நடத்துவதோடு மட்டுமின்றி, தாராளமாகவும் நடத்த முஸ்லிம்களை ஏவுகிறது. அவர் ஈட்டிய ஊதியத்தைத் தக்க சமயத்தில் வழங்குவது மட்டுமின்றி, போதிய ஓய்வு மற்றும் ஓய்வுநேரம் அளிக்கப்படும் உரிமையும் அவருக்கு உண்டு.

XVIII. சமூகப் பாதுகாப்பிற்கான உரிமை

ஒவ்வொருவருக்கும் - சமூக வளத்திற்கு ஏற்ப - உணவு, உறைவிடம், உடை, கல்வி மற்றும் மருத்துவப் பராமரிப்புப் பெறும் உரிமை உண்டு. குறிப்பாக, தற்காலிக அல்லது நிரந்தர இயலாமையின் காரணத்தால் சுயமே பராமரிப்புச் செய்துகொள்ளவியலாத நபர்கள் எல்லோருக்கும் சமூகத்தின் இந்தக் கடப்பாடு பொருந்தும்.

XIX. குடும்ப உருவாக்கத்திற்கும் அது தொடர்பான விவகாரங்களுக்குமான உரிமை

அ. ஒவ்வொருவரும் - திருமணம் செய்யவும், ஒரு குடும்பத்தை

உருவாக்கிக் கொள்ளவும், மேலும் தனது சமயம், மரபு, பண்பாடு முதலியவற்றுக்கு ஒப்ப குழந்தைகளை வளர்ப்பதற்கும் உரிமை பெற்றுள்ளனர். ஒவ்வொரு வாழ்க்கைத் துணைவரும், சட்டத்தால் நிர்ணயித்துக் குறிப்பிடப்பட்ட உரிமைகள் மற்றும் சிறப்புத் தகுதிகளைப் பெற உரிமை கொண்டுள்ளனர்; மேலும், அத்தகைய பொறுப்புகளை நிறைவேற்றக் கடமைப்பட்டுள்ளனர்.

ஆ. மணவாழ்வுத் தம்பதி ஒவ்வொருவருக்கும் அவரது துணைவரிடம் இருந்து மரியாதையும், கருணையும் பெற உரிமை உண்டு.

இ. ஒவ்வொரு கணவனும் தனது வசதிக்கேற்ப தனது மனைவியையும் குழந்தைகளையும் பராமரிக்கக் கடமைப்பட்டுள்ளான்.

ஈ. ஒவ்வொரு குழந்தைக்கும், தனது பெற்றோர்களால் பராமரித்து சரியாக வளர்க்கப்படும் உரிமை உண்டு. ஆக, சிறுவயதில் குழந்தைகளை வேலைக்கு அமர்த்துவதும்; குழந்தைகளின் இயல்பான வளர்ச்சிக்குத் தடைபோடும் அல்லது அதை பாதிக்கும் எவ்வொரு பொறுப்பையும் அவர்கள் மீது சுமத்துவதும் தடை செய்யப்படுகிறது.

உ. ஏதோ சில காரணங்களால் பெற்றோர்கள் தம் குழந்தைக்குச் செய்ய வேண்டிய கடமைகளை நிறைவேற்ற இயலாதுபோனால், அக்கடமைகளைப் பொதுசெலவில் நிறைவேற்றும் பொறுப்பு சமூகத்தாரைச் சாரும்.

ஊ. ஒவ்வொருவரும் தனது குழந்தைப்பருவம், முதுமைப்பருவம் அல்லது இயலாத நிலையின் போது தன் குடும்பத்தாரிடமிருந்து பொருள் ஆதரவு, பராமரிப்பு பாதுகாப்பு ஆகியவற்றை பெற உரிமையுடையவர். பெற்றோர்கள் தங்கள் பிள்ளைகளிடமிருந்து பொருள் ஆதரவு, பராமரிப்பு மற்றும் பாதுகாப்பு பெற உரிமை உடையவர்கள்.

எ. தாய்மைக்குக் குடும்பத்தாரிடம் இருந்தும், சமூகத்தின் *(உம்மா)* பொது அங்கங்களிடம் இருந்தும் சிறப்பு மரியாதையும் கவனிப்பும் உதவியும் பெற உரிமையுண்டு.

ஏ. குடும்பத்திற்குள் ஆணும் பெண்ணும் - தங்களது பால்வேற்றுமை, இயற்கை ஆற்றல்கள், திறமைகள் மற்றும் சாய்வுகளுக்கு ஏற்ப தங்கள் கடமைகளையும் பொறுப்புகளையும் பகிர்ந்துகொள்ள வேண்டும். அதே வேளை, தங்கள் வாரிசுகள் மற்றும் உறவினர்கள் மீதுள்ள தங்களது பொதுவான பொறுப்புகளையும் மனதில் நிறுத்திக்கொள்வது அவசியம்.

ஐ. எந்த ஒரு மனிதரும் தனது விருப்பத்திற்கு மாறாக திருமணம்

செய்துவைக்கப்படமாட்டார். அல்லது, திருமணம் காரணமாக தனக்குரிய சட்டத் தகுதியை இழக்கவோ, குறுக்கப்படவோ மாட்டார்.

XX. **திருமணமான பெண்களின் உரிமைகள்**

திருமணமான ஒவ்வொரு பெண்ணிற்கும் பின்வரும் உரிமைகள் உண்டு:

அ. தனது கணவர் வசிக்கும் வீட்டிலேயே தானும் வசிப்பதற்கு;

ஆ. தனது கணவரின் வாழ்க்கைத் தரத்திற்குக் குறைவில்லாத அளவு தரத்தில் வாழ்வைத் தொடர்ந்து நடத்த அவசியமான வளங்களைப் பெறுவதற்கு; மேலும், விவாகரத்து செய்யப்பட்டுள்ள நிலைமையில் - சட்டப்படியான காத்திருப்பு காலத்தின் *(இத்தா)* போது - தனக்கும், தான் பாலூட்டும் அல்லது தன்னுடன் வைத்திருக்கும் குழந்தைகளுக்கும் தனது கணவரின் வசதி வளங்களுக்கு ஏற்ற விகிதத்தில் பராமரிப்புச் செலவைப் பெற்றுக்கொள்வதற்கு. தனது செல்வ அந்தஸ்தும் வருமானமும், அல்லது தானே சுயமாக வைத்திருக்கும் சொத்துக்களும் எத்தகையதாயினும் சரி;

இ. சட்ட விதிகளின் படி மணவாழ்வு முறிப்பை *(ஃகுல்ஆ)* கோரிப் பெறுவதற்கு; இது, தான் நீதிமன்றங்கள் மூலம் விவாகரத்துக் கோரும் அவளது உரிமைபோக கூடுதலான உரிமையாகும்;

ஈ. சட்டத்தின் படி தனது கணவர், பெற்றோர்கள், குழந்தைகள், இன்னபிற உறவினர்களிடம் இருந்து சொத்துரிமை பெறுவதற்கு;

உ. தனது கணவர் மீது - அல்லது விவாகரத்து ஆன பட்சத்தில், முன்னாள் கணவர் மீது - கண்டிப்பான இரகசியம் பேணும் பொறுப்பை விதிப்பதற்கு; இது, தன்னைப் பற்றி அவர் கேட்டுத் தெரிந்திருந்த எந்த ஒரு தகவல் விஷயத்திலும், அதை வெளிப் படுத்துவது தனது நலன்களுக்குப் பாதிப்பு ஏற்படுத்தக்கூடும் என்கிறபோது பொருந்தும். இதே போன்றதொரு பொறுப்பு, கணவர் விஷயத்தில் - அல்லது, முன்னாள் கணவர் விஷயத்தில் - தனக்கும் பொருந்தும்.

XXI. **கல்வி கற்பதற்கான உரிமை**

அ. ஒவ்வொரு நபருக்கும், தனது இயற்கயான திறன்களுக்கு ஏற்ப கல்வி பெறுவதற்கான உரிமை உண்டு.

ஆ. ஒவ்வொரு நபருக்கும், அலுவலகப் பணி மற்றும் வாழ்க்கைத் தொழிலை சுதந்திரமாகத் தெரிந்தெடுப்பதற்கும், தனது இயற்கையான ஆற்றல்களின் முழு வளர்ச்சிக்கான வாய்ப்பு பெறுவதற்கும் உரிமை உண்டு.

XXII. தனிமைக்கான உரிமை

ஒவ்வொரு மனிதருக்கும், தனது அந்தரங்கத் தனிமையைப் பேணுவதில் பாதுகாப்புப் பெறுவதற்கான உரிமை உண்டு.

XXIII. புலம்பெயர்தல் மற்றும் குடியிருப்புச் சுதந்திரத்திற்கான உரிமை

அ. 'இஸ்லாமிய உலகம்' என்பது அசலில் உம்மா இஸ்லாமியாவைக் குறிக்கிறது என்னும் உண்மையின் அடிப்படையில், ஒவ்வொரு முஸ்லிமும் சுதந்திரமாக எந்த ஒரு முஸ்லிம் நாட்டிற்குள் செல்லவும், அதிலிருந்து வெளியேறவும் உரிமை கொண்டுள்ளான்.

ஆ. எந்த ஒரு மனிதரும், தான் வசிக்கும் நாட்டிலிருந்து பலவந்தமாக வெளியேற்றப்படவோ அங்கிருந்து சட்டமுறையின்றி நாடு கடத்தப்படவோ மாட்டார். சட்டத்தின் உரிய முறைப்படியே இதைச் செய்ய இயலும்.

விளக்கக் குறிப்புகள்

1. மேலே, கருத்துருவாகத் தொகுத்தளிக்கப்பட்டுள்ள மனித உரிமைகள் குறித்து - கருத்துச் சூழலினால் பொருள்மாற்றம் பெற்றா லொழிய - கீழ்வரும் விளக்கங்கள் பொருந்தும்:

அ. 'நபர்/மனிதர்' எனும் சொல் ஆண், பெண் இரு பாலரையும் குறிக்கும்.

ஆ. 'சட்டம்' எனும் சொல் *ஷரீஆ* வைக் குறிக்கும். அதாவது, குர்ஆன் மற்றும் *சுன்னா*விலிருந்து பெறப்பட்ட சட்டதிட்டங்களின் முழுமையும்; மற்றும், இவ்விரு மூல ஆதாரங்களிலிருந்து இஸ்லாமியச் சட்டவியலால் தகுதியானவையாகக் கருதப்படும் முறைகளில் உய்த்துணரப்படும் மற்ற எல்லா சட்டங்களும் இதில் அடங்கும்.

2. இந்தப் பிரகடனத்தில் மொழியப்பட்டுள்ள மனித உரிமைகள் ஒவ்வொன்றுக்கும் நிகரானதொரு கடமையும் உண்டு.

3. மேற்குறிப்பிட்ட உரிமைகளைச் செயல்படுத்தல் மற்றும் அனுபவித்தல் விஷயத்தில், ஒவ்வொரு மனிதனும் சில வரம்புகளுக்கு உட்படுத்தப்படுவான். அவை பிறர் உரிமைகளுக்கும் சுதந்திரத்திற்கும் உரிய அங்கீகாரமும் மரியாதையும் பெற்றுத்தரும் நோக்கிலும்; ஒழுக்கம், பொது ஒழுங்கு மற்றும் சமூகத்தின் (உம்மா) பொதுவான நலன் முதலியவற்றிற்கான நியாயத் தேவைகளைப் பூர்த்திசெய்யும் நோக்கிலும் சட்டத்தால் விதிக்கப்படும் வரம்புகளாக மட்டுமே இருக்கும்.

4. இந்தப் பிரகடனத்தின் அரபி மூல உரையே அசலானது.

அரபுக் கலைச்சொல் விளக்கம்

இத்தா	ஒரு விதவை அல்லது விவாகரத்தான பெண் மீது விதிக்கப்பட்ட காத்திருப்பு காலம். அப்பொழுது அவள் மறுமணம் செய்வது கூடாது.
உம்மா இஸ்லாமியா	உலக முஸ்லிம் சமூகம்.
ஃகுல்ஆ	ஒரு பெண்ணின் வேண்டுகோளிற்கு இணங்க விவாகரத்துப் பெற்றுத்தருதல்.
கிலாஃபா	பூமியில் மனிதனின் இறைப் பிரதிநிதித்துவம்; அல்லது நபிகளாரைத் தொடர்ந்து வந்த தலைமை. ஆங்கிலத்தில் 'Caliphate' என்றும், தமிழில் கிலாஃபத் என்றும் ஒலிபெயர்க்கப்படுகிறது.
சுன்னா	நபிகளாரின் (அவர் மீது சாந்தி உண்டாகட்டும்) உதாரணம் அல்லது வழி. இதில் அவரின் சொல், செயல், அங்கீகாரம் ஆகியன அடங்கும்.
மஅரூஃப்	நற்செயல்.
முன்கர்	தீய செயல்.
ஷரீஆ	இஸ்லாமியச் சட்டம்.
ஸகாத்	செல்வத்தின் மீது விதியாகும் 'பரிசுத்தமாக்கல்' வரி; முஸ்லிம்கள் மீது கட்டாயக் கடமைகளான ஐந்து தூண்களில் ஒன்று.
ஹிஸ்பா	பொதுக் கங்காணி - இஸ்லாமிய அரசில் சரியான பொது நடத்தை விதிகளை பூரணமாக அனுசரிப்பதற்கும், அதற்கு வகைசெய்வதற்கும் ஏற்படுத்தப்பட்ட ஒரு நிறுவனமுறை.

பின்னிணைப்பு 3

இஸ்லாமியக் குற்றவியல் நீதியமைப்பில் மனித உரிமைகளின் பாதுகாப்பு

தீர்மானம்*

இஸ்லாமியக் குற்றவியல் நீதியமைப்பில் மனித உரிமைகளின் பாதுகாப்பு குறித்த முதல் சர்வதேச மாநாடு, 28-31 மே 1979இல் இத்தாலி நாட்டின் சிராக்கியூசா நகரிலுள்ள குற்றத்துறை அறிவியல்களுக்கான சர்வதேச உயர்கல்விப் பயிலகத்தில் நடைபெற்றது எனும் நிலையில்;

184.2

பின்வரும் உண்மை, பங்கெடுப்பாளர்கள் அனைவரும் திருப்திப்பட உறுதிசெய்யப்பட்டது: சட்டக்குற்றம் சுமத்தப்பட்டவரின் உரிமைகளைப் பாதுகாக்கும் பாடத்தலைப்பு குறித்த இஸ்லாமியச் சட்டத்தின் சொல் வடிவும் உயிரோட்டமும், சர்வதேசச் சட்டத்திற்குக் கீழ் உள்ள மனித உரிமைகளின் அடிப்படைக் கோட்பாடுகளுடன் முழு ஒத்திசைவு கொண்டுள்ளன; அதே போல், முஸ்லிம் மற்றும் முஸ்லிமல்லாத உலக நாடுகளின் அரச சாசனங்கள், சட்டங்கள் முதலியவற்றுக்குக் கீழ் அனைவருக்கும் வழங்கப்பட்டுள்ள சமத்துவம் மற்றும் கண்ணியத்தைப் பொறுத்தும் இது முழு ஒத்திசைவு கொண்டனவாக உள்ளன எனும் நிலையில்;

இஸ்லாமியச் சட்டத்தின் கோட்பாடுகளில் பொதிந்துள்ள அடிப்படை மனித உரிமைகளுள், பிறவற்றுக்கு இடையில், சட்டக்குற்றம்

---

* இஸ்லாமியக் குற்றவியல் நீதியில் மனித உரிமைகளின் பாதுகாப்பு குறித்த முதல் சர்வதேச மாநாடு, 28-31 மே 1979இல் இத்தாலி நாட்டின் சிராக்கியூசா நகரிலுள்ள குற்றத்துறை அறிவியல் களுக்கான சர்வதேச உயர்கல்விப் பயிலகத்தில், பேராசிரியர் எம். ஷெரீஃப் பாஸ்ஸியோனி மற்றும் அஹ்மது ஃபத்ஹி சுரூரால் தலைமைதாங்கி நடத்தப்பட்டது. இதில் 18 நாடுகளிலிருந்து 55 சட்டவியல் அறிஞர்கள் – பெரும்பாலும் தண்டனை வழங்கும் நீதிபதிகள் – பங்குபெற்றனர். மாநாட்டின் முடிவில், பங்கெடுப்பாளர்கள் இந்தத் தீர்மானத்தை ஆதரித்து ஒருமனதாக வாக்களித்தனர். (ஒருவர் தவிர்ந்திருந்தார்)

சுமத்தப்பட்டவரின் கீழ்வரும் உரிமைகளும் அடங்கும் எனும் நிலையில்:

1. சட்டமுறையின்றி கைது செய்தல், சிறைவைத்தல், சித்ரவதை, முற்றாக உடல் அழிப்பு செய்தல் ஆகிய எவ்வொன்றிலிருந்தும் சுதந்திரமாக இருப்பதற்கான உரிமை;

2. குற்றவாளி என நிரூபிக்கும் வரை, குற்றமற்றவராகக் கருதப் படுவதற்கான உரிமை. மேலும் குற்ற நிரூபிப்பு, சட்டத்தின் ஆட்சிப்படி நியாயமான, பாரபட்சமற்ற தீர்ப்பாயத்தின் மூலம் செய்யப்படவேண்டும்;

3. 'சட்டத்திற்கு உட்படுத்தல்' கோட்பாட்டை செயல்படுத்துவதற் கான உரிமை. இதன் பிரகாரம், குர்ஆனில் குறிப்பிடப்பட்டுள்ள குற்றங்கள் விஷயத்தில்; அல்லது ஷரீஆ சட்டத்தினால் (இஸ்லாமியச் சட்டம்), அல்லது அதற்கு முழு இணக்கப்பாடு கொண்டுள்ளதொரு குற்றவியல் சட்ட விதிமுறையினால் தெளி வான, நிறுவப்பெற்ற பொருளும் கருத்தாக்கமும் நிர்ணயிக்கப் பட்டுள்ள பிற குற்றங்கள் விஷயத்தில் குற்றம் சுமத்தப்பட்ட வருக்கு வழக்கு நடத்தப்படும் உரிமை;

4. முன்பு சட்டத்தால் நிறுவப்பெற்ற பொருத்தமான தீர்ப்பாயத் திற்கு முன் ஆஜராகும் உரிமை;

5. ஒரு வெளிப்படையான வழக்கு விசாரணைக்கான உரிமை;

6. ஒருவர் தனக்கெதிராக சாட்சிசொல்ல நிர்ப்பந்தப் படுத்தாமல் இருப்பதற்கான உரிமை;

7. சாட்சியம் வழங்குவதற்கும், சுய தற்காப்பிற்காக சாட்சிகளை அழைப்பதற்குமான உரிமை;

8. சுய தெரிவின் அடிப்படையில் சட்ட ஆலோசகரை அமர்த்து வதற்கான உரிமை;

9. சட்டத்தினால் அனுமதிக்கப்பட்ட சாட்சியத்தின் அடிப்படை யிலான காரணங்களால் அமைந்துள்ளதொரு தீர்ப்புப் பெறுவதற் கான உரிமை;

10. வழக்கில், வெளிப்படையாகத் தீர்ப்பு அளிக்கப்படுவதற்கான உரிமை;

11. சுமத்தப்படும் தண்டனையில் தயவு காட்டும் விதமாக, கருணை யிலிருந்தும் மறுவாழ்வு மற்றும் மறு சமூக-உறவாடல் நோக்கங் களிலிருந்தும் பலன் அடைவதற்கான உரிமை;

12. மேல்முறையீட்டிற்கான உரிமை;

இஸ்லாமியச் சட்டத்தில் அடக்கம்பெற்றுள்ள மேற்கூறிய உரிய

சட்ட நிகழ்வுமுறை உரிமைகளும், குடிமை மற்றும் அரசியல் உரிமைகள் குறித்த சர்வதேச உடன்படிக்கையில் விதித்துள்ள வழிமுறைகளும் முழு ஒத்திசைவு கொண்டுள்ளன. பின்னவை, கணிசமான முஸ்லிம் மற்றும் இஸ்லாமிய நாடுகள் உட்பட பற்பல நாடுகளால் கையொப்ப மிடப்பட்டு அல்லது ஒப்புதல் அளித்து உறுதிசெய்யப்பட்டவை; மேலும், அவை உலகளாவிய மனித உரிமைப் பிரகடனம், 1948-லும், குற்றம்புரிந்தோரை நடத்துவதற்கான நியாயமான குறைந்தபட்ச வழிமுறைகள் குறித்த ஐ.நா பிரகடனத்திலும் இடம்பெற்றுள்ள, சர்வதேச சட்டத்தின் பொதுவாக, அங்கீகரிக்கப்பட்ட கோட்பாடு களைப் பிரதிபலிப்பனவாக உள்ளன எனும் நிலையில்;

இச்சமயம், மாநாட்டில் பங்கெடுப்பவர்கள் தங்களது தனிமனித அந்தஸ்தில், மேற்கூறிய கோட்பாடுகளையும் அவற்றில் பொதிந்துள்ள விழுமங்களையும் தூக்கிப்பிடிப்பதில் நாட்டம் கொண்டு; மற்றும், இஸ்லாமிய மற்றும் முஸ்லிம் நாடுகளின் பழக்கங்களும் முறைகளும் அவற்றை ஒழுகி நடப்பதை உறுதிசெய்யவும் நாடி, பின்வருமாறு பிரகடனம் செய்கின்றனர்:

மேற்கூறிய கோட்பாடுகளிலிருந்து விலகிய எந்த ஒரு நடவடிக்கை யும் ஷரீஆ சட்டம், மற்றும் சர்வதேச மனித உரிமைச் சட்டத்திற்குப் புறம்பான படுமோசமான, ஆழிய அத்துமீறலாகக் கருதப்படும்; மேலும், உலகின் பெரும்பாலான நாடுகளின் அரசியல் சாசனங்கள் மற்றும் சட்டங்களில் பிரதிபலிப்பாகும், சர்வதேச சட்டத்தின் பொதுவாக-அங்கீகரிக்கப்பட்ட கோட்பாடுகளுக்குப் புறம்பான அத்துமீறலாக இருக்கும்.

சிராக்கியூசா
31 மே 1979

பின்னிணைப்பு 4

இஸ்லாமியச் சட்டக் கலைச்சொற்கள்

அதான்	தொழுகைக்கு முஅத்தின் விடுக்கும் அழைப்பொலி.
அமன்	பாதுகாப்பு அல்லது பாதுகாப்பாக நடத்தலுக்கான உறுதிமொழி.
அல்லாஹ்	இறைவன், படைப்பாளன்.
அஸபிய்யா	நீதியளிப்பதில் ஒருதலைப்பட்சமாக நடந்து கொள்வது.
ஆயத்	குர்ஆனிய வசனம்.
இஃக்திலாஃப்	முஸ்லிம்களுக்கு இடையிலான பேதம், கருத்து வேறுபாடு; இது இறைக் கருணையின் அறிகுறி யாகப் பார்க்கப்பட்டது.
இபாதத்	இறைவனுக்கு மனிதன் செய்யும் கடமைகள். இவை இஸ்லாத்தின் ஐந்து தூண்களில் எடுத்துரைக்கப் பட்டுள்ளன.
இல்ம்	அறிவு; அபிப்பிராயம், யூகம் (ழன்ன்) முதலான வற்றுக்கு எதிர்மறையானது.
இமாம்	தலைவர் - முஸ்லிம்களின் தலைவரைக் குறிப் பதற்கும், ஒரு சட்டவியல் சிந்தனா வழியின் தலைவரைக் குறிப்பதற்கும், நாட்டின் ஆட்சித் தலைவரைக் குறிப்பதற்கும் பயன்படுத்தப்படுகிறது.
இஜ்திஹாத்	இறைச்சட்டத்தை - பூரணமாகக் கருத்தறிந்து கொள் வதற்குப் பாடுபடுவதன் பொதுவான நிகழ்வுமுறை.
இஜ்மா	ஒரு தலைமுறையின் தகுதிபெற்ற சட்டவியல் அறிஞர்களின் கருத்தொற்றுமை; தர்க்கிக்கவியலாத தாகவும், தவறுகளுக்கு அப்பாற்பட்டதாகவும் கருதப்படுகிறது.

இஸ்திஸ்லாஹ்	பொதுநலன் அடிப்படையிலான கருத்து.
இஸ்திஸ்ஹாப்	(சட்டவியல் விளக்கத்தில்) தொடர்ச்சி குறித்த முன் அனுமானம்.
இஸ்திஹ்ஸான்	சமநீதி, சட்டவியல் முன்னுரிமை.
இஸ்னா-அஷரி	ஷியா சிந்தனா வழிமுறைகளில் மிக முக்கியமான ஒன்று.
இஸ்லாம்	அல்லாஹ்வின் நாட்டத்திற்குக் கீழ்ப்படிதல்; இதுவே இந்த மதத்தின் விருப்பப் பெயர்.
உசூல்	சட்டத்தின் வேர்கள் அல்லது மூல ஆதாரங்கள்.
உம்மா	(முஸ்லிம்கள் அடங்கிய) சமூகம்.
உலமா	இறையியலாளர்கள்
ஃபகீஹ்	சட்டவியலாளர்.
ஃபத்வா	ஒரு சட்டவியல் ஆலோசகரின் அதிகாரப்பூர்வமான கருத்து.
ஃபர்மான்	அரசாணை
ஃபிக்ஹ்	சட்ட அறிவியல், சட்டவியல்.
கலீஃபா	நபிகளாரின் பிரதிநிதி, அல்லது மரபுரிமைத் தலைவர் - இஸ்லாமிய அரசின் தேர்ந்தெடுக்கப் பட்ட ஆட்சியாளர்.
காழி	இஸ்லாமிய நீதிபதி.
கியாஸ்	ஒப்புமை வாயிலாகக் கருத்தைப் பெறும் முறை.
கிஸாஸ்	ஒரு மனிதருக்கு எதிரான பெருங்குற்றம். எ.கா.: கொலை, மனிதக்கொலை, உருச்சேதம்.
குறைஷ்	நபிகளாரின் கோத்திரம்.
குர்ஆன்	புனித வேதம்; இஸ்லாமியச் சட்டத்தின் முதன்மை யான மூல ஆதாரம்.
சன்னி	சன்னி சிந்தனா வழியின் பின்பற்றாளர்கள் (முஸ்லிம் களில் பரந்த பெரும்பான்மை இவ்வழியையே சாரும்).
சியார்	ஷரீஆவின் ஒரு கிளை இயல் - அரசின் நடத்தை மற்றும் சர்வதேச உறவுகள் குறித்தது.
சுன்னா	வாழ்க்கை வழி; மரபுசார் கொள்கையின்படி மேலும் துல்லியமாகக் கூறின், நபிகளாரின் வாழ்வும் முன்னுதாரணமும்.

சூஃபிகள்	சட்டத்துறை நெகிழ்வற்ற வாதத்திற்கு எதிராக எழுந்தவர்கள்.
சூரா	குர்ஆனின் ஓர் அத்தியாயம்.
ஜாஹிலிய்யா	இஸ்லத்திற்கு முந்தைய காலம்; மனிதன் இறைவனுக்கு அடிபணிவதற்குப் பதிலாக பிற மனிதர்களுக்கு அடிபணிந்திருந்த காலம்.
ஜிஸ்யா	தலை வரி (ஆள் வரி).
ஜிஹாது	ஒரு நீதமான போர்; அல்லது புனிதப் போர்.
தஃப்சீர்	விளக்கமளிப்பு.
தக்லீது	ஒப்பிப் பின்பற்றுதல், அங்கீகரிக்கப்பட்ட தொரு சட்டவியலாளரின் கருத்தைப் பின்பற்றுதல்.
தாருல்-இஸ்லாம்	இஸ்லாத்தின் பேரரசு.
தாருல்-சுல்ஹ்	இஸ்லாத்துடன் சமாதானம் கொண்டுள்ள பேரரசு.
தாருல்-ஹர்ப்	இஸ்லாத்துடன் போரிடும் பேரரசு.
திம்மீ	வேதக்கார சமூகங்களுள் (கிறிஸ்துவர்கள், யூதர்கள், சாபியீன்கள், சொராஸ்டிரியர்கள்) ஒன்றின் உறுப்பினர்.
நஸ்ஸ்	வேதத்தின் அல்லது ஷரீஆ வின் மூல உரை.
பைத்துல்-மால்	பொதுக் கருவூலம்.
மஜ்லிஸ்	மக்கள் பிரதிநிதிகளின் குழுமம்; பாராளுமன்றம்.
மாலிகி	நான்கு சன்னி சட்டவியல் சிந்தனா வழிகளுள் ஒன்று.
மு’ஆமலாத்	மனித உறவுகளைக் கட்டுப்படுத்தும் சட்டங்கள். எ.கா.: திருமணம், விவாகரத்து, மரபுரிமை.
முஃப்தி	ஆலோசகர்.
முஅத்தின்	மினராவிலிருந்து தொழுகை நேரங்களை அறிவிக்கும் வகையில் அதான் சொல்பவர்.
முஜ்தஹித்	இஜ்திஹாதைப் பிரயோகிக்கும் அறிஞர்.
முஹ்தஸிப்	நிர்வாக மேற்பார்வையாளர்; பொது ஒழுக்கக் காப்பாளர்.
ரஃயி	சட்டவியல் ஆலோசகரின் கருத்துகள்.
ரிபா	வட்டி.
ழன்ன்	யூகம் அல்லது கருத்து; ஆக, அறிவு (‘இல்ம்) என்பதிலிருந்து வேறுபட்டது.

வக்ஃப்	புனித அறக்கட்டளை.
ஷரீஆ	தடம் அல்லது பாதை; புனிதச் சட்டத்தைக் குறிப் பதற்கானதொரு சொல்.
ஷாஃபி	நான்கு சன்னி சட்டவியல் சிந்தனா வழிகளுள் ஒன்று.
ஷியா	ஷியா சிந்தனா வழியின் பின்பற்றாளர்கள் (உலக முஸ்லிம்களுள் ஏறத்தாழ பத்து சதவீதத்தினர்).
ஷூரா	ஜனநாயகப் பங்கெடுப்பு, கலந்தாலோசனை, சபை ஆகியன சார்ந்த கோட்பாடு.
ஸகாத்	கொடை, தான தர்மம்.
ஸாஹிர்	குர்ஆனின் வெளிரங்கமான சொற்பொருள் (இச்சொல்லில் இருந்தே, ஸாஹிரி சட்டவியல் சிந்தனா வழி பெயர் அடைந்துள்ளது).
ஸுல்ம்	கொடுமை, ஒடுக்குமுறை, சுரண்டல்.
ஹதீஸ்	மரபுச் செய்தி - அதாவது, நபிகளார் குறித்ததொரு மரபுச் செய்தி.
ஹத்து	தண்டனைக் குறிப்பிடப்பட்ட, இறைச் சட்டத் திற்குப் புறம்பானதொரு குற்றம் - மது அருந்துதல், விபச்சாரம், திருட்டு, அவதூறு, வழிப்பறிக் கொள்ளை, மதந்துறப்பு.
ஹம்பலி	நான்கு சன்னி சட்டவியல் சிந்தனா வழிகளுள் ஒன்று.
ஹராம்	தடுக்கப்பட்டது.
ஹனஃபி	நான்கு சன்னி சட்டவியல் சிந்தனா வழிகளுள் ஒன்று.
ஹஜ்	(மக்காவுக்குச் செல்லும்) புனிதப் பயணம்.
ஹியால்	சட்டக் கருவிகள் (ஆதாரமில்லாத விதிமுறையின் தாக்கத்தை மட்டுப்படுத்தல், எ.டு. வட்டியின் தடை)
ஹிஜ்ரா	கி.பி.622இல் நபிகளார் மதீனாவுக்குப் புலம் பெயர்ந்த நிகழ்வு.
ஹிஸ்பா	இஸ்லாமிய நன்னெறியான 'நன்மையை ஏவுதல்'.

உசாத்துணை

Abd al Kader, A., 'Land Property and Land Tenure in Islam', *Islamic Quarterly,* vol. 5 (1939a) pp. 4-11.

Abd al Kader, A., *Islamic Review,* vol. 47 (1939) pp. 20-3.

Abdel-Wahab, S. E., 'Meaning and Structure of Law in Islam', *Vanderbilt Law Review,* vol. 16 (1962) p. 115.

Abdul Hakim, Khalifa, *Fundamental Human Rights* (Lahore: Muhammad Ashrof, 1952).

Abdul Hakim, Khalifa, 'The Natural Law in the Moslem Tradition', *Natural Law Institute Proceedings,* vol. 5 (1951) p. 29.

Abdullah, Muhammad, *Al Muqaranath al Tashri'yah* (Cairo: 1947).

Abul-Fazl, M., *Sayings of the Prophet Muhammad* (New Delhi: Award Publishing House, 1980).

Aghnides, N.P., *Mohammedan Theories of Finance, with an Introduction to Mohammedan Law and a Bibliography* (New York: Columbia University Press, 1916).

Ahmad, F., *The Principle of Equality in Islam from the Constitutional Viewpoint and Comparison with Modern Democracy* (in Arabic) (Cairo: Muassasat al-Thsqafah al-Jami iyah, 1972).

Ahmad, Muhammed Khalafalla, 'Islamic Law, Civilization and Human Rights', *Egyptian Review of International Law,* vol. 12 (1956).

Ahmad, S. M., *The Problem of Land and Islam* (Lahore: Institute of Islamic Culture, 1955).

Akbar, M. U., *The Orations of Mohammed,* revised edn (Lahore: Muhammed Ashrof, 1966).

al Alusi, Mahmud 'Abd Allah, *Ruh Al-Ma'ani* ('The First of Intentions') (Cairo: Idarat at-Taba'ah al-Muniriyyah, 1345/1926).

al Arabi, Muhammad ibn' Abd Allah ibn, *Ahkam al-Quran* ('Rules of the Koran') (Cairo: Matba'at al Sa'adah, 1331/1912).

Al-Attas, S. M., *Islam and Secularism* (Angkatan Belia Islam Malaysia, 1978).

Al-Ghunaimi, M. J., *The Muslim Conception of International Law and the Western Approah* (The Hague: Martinus Najhoff, 1968).

al-Guzzali, Muhammad, *Human Rights in the Teaching of Islam* (in Arabic) (Cairo: al Makhtabat al-Tjariyah, 1962).

Ali, A. Y., *The Meaning of the Glorious Qur'an,* (Cairo: Dar Al-Kitab al-Masri, 1934).

Ali, S. A., *Mohammedan Law,* 4th edn (Calcutta: Thacker Spink, 1917).

Ali, S. A., *The Legal Position of Women in Islam* (University of London Press, 1912).

Ali, S. A., *The Spirit of Islam* (London: Allen, 1896; re-published Delhi: Islamic Book Trust, 1981).

Ali, S. A., *The Ethics of Islam* (Calcutta: Thacker, 1893).

Al-Nawawi, *Forty Hadith,* trans. Ezzedin Ibrahim and Denys Johnson-Davies (Beirut: Holy Koran Publishing, 1976).

Al-Sayed, Abdul Malik, *Social Ethics of Islam: Classical Islamic-Arabic Political Theory and Practice* (New York: 1982).

Anderson, J. N. D., *Law Reform in the Muslim World* (London: Athlone Press, 1976).

Anderson, J. N. D., *Islamic Law in the Modern World* (New Yourk: University Press, 1959).

Anderson, J. N. D., 'Law as a Social Force in Islamic Culture and History' *Bulletin of the School of Oriental and African Studies,* vol. xx (1957).

Andrae, Tor, *Mohammed, The Man and his Faith* (New York: Harper and Row, 1960).

Arberry, Arthur J., *The Doctrine of the Sufis* (Cambridge: 1935; revised, Lahore: Muhammad Ashrof, 1966).

Arberry, Arthur J. *Revelation and Reason in Islam* (London: Allen and Unwin, 1957).

Arberry, Arthur J., *The Koran Interpreted* (London: George Allen and Unwin, 1955).

Arberry, Arthur J., *Avicenna on Theology* (John Murray, 1951).

Armanazi, Najib, *L'Islam et le Droit International* (Paris: Picart, 1929).

Armanazi, Najib, *Les Principles Islamiques et les Rapports Internationaux en Temps de Paix et de Guerre* (Paris: 1929).

Arnold, T. W., *The Preaching of Islam* (London: Constable, 1896).

Asad, Muhammad (trans). *The Message of the Qur'an* (Gibraltar: Dar Al-Andalus, 1980a)

Asad, Muhammad, *The Principles of State and Government in Islam* (University of California Press, 1961; new edition, Dar-el-Andalus, 1980b).

Azzam, A., *The Eternal Message of Mohammed* (Harmondsworth: Penguin, 1964).

Badr, G. M., 'Islamic Law: Its Relation to Other Legal Systems', *American Journal of Comparative Law*, vol. 26 (1978) p. 185.

Baidawi, 'Abd Allah ibn 'Uman, *Anwar al-Tanzil* ('The Lights of Revelation') (Cairo: Mustafa al-Babi Hatabi, 1330/1912).

Baroody, G., 'Shari'ah, Law of Islam: An American Lawyer in the Courts of Saudi Arabia', *Aramco World* (1966) p. 17.

Bassiouni, M. C. (ed. and trants.) *The Islamic Criminal Justice System* (New York, Oceana Publications, 1982).

Bassiouni, M. C., 'Islam: Concept, Law and World Habeas Corpus', *Rutgers Camden Law Journal*, vol. 2 (1970), p. 160.

Beek, Lois and Nikki Keddi (eds) *Women in the Muslim World* (Harvard University Press, 1978).

Bell, Richard, *Introduction to the Qur'an* (Edinburgh University Press, 1953).

Blaustein, A. P. and Flanz, G. H. (eds) *Constitutions of the Countries of the World*, vol. 13 (New York: Oceana Publications, 1976).

Bosworth-Smith, R., *Mohammed and Mohammedanism* (London: Murray, 1889).

Brockelmann, Carl, *History of the Islamic Peoples* (London: Routledge and Kegan Paul, 1959).

Brohi, A. K., 'Human Rights and Duties in Islam: A Philosophic Approach', in Salem Azzam (ed.) *Islam and Contemporary Society* (Harlow: Longman, 1982).

Browne, Lawrence E., *The Eclipse of Christianity in Asia* (Cambridge University Press, 1933).

Bryce, J., *Studies in History and Jurisprudence*, vol. 2 (Oxford: 1901).

Burn, R. (ed.) *The Cambridge History of India* (Delhi: Chand, 1957).

Burns, C. D., *The First Europe: A Study of the Establishment of Medieval Christendom, AD 400-800* (London: George Allen and Unwin, 1947).

Bury, J. B. (ed.) *Gibbon's Decline and Fall of the Roman Empire* (London: Methuen, 1900-02).

Cambridge History of India, vol. III (see under Haig).

Cambridge History of Islam (See under Holt *et al.*).

Campbell, D., *Arabian Medicine*, vol. 1 (London: 1926).

Cardahi, Choukri, 'The Concept and Practice of Private International Law in Islam', in *Recueil des Cours del:'Academie de Droit International de la*

Haye vol. II (1937) pp. 511-646.

Carroll, H. J., et al., *The Development of Civilisation,* vol. I (Chicago: Scott Foreman, 1961).

Clark, G. N., 'Grotius' East India Mission to England', *Transactions of the Grotius Society,* vol. 20 (1935).

Copleston, F. C., *Aquinas* (Harmondsworth: Penguin, 1955).

Coulson, N. J., *Conflict and Tensions in Islamic Jurisprudence* (University of Chicago Press, 1969).

Coulson, N. J., 'Islamic Law', in J. D. M. Derrett (ed.) *An Introduction to Legal Systems* (London: Sweet and Maxwell, 1968).

Coulson, N. J., *Islamic Surveys: A History of Islamic Law* (Edinburgh University Press, 1964).

Coulson, N. J., 'The State and the Individual in Islamic Law', *International and Comparative Law Quarterly,* vol. 6 (1957) p. 49.

Cragg, Kenneth, *The Call of the Minaret* (Oxford University Press, 1956) esp. Chs. 5, 8 and 11.

Daniel, Norman, *Islam, Europe and Empire* (Edinburgh University Press, 1966).

De Santillana, D., *The Legacy of Islam* (Oxford: 1931).

Derrett, J. D. M. (ed.) *An Introduction to Legal Systems* (London: Sweet and Maxwell, 1968).

Diwan, Paras, *Muslim Law in Modern India* (Allahabad Law Agency, 1977).

Dodwell, H. H. (ed.) *Cambridge History of India,* vol. V (Cambridge University Press, 1929).

Donnelly, J., 'Human Rights and Human Dignity: An Analytic Critique of Non-Western Conceptions of Human Rights', *American Political Science Review,* vol. 76 (1982).

Dunlap, L. W., *Readings in Library History* (New York: Bowker, 1972).

Dunlop, D. M., *Arab Civilization to A. D. 1500* (New York: Praeger, 1971).

Enayat, Hamid, *Modern Islamic Political Thought* (London: Macmillan, 1982).

Encyclopaedia of Islam, 1st edn (Leiden: 1913-1942); 2nd edn, H. A. R. Gibb *et al.* (Leiden and London: 1960) continuing *The Encyclopaedia of Islam,* M. Th. Houtsma and H. J. Wensinck (Leiden and London: 1934); *Shorter Encyclopaedia of Islam,* H. A. R. Gibb and J. H. Kramers, (Leiden: 1953).

Engineer, A. A., *The Origin and Development of Islam* (New Delhi: Orient Longman, 1980).

Esposito, John L. (ed.) *Voices of Resurgent Islam* (Oxford University Press, 1983).

Faris, Nabih (ed.) *The Arab Heritage* (New York: Russell and Russell, 1963).

Faruki, K. A., *Islamic Jurisprudence* (Karachi: National Book Foundation, 1975).

Fitzgerald, S. V., 'The Alleged Debt of Islamic to Roman Law', *Law Quarterly Review*, vol. 67 (1951) p. 81.

Flew, A., *An Introduction to Western Philosophy* (London: Thames and Hudson, 1971).

Fyzee, A. A. A., *Outlines of Muhammadan Law*, 3rd edn (Oxford University Press, 1964a).

Fyzee, A. A. A., 'The Adab Al-Qadi in Islamic Law', *Malaya Law Review*, vol. 6 (1964b).

Fyzee, A. A. A., *A Modern Approach to Islam* (Bombay: 1963).

Fyzee, A. A. A., *Studies on the Civilization of Islam* (Bombay: 1963).

Gabrieli, Francesco, *The Arabs: A Compact History* (New York: Hawthorne Books, 1963).

Gardner, W. R. W., *Qur'anic Doctrine of Sin* and *Qur'anic Doctrine of Salvation* (Madras: Christian Literature Society, 1913-14).

Gentili, A., *De Jure Belli Libri Tres*, Classics of International Law, vol. II (New York: Oceana, 1933).

Gibb, H. A., 'The Heritage of Islam in the Modern World', *International Journal of Middle East Studies*, vol I (January 1970) pp. 3-17.

Gibb, H. A., *Mohammedanism: An Historical Survey*, 2nd edn (Oxford University Press, 1953).

Gibb, H. A., *Modern Trends in Islam*, The Haskell Lectures (University of Chicago Press, 1945).

Gibbon, *Decline and Fall of the Roman Empire* (see under Bury).

Gilani, *The Reconstruction of Legal Thought in Islam* (Lahore: Idara Tarjuman al Qur'an, ICHHRA, 1982).

Goldziher, Ignaz, *Islam*, trans. by C. R. Barber and S. M. Stein (London: George Allen and Unwin, 1967).

Guillaume, Alfred, *The Traditions of Islam* (Oxford University Press, 1924; revised Beirut: Khayatz, 1966).

Guillaume, Alfred, *The Life of Muhammed: A Translation of Is'haq's 'Siratrasul allah'* (Oxford University Press, 1955) (This is a translation of one of the chief Arabic biographies of the Prophet).

Gulick, John and Margaret E., *An Annotated Bibliography of Sources Concerned with Women in the Modern Muslim Middle East*, Princeton Near East Paper No. 17 (Princeton University Press, 1974).

Gutteridge, H. C., 'Abuse . f Rights', *Cambridge Law Journal,* vol. 6 (1933).

Habachy, Saba, 'Property, Right and Contract in Muslim Law', *Columbia Law Review,* vol. 62 (1962) p. 450.

Habachy, Saba, 'Community Security vs. Man's Right to Knowledge. Islam - Factors of Stability and Change', *Columbia Law Review,* vol. 54 (1954) p. 710.

Haig, W. (ed.) *Cambridge History of India,* vol. III (Cambridge University Press, 1928).

Hamidullah, Mohammad, *The First Written Constitution in the World,* 2nd edn (Lahore: Mohammad Ashrof, 1968).

Hamidullah, Mohammad, *The Muslim Conduct of State,* 4th edn (Lahore: Mohammed Ahrof, 1961).

Hamidullah, Mohammad, *Le Prophete de l'Islam* (Paris: 1959).

Hamidullah, Mohammad, *Majmu'at al Watha'iq* (Cairo: 1956).

Hanagi, M. Jamil, *Islam and the Transformation of Culture* (New York: Asia Publishing House, 1974).

Hassan, R., 'On Human Rights in Qur'anic Perspective', in A. Swidler (ed.) *Human Rights in Religious Traditions* (New York: Prilgrim Press, 1982).

Hassan, S. R., *The Reconstruction of Legal Thought in Islam* (Lahore: Law Publishing, 1974).

Heer, F., *The Medieval World: Europe 1100-1350,* trans. J. Sondheimer (Mentor Books, 1968).

Heggoy, A. A., 'Algerian Women and the Right to Vote: Some Colonial Anomalies', *Muslim World,* vol. 64 (1973) p. 228.

Henkin, L., Pugh, R. C., Schachter, O., and Smit, H., *International Law* (St. Paul, Minn.: West Publishing, 1980).

Hidayatullah, M. (ed.) *Mulla's Principles of Mohammedan Law* (Bombay: N. M. Tripathi, 1972).

Hitti, Philip K., *History of the Arabs from the Earliest Times to the Present* (London: Macmillan, 1967).

Hitti, Philip K. (ed.) *The Origins of the Islamic State* (Beirut: Khayats, 1966).

Hitti, Philip K., *The Near East in History* (Princeton: Van Nostrand, 1961).

Holt, P. N., Lambton, K. S., and Lewis, B. (eds) *The Cambridge History of Islam,* 2 vols (Cambridge University Press, 1970).

Homoud, S., *Islamic Banking* (Graham and Trotman, 1985).

Hooker, M. B., *Islam in South-East Asia* (British Institute in South-East Asia,

1983).

Hooker, M. B., *Adat Laws in Modern Malaya* (Oxford University Press, 1972).

Hottinger, A., *The Arabs: Their History, Culture and Place in the Modern World* (Berkeley: University of California Press, 1963).

Hourani, A. H., *Arabic Thought in the Liberal Age: 1798-1939* (Oxford University Press, 1962).

Hughes, T. P., *A Dictionary of Islam* (New Jersey: Reference Book Publishers, 1965).

Husain, Arthar, *The Message of Muhammad* (Lahore: Islamic Book Foundation, 1980).

Hussain, H., ' "Due Process" in Modern Constitutions and the Process of Sharia', *Karachi Law Journal*, vol. 7 (1971) p. 57.

Ibrahim, Ahmad, 'The Concept of Justice in Islam', *Malayan Law Journal*, vol. 2 (1985).

Ibrahim, Ahmad, 'Religious Beliefs and Humanitarian Law with Special Reference to Islam', *Journal of Malaysian and Comparative Law*, vol. 11 (1984) p. 125.

Ibrahim, Ahmad, *Islamic Law in Malaya* (Singapore: Malaysian Sociological Research Institute, 1965).

Ion, T. P., 'Roman Law and Mohammedan Jurisprudence' *Michegan Law Review*, vol. 6, (1907).

Iqbal, Afzal, *The Culture of Islam: The Classical Period*, 3rd edn (Lahore: Institute of Islamic Culture, 1981).

Iqbal, Muhammad, *The Reconstruction of Religious Thought in Islam* (Lahore: Muhammad Ashrof, 1965).

Ishaque, Khalid M., 'Human Rights in Islamic Law', *Review of the International Commission of Jurists*, vol. 30 (1974)

Juynboll, Th. W., 'Law' (Muhammadan), in J. Hastings (ed.) *Encyclopaedia of Religion and Ethics*, vol. VII, 2nd edn (Edinburgh: T. and T. Clark, 1914) pp. 858-83.

Kabir, 'Abd-al-Aziz-al Qadire, *Islam and the Race Question* (Paris: UNESCO, 1970).

Karpat, Kemal H. (ed.) *Political and Social Thought in the Contemporary Middle East* (New York: Praeger, 1968).

ibn Kathir, Ima'il ibn 'Umar, *Interpretation of the Great Quran* (in Arabic) (Cairo: Matba'at Mustafa Muhammad, 1947).

Kerr, Malcolm, H., *Islamic Reform: The Political and Legal Theories of*

Muhammad Abduh and Rashid Rida (University of California Press, 1966).

Khadduri, Majid, 'Marriage in Islamic Law: The Modernist Viewpoints' *American Journal of Comparative Law,* vol. 26 (1978) p. 213.

Khadduri, Majid, (trans.) *The Islamic Law of Nations: Shaybani's Siyar* (Baltimore: Johns Hopkins Press, 1966).

Khadduri, Majid, *Islamic Jurisprudence: Shafei's Risala* (Baltimore: 1961).

Khadduri, Majid, 'The Islamic System: Its Competition and Co-existence with Western Systems', *Proceedings of the American Society of International Law* (1959) pp. 49-52.

Khadduri, Majid, 'Islam and the Modern Law of Nations', *American Journal of International Law,* vol. 50 (1956). p. 358.

Khadduri, Majid, *War and Peace in the Law of Islam* (Baltimore: Johns Hopkins Press, 1955).

Khadduri Majid, 'Human Rights in Islam', *Annals,* vol. 243 (1946) p. 77.

Khadduri, Majid, and Leibesny, H. J. (eds) *Law in the Middle East,* vol. 1 (Washington DC: Middle East Institute, 1955).

Khan, Majid Ali, *The Pious Caliphs,* 2nd edn (Kuwait: Islamic Book Publishers, 1982).

Khan, M. M. (trans.) *Sahih al-Bukhari,* vol. 4.

Khan, Sir Muhammad Zafrulla, *Islam and Human Rights* (London: The London Mosque, 1970).

Khan, Sir Muhammad Zafrulla, *Islam: Its Meaning for Modern Man* (New York: Harper and Row, 1962).

Khan, S. A., *Anecdotes from Islam,* revised edn (Lahore: Muhammed Ashrof, 1960).

Lal, Basant Kumar, *Contemporary Indian Philosophy* (Motilal Banarsidas, 1973).

Landau, Rom, *Arab Contribution to Civilization* (San Francisco: American Academy of Asian Studies, 1958).

Lecky, W. E. H., *History of European Morals,* Part 1 (London: Watts, 1946).

Leonard, A. G., *Islam: Her Moral and Spiritual Value* (Luzac, 1909).

Lev, Daniel S., *Islamic Economics: Theory and Practice* (Lahore: Mohammad Ashrof, 1980).

Levy, R., *The Social Structure of Islam* (Cambridge University Press, 1957).

Lewis, Bernard, *The Jews of Islam* (Princeton University Press, 1984).

Lewis, Bernard, *The Arabs in History* (London: Arrow Books, 1958; New York: Harper, 1960).

Lewis, R., *Everyday Life in Ottoman Turkey* (London: Batsford, 1971).

Lichtenstadter, Ilse, *Introduction to Classical Arab Literature* (New York: Schocken Books, 1976).

Lings, Martin. *Muhammad: His Life Based on the Earliest Sources* (New York: Inner Traditions International, 1983).

Locke, J., *Two Treatises of Civil Government* (ed. W. S. Carpenter) (London: Dent, 1960).

Lucas, H. S., *The Renaissance and the Reformation,* 2nd edn (London: Harper, 1960).

Mac Donald, D. B., *Development of Muslim Theology, Jurisprudence and Constitutional Theory* (New York: Orientalia, 1964).

Madvi, Abd al-Salam, *Umar Bin 'Abd al-Aziz* (trans. M. H. Hussainy) (Lahore: Institute of Islamic Culture, 1978).

Mahmood, M. S., 'The Role of the Mufti in the Administration of the Court System', *Shariah Law Journal* (November 1984) pp. 55-6.

Mahmud, I., *Muslim Law of Succession and Administration* (Karachi: 1958).

Makdisi, John, 'Legal Logic and Equity in Islamic Law', *American Journal of Comparative Law,* vol. 33 (1985) p. 63.

Makkari, A. L., *The History of the Mohammedan Dynasties in Spain,* vol. 2 (London: 1843).

Maitland, F. W. *Selected Essays* (Books for Libraries Press, 1968 reprint).

Mannam, M. A., *Islamic Economics: Theory and Practice* (Lahore: Mohammad Ashrof, 1980).

Marks, S. P., 'Commission permanente arabe des droits de l'homme', D60 3:101, (1970).

Mastura, M. S. H., 'Islamic Concept of Human Rights', *Islamic Studies,* vol. 11 (1972) p. 211.

Maududi, Abul A'la, *Human Rights in Islam* (Leicester: The Islam Foundation, 1976).

Maududi, Abul A'la, *Islamic Law and Constitution* (Karachi: Islamic Publications, 1967).

Morris, C. R., *Locke, Berkeley, Hume* (Oxford University Press, 1930).

Moussa, *Islam and Humanity's Need of It* (Cairo: 1966).

Muir, William, *The Life of Mohammad* (Edinburgh: 1912; revised edition, Edinburgh: J. Grant, 1923).

Mulla, D. F., *Principles of Mohamedan Law* (Bombay: N. M. Tripathi, 1972).

Nadir, Muzaffar-ud-din, *Human Rights and Obligations: In the Light of the Koran and Hadith* (Lahore: Muhammad Ashrof, 1966).

Nasr, Seyyed H., *Islam and the Plight of Modern Man* (Harlow: Longman, 1976).

Nawawi, Al-, *Minhaj-et-Talibin* (London: 1914).

Nawaz, M. K., 'The Concept of Human Rights in Islamic Law', *Howard Law Journal*, vol. 11 (1965) pp. 325-32.

Nehru, J., *The Discovery of India* (Bombay: Asia Publishing House, 1961).

Nice, R. W. (ed.) *Treasury of Law* (New York: Philosophical Library, 1964).

Nussbaum, A., *A Concise History of the Law of Nations* (New York: Macmillan, 1954).

Nys, Ernest (ed.) *Francisco de Victoria, De Indis et de Jure Belli Reflectiones* (New York: Oceana Publications, 1964).

Oppenheim, L., *International Law*, 8th edn, vol. 1 (London: Longman Green, 1955).

Ostrorog, Count Leon, *The Angora Reform* (London University Press, 1927).

Passant, E. J., 'The Effects of the Crusades upon Western Europe', *Cambridge Medieval History*, vol. V (Cambridge University Press, 1926).

Pearl, D., *A Textbook on Muslim Law* (London: Croom Helm, 1979).

Pearl, D., 'Non-Muslims in the Islamic State', *Karachi Law Journal*, vol. 6 (1970) p. 75.

Pearson, J. D., *Index Islamicus, 1906-55* (Cambridge: Heffer, 1958).

Peters, F. E., *Allah's Commonwealth: A History of Islam in the Near East, 600-1100 AD* (New York: Simon and Schuster, 1973).

Pickthall, M. M., *The Cultural Side of Islam* (Delhi: Islamic Book Trust, 1982).

Pickthall, M. M., *The Glorious Koran* (London: George Allen and Unwin, 1930).

Poliak, A. N., 'Classification of Land in Islamic Law and its Technical Terms', *American Journal of Semitic Languages and Literatures*, vol. 57, pp. 50-62.

Pollock, F., and Maitland, F. W., *History of English Law*, 2nd edn (Cambridge University Press, 1952).

Proctor, J. Harris (ed.) *Islam and International Relations* (New York: Praeger 1965).

Qadri, *Islamic Jurisprudence in the Modern World*, 2nd edn (Lahore: Muhammad, Ashrof, 1973).

Qotb, Muhammad, *Islam: The Misunderstood Religion* (Kuwait, Ministry of AWQAF and Islamic Affairs, 1967).

Qutb, S., *Social Justice in Islam*, trans. Sayed Kotb (New York: Octogon Books,

1953).

Rahim, Abdur, *The Principles of Muhammadan Jurisprudence According to the Hanafi, Maliki, Shafi'i and Hanbali Schools* (Westport: Hyperion, 1981).

Rahman, Fazlur, 'Revival and Reform in Islam', in *Cambridge History of Islam* (Cambridge University Press, 1970).

Rahman, Fazlur, 'Islamic Modernism: Its Scope, Method and Alternatives', *International Journal of Middle East Studies,* vol. I (October 1970) pp. 317-33.

Rahman, Fazlur, *Islam and Modernity: Transformation of an Intellectual Tradition* (University of Chicago Press, 1928).

Ramadan, Said, *Islamic Law: Its Scope and Equity* (London: Macmillan, 1961).

Rashdall, H., *The Universities of Europe in the Middle Ages,* vol. 1, ed. F. M. Powicke and A. B. Emden (Oxford: 1936).

Rauf, M. A., 'Shariah and Social Order', *Shariah Law Journal,* November 1985, pp. 23-8.

Rauf, M. A., *Al-Hadith* (Washington: The Islamic Center, 1974).

Razi, Jassas, *Ahkamal Qur'an,* vol. 1.

Rechid, A., 'L'Islam et le Droit des Gens', *Recueils des Cours,* vol. 60 (1937) p. 375.

Renteln, A. D., 'The Unanswered Challenge of Relativism and the Consequences of Human Rights', *Human Rights Quarterly,* vol. 7 (1985).

Rheinstein, M. (ed.) *Max Weber on Law in Economy and Society* (New York: Simon and Schuster, 1954).

Rhyne, C. S., *International Law* (Washington: CLB, 1971).

Ribena y Tarrago, J., *Discertaciones Yopusculos* (Madrid, 1928).

Roberts, R., *The Social Laws of the Koran* (London: 1925).

Robson, W. A., *Civilisation and the Growth of Law* (London: Macmillan, 1926).

Rodinson, Maxime, *Mohammad,* trans. Anne Carter (Harmondsworth: Penguin, 1971).

Rodwell, J. M. (trans.) *The Koran,* Everyman Library (London: J. M. Dent, 1943).

Ronart, Stephen and Ronart, Nandy, *Concise Encyclopaedia of Arabic Civilization* (New York: Praeger, 1966).

Rosen, L., 'Equity and Discretion in a Modern Islamic Legal System', *Law and Society Review,* vol. 15 (1980-1) p. 217.

Rosenthal, E. K. J., *Islam in the Modern Nation State* (Cambridge: 1965).

Rosenthal, Franz, *The Muslim Concept of Freedom Prior to the Nineteenth Century* (Leiden: Brill, 1960).

Rosenthal, Franz (trans.) *Ibn Khaldun, The Muqaddimah: An Introduction to History,* Bollingen Series XLIII (New York: Pantheon Books, 1958).

Rosenthal, Franz, 'The Technique and Approach of Muslim Scholarship', in *Annalecter Orientalia,* vol. XXIV (1947).

Rousseau, J.-J., *The Social Contract,* trans. M. Cranston (Harmondsworth: Penguin, 1968).

Rubin, A. P., 'The Use of Piracy in Malayan Waters', *Grotian Society Papers* (1968).

Russell, B., *History of Western Philosophy,* 2nd edn (London: George Allen and Unwin, 1961).

Sabra, A. I., 'A New Perspective on Islamic Science', *Arabia,* August 1983, p. 69.

ibn Said, *Kitab al-Tabaqat al-Kabir,* part II, vol. II (Leiden: 1917).

Said, Abdul Aziz, 'Precept and Practice of Human Rights is Islam', *Universal Human Rights,* vol. 1 (1979a).

Said, Abdul Aziz, 'Human Rights in Islamic Perspective', in Adamantia Pollis and Peter Schwab (eds) *Human Rights: Cultural and Ideological Perspectives* (New York: Praeger, 1979b) pp. 86-110.

Said, Edward W., *Covering Islam* (New York: Pantheon Books, 1981).

Said, Edward W., *Orientalism* (New York: Pantheon Books, 1978).

Saksena, K. P., *Muslim Law as Administered in India and Pakistan* (Lucknow: Eastern Book, 1937).

Sanders, E.G.M. *International Jurisprudence in African Context* (Durban: Butterworths, 1979).

Sardar, Ziauddin, *The Future of Muslim Civilisation* (London: Croom Helm, 1979).

Saudi Arabian Government, 'Concept of Man in Islam and Yearning for Peace', *Conferences on Moslem Doctrine and Human Rights in Islam* Conference at Geneva, 30 October 1974 (Riyadh: Ministry of Justice).

Saudi Arabian Government, *On Moslem Doctrine and Islamic Law,* from the Conference at Riyadh, March 1972.

Schacht, Joseph, *An Introduction to Islamic Law* (Oxford: 1964).

Schacht, Joseph, 'Islamic Law in Contemporary States', *American Journal of Comparative Law,* vol. 8 (1959) p. 133.

Schacht, Joseph, *The Origins of Muhammadan Jurispudence* (Oxford: Clarendon Press, 1950).

Schacht, Joseph, 'Islamic Law', in *Encyclopaedia of Social Sciences,* vol. VIII (New York: Macmillan, 1932-7) pp. 344-9.

Scott, J. B., *Introduction to Vol. 2 of Suarez,* Classics of International Law (New York: Oceana Publications, 1939).

Shah, Idries, *The Sufis* (London: W. H. Allen, 1977).

Shaltut, M., *Min Towjat Al-Islam* ('From the Guidance of Islam') (Dar-al-Qalam, 1966); reproduced in *Shariah Law Journal,* vol. 34 (November 1986).

Shamma, S., 'Law and Lawyers in Saudi Arabia', *International and Comparative Law Quarterly,* vol. 14 (1959) p. 133.

Sharif, M. M. (ed.) *A History of Muslim Philosophy* (Wiesbaden: Hrrassowitz, 1963).

Sharma, S. R., *The Religious Policy of Mughal Emperors,* 2nd edn (Bombay: Asia Publishing House, 1952).

Shihata, Ibrahim, 'Islamic Law and the World Community', *Harvard International Law Club Journal,* vol. 4, no. 1 (1962) p. 101.

Siddiqi, M. N., *Women in Islam* (Delhi: Islamic Book Trust, 1982).

Siddiqi, M. N., *Muslim Economic Thinking: A Survey of Contemporary Literature* (Islamic Foundation UK, 1981).

Siddiqui, A. H. (trans) *Sahih Muslim,* vol. 3 (Lahore: Ashrof, 1976).

Singh, Nagendra, *India and International Law,* vol. 1 (New Delhi: S. Chand, 1973).

Srivastava, D., *Religious Freedom in India: An Historical and Constitutional Study* (New Delhi: Deep and Deep, 1982).

Stone, J., *Human Law and Human Justice* (Stanford University Press, 1965).

Swidler, A. (ed.) *Human Rights in Religious Traditions* (New York: Pilgrim Press, 1982).

Tabandeh, Sultan H., *A Muslim Commentary on the Universal Declaration of Human Rights,* trans. F. J. Gouldins (Paris: Guillard, 1970).

Tapcrell, K., 'Islam and Human Rights', *Australian Foreign Affairs Record,* vol. 56 (1985) p. 1177.

Thompson, J. W., *The Medieval Library* (University of Chicago Press, 1939).

Tritton, A. S., *The Caliphs and their Non-Muslim Subjects* (Oxford: 1930).

Tyabji, F. B., *Muslim Law* (Bombay: N. M. Tripathi, 1966).

Tyagi, Yogesh K., 'Third World Response to Human Rights', *Indian Journal of International Law,* vol. 21 (1981).

Tyan, Emile, 'Methodologie et Sources due droit en Islam', *Studia Islamica,* vol. 10 (1959) p. 79.

UNESCO, *Islam, Philosophy and Science* (Paris: UNESCO, 1981).

Van Dusen, Roxanna, 'The Study of Women in the Middle East: Some Thoughts', *Middle East Studies Assoc. Bulletin,* vol. 10, no. 2 (1976) p.1.

Vattel, E. de, *Le Droit des Gens,* Classics of International Law, vol. III (New York: Oceana, 1916).

Vesey-Fitzgerald, S., *Muhammadan Law in Abridgement* (Oxford University Press, 1931).

Von Grunebaum, Gustave, E., *Classical Islam, a History 699-1258* (London: George Allen and Unwin, 1970).

Von Grunebaum, Gustave E., *Islam: Essays in the Nature and Growth of a Cultural Tradition* (London: Routledge and Kegan Paul, 1955).

Von Grunebaum, Gustave E., *Medieval Islam,* 2nd edn (University of Chicago Press, 1953).

Wafi, Ali, 'Abd al-Wahid, *Civil Liberty in Islam* (in Arabic) (Cairo: 1967).

Ward, R., *An Inquiry into the Foundation and History of the Law of Nations in Europe* (New York: Garland, 1973).

Watt, W. Montgomery, *The Majesty That Was Islam* (New York: Praeger, 1974).

Watt, W. Montgomery, *The Formative Period of Islamic Thoughts* (Edinburgh University Press, 1973).

Watt, W. Montgomery, *The Inflyence of Islam on Medieval Europe* (Edinburgh University Press, 1972).

Watt, W. Montgomery, *Islamic Political Thought, The Basic Concepe* (Edinburgh University Press, 1968).

Watt, W. Montgomery, *Islamic Spain* (Edinburgh University Press, 1965).

Watt, W. Montgomery, *Muslim Intellectual: A Study of Al Ghazzali* (Edinburgh University Press, 1963).

Watt, W. Montgomery, *Islamic Philosophy and Theology* (Edinburgh University Press, 1962).

Watt, W. Montgomery, *Muhammad Prophet and Statesman* (Oxford University Press, 1961).

Watt, W. Montgomery, *Muhammad at Medina* (Oxford: Clarendon Press, 1956).

Watt, W. Montgomery, *Muhammad at Mecca* (Oxford: Clarendon Press, 1953).

Weiss, Bernard, 'Interpretation in Islamic Law: The Theory of *Ijtihad*', *American Journal of Comparative Law,* vol. 26 (1978) p. 199.

Wells, H. G., *The Outline of History, Being a Plain History of Life and Mankind,* 8th edn (London: Cassell, 1925).

Wensinck, A. J., *The Muslim Creed* (Cambridge University Press, 1932).

Wickens, G. M. (ed.) *Avicenna: Scientist and Philosopher* (London: Luzac, 1952).

Williams, J. A. (ed.) *Islam,* Great Religions of Modern Man Series (New York: Washington Square Press, 1963).

Yamani, A. Z., 'Islamic Law and Contemporary Issues', lecture delivered at the 100th Anniversary of the American University, Beirut, 1967.